செம்பியன் திருமேனி

கி.பி.10ஆம் நூற்றாண்டுச்
சரித்திரப் புனைவு

புதுமைத்தேனீ மா.அன்பழகன்

டிஸ்கவரி பப்ளிகேஷன்ஸ்
எண்: 9, பிளாட் எண்: 1080A, ரோஹிணி பிளாட்ஸ்
முனுசாமி சாலை, கே.கே.நகர் மேற்கு,
சென்னை - 600 078. பேச: 99404 46650

செம்பியன் திருமேணி

ஆசிரியர்: மா.அன்பழகன்

SEMBIAN THIRUMENI

Author : **Masilamani Anbalagan**

Copy Raight @ Author

உள்ளோவியம்: அணு முத்துக்கிருஷ்ணன் சிவகங்கை

வெளியோவியம்: பி.மதியழகன் சிங்கப்பூர்

First Edition: Aug - 2023

Size : Demy (1X8 Paper : 21.3kg Parchment)

Pages: 376

ISBN: 978-981-18-7318-8

Published By

சிங்கப்பூரில்

மா.அன்பழகன்

Blk 9 # 07 – 30 Selegie Road, Singapore 180009

+65 90053043 / +65 62527107

ma.anbalagan@gmail.com

தமிழகத்தில்

Discovery Publications

No. 9, Plot:1080A, Rohini Flats,

Munusamy Salai, K.K.Nagar West,

Chennai - 600 078.

Mobile: +91 99404 46650

Price: S $30 / Rs 400

பாத்திரங்கள் அறிவோம்

நாயகனின் நாடு சோழக் குறுநிலம் வெண்ணகரம்

சோழத்தின் குறுநிலம் திருவெள்ளறை

செம்பியன் திருமேனி

செம்பியன் திருமேனி

வெண் முத்து

நற்றிணை

கொடுமுடி

இளந்திரைக்கோ

அருந்தவராயர்

செங்கோட்டாதவன்

விருத்தம்பாள்

வடிவுடை தேவி

ஐங்குறு மாமுனிவர்

திருவெள்ளறை கோபுரம்

வெண்ணாகர அரண்மனை

பாத்திரங்களை விளக்கமாக அறிவோம்

நாயகனின் நாடு	:	சோழக் குறுநிலம் 'வெண்ணாகரம்'
நாயகன்	:	செம்பியன் திருமேனி
நாயகனின் தந்தை	:	செம்பியன் திருவேல்
நாயகனின் தாய்	:	வடிவுடை தேவி
நாயகனின் மாமா	:	அருந்தவராயர்
நாயகனின் குரு	:	ஐங்குறு மாமுனிவர்
தளபதி	:	அகம்பன்
தண்டல் தலைவன்	:	கொடுமுடி
கொடுமுடியின் மகள்	:	விருத்தம்பாள்
நாடு	:	சோழத்தின் மற்றொரு குறுநிலம் திருவெள்ளறை
இரண்டாம் நாயகன்	:	இளந்திரைக்கோ
தந்தை	:	நெடுமான் குரவன்
இளந்திரைக்கோ தங்கை	:	நற்றிணை (இளவரசி)
நற்றிணையின் தோழி	:	வெண்முத்து (நாயகி)
வில்லன் (முரணன்)	:	செங்கோட்டாதவன் (செங்கோடன்)
பாண்டிய நாடு	:	குறுநிலம் பொன்னமராவதி
பாண்டிய மன்னன்	:	பொன்மான் வழுதி
கல்வராயன் மலை	:	பல்லவநாட்டில் ஒரு மலை

செம்பியன் திருமேனி

இது...
மோகத் தடாகத்தில் மூழ்கிநின்று
தாகம் தீர்த்த ஒரு தானைத் தலைவனின் கதை...

விட்டுக்கொடுப்பதற்கோர் எடுத்துக்காட்டாய்
விட்டுச் சென்ற இரு வீரமங்கையரின் பாசக் கதை...

அழித்துவாழ எண்ணும் அதர்மச் சூழ்ச்சிக்குப்
பழிக்குப்பழி வாங்கிப் பாடஞ்சொல்லிய கதை...

சாதித்துக் காட்டிய சங்கத்தமிழ் நட்பில்
ஆதிக்கம்செலுத்தி அன்பில் பாலம் கட்டிய கதை...

தானம் கொடுத்துத் தழைத்த சோழமண்ணில்
மானம்காக்க எழுந்த ஒரு மறப்போர்க் கதை...

குறுநில மன்னரிடையே கொட்டிக் கிடக்கின்ற
அறுசுவைக் காட்சிகளை அள்ளி அள்ளித் தரும்
பத்தாம் நூற்றாண்டு பார்த்திராத புனைவு இது!

பத்தாம் நூற்றாண்டு இசைக்கருவிகளில் சில...

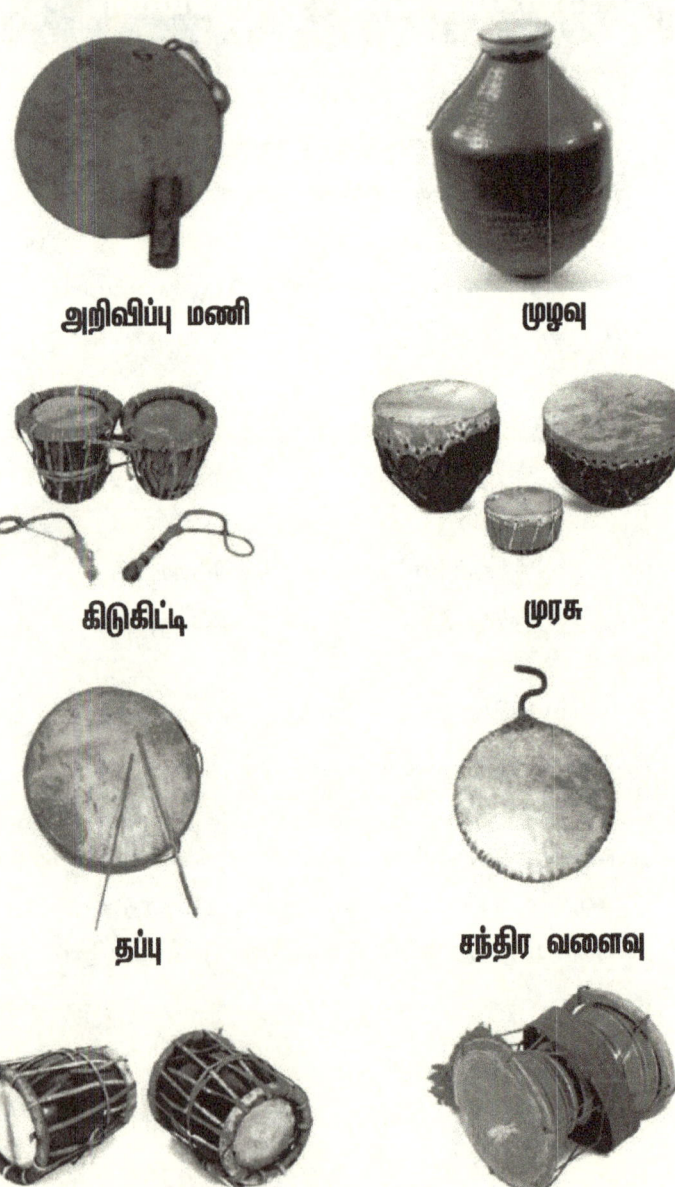

அறிவிப்பு மணி   முழவு

கிடுகிட்டி   முரசு

தப்பு   சந்திர வளைவு

தவுல்   உடுக்கை

துந்தினா

எக்காளம் (தாரை)

புல்லாங்குழல்

மகுடி

சுரமண்டலி யாழ்

நரம்பு யாழ்

பஞ்ச முக வாத்தியம்

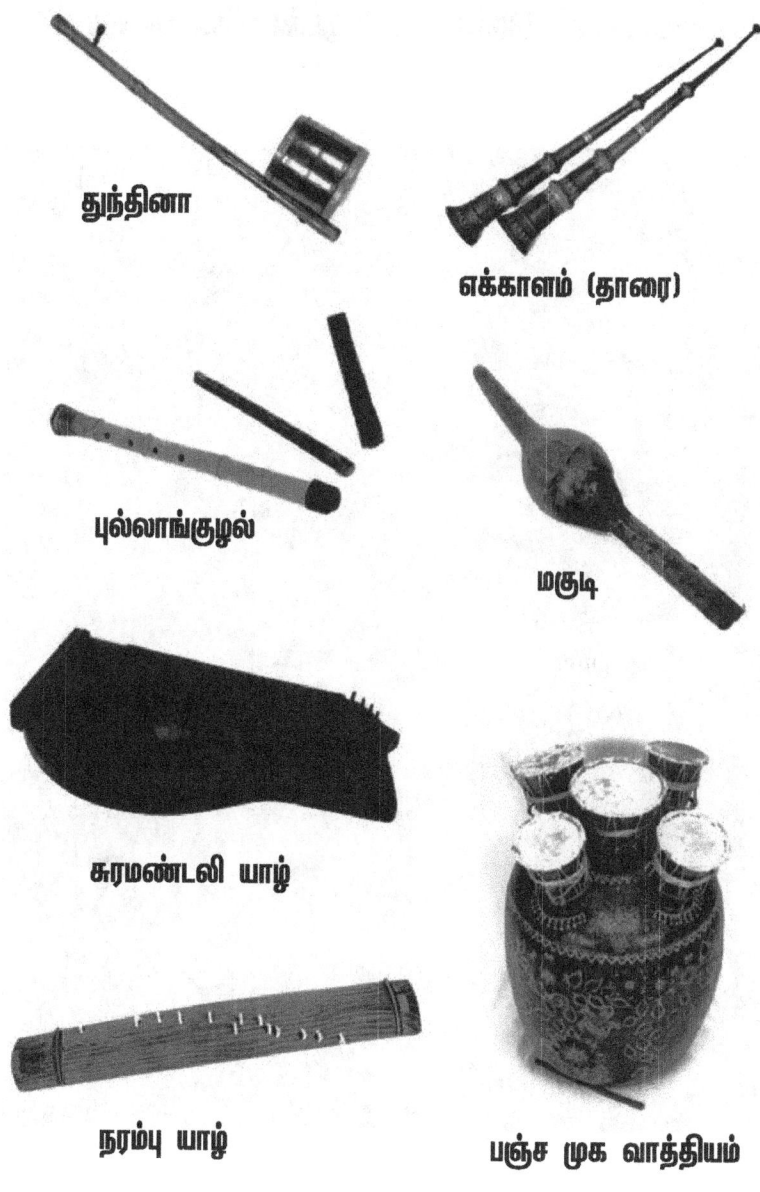

மன்னர்கள் சென்ற வழித்தடங்களின் வரைபடம்

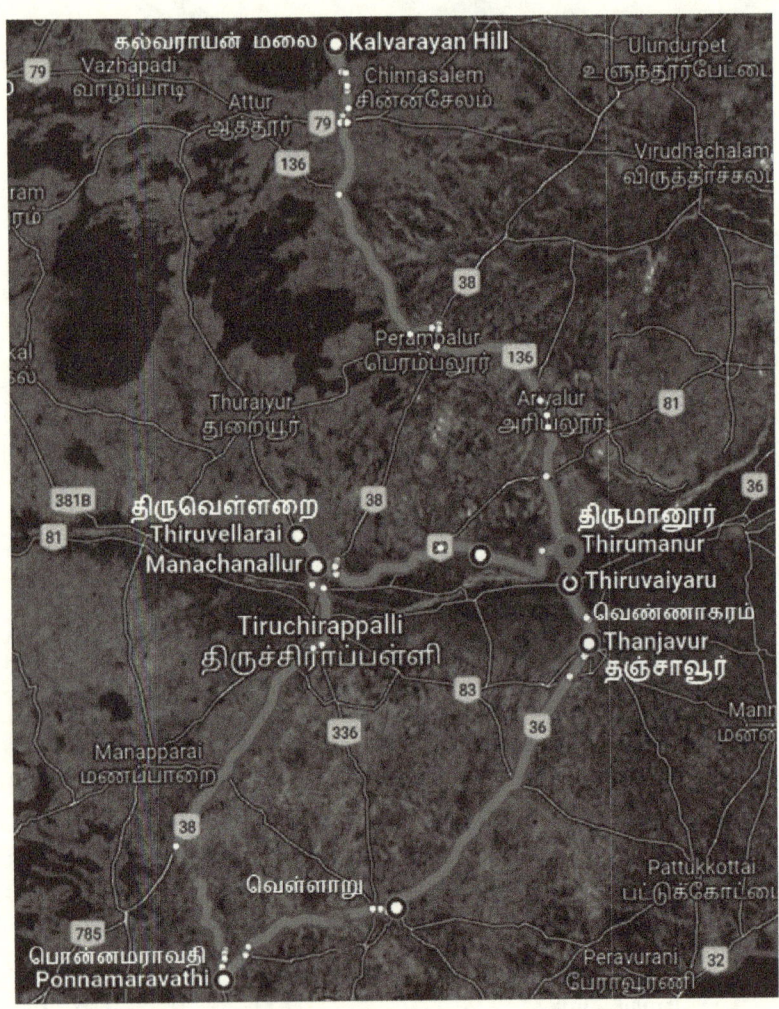

கதையோட்டத்தில் வரும் துணைத் தலைப்புகள்

1. முடிசூடலுக்குத் தயாரானது திருவெள்ளறை — 29
2. நடன அரங்கேற்றமும் பட்டாபிஷேகமும் — 35
3. இளந்திரைக்கோவுக்குக் கல்லணை நினைவுப் பரிசு — 45
4. வெண்முத்து, திருமேனி முதல் சந்திப்பு — 48
5. காதலில் விழுந்த வெண்முத்துவும் திருமேனியும்! — 54
6. செம்பியன் திருவேல் வஞ்சகமாகக் கொல்லப்பட்ட செய்தி — 62
7. செங்கோடனின் சூழ்ச்சியை அருந்தவராயர் விவரித்தார் — 68
8. திருமேனியின் இளமையைக் கண்டு ரசித்தார்கள்! — 73
9. வலது கரத்தை இழந்த அருந்தவராயர் — 81
10. செங்கோடனின் கயமை தெரிந்துவிட்டது! — 90
11. ஆஸ்தான வைத்தியரின் சீடன் — 94
12. திருமழபாடி, கொடுமுடியின் மகள் விருத்தம் — 100
13. திருமேனிக்கு, தந்தை கொல்லப்பட்ட நினைவு — 112
14. விருத்தத்தின் முகத்தில் 'பூமாதேவி' களை — 118
15. பௌர்ணமியன்று கோவிலில் சந்திப்பு — 123
16. முனிவர் கண்ட காட்சி — 129
17. மலைமுகட்டில் முனிவர் காட்டிய அதிசயம் — 136
18. ஆற்றில் மூழ்கிய விருத்தம் — 143
19. முனிவருடன் செம்பியன் வெண்ணாகரம் திரும்பினான் — 149
20. செம்பியனுக்கு வரவேற்பும், தாயின் சூளுரையும் — 156
21. நற்றிணையும் வெண்முத்துவும் குதிரைப் பயணம் — 163
22. விருத்தத்தைப் பற்றி ராணியிடம் அருந்தவராயர் சொல்லுதல் — 174
23. காதலை திருமேனி வெளிப்படுத்துதல் — 179
24. பொன்னமராவதி அரண்மனையில் ஆலோசனை — 184
25. வீரர்களிடம் செம்பியன் உரையாற்றுதல் — 188
26. செங்கோடனே பாண்டியனின் ஓலைக்குப் பதிலுரைத்தல் — 192
27. வெள்ளாறு எமக்கே சொந்தமென்றுரைக்கும் பாண்டியன் — 193
28. செம்பியன் தரித்த ஜோசியன் வேஷம் — 195
29. விருத்தத்தைப் பார்க்க தேவி திருமழபாடி புறப்படுதல் — 202

30. வெண்முத்துவுக்குத் தண்ணீரில் கண்டம்	210
31. வெண்முத்து, திருமேனி கிணற்றுக்குள் காதல் விளையாட்டு!	217
32. பாண்டியனின் ஒற்றனை செங்கோடன் சிறையிலடைத்தல்	226
33. பொன்னமராவதி மன்னனின் போர்ப் பிரகடனம்	228
34. இருதாரக் கலியாணத்துக்கு திருமேனி தாயிடம் அனுமதி கோரல்	230
35. வெண்முத்துமீது மன்னனும் ஆசை கொள்ளுதல்	237
36. வெள்ளறையிலிருந்து வெண்ணாகரத்துக்கு வந்த ரகசியத் தகவல்	245
37. செம்பியன், வெண்முத்து, நற்றிணை சந்திப்பு	247
38. திருவெள்ளறைக்கு வெண்ணாகரம் உதவ முன்வருதல்	255
39. வெண்ணாகரத்துடன் நட்புப் பாராட்டிய இளந்திரைக்கோ	259
40. வெண்ணாகரத்துக்குச் செங்கோடனை அழைத்தல்	261
41. அருந்தவராயரிடம் கலியாணம் செய்ய வற்புறுத்தல்	266
42. செங்கோடன் வெண்ணாகர வீரர்களைச் சந்தித்தல்	271
43. பாண்டியன்மீது இருபுறத் தாக்குதல்	273
44. மூன்று இடங்கள், மூன்று படைகள், இரண்டு களங்கள்	275
45. போர்... போர்... போர்!	282
46. செம்பியனின் நான்காவது நிபந்தனை	286
47. வெள்ளறையில் வெற்றிவிழாக் கொண்டாட்டம்	298
48. வடிவுடையாள் கூந்தலை அள்ளி முடிந்தாள்	301
49. திருவெள்ளறையில் பெண் கேட்கும் படலம்	307
50. அருந்தவராயருக்குத் திருமண ஏற்பாடு	312
51. இளந்திரை விருத்தத்தை மணக்க விரும்புதல்	314
52. திருவெள்ளறையிலிருந்து வந்த நல்ல செய்தி	318
53. வெண்ணாகரத்தில் நாற்பெரும் விழாக்கள்!	321
54. செம்பியனின் சாந்திமுகூர்த்தம்	329
55. வெண்முத்துவின்மீது நற்றிணையின் கரிசனம்	334
56. வெண்முத்து ஆருடம் பார்த்தாள்	339
57. வெண்முத்துவுக்குக் குழந்தை பிறத்தல்	343
58. வெண்முத்தாறு திறப்பு விழா!	350
59. செம்பியன் திருமேனி கதையின் சுருக்கம்	359

அணிந்துரை

- முனைவர் மணி.மாறன்

புதுமையானது என்ற பொருளில்தான் இவ்வகை இலக்கியங் களுக்குப் 'புதினம்' எனப் பெயர் சூட்டப்பட்டுள்ளது. அதே பொருளில்தான் 'நாவல்' எனும் ஆங்கிலப் பெயராலும் அழைக்கப் படுகின்றது. 'நாவெல்லா' என்ற இத்தாலியச் சொல் பிரெஞ்சு மொழிக்குச் சென்று, பின்னர் ஆங்கிலமொழி வழியாகத் தமிழுக்கு வந்துள்ளது. இவ்விலக்கிய வகையை 'நவீனம்' என்று தமிழில் அழைப்பர்.

'வரலாற்றுப் புதினம்' என்பது, வாழ்ந்த மன்னர்களையும் மாந்தர்களையும், நிகழ்வுகளையும், வரலாற்றுப் பின்புலத்தைப் பயன்படுத்திப் படைக்கப்பெறும். இப்பின்னணியின் நிகழ்ச்சிகள் விரிவாகவும், விளக்கமாகவும் கையாளப் பெறுவதால் மேலை நாட்டுப் புதினங்களை அடியொற்றியே தமிழ் வரலாற்றுப் புதின ஆசிரியர்களும் எழுதத் தொடங்கினர். வேந்தர்கள் தவிர, முனிவர்கள், புலவர்கள், விடுதலை இயக்கப் போர் வீரர்கள், மார்க்சிய நெறித்தலைவர்கள் எனப் பல்வேறு துறைகளில் தமிழ் வரலாற்றுப் புதினங்கள், தங்கள் விழுமியங்களைக் கருவுற்றுக் கொண்டன.

சரவணமுத்துப் பிள்ளையின் 'மோகனாங்கி' தொடங்கி, மாயூரம் வேதநாயகம் பிள்ளை எழுதிய 'பிரதாப முதலியார் சரித்திரம்', இராசமைய்யரின் 'கமலாம்பாள் சரித்திரம்', மாதவைய்யாவின் 'பத்மாவதி சரித்திரம்', 'கிளாரிந்தா', 'விஜயமார்த்தாண்டம்', குழந்தைசாமி பிள்ளையின் 'சத்தியவல்லி', பழைய புதினங்களின் போக்கிலிருந்து புதுநெறியில் எழுந்த க.சி.வேங்கடரமணியின் 'முருகன் ஓர் உலகம்', அதனைத் தொடர்ந்து கல்கி, புதுமைப் பித்தன், சாண்டில்யன், மு.வ, அகிலன், அண்ணா, கலைஞர், போன்ற எண்ணற்ற படைப்பாளர்களின் பங்கு தமிழ்ப் புதின வரலாற்றுக்கு அச்சாணிகளாகத் திகழ்கின்றன.

அந்த வரிசையில் புதுமைத்தேனீ மா.அன்பழகன் அவர்களின் 'செம்பியன் திருமேனி'யும் வரலாற்றில் வைத்துப் போற்றப்படும். பாத்திரப் படைப்பிலும், கதையமைப்பிலும், காட்சிகள் உருவாக்கத்திலும், உரையாடல்களிலும் அந்த அளவுக்கு ஆசிரியர் கவனம் செலுத்தியுள்ளார். கதைக்குப் பொருத்தமான, இடங்களையும், பழைமை மாறாத குறிப்புகளையும், தேர்ந்தெடுத்து நிஜமாகவே நடந்த வரலாறுபோலச் சித்திரித்துள்ளார். எதிர்காலத்தில் செம்பியன் திருமேனி என்பவன் வெண்ணாகரத்தை ஆண்ட சோழ குறுநில மன்னன்தான் என்று நினைவுகூரத்தக்க அளவுக்குத் தத்ரூபமாகக் கதையை அழகுற நகர்த்திச் செல்கிறார். சிங்கப்பூரில் வாழ்ந்துகொண்டு, சோழ வரலாற்றுக் கதையைத் திறம்பட எழுத முடிந்ததற்குக் காரணம் அவர் பிறந்தது சோழநாடாகும்.

சுறுசுறுப்புக்கு எடுத்துக்காட்டாக தேனீக்களைக் குறிப்பிடுவது தமிழர் மரபு. அன்பழகன் அவர்களும் 'புதுமைத்தேனீ' என்ற அடைமொழிப் பெயரில் அழைக்கப்படுவதால் அப்பெயருக்கு மிகமிகப் பொருத்தமானவரே. தம்முடைய எண்பதாவது வயதிலும் தேனீயைப் போல் சுறுசுறுப்பாக இயங்கி, அறிவுத் தேடலில் ஆழங்காற்பட்டுச் செயலாற்றியுள்ளார். இந்நாவலை எழுதுவதற்காகவே சிங்கப்பூரிலிருந்து தமிழகம் வந்து, கதைக் களங்களான வெண்ணாற்றங்கரை, புன்னையூர் ஏரி, திருவையாறு, திருவெள்ளறை மற்றும் திருமானூர், திருமழபாடி, தலைவாசல், கல்வராயன்மலை போன்ற பகுதிகளுக்கு நேரில் சென்று ஆய்வு செய்து மிகவும் சிறந்த முறையில் இப்புதினத்தை உண்மை வரலாறு போலவே படைத்துப் படிப்போரை மலைக்க வைத்துவிட்டார்.

கி.பி.10ஆம் நூற்றாண்டு காலகட்டத்துக்கே நம்மையெல்லாம் அழைத்துச் சென்றுவிட்டார். பெரும் பேரரசுகளையும், பெரும் மன்னர்களையும் கதை மாந்தர்களாகக்கொண்டு படைக்கப்பெற்று வரும் புதினங்களுக்கு மத்தியில், வெண்ணாகரம் என்ற குறுநிலப் பகுதியினை ஆட்சி செய்த சோழன் செம்பியன் திருமேனியை நாயகனாக ஆக்கி அவனைச் சுற்றியே கதையை நடைபோட வைத்துள்ளார். நூலாசிரியர் ஏற்கெனவே திரைப்படத்துறையில் பயணித்த பட்டறிவினால், கதையையும், அதனுள் பாத்திரப் படைப்புகளையும், காட்சிகளையும், தனக்கே உரிய பாணியில் உருவாக்கியுள்ளார். படிப்போர் வியக்கும் வண்ணம் மிகச் செறிவான வரலாற்று நாவலைப் போல் நிறுவ முயன்று வெற்றியும்

கண்டுள்ளார். ஓர் அடுத்த 'சாண்டில்யன்' போல நம்மைக் கதைக்குள்ளே அழைத்துச் சென்றுள்ள ஆசிரியரின் திறம் மகிழத் தக்கது; பாராட்டத்தக்கது.

வழக்கமான கதைகளில் வருவதுபோல் இளவரசியை நாயகி ஆக்காமல், அவள் தோழியை நாயகன் காதலிப்பது என்பதிலேயே தன் புதுமையைத் தொடங்கிவிடுகிறார். அத்துடன் இடையிலே 'விருத்தம்' எனும் பாத்திரத்தை உருவாக்கி, இறுதியில் அவளை மணம் செய்துகொள்ளக்கூடிய சூழல் உருவாகுமோ என்று படிப்போரை எதிர்பார்க்க வைத்ததன் மூலம் கதையோட்டச் சுவையைத் தக்கவைத்துக்கொண்டே வருகிறார்.

இலக்கியங்களில் பற்றும் ஈடுபாடும் கொண்டவர் ஆசிரியர் என்பதற்கு எடுத்துக்காட்டுகள், பாத்திரங்களுக்கு அவரிட்ட பெயர்களான, நற்றிணை, வெண்முத்து, ஐங்குறு மாமுனிவர், வெண்பாதேவி, விருத்தம் போன்ற பெயர்களே.

இருந்தாலும்,

இரு பெண்களை ஒரு மன்னன் மணப்பது அக்கால இயல்பென ஏற்றாலும் மூன்றாவதாக விருத்தம் எனும் பெண்ணிடம் நாயகனின் மனம் சலனப்படுவது என்பதானது, உயர்பண்பாடுடையவனாகப் படைக்கப்பட்ட நாயகனின் பாத்திரம் சற்றே தடுமாறுகிறதோ எனவும் தோன்றுகிறது.

அதே நேரத்தில்,

தன் தந்தையை வஞ்சக வழியில் கொலை செய்த செங்கோடனை நேருக்கு நேர்நின்று பழிவாங்கும் செம்பியனின் வீரச்செயல் மூலம் நாயகனின் உயர் பண்பினை வெளிப்படுத்துவதும் சிறப்பாக உள்ளது. அவ்வாறு வில்லன் செங்கோடன் கொல்லப்பட்டவுடன் கதை கிட்டத்தட்ட முடிந்துவிடுகிறது. இருந்தும் தொய்வு இல்லாமல் சுவை குறையாமல் காட்சிகளை விரைவாக நகர்த்தி முடிவுரைப் பகுதியை நிறைவு செய்திருப்பதையும் இங்குக் குறிப்பிட்டுச் சொல்லியாக வேண்டும். கதை எளிமையான நடையில் இயல்பான போக்கில், ஏற்ற களங்களில், வாசிப்புச் சிக்கலின்றி ஆற்றொழுக்காக விரைந்து செல்கிறது.

கதை சொல்லும்போது, எதிர்ப்படும் ஊர்களின் பெயர்கள் அக்காலத்தில் இதே பெயர்களில்தான் விளங்கியதா என்பதும் கேள்விதான். திருமணம், பிறந்தநாள், சாந்திமுகூர்த்தம்,

நினைவுநாள், முனையம் போன்ற சொற்கள் கதை நடந்த காலத்திய சொற்களா? பெண்பார்க்கும் படலம் போன்ற நிகழ்வுகள் அக்காலப் பழக்கமா? என்பவற்றில் ஐயம் எழுந்தாலும், கதைசொல்லிகளாக இருந்து பார்த்தால், கல்கி, சாண்டில்யன் போல் இவருக்கும் வேறு வழியில்லை என்றுதான் தோன்றுகிறது.

நடையின் இடையிடையே வடமொழி வாசனை வீசுவதற்குக் காரணம் ஆசிரியரே குறிப்பிடுவதுபோல் சமஸ்கிருதம் கலந்த மொழி ஆட்சியிலேயே, இருபதாம் நூற்றாண்டு சரித்திரக் கதைசொல்லிகள் வாசகர்களைப் பழக்கப்படுத்திவிட்டுச் சென்றுள்ளார்கள். அதனால் இந்நூலைப் படிப்பவர்களுக்கு அந்த ஐயம் தோன்றாது. ஆனால், தூய தமிழில் எழுதுவதுதான் ஒரு பார்வையில் சரியாக இருக்கவேண்டும். இருந்த போதிலும், கதைசெல்லும் வேகத்தில், குறை என்று சொல்லப்படுபவை காணாமற்போய்விடுகின்றன. பாத்திரப் படைப்புகளை உயிரோட்ட மிக்கதாக்கி, இந்நூலை எடுத்துப் படிப்போர், இடையில் நிறுத்தா வண்ணம் ஒரே மூச்சில் படிக்க வைத்துள்ள ஆசிரியரின் திறனை எவ்வளவும் பாராட்டலாம்.

சிறந்த மனிதருக்கு எடுத்துக்காட்டாகவும், சிங்கப்பூரில் வாழ்ந்துகொண்டு, தமிழ்ப் படைப்பிலக்கியத்துக்குப் பெரும் பங்களிப்பைத் தருபவராகவும் திரு. மா.அன்பழகன் விளங்குகிறார். தமிழ் வரலாற்றுப் புதின இலக்கிய உலகில் நிலையான ஓரிடத்தைப் பற்றிவிடும்படியான படைப்பாகச் 'செம்பியன் திருமேனி'யை உருவாக்கி அளித்த ஆசிரியரைப் பாராட்டி, வாழ்த்தி மகிழ்கிறேன்.

முனைவர் **மணி மாறன்**
M.A (T)., M.A (H)., B.L.I.S., Dip.in Sanskrit., Ph.D.,
தமிழ்ப்பண்டிதர், தஞ்சை சரசுவதி மகால் நூலகம்
& நிறுவனத் தலைவர் ஏடகம்.
உறுப்பினர்: திருக்கோயில்கள் புனரமைப்புக்குழு;
இந்து சமய அறநிலையத்துறை;
சுவடியியல் பாடத்திட்டக் குழு;
தஞ்சைத் தமிழ்ப் பல்கலைக் கழகம்.
14.04.2023

எனது பார்வையில் இந்நாவல்

- முனைவர் சபா.இராசேந்திரன்

என் அன்பிற்கினிய நண்பர் திரு மா.அன்பழகன் எழுதியுள்ள 'செம்பியன் திருமேனி' எனும் சரித்திரப் புனைவை ஆவலுடனும், மகிழ்ச்சியாகவும் ஒரே நாளில் படித்து முடித்தேன்.

'பொன்னியின் செல்வன்' என்கிற கல்கியின் சரித்திர நாவல் திரைப்படமாக வெளிவந்துள்ள இந்த நேரத்தில் பலருக்கும் சரித்திர நாவல்களைப் படிப்பதில் ஆர்வம் உருவாகியுள்ளதை அறிந்துதான் திரு மா.அன்பழகனும் முற்றிலும் ஒரு புனைவு சரித்திர நாவலைக் குறுகிய காலத்தில் மிகுந்த சிரத்தை எடுத்து எழுதியுள்ளார். சிலர் இந்தச் செம்பியன் திருமேனியைக் கல்கி, சாண்டில்யன் நாவல்களுடன் ஒப்பிட்டும் பார்ப்பார்கள். பார்ப்பதிலும் தவறில்லை. அப்பெரும் ஜாம்பவான்களுக்கு நெருக்கமாக அன்பழகனின் படைப்பும் இருக்கிறதென்பதிலே எனக்கு ஐயமில்லை. இன்னும் சொல்லப்போனால் என் நண்பரால் இப்படியானதொரு படைப்பை உருவாக்க முடிந்ததை எண்ணிப் பெருமையாகவும் இருக்கிறது.

எந்த நாவல் எழுதினாலும் கதை சொல்வது மாத்திரம் போதாது. அந்தக் கதை நடந்த காலகட்டத்தையும் கண்முன்னே கொண்டுவரவேண்டும். தற்காலச் சமூக நாவல் என்றால் எந்தப் பிரச்சினையும் இல்லை. நிகழ்கால நிகழ்வுகளை வைத்து எழுதிவிடலாம். ஆனால், சரித்திர நாவலென்றால் நாம் வாழ்ந்திராத காலம். பல சரித்திர நாவல்களையும், கட்டுரைகளையும் வாசித்துள்ள வாசகர்களுக்குச் சரித்திர காலத்தைப் பற்றிய ஒரு கணிப்பும் புரிதலும் இருக்கும். ஆகவே, அதற்கு ஏற்ற மாதிரியும், அதற்கு மேலே புதிதாகவும் கதையைச் சொல்லி அருமையாக நாவலை நிறைவு செய்திருக்கிறார்.

இந்நாவலிலே முடிசூட்டு விழா, கொண்டாட்டங்கள், யானை குதிரை ரதங்களுடன் வலம் வருதல், பச்சிலை மருத்துவ முறைகள், போருக்குத் தயார் செய்தல், போர்க்காட்சிகள், கதைமாந்தர்கள்

உலவும் ஊர்கள், பெண்களின் அலங்காரங்கள், நாட்டிய நிகழ்ச்சிகள் என்று பலவற்றையும் ஆசிரியர் விரிவாக விளக்கியுள்ளார். இவை சரியா தவறா என்ற ஆய்விற்குள் செல்ல அனுபவமோ அல்லது வரலாற்றுப் புரிதலோ எனக்கு இல்லை. ஆனால் அதே நேரத்தில் வாசகர்கள் நம்பும்படியாகவும், சுவைக்கும்படியாகவும் அழகுற எழுதியுள்ளார் என்பதுவும் உண்மை. அதற்காக ஆசிரியரைப் பாராட்டுகிறேன்.

இப்போது கதைக்கு வருவோம். நாவலின் ஆரம்பத்திலேயே கதையின் முக்கிய நோக்கங்களில் ஒன்றை வெளிப்படையாகவும், மற்றொன்றை மறைமுகமாகவும் வெளிப்படுத்திவிடுகிறார்.

முதலாவது அம்சம். தன் தந்தையை வஞ்சகமான முறையில் கொலை செய்தவனைப் பழிக்குப் பழி வாங்க வேண்டுமென்பதற்காக அல்லது அதற்கான சூழலை ஆய்ந்தறிய கதைநாயகன் செம்பியன் திருமேனி, திருவெள்ளறைக்கு வருகிறான். அந்நாட்டு மன்னனின் முடிசூட்டும் நாளில் மாறுபட்ட பாத்திரத்தில் யாருக்கும் தெரியாமல் திருமேனி வர, அவனுடைய மாமன் வெளிப்படையாகவே வருகிறார். பழிவாங்குதற்குரிய சரியான சந்தர்ப்பம் கிடைத்தபோதிலும் ஒரு வீரமறவனுக்குரிய குணம் நாயகனுக்கு இருந்தபடியால், எதிரி தூங்கிக்கொண்டிருக்கும் நேரத்தைப் பயன்படுத்த விரும்பாமல் மனம் மாறிவிடுகிறது.

அக்கொலை தவிர்க்கப்பட்டதால் கதை நீட்சி பெறுகிறது. பின்னர் பல ஆண்டுகள் கழித்துப் போர்முனையில் வில்லனைக் கதாநாயகன் நேருக்கு நேர் அழைத்துப் போரிட்டுச் சாகடிக்கிறான். அதற்கு முன்னதாக இந்தப் பழிவாங்கல் திட்டத்தின் ஓர் அம்சமாக செம்பியன், தன் எதிரியான செங்கோடனையே தனது படைகளுக்குப் பயிற்சியளிக்க வருமாறு கேட்கிறான். அதிலே ஒரு சூழ்ச்சி இருக்கிறதோ என்று நான் முதலில் எண்ணினாலும், அழைத்தது என்பது எனக்கு ஒரு வியப்பாகவே இருந்தது. 'எதிரியாயிருந்தாலும் அவனது திறமையை மதித்து அப்படி அழைத்தானா?'

இக்கால கிரிக்கெட் விளையாட்டில் ஒரு குழுதங்களுடன் பின்னால் மோத இருக்கும் இன்னொரு குழு எங்கு விளையாடினாலும் அங்கு போய் அவ்வீரர்களின் விளையாட்டின் பாணி, அவர்களிடமிருக்கும் பலவீனம், திறமையை அறிந்துகொண்டு அதற்கேற்ப தங்கள் வியூகங்களை வகுத்துக்கொள்வார்கள். அதைப்போல் 'தனது

படைவீரர்களின் நன்மை கருதி, செங்கோடனின் வாள்வீச்சு நுட்பங்களைப் பக்கத்திலிருந்து பார்த்துத் தெரிந்துகொண்டால் பின்னர் பயன்படும் என்பதற்காக வரவழைத்திருப்பானோ?' - இப்படியெல்லாம் என்னை யோசிக்க வைத்தது.

திருமேனிக்குத் தன்னைப் பிடிக்காதென்றும், தன்னைப் பழிவாங்க நினைப்பவன் என்று செங்கோடனுக்குத் தெரிந்தும் இரு மெய்காப்பாளர்களோடு மட்டும் வெண்ணாகரத்திற்கு வர எப்படி ஒத்துக்கொண்டான் என்பது இன்னும் என்னைப் பெரிதாக யோசிக்க வைத்துவிட்டது.

கதையின் இரண்டாவது முக்கிய அங்கம். இளவரசி நற்றிணையும் அவளுடைய தோழி வெண்முத்துவும் ஒருமனம் இருவுடலாக இருந்தார்கள் என்பதைத் தொடக்கத்தில் நடந்த முடிசூட்டு விழா பாட்டின் கடைசி வரிகளில் ஆசிரியர் சொல்லிக் காட்டிவிடுகிறார்.

…………………

நற்றிணை முத்தோடு நட்பிடைத் திளைத்து
உற்ற பேருலகில் ஒருமனம் இருவுடல்
சுற்றமோ சேங்கைநீ ராம்பலாய்
உற்றுணர்ந் தோதுமின் பற்றுடை உறவே

என்று சொல்லியவாறே கதையின் கடைசி வரையில் இருவரையும் இணைபிரியாத ஒத்த மனதுடையவர்களாகவே காட்டுவது சிறப்பாக இருக்கிறது.

இந்நூலுக்குத் தலைப்பு ஒன்றை வைக்கச் சொல்லி என்னைக் கேட்டால், 'ராணி மகாராணி' என்று வைத்திருப்பேன். இருவரில் யார் ராணி? யார் மகாராணி? என்று வாசகர்கள் தீர்மானித்துக்கொள்ளட்டும்.

நற்றிணை இளவரசியாகப் பிறந்திருந்தும், தன் தோழியின் வேண்டுகோளுக்கு இணங்க ஒரு கணவனை இருவரும் பங்கிட்டுக் கொள்ளச் சம்மதிக்கிறாள். தன்னோடுதான் திருமேனிக்கு முதலில் காதல் ஏற்பட்டிருந்தாலும் தனது தோழியான இளவரசி நற்றிணையையும் மணம் புரிந்துகொள்ளும்படி தனது காதலனை வேண்டி அதில் வெண்முத்து வெற்றி பெறுகிறாள். அது மட்டுமல்ல, தனது தோழியின் மகனே அடுத்த அரச வாரிசாக வேண்டுமென்ற நினைப்பில் தோழி கர்ப்பமுறும் வரையில்

கணவனுடன் உறவு மேற்கொள்ளாமல் தவிர்த்துவருகிறாள். வெண்முத்துவும் நற்றிணைக்குச் சளைத்தவளில்லை. தன் கணவனை வேறொருத்தியுடன் சந்தோஷத்தைப் பங்கு போடுவதென்பது மாபெரும் தியாகம்தான். ஆனால், அரச மரியாதைகளோடு வளரவேண்டிய தனது குழந்தையைத் தன்னிடமிருந்து பிரித்து வேறோர் இடத்தில் சாமான்யனாக வளர வைக்கும் வெண்முத்துவின் செயல் முட்டாள்தனமானதா அல்லது தியாகத்தின் சிகரமா என்று வாசகர்கள்தான் தீர்மானிக்கவேண்டும்.

எடுத்துக்கொண்ட இரண்டு அம்சங்களான 'பழிக்குப்பழி', 'ஒருமனம் ஈருடல்' ஆகியவற்றை உள்ளடக்கிய இக்கதையை அழகாகப் படைத்து நமக்குத் தந்துள்ள திரு. மா.அன்பழகனுக்கு எமது பாராட்டுகளும் வாழ்த்துகளும்.

- முனைவர் சபா.இராசேந்திரன்

யாழ்ப்பாணத்தில் பிறந்து,
லண்டனில் படித்து,
சிங்கப்பூரில் பணியாற்றியவர்.
ஆஸ்திரேலியாவிலும்
இலங்கையிலும் வசித்துவருபவர்.

எனது பார்வையில்...

நிகழ்காலத்தில் மேற்கோள் புதினமாகத் திகழும்!
எதிர்காலத்தில் திரைப்படமாகிப் புகழ்பெறும்!

- மா.அர்ச்சுனன்

ஓர் அந்திப்பொழுதில் புதுமைத்தேனீ அவர்களைச் சந்தித்த போது...

மாலைத் தென்றலில் புதுமைத்தேனீயின் குரலொலி இதமாய் என் காதுகளை வருடிச்சென்ற அந்தக் கணம்... "வரலாற்று நாவல் ஒன்றை எழுதியிருக்கிறேன்" என்று சொன்னபோது சொக்கித்தான் போனேன். ஈராயிரத்து ஒன்றாம் ஆண்டிலிருந்து நான் ஐயாவை அறிவேன். அவர் எழுத்துகளை மட்டும் வாசித்தவன் அல்லன். அவரையே நான் வாசித்திருக்கிறேன். குறிப்பாக, புதுமைகளை அவர் நிகழ்ச்சிகளிலும், படைப்புகளிலும் கண்டு வியந்திருக்கிறேன்.

'ஐயா அவர்கள், புதுமையைப் புகுத்தும் புதுமைத்தேனீயாய் இருந்துகொண்டு வரலாற்று நாவல் எழுதியிருக்கிறாரே... அது எப்படி இருக்கும்...?' என்று என்னுள் ஏற்பட்ட சிலிர்ப்பை மறைத்துக்கொண்டு அவரிடம், 'சார், அக்கதையைப் படித்துப் பார்க்கிறேன். கூடவே, எழுத்துப் பிழைகளையும் சரிசெய்துத் தருகிறேன்' என்று மெதுவாகக் கேட்டேன்.

சற்றும் யோசிக்காமல் அவர் உடனே அச்சுப்படியைக் கொடுத்து விட்டார். எனக்கு மட்டற்ற மகிழ்ச்சி! 'பல நாவல்கள், கவிதைகள், சிறுகதைகளைப் பிரசவித்த அனுபவமிக்க ஓர் எழுத்தாளர், என்னை உடனே நம்பிவிட்டாரே!' என்று வியந்துபோனேன். 'தமிழ்கூறும் நல்லுலகு' என்று கூறுவார்களே... அந்த நல்லுலகு சிங்கப்பூர் என்பதற்கு ஏப்ரல் மாதம் முழுதும் நடக்கும் தமிழ்மொழி விழாக்களே சாட்சி... அப்போதுதான் அவர்பெற்ற அந்த அழகிய குழந்தையை என்னிடம் ஒப்படைத்தார். மிகவும் பணிவுடன் அந்தக் குழந்தையை எடுத்துக்கொண்டு வீட்டுக்கு வந்தேன்.

அப்புதினத்தைப் படிப்பதற்கு நான் எடுத்துக்கொண்ட நேரம் இரவு நேரங்கள்தாம். 'அமைதியான இரவு நேரங்களில் அந்தக் கதையைப் படிக்கவேண்டும்; அவர் என்னென்ன

புதுமைகளைப் புகுத்தியிருக்கிறார்? எப்படி இதை எழுதி யிருப்பார்? சொல்லோட்டங்கள் எவ்வாறு இருக்கும்? என்ற ஆசையிலும் எதிர்பார்ப்பிலும் படிக்கவேண்டும்' என்று முடிவெடுத்துக்கொண்டேன். நான் ஏமாற்றமடையவில்லை.

நீங்கள் நம்பமாட்டீர்கள். ஒரு புதினத்தை ஓரிரவில் படித்துவிடும் வேகமுடையவன் நான். வரலாற்று நாவல் என்றால் இன்னும் வேகமாகப் படிப்பேன்.

ஆனால் பாருங்கள், இப்புதினத்தைப் படிக்க ஏறத்தாழ மூன்று இரவுகள் தேவைப்பட்டன. ஏனென்றால் பிழைத்திருத்தும் பணியையும் எனக்குக் கொடுத்திருக்கிறார். பிழைகளைப் பார்த்தால் புதினத்தின் அழகைக் கவனிக்க முடியாமல் போய்விடலாம். புதினத்தின் வீச்சை உணர்ந்தால் பிழைகள் தென்படாமல் போய்விடலாம். அதனால் மூன்று இரவுகளில் நான் மெய்மறந்து நிதானமாகத்தான் வாசித்தேன். என் விழிகள் அந்நாவலைத் தவிர வேறொன்றிலும் ஈடுபட மறுத்தன. பிழைகள் அதிகம் இல்லாவிட்டாலும் இயன்றவரையில் கண்ணிலும் கருத்திலும் பட்டவற்றைத் திருத்திக் கொடுத்துள்ளேன்.

'புதுமைத்தேனீ அவர்கள் என்னென்ன புதுமைகளைச் செய்திருக்கிறார்?' வியப்பு மேலிடுகிறது. ஒரு வரலாற்றுக் கதையாசிரியர் தனது பரந்துபட்ட அறிவைக்கொண்டு குறை வில்லாத ஒரு நாவலைத் தமிழிலக்கிய உலகுக்குக் கொடுத்து வெற்றி பெற்றிருக்கிறார்.

ஓர் இளவரசன், ஓர் இளவரசியை விரும்பும் அக்காலத்தில், இளவரசியின் தோழியை விரும்பி ஏற்பதும், பணிப்பெண்ணை இளவரசியாக ஆக்குவதும், ஐயாவின் புதுமையான சிந்தனை வியக்கத்தக்கது! அவ்விரு பெண்களும் ஒருவருக்கொருவர் விட்டுக்கொடுக்கும் காட்சிகளை உருவாக்கிப் புதுமையாக, அதேசமயம் எல்லோரும் ஏற்றுக்கொள்ளும்படியான வகையில் கதையமைப்பில் புதுமை செய்திருக்கிறார் புதுமைத்தேனீ. அந்த இளவரசியும் தோழியும் செய்யும் தியாகங்களை வாசகர்களிடமே விட்டுவிடுகிறேன். நன்றாகப் படித்து, அனுபவித்து மகிழுங்கள்.

'கிடைத்ததை விரும்புவது இயலாமையின் அடையாளம், விரும்பியதை அடைவது ஆண்மையின் அடையாளம்!' என்ற ஆசிரியரின் புதுமொழி வாசகர்களை ஈர்ப்பது மட்டுமல்ல மாற்றி

யோசிக்கவும் வைக்கும். இதைப்போன்ற சுவையான வசன வரிகளைப் புதினத்தில் விரவிக்கிடக்கக் காணலாம்.

விருத்தம்பாள் என்னும் பாத்திரத்தை உருவாக்கி, 'எங்கே நாயகியை விடுத்து இவளைத் திருமணம் செய்துவிடுவானோ?' என்று எண்ணவைத்து, பல திருப்பங்களைக் கொடுத்து கதைக்கு வலிமை சேர்த்திருக்கிறார். சாண்டில்யனைப் போல் அவ்வழகியை மட்டுமல்ல, மற்றும் சில இடங்களில் வருணிப்பதில் ஆசிரியர் தன் திறமையை வெளிப்படுத்தி இருப்பதை, வாசகர்கள் படித்து ஏக்கப்பெருமூச்சு விடப்போவது திண்ணம். 'உதடுகள் துடிதுடித்தன' என்றுதானே கூறுவோம், ஆனால் ஆசிரியர் 'தழுதழு'த்தன என எழுதி நெகிழ வைத்திருக்கும் பாணியை மெச்சிடத்தான் வேண்டும்.

கதாசிரியர் குறிப்பிடும் இடங்கள் இன்றும் தமிழ்நாட்டில் இருக்கின்றன. குறிப்பாக, 'திருவெள்ளறையில் ஆயிரம் ஆண்டுகளுக்கு முன் உருவாக்கிப் பயன்படுத்திய 'ஸ்வஸ்திக்' கிணறும், கோவிலும் இன்றும் தொல்லியல்துறையால் பாதுகாக்கப்பட்டு வருகின்றன' என்று ஆசிரியர் தன் முன்னுரையில் குறிப்பிட்டிருப்பதைப் படித்து வியப்புற்றேன். அவற்றை எப்படி இவர் பொருத்தி கதையைப் புனைந்திருக்கிறார் என்று அங்கு போய் அவற்றைப் பார்க்கவேண்டும் என்ற ஆவல் எழுகிறது. கதையில் முழுக்க முழுக்க ஒரு நாடு கற்பனை செய்யப்பட்டிருக்கிறது. அவர் உருவாக்கிய அந்த சாம்ராஜ்ஜியத்தில் நாமும் வாழ்ந்திருக்கக் கூடாதா என்று வாசகர்கள் ஏங்குவார்கள். மருத்துவக் குறிப்புகள், போர்த்திறன்கள், காட்சிகளின் விவரிப்பு, கதை நடக்கும் இடங்களின் அமைப்பு எல்லாம் அவர் மனத்திரையில் எப்படித் தோன்றினவோ அப்படியே வாசகர்களுக்கும் தோன்றும் என்பதில் ஐயமில்லை.

இந்த நாவல், சிங்கைத் தமிழிலக்கிய உலகில் ஒரு வரலாற்றைப் படைக்கும். இது புதிதாக எழுதுவோர்க்கு, எழுதக் கற்றுக்கொடுக்கும் நூல். எளிய நடை இளையர்களையும் வாசிக்கத் தூண்டும். சரித்திர நாவல் எழுத முற்படுவோர் இதை ஒரு மேற்கோள் நூலாகக் கொள்ளலாம். அதற்குரிய அனைத்துத் தகுதிகளும் இந்த நூலுக்கு உண்டு.

ஓர் ஆணின் அழகை, பெண்ணொருத்தியால் சொல்லவைத்ததன் மூலம் இனி எல்லா இளம்பெண்களும் ஆண்களை அந்தக் கோணத்தில் பார்க்கப்போகிறார்கள். எட்டுவகை மெய்ப்பாட்டின்

பெயர்களைக் கூறாமலே வாசகர்களை அசைத்துப் பார்த்திருக்கிறார் புதுமைத்தேனீ!

'வெண்முத்துவுக்குப் பிறந்த குழந்தை என்ன ஆனது?' என்று சொல்லும்போது அதை வாசகர்கள் நம்ப மறுக்கலாம். எளிதில் ஊகித்துவிட முடிகிறது.

செம்பியனிடம் கொடுமுடி, 'மகளின் அழகுதங்களை இடைஞ்சல் செய்கிறதா?' என்று கேட்பது, ஒரு தந்தை நடைமுறையில் அப்படிக் கேட்பாரா என்று நினைக்கத் தோன்றுகிறது.

பன்முகத் தன்மைகொண்ட எழுத்தாளராகிய இவர் தன் படைப்புகள் மூலம் எவ்வளவு கற்பனையாக எழுதினாலும், எழுத்தாளரின் ஆளுமை, அவர் சார்ந்த கொள்கைகள், அவரின் அழகியல் உணர்வு போன்றவை அவரையும் அறியாமல் வெளிப்பட்டுவிடுவது இயல்பு. அப்படித்தான் இந்த நாவலைப் படிக்கும்போது என்னால் உணரமுடிந்தது.

இந்த நாவல் ஒரு திரைப்படமாக வருவதற்கு அனைத்துத் தகுதிகளையும் கொண்டு விளங்குவதால் விரைவில் திரைப்படமாகவும் வரவேண்டும் என்று வாழ்த்துகிறேன். நான் அந்தப் பார்வையிலேயே என்னை அறியாமல் படித்துக்கொண்டு வந்ததால் 'செம்பியன் திருமேனி' என்ற படத்தைத் திரையில் காணும் நாளுக்காகக் காத்திருக்கிறேன்.

- மா. அர்ச்சுனன்
முனைவர் பட்ட ஆய்வாளர்,
தமிழாசிரியர், சிங்கப்பூர்.

முன்னுரைப்பு யாதெனின் : நூலாசிரியர்

இது எனது முப்பத்து ஏழாவது நூல். கவிதை, கட்டுரை, சிறுகதை, பெருங்கதை, திரைக்கதை, வரலாற்றுப் பதிவு, தன்முனைப்பு, மாணவர் - சிறுவர் - கடித இலக்கியங்கள் எனப் பலதரப்பட்ட வகைகளில் என் படைப்புகள் வெளிவந்திருந்தாலும் ஒரு சரித்திரப் புதினத்தை எழுதவேண்டுமென்ற விருப்பம் என் இதயத்தில் கனன்றுகொண்டிருந்தது. ‘பொன்னியின் செல்வன்’ திரைப்படம் வெளிவந்தபின் அவ்விருப்பம் மேலும் வலுப்பெற்றுவிட்டது. வியப்பு என்னவென்றால், ஒரே நாளில் சரித்திரக் கதையொன்று மிக எளிதில் என்னுள் கருவுற்றுவிட்டது.

பெரிதாகப் புத்தக வாசிப்பைக் கடந்த பல ஆண்டுகளாகக் கொள்ளாதவன் என்பதைச் சற்று வெட்கத்துடன் ஒப்புக் கொள்கிறேன். ஆனால், சரித்திரக் கதையை வெளிப்படுத்தும் பாணியைத் தெரிந்துகொள்ள வேண்டுமென்ற எண்ணம் எழுந்தது. இளமையில் சில சரித்திரக்கதைகள் படித்திருந்தாலும் இன்று எல்லாம் மறந்துபோன நிலையில் உள்ளேன். அப்போது படிக்கும்போது கதையோட்டத்தில் கருத்தாக இருந்து படித்திருப்போம். இப்போது ஒரு சரித்திர நூலை எங்ஙனம் எழுதவேண்டும் என்ற பார்வையில் படிக்க வேண்டும் என முடிவெடுத்தேன்.

பொதுவாக உள்ளீடும்(*Content*) அழகியியலும் (*Expression*) இணைந்து நின்ற படைப்புகள்தாம் உலகில் அழியாப் புகழைப் பெற்றிருக்கின்றனவாம். அந்த வகையில் உள்ளீடு கைவசம் இருக்க, அழகியியற்பாணியைத் தெரிந்துகொள்ள, புகழ்பெற்ற எழுத்தாளர்களான சாண்டில்யன், கல்கி எழுதிய சரித்திர

நூல்களை இதற்கென்றே வாங்கிப் படித்தேன். அந்த மாபெரும் கதைசொல்லிகளின் நடை, மொழிகளை உள்வாங்கிக் கொண்டேன். ஆங்காங்கே சமஸ்கிருத மொழிச் சொற்களையும் அதுசார்ந்த பண்பாட்டையும் கலந்தே வெளிப்படுத்தியிருக்கிறார்கள். அவ்வாறு எழுதப்படுவதுதான் சரியான பாணி என்றே வாசகர்களால் அப்போது முத்திரை குத்தப்பட்டது என்பதையும் மறுப்பதற்கில்லை. அது சரியா தவறா என்ற பட்டிமன்ற விவாதத்திற்குள் நுழையவும் விருப்பமில்லை.

'கதையை விவரிக்கும்போது வருணனைகளுக்கும் துணைக் கதைகளுக்கும் முன்னுரிமை கொடுத்து, கதையை நீட்டித் திருக்கிறார்களோ?' என்று எண்ணத் தோன்றுகிறது. அந்த அளவுக்கு நீட்சி கொடுக்க நான் விரும்பவில்லை. காரணம், கதை நகர்வை அடுத்தடுத்த நிலைக்கு வேகமாகக் கொண்டு செல்லும் காலமாக இப்போது மாறிவிட்டதை மனத்திற்கொண்டு இந்தப் புதினத்தைப் படைத்துள்ளேன். இதே கதையை அவர்களில் ஒருவர் எழுதியிருந்தால் ஐந்நூறு பக்க அளவுக்கு நீட்சியைக் கொடுத்திருப்பார்கள் என்பதாகவும் உணர்கிறேன்.

இந்தப் படைப்பில் இலக்கிய மொழிநடையைப் பின்பற்றியுள்ளேன். அது எனக்கு எளிதாகவுமிருந்தது. சரித்திரப் புதினம் என்றால் இப்படித்தான் இருக்கவேண்டும் என்று பழகிப்போன பழைய பாணியையும் பின்பற்றி, இயன்றவரை 'என் பொல்லாச் சிறகை விரித்தும் ஆட' முயன்றுள்ளேன்.

கதை முற்றிலும் புனைவு என்றாலும், கதை நடந்ததாகச் சொல்லப்படும் காலம், இடங்களையாவது பொருத்திக் காட்டி, உண்மையில் இப்படியான மன்னர்கள் வாழ்ந்திருப்பார்களோ என்றதொரு தோற்ற மயக்கத்தை உருவாக்க முனைந்துள்ளேன். அதற்காகக் 'கூகுள் ஆண்டவர்' பெரிதும் எனக்கு 'அருள்பாலி'த்தார்.

'புளுகினாலும் பொருந்தப் புளுகவேண்டும்' என்ற சொல்லடையை நினைவிற்கொண்டதனால் சோழ நாட்டு எல்லைக்கு உட்பட்ட சில இடங்களைத் தேர்வு செய்து அவ்விடங்களை நேரில் சென்று ஆய்வு செய்தேன். அவற்றில் எனக்குக் கிடைத்த அற்புதமான இடங்களில் குறிப்பிடத்தக்க இடம் 'திருவெள்ளறை'. அந்த ஊர்க் கோவில் இன்றும் பல வரலாறுகளைத் தன்னகத்தே கொண்டு மிளிர்ந்து வருகிறது.

எம் கதைமாந்தர்கள் புகுந்து புறப்படும் மையமாக அது இருப்பதால் முடிந்தவரையில் பூகோள அமைப்பு ரீதியில் என் பார்வையிடலைக் கொஞ்சம் விசாலமாக்கிக்கொண்டேன்.

அங்கே கிடைத்த மற்றொரு வியப்பான பகுதி 'ஸ்வஸ்திக்' வடிவிலான மன்னர்கள் குளிக்கும் 'நாற்பிடுகு பெருங்கிணறு' என்றழைக்கப்பட்ட மறைசுவர்ப் பொய்கை. அரண்மனை இருந்த இடங்களைக் கோடிட்டுக் காட்டத்தான் அவ்வூர் மக்களால் முடிந்தது. ஆனால் இன்றும் அந்தக் குளியற்குளம், தொல்லியல் துறையால் பாதுகாக்கப்பட்டு வருகின்றது. அந்தக் கிணற்றில் இரு பெருங்காட்சிகளை உருவாக்கிக்கொண்டேன். ஏனெனில் நான் திரைப்படத்துறையில் சிலகாலம் பயணம் செய்த பட்டறிவில் என்னுடைய காட்சி அமைப்புகள், என்னை அறியாமல் அந்தப் பாணியில் அமைந்துவிடுகின்றன.

மண்ணச்சநல்லூர், திருமழபாடி, திருமானூர், திருவையாறு, வெண்ணாற்றங்கரை, கொள்ளிடம், காவிரி, குடமுரட்டியாறு, வெட்டாறு, புன்னைநல்லூர் ஏரி, அன்னசத்திரம், பள்ளி அக்கிரகார மன்னர் மாளிகை, வெண்ணாற்றங்கரை, மற்றும் அரியலூர், பெரம்பலூர், தலைவாசல், கனியாமூர், கச்சிராயப்பாளையம் அத்துடன் ஆறு, குகை, அருவிகளைக் கொண்ட கல்வராயன் மலை, கோமுகி ஆறு போன்ற இடங்களை நேரில் சென்று கண்ணுற்றேன். அஃதோடலல்லாமல் மன்னன் குதிரையில் பயணம் மேற்கொண்டிருந்தால் எந்தெந்த வழிகளில் சென்றிருப்பான் என்று கணித்து அந்த வழிகளில் சில நூறு கிலோமீட்டர் பயணம் செய்து, தூரத்தையும் நேரத்தையும் மனத்தால் அளந்துகொண்டேன். அதேபோல், பாண்டிய சோழ மன்னர்களுக்கிடையில் வெள்ளாற்றங்கரையில் போர் நடக்கும் ஊர்களின் பெயர்களைப் படம்போட்டு, அந்தப் பகுதித் தோழர்களுடன் கேட்டறிந்துகொண்டேன்.

என்னுடைய கதைப்போக்குக்கு ஏற்ற இடமாக கதைத் தலைவனின் தலைநகரம் என்று ஓரிடத்தைத் தெரிவு செய்தேன். அந்த ஊரின் பெயரே 'வெண்ணாற்றங்கரை' என்பதாகும். அந்தவாறே அப்பெயரைப் பயன்படுத்தினால், அது ஏதோ ஓர் 'ஆற்றங்கரை' என்ற போலியைக் கொடுத்துவிடுமோ என்றஞ்சி அவ்விடத்துக்கு 'வெண்ணாகரம்' என்று பெயரிட்டுக்கொண்டேன்.

இந்தப் புதினத்தில் இடம்பெற்ற ஊர்களின் பெயர்களை விளிக்கும்போது ஆயிரம் ஆண்டுகளுக்குமுன் என்ன பெயரில் அவை அழைக்கப்பட்டிருக்கும் என்ற ஆய்வையும் செய்து பார்த்தேன். எடுத்துக்காட்டாகத் திருமானூர் - திரிமானூர் என்றும், அரியலூர் - ஹரியிலூர் என்றும், கல்வராயன் மலை - கரளர் ஆயன் மலை என்றும் அழைக்கப்பட்டதாகத் தகவல்கள் எனக்குக் கிடைத்தன. அவ்வாறே எழுதத் தொடங்கினேன்.

'சிலநேரம் அவை தவறானவையாகக்கூட அமைய வாய்ப் பிருக்கும். படிப்பவர்களுக்குக் குழப்பங்களைத் தருவனவாக அமைந்துவிடலாம். அதனால், இப்போது இருக்கும் பெயர்களையே பயன்படுத்துங்கள்; வாசிப்பவர்கள் முதலில் கதையைப் புரிந்துகொள்ளட்டும்' என்ற முனைவர் மணி.மாறனின் பரிந்துரையை ஏற்றுத் திருத்திக்கொண்டேன்.

இயல்பாக ஒரு சமூக நாவலை எழுதுங்கால் என்ன எழுதினோமோ அதுவே கதையாகிவிடுகிறது. ஆனால், சரித்திர நாவல் என்றால் பயன்படுத்தும் அந்தக் காலத்திய சொல், வரலாறு, பழக்கவழக்கங்கள், சமூகப் பின்னணிகளைக் கணித்துப் பார்த்து எழுத வேண்டியிருக்கிறது. எடுத்துக்காட்டாக, பத்தாம் நூற்றாண்டில் நடந்ததாகச் சொல்லும் இந்தக் கதையில் 'பதினொன்றாம் நூற்றாண்டில் கட்டிய பிரகதீஸ்வரர் கோவிலுக்கு தலைவி சென்று வழிபட்டாள்' என்று எழுதிவிட்டால் காலப் பிழையாகிவிடும். அந்தக் காலத்தில், தமிழ்ப் புழக்கத்தில் இல்லாத 'ஸ்வஸ்திக்' என்ற சொ்மானியச் சொல்லைப் பயன்படுத்திவிடக்கூடாது. அதனால், மிகக் கவனத்துடன் கதை சொல்லவேண்டியுள்ளது. என் அறிவையும், தேடலையும் தாண்டிச் சில பிழைகளோ குறைபாடுகளோ எழும் என்பதையும் அறிவேன்.

என் 'ஆயபுலம்' எனும் நாவலை பதினைந்தே நாட்களில் எழுதி முடித்தேன். ஆனால் இந்தப் படைப்புக்கு ஏறத்தாழ ஆறுமாதகால அவகாசம் தேவைப்பட்டுவிட்டது.

இந்த நூலுக்கு எனக்கு உதவியவர்கள் பலர். குறிப்பாக, தஞ்சை சரஸ்வதி மகால் தமிழ்ப் பண்டிதர் முனைவர் மணி.மாறன் அவர்கள் என்னை நெறிப்படுத்தியதோடு, ஊக்கப்படுத்தி அளித்த அணிந்துரைக்கும் நன்றி.

திறந்த மனத்துடன் கருத்துகளைக் கூறும் இயல்பினர் முனைவர் சபா.இராசேந்திரன்; யாழ்ப்பாணத்தில் பிறந்து, லண்டனில் படித்து, சிங்கப்பூரில் பணியாற்றியவர். ஆஸ்திரேலியாவில் தற்காலிகமாக வசித்துவரும் அவர், நூலைப் படித்துவிட்டுச் சில திருத்தங்களைக் கூறினார். அத்துடன் 'நடுவு நிலை' நின்று திறனாய்வு ஒன்றையும் வரைந்தளித்த அந்த முனைவருக்கு என் நன்றி உரித்தாகட்டும்.

நூலின் குறைகண்டு வழக்கம்போல் பல திருத்தங்களைக் கொடுத்த என் நலம் விரும்பியான புலவர் துரை.முத்துக்கிருட்டினன் அவர்களுக்கு ஒரு 'பெரிய' நன்றி!

எம் எல்லா நூல்களுக்கும் செய்தவைபோல் இந்த நூலுக்கும் கசடகற்றி எழில்கூட்டித் தந்த தமிழ் முனைவர் கி.திருமாறன் அவர்களுக்குச் சிறப்பு நன்றி!

பிழை திருத்தங்களுக்காக நூலை வாங்கிச் சென்றவர், கதையில் ஒன்றிப்போய்ப் பாராட்டுரை எழுதிக் கொடுத்த, சிங்கப்பூர் தமிழாசிரியரும், முனைவர் பட்ட ஆய்வாளருமான தம்பி மா.அர்ச்சுனன் அவர்களுக்கும் நன்றி.

இந்தக் கதையை உள்வாங்கிக்கொண்டு, அதற்கு ஏற்ற கோட்டோவியங்களைச் சிறப்பாக வரைந்தளித்த சிவகங்கை ஓவியர் அணு முத்துக்கிருஷ்ணன் அவர்களுக்கும் நன்றி! நூலுக்கு அட்டைப்பட முகப்போவியத்தை மிகுந்த சிரத்தை எடுத்துச் மின்னணு ஓவியம் வரைந்து கொடுத்த ஓவியக்கவிஞர் தம்பி பி.மதியழகன் அவர்களுக்கும் உளங்கனிந்த நன்றி!

நான் திருச்சிக்கு விமானத்தில் வருகிறேன் என்றவுடன், நிலையத்துக்கே வந்து திருவெள்ளறை, திருமழபாடி, திருமானூர், வெண்ணாற்றங்கரை உள்படச் சில இடங்களுக்கு என்னை அழைத்துச் சென்று உதவிய மேனாள் தலைமை ஆசிரியரும், தமிழ்ப் பற்றாளருமான கண்டராதித்தம் மானமிகு அ.எழிலன்பன் அவர்களுக்குக் கைகூப்பிய நன்றி!

கல்வராயன் மலைக்கான என் பயணத்தைச் செப்பிய மாத்திரத்திலேயே நானும் வருகிறேன் என்று கட்டுச்சோறு கட்டிக்கொண்டு உடன் வந்துதவிய அரித்துவாரமங்கலம் தம்பி கே.தனபாலன் அவர்களுக்கும் நன்றி!

இந்தக் கதைக்குத் தொடர்பான இடங்களைச் சுற்றிப் பார்க்க, தன் வாகனத்தைத் தந்துதவி, தன் ஆதரவை நல்கிய ஆரூர் அரு. முப்பால் அவர்களுக்கும், மற்றும் கரந்தை ஜெயக்குமார், திருவையாறு ந.கார்த்தி, அத்துடன் என் நலம் விரும்பிகளாகவும், இந்த நூலுக்கு 'அணில்' போல் உதவிய, சென்னை, குரோம்பேட்டை சித்த வைத்தியர் டாக்டர் மது கார்த்தீஷ் அவர்களுக்கும், ஆரூர்ப் புலவர் மு.சந்திரசேகரன், சிங்கப்பூர் தமிழறிஞர் சுப.திண்ணப்பன் அவர்களுக்கும், மன்னர்கள் பயணம் செய்த வரைபடம், இசைக்கருவிகளை எடுத்தளித்ததோடு, அட்டை ஓவியத்துக்கான நல்ல யோசனைகளை வழங்கிய புதுவை நண்பர் முனைவர் இரா.அருள்ராஜ் ஆகியோரையும் யான் மறவேன்.

நூலை அச்சிட்டளித்த சென்னை, டிஸ்கவரி பப்ளிகேஷன்ஸ் தம்பி மு.வேடியப்பனுக்குக் குறிப்பிடத்தக்க நன்றி.

என் இந்தப் படைப்பைப் படித்துவிட்டு என்னை விமர்சனம் செய்யப்போகும் தங்களுக்கு நன்றியோ நன்றி!

மா.அன்பழகன்
23.06.2023,
சிங்கப்பூர்.

செம்பியன் திருமேனி

1

முடிசூடலுக்குத் தயாரானது திருவெள்ளறை

உலகமே வியக்கும் விதமாக 'திருவெள்ளறை' நாடே கொண்டாட்டத்தில் மூழ்கியது. நாட்டின் கோடியில் இருக்கும் கிராம ஜனங்கள்கூடத் தோரணம் கட்டி, புது வஸ்திரங்கள் உடுத்தி, ஆடிப்பாடி சந்தோஷமடைந்தனர். சோழநாட்டின் ஒரு குறுநிலத்தின் தலைநகர் திருவெள்ளறை. தங்கள் நாட்டு இளவரசனுக்கு நடத்தவிருக்கும் முடிசூட்டு விழாவில் பங்கேற்கும் ஆர்வத்தில் மக்கள் அலையலையாக குதிரைகளிலும், மாட்டு வண்டிகளிலும், நடையாகவும் தலைநகருக்கு வந்து சேர்ந்தவண்ணம் இருக்கின்றனர்.

முரசறைவோர் நுழைவாயிலுக்குத் தென்புறம், உயர்ந்த பரண் அமைத்து, அதன்மீது நின்று முரசை முழக்கி, மன்னனுடைய முடிசூட்டும் விழாவை ஊருக்கு உரக்க அறிவித்துக்கொண்டிருந்தனர்.

தலைநகரானது திருவெள்ளறைக் கோவிலுக்குத் தென்புறத்திலும், மேல்புறத்திலும் தொடர்ந்து வியாபித்து அமைந்துள்ளது, அந்த நீண்ட நெடிய அரண்மனை. அரண்மனையின் கிழக்குப் பகுதியில் - கோவிலின் மதிற்சுவருக்கு இணையாக அமைந்திருக்கும் ராஜபாட்டையில் பிரதான நுழைவாயில் உள்ளது. நுழைந்தவுடன் தென்படுவது ராஜ மத்திய வசந்த மண்டபம். மண்டபத்தைச் சுற்றித் தென்னை ஓலைகளால் வேயப்பட்ட பந்தல் போடப்பட்டிருந்தது. பந்தலின் உட்கூரை வெள்ளை வஸ்திரங்களால் மறைக்கப்பட்டு அழகுபடுத்தப்பட்டிருந்தது. நுழைவாயில்களின் இரு மருங்கும் வாழை மரங்களாலும், பச்சைத் தென்னங்குருத்தோலைகளாலும் அலங்கரிக்கப்பட்டு இருந்தன. இடையிடையே நாட்டில் விளைந்த மா, பலா முதலியவற்றின் காய்களும், வாழை, தாழை, தென்னை, பனை, பாக்கு ஆகியவற்றின்

குலைகளும் கட்டித் தொங்கவிடப்பட்டுத் திருவெள்ளறையின் பெரும் செல்வச் செழிப்பைப் பறைசாற்றிக்கொண்டு இருந்தன.

கள் அருந்திய சிலர் மென்மையாக நடனமாடத் தொடங்கினர். மண்டபத்தின் எதிரில் வில் அம்பு, வாள், கேடயம், சிலம்பம் ஏந்திப் போரிடும் காட்சிகளை வீரர்கள் பாவனை செய்து காட்டிக்கொண்டிருந்தனர். மல்யுத்தம், வித்தைகள் பல செய்து பிறிதொரு சாராரைச் சிலர் மகிழ்ச்சியூட்டினர். சிலர் தெருவோரத் திண்ணைகளில் அமர்ந்து இன்றைய நிகழ்ச்சியைப் பெருமைபேசிக் கலந்துரையாடிக்கொண்டிருந்தனர்.

கதிரவன் கீழ்வானில் உதிக்கலாமா என்று யோசித்துக் கொண்டிருக்கும் கருக்கல் நேரம். நடக்கப்போகும் வைபவத்தைக் கொஞ்சம் பார்த்துவிட்டுப்போகலாமா என்று பறவைகளெல்லாம் தத்தம் கூடுகளிலிருந்து புறப்பட்டுப் போகுமுன் யோசிக்க ஆரம்பித்துவிட்டன.

அண்டை நாட்டுக் குறுநில மன்னர்களும், செல்வர்களும், வணிகர்களும், பிதிநிதிகள் சிலரும் விழாவைக் காண வந்தனர். குதிரைகளிலும், சிலர் யானைகளிலும், சிலர் குதிரைகள் பூட்டிய ரதங்களிலும் பரிசுப்பொருட்களுடன் பளபளக்கும் ராஜ வைபவ உடையணிந்து வந்து இறங்கத் தொடங்கினர்.

அந்தக் குதிரைகளையும் யானைகளையும் ஓட்டிச் சென்று, அதற்கென்று ஒதுக்கப்பட்ட இடங்களில் கட்டினர். அவற்றைத் தற்காலிகமாகப் பராமரிக்கத் தனிக் காவலர்கள் இருந்தனர்.

சிறப்பு விருந்தினர்களைக் கவனித்து அரங்கத்தின் உள்ளே அழைத்துச் சென்று அமரவைக்கப் படைத் தளபதிகள் தயாராய் நின்றனர். ஒவ்வொரு விருந்தினர் வரும்போதும் சங்கு, எக்காளம், பேரிகை, துந்தினா, வங்கியம் (நாயனம்) முதலியன ஊதியும், மத்தளம், தவுல், கிடுகிட்டி, உடுக்கை முதலியன அடித்தும் கலைஞர்கள் ஆனந்தக் கூத்தடினர். வரும் விருந்தினர்களை மகிழ்விக்க பஞ்சமுகம் இசைப் பின்னணி எழ, நாட்டின் அழகிய இளம் பெண்கள் ஆரத்தி எடுத்து வீரத்திலகமிட்டு வரவேற்றனர்.

திருவெள்ளறைக் கோவில் புண்டரீகாட்ச பெருமாள் நினைவாக விருந்தினர்களுக்குச் செந்தாமரைப் பூவைத் தந்து தங்கள் அன்பான வரவேற்பைச் சிறுமிகள் வெளிப்படுத்தினர்.

இளவரசன் இளந்திரைக்கோ, காவிரிப்பூம்பட்டினத்துக்குக் கலைஞர்களை அனுப்பி, நடன மேடையின் அளவு, அலங்காரம், திறன்களை அறிந்துவரச் செய்தான். அதைப் போலவே இங்கும் அரங்கை நிர்மாணிக்கும் பொறுப்பை அதிகாரிகளுக்குக் கொடுத்திருந்தான். ஏழுகோல் அகலம், எட்டுகோல் நீளத்துக்கு ஒருகோல் உயரம் எடுத்து அதன்மீது உத்திரப் பலகைகளைப் பொருத்தி, அதன் பாதுகாப்பை உறுதி செய்துகொண்டார்கள்.

இன்று இளவரசனின் தங்கை நற்றிணையுடன், அவள் தோழி வெண்முத்துவும் சேர்ந்து ஆடும் நடன அரங்கேற்றம். அதன்பின் இளவரசன் இளந்திரைக்கோவுக்கு ராஜமகுடம் சூட்டும் நிகழ்வு. இதுதான் இன்றைய விசேஷம்.

மண்டபம் வருகையாளர்களாலும் ஜனங்களாலும் நிறைந்து வழிந்தது. தொல்குடித் தமிழ்ச் சமூகத்தின் இசைக்கருவி பறை அறையப் பட்டது. துவங்கும் இசையை ஒழுங்குபெற வைக்க அளவோடும், சீரோடும், ஒத்த அழகோடும் நடைபோட வைக்கத் துணையாய் இருப்பது பறை. அதனுடன் பம்பை, கஞ்சிரா போன்ற தோல் இசைக் கருவிகள் இணை இசையில் கலந்து இசைத்தன.

சற்று நேரத்தில் 16 கொம்புகள் ஊதப்பட்டு, 32 பேரிகைகள் முழங்கப்பட்டு, அரசின் மங்கல முரசுகள் கொட்டப்பட்டுப் பெரிதாக இசையொலி எழுப்பப்பட்டது. வடபுறக் கம்மாளத் தெருத் திருப்பத்தில் உயரமாகக் கட்டப்பட்டிருந்த பெரிய வெண்கல மணியும் அடிக்கப்பட்டு அந்த ஊரையே விரைந்து ஒன்றுகூடச் செய்தது.

பட்டத்து யானை முன்னே வர, கோவிலுக்குச் சென்று, இறைவழிபாட்டுக்குப் பின் அலங்கரிக்கப்பட்ட தேரில் மண்டபத்துக்கு இளவரசன் இளந்திரைக்கோ வந்து இறங்கினான். நாற்படைவீரர்களும், போர்ப்படைத் தளபதிகளும், ஆஸ்தானப் புலவர்களும், ராஜகுடும்ப அங்கத்தினர்களும் எதிர்கொண்டு வீர வணக்கம் செலுத்தி முகம் மலர வரவேற்றனர்.

வீரத்திருமகன் இளவரசனுக்கு ராஜ உடை கம்பீரமாகவும், ராஜகுல வம்சத்தின் வெளிப்பாடாகவும் இருந்தது. இடுப்பில் செருகியிருந்த வாள் எடுப்பாகவும், பளபளப்பும் செல்வச் செழிப்பைப் பறைசாற்றுவதாகவும் அமைந்திருந்தது. தனிச்

சிறப்புடன் தயாரித்த நவரத்தினக் கற்கள் பதித்த விலையுயர்ந்த தலைப்பாகை கவர்ச்சியாக மிளிர்ந்தது.

நாட்டில் விளையும் பழங்கள், காய்கள், நேர்த்தியான பலகாரங்கள் மற்றும் தாங்கள் வளர்த்துவரும் செல்லப்பிராணிகளான கிளிப்பிள்ளைகள், அணிற்குஞ்சுகள், மான் குட்டிகள், ஆட்டுக் குட்டிகள், நாய்க்குட்டிகள் முதலியனவற்றை வரிசைப் பிடித்து மக்கள் கொண்டுவந்து தங்கள் அன்பான இளவரசனுக்குக் காணிக்கையாகக் கொடுத்து மகிழ்ந்தார்கள்.

மாலைநேரம் தொடங்கும் முன்பே, ஆங்காங்கே அரண்மனைப் பணியாளர்கள் உயர்ந்த கற்றூண்களில் எண்ணெய் ஊற்றித் தீவர்த்திகளைச் சுடர்விட்டு எரியவைத்துக் கொண்டிருந்தனர்.

உள்ளே இளவரசனை அழைத்துச் சென்றபோது அழகிய பெண்கள் இடக்கரங்களில் கைவிளக்குடைய மலர்த்தட்டை ஏந்திக்கொண்டு, இரு வரிசையில் நின்று தங்கள் மரியாதைக்குரிய மன்னன்மீது வலக்கரங்களால் மலர் தூவி வரவேற்று மகிழ்ந்தனர். தனியே அமைக்கப்பட்டிருந்த பன்னீர் புஷ்பப் பாதையில் இளவரசன் ராஜநடைபோட்டு நடந்து சென்ற காட்சியைக் கண்டு, அரங்கில் கூடி இருந்த பல்லாயிரத்தவர் எழுந்து நின்று தலைவணங்கி இருகரம் கூப்பி இளவரசன் இளந்திரைக்கோவுக்கு மரியாதை செலுத்தி ஆனந்தமடைந்தனர்.

❖

பெரிய அளவிலான இப்பூமிப் பந்தில் கடுகு அளவில் இருப்பது சோழ சாம்ராஜ்ஜியம், கிறிஸ்து பிறப்பதற்கு முன் கல்லணையைக் கட்டிய கரிகாற்சோழனும், நெடுங்கிள்ளியும் பிறந்து, அனைத்துச் சோழ குலங்களுக்கும், ஏன் மூவேந்தர்களுக்குமே ஒரு முன்னோடியாக நாட்டை அரசாட்சி செய்து காட்டிவிட்டுச் சென்றுள்ளனர்.

ராமனுடைய ஏழாம் தலைமுறையைச் சேர்ந்தவன் என்று நம்பப்படும் சிபிச் சக்கரவர்த்தியினால் அவ்வூரின் வெண்ணிற மலைப்பாறைகளில் திவ்வியப் பிரபந்த வெள்ளறை வைஷ்ணவ திருக்கோவில் கட்டப்பட்டதென்பர். அவன் வடநாட்டுக்குச் சென்று 3,700 பிராமணர்களைக் கொண்டுவந்து கோவில் வழிபாட்டிற்கும், நிர்வாகத்திற்கும் பணியமர்த்தினானாம்.

சங்க காலத்தில் தென்னகத்தையே கட்டியாண்ட சோழப்பேரரசு, சுமார் பத்துப் பன்னிரண்டு நூற்றாண்டுகளுக்குப் பின்னர்தான் கிபி 10, 11ஆம் நூற்றாண்டுகளில் ராஜராஜ சோழன், ராஜேந்திர சோழன், குலோத்துங்கச் சோழன் என சோழப் பாரம்பரிய மன்னர்கள் தலையெடுத்தனர். அவர்களின் காலத்திலும், அதற்கு முன்பும், சில முறை வடக்கே உள்ள நதிகளையும் மலைகளையும் கடந்து வச்சிரம், மகதம், அவந்தி போன்ற பல நாட்டு மன்னர்களை வென்று, சோழ சைனியம் பர்வத ராஜாவான இமயத்தின் உச்சியில் சோழ சாம்ராஜ்ஜியத்தின் புலிக்கொடியை நாட்டி வந்தார்கள். அத்துடன் கடல் கடந்து படையெடுத்தும் பல நாடுகளை வென்று வந்தார்கள். சில காலம் சர்வ அதிகாரங்களையும் கொண்டிருந்தனர்.

ராஜராஜன் தலையெடுப்பதற்கு முன்பு, சங்ககால முடிவுக்குப் பின் அதாவது சேரன் செங்குட்டுவனுக்குப் பிறகு கி.பி. மூன்றாம் நூற்றாண்டில் தொடங்கி சுமார் 300 ஆண்டுகள் களப்பிரர்களின் ஆட்சி. அதன் பிறகு கி.பி. 7, 8, 9ஆம் நூற்றாண்டுகளில் முத்தரையர் ஆளுகை என எழுச்சியும் வீழ்ச்சியும் கொண்ட ஆட்சிகளாக விளங்கின.

கி.பி. 9, 10ஆம் நூற்றாண்டு வாக்கில் பல்லவன் அபிராஜித வர்மனை எதிர்த்து, முத்தரையர் உதவியுடன் வரகுண பாண்டியன் போரிட்டுத் தோல்வியைத் தழுவினான். சோழ நாட்டை ஆக்கிரமித்திருந்த முத்தரைய வம்ச மன்னன் சுவரன் மாறனிடமிருந்து, விசயாலய சோழன் நாட்டைக் கைப்பற்றினான். அந்தக் காலக்கட்டத்தில் சோழ ராஜ்ஜியத்தின் ஒரு பகுதியாகிய ‘வெண்ணாகரம்’ எனும் குறுநிலத்துக்கு மன்னனாக விளங்கியவனே ‘செம்பியன் திருவேல்’.

அந்தக் காலத்தில் முழு சோழநாட்டுக்கோ, மூவேந்தர்களிலோ பிரதானச் சக்கரவர்த்தி என்று யாரும் இல்லாததால், சோழநாடு ஸ்தம்பித்து ஒரு மந்தநிலைக்குப் போனது.

பல்லவர் வந்து சில காலம் ஆண்டபோதுதான் திருவெள்ளறைக் கோவிலின் ராஜகோபுரம் சேதமுற்றுக் காணப்பட்டதால், அதற்குப் பிரம்மாண்ட அழகிய அரைக்கோபுரத்தை நிர்மாணித்துக் கொடுத்தனர். அதன் பிறகு ஆங்காங்கே குறுநில மன்னர்கள், சிறுசிறு பிரதேசங்களைத் தமதாக்கிக்கொண்டு பரிபாலனம் செய்துவந்தனர்.

காவிரியின் வடபுரத்தை ஆண்ட கீழ் மழ மன்னர்களின் நீட்சியாக, சோழநாட்டின் ஒரு பகுதியை எல்லை வகுத்துத் தன்னகத்தே வைத்துக்கொண்டு மன்னன் நெடுமான் குரவன் ஆட்சி செய்தான்.

கி.மு.வைச் சேர்ந்த மீனாட்சிபுரக் கல்வெட்டில் 'வெள்ளறை நிகமதோர்' என்று ஒரு வணிகக்குழாம் பற்றிய குறிப்பு காணப்படுகிறது. அத்துடன் கொல்லிமலைக் காவலன் வல்வில்ஓரியை 'மழவர் பெருமகன்' என்று சங்ககால 'நற்றிணை' கூறுவதால், அவர்கள் வழித்தோன்றலில் பிறந்த முதல் பெண் குழந்தையாகிய தன் மகளுக்கு 'நற்றிணை' என்று நாமமிட்டு நெடுமான் குரவன் மகிழ்ந்தான்.

முசிறிக்குத் தென்கிழக்கேயும், சிராய்ப்பள்ளி, உறையூர் கொள்ளிடத்துக்கு வடக்கேயும், துறையூருக்குத் தெற்கேயும், பளூருக்கு மேற்கேயும் 420 கிராமங்களைக் கொண்ட பிரதேசத்தைத் தனக்குரிய நாடாக, நெடுமான் அமைத்துக்கொண்டான். அவன் 'திருவெள்ளறை' எனும் ஊரைத் தலைநகராகக் கொண்ட சிறு இராஜ்ஜியத்தை ஆண்டுவந்த சோழனாவான். இந்த நகரை வடமொழியில் 'ஸ்வேதகிரி' என்பர். குரவன் மரணத்துக்குப் பிறகு அவனது மகன் இளவரசன் இளந்திரைக்கோ பொறுப்பேற்றான்.

சமகாலத்தில் கிபி 957 - 969ல் சுந்தர சோழனின் மகன் ஆதித்த கரிகாலன் காஞ்சியைத் தலைநகராகக்கொண்டு ஒரு பகுதியை அரசாண்டு வந்தான். சாளுக்கியப் பேரரசின் இரண்டாம் புலிகேசி தீபகற்பத்தின் மத்தியப்பிரதேசத்தை ஆண்டு வந்தான். வடபுலத்தில் குப்தப் பேரரசுக்கு வீழ்ச்சி ஏற்பட்ட காலம். திருஞான சம்பந்தர், திருநாவுக்கரசர் பிறந்த கி.பி. 7ஆம் நூற்றாண்டில் கட்டடக்கலையில் சிறந்துவிளங்கிய பல்லவராட்சி காவிரி ஆற்று வடபுலம்வரை சில நூற்றாண்டுகள் நிலவியது. 9ஆம் நூற்றாண்டில்தான் ஆதிசங்கரர் அவதரித்தார் என்பர். உலகில் முதன் முதலில் வெடிமருந்தைக் கண்ட சீனர் தம் முதல்நூலை மரக்கட்டையில் அச்சிட்டனர் என்கின்றனர். சமகாலத்திய புலவராகக் கருதப்பட்டவர் மாணிக்கவாசகர் மற்றும் கணித நிபுணர் பிரம்ம குப்தர்.

2

நடன அரங்கேற்றமும் பட்டாபிஷேகமும்

ராஜகுமாரன் இளந்திரைக்கோ, வசந்த மாளிகை அரங்கத்துக்குள் நுழைந்தவுடன் கூடியிருந்த அனைவரும் எழுந்து நின்றார்கள். அரங்க மேடைக்கு நேர் எதிரில் போடப்பட்டுள்ள அழகிய வேலைப்பாடுகளைக் கொண்ட சிம்மாசனத்தில் அமர்ந்தான். அவனருகில் ராஜகுருவும், படைச் சேனாதிபதிகளும் தங்களுக்குரிய ஆசனங்களில் அமர்ந்தனர். இருபக்கமும் நின்று இரண்டு சேடிமார்கள் வெண்சாமரங்களை வீசிக்கொண்டிருந்தார்கள். அதன்பிறகு அவையோர் அனைவரும் அமர்ந்தனர்.

பாடல் வல்ல பாணர்களும், இசை எழுப்பும் வாணர்களும் அரங்க மேடையின் ஒரு பக்கத்தில் அமர்ந்திருந்தனர். நடன ஆசிரியை உடன் அமர்ந்திருக்க, மத்தகஜ இசையின் பின்னணியோடு, பூபாள விடியலைச் சுண்டியிழுக்கும் குழலோசையைப் பளிச்சென்று உச்ச ஸ்தாதியில் இசைத்து வைபவம் தொடங்கப்பட்டது. தொடர்ந்து யாழ் இதமான மெல்லிசையில் ஒய்யாரமாக வாசிக்கப்பட்டது. ஒத்திசையில் பாகுபாடு காணவியலாதவாறு போட்டி போட்டுக்கொண்டு குழலும் யாழும் இசைநடனம் புரிந்து அவையோருக்கு விருந்தளித்தன.

இளவரசி நற்றிணையும், தோழி வெண்முத்துவும் அரங்கினுள் இருந்த தங்களுடைய குலதெய்வமாகிய பெருமாளைத் தரிசித்து விட்டு, திரைச் சீலையை விலக்கிக்கொண்டு மேடையின் இரு புறங்களிலிருந்தும் பளிங்குச் சிலைகளாகத் தோன்றி, நடன அசைவுகளுடன் கால்தூக்கி நடைநடந்து, திருச்சிற்றம்பலத்தில் ஆனந்தத் தாண்டவமாடிய தில்லைக் கூத்தனை ஆராதனை செய்து நமஸ்கரித்துவிட்டு, நடன ஆசிரியைக்குக் குருவணக்கம் செலுத்தியபின், மைய அரங்கில் போய் அபிநயம் பிடித்துத் தங்கப் பிம்பங்களாய் நின்றுகொண்டனர்.

கலைமகள்-23

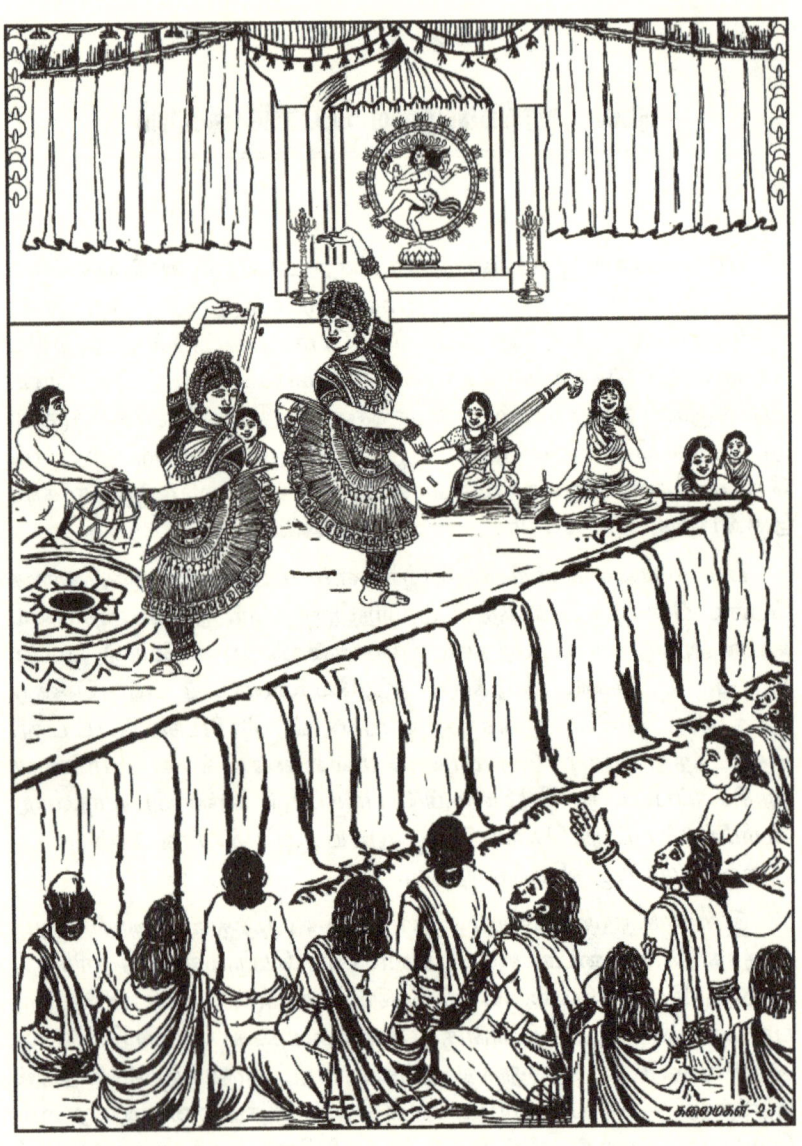

உளம்நிறை மக்கள் அரையான் சொற்படி
இளந்திரை ஆட்சியில் நலம்பெற வேண்டித்
தளமெலா முனக்குத் தாரிட வேண்டி
வளம்பெற நிலனே வாழ்த்தினைத் தரவே!
பாயிரம் இசைத்தே பாபுனைந் தளிப்போம்
மேவிடும் புகழொடு மேதினி வலம்வரத்
தூவிடும் மலர்கள் தோளுடைத் தங்கிடக்
கூவிடும் குரல்கள் செவிகளி லுறைக!
கார்பொழி மாமழை கரைபுரண் டோட
சேற்றினுள் உழுதிடச் செந்நெல் விளைந்திட
பாருள் நீயே பருதிபோ லொளிர
ஊரிற் சான்றோர் உனைநனி யேற்றுக!
நிரந்தர மென்றே எதுவுமே யில்லை
நிரம்பிநீர்க் குமிழும் நீடிப் பதில்லை
வறுமையும் பிணியும் வற்றிட ஏதுவாய்
உறுகொடை தொடங்க உன்குடி ஓங்குமே!
நற்றிணை முத்தொடு நட்பிடைத் திளைத்து
உற்றபே ருலகில் ஒருமனம் ஈருடல்
சுற்றமோ சேங்கைநீ ராம்பலாய்
உற்றுணர்ந் தோதுமின் பற்றுடை உறவே!

என்ற வெள்ளறை இளந்திரைக்கோ முடிசூடற் படலப் பாடலை, பாணர்கள் தங்கள் சேர்ந்திசையை இனிய சாரீரத்தில் பாடினர்.

நாட்டு மக்களுக்குச் சுபிட்சங்கள் வந்தெய்தவேண்டும்; பயிர்த் தொழில் பெருகவேண்டும்; வறுமைச் சாவு குறையவேண்டும்; மன்னா நீ வளம்பெற்று நலம் பெற்றுப் புகழோடு வாழவேண்டும். உன்மீது தூவிடும் மலர்கள் உன் தோளில் நிறைக, வாழ்த்தொலி உன் செவியுள் நுழைக. உன் ஆட்சியில் மாதம் மும்மாரி பொழிக, சேற்றில் காளைகள் மகிழ்ச்சியாய் உழ, நெற்களம் குவிந்திட, இவ்வுலகில் நீ கதிரவனாய் ஒளிர்க, நாட்டுப் பெரியோர் உனை உயர்த்திட, உலக நடப்பில் நீர்க்குமிழிபோல் எதுவுமே நிரந்தரம்

இல்லையாதலால் நாட்டில் வரும் நோயும், வறுமையும் நில்லாமற்போய்விடும். ஆகவே மன்னா நீ உன் நெறியுடன் கூடிய குடியோம்பும் பணியைத் தொடர்வதோடு பிறருக்கு வாரிவழங்கும் பண்பை மேற்கொள். (மாற்பிடுகு மறைசுவர்ப் பொய்கைச் சுவரில், கிணற்றைக் கட்டிய கம்பன் அரையன் செதுக்கிய கல்வெட்டின்படி) என்று பாடிவிட்டு இறுதியில், நடனம் ஆடிய இளவரசியையும், அவள் தோழி வெண்முத்துவையும் குறித்து, நட்புக்கு இலக்கணமாய் விளங்குகிறார்கள், ஓருயிர் ஈருடலாய் வாழ்கிறார்கள், அவர்களுடைய நட்பு எப்படிப்பட்டதென்றால், நீரில் ஆம்பல் போல் ஏற்றத்திலும், இறக்கத்திலும் உறவோடும் நட்போடும் ஒருங்கிணைந்து வாழ்கின்றனர் என்றெல்லாம் வாழ்த்திப் பாடினார்கள். பொருளுக்கேற்ப அபிநயம் பிடித்து நடனத்தை மெருகேற்றினார்கள்.

சபையை நிறைத்துக் கூடியிருந்த மக்கள் கரகோஷம் செய்து சங்கீதத்தையும், பாடல் வரிகளுக்கேற்ற நடனமணிகளின் ஆடலழகையும் வரவேற்று, தங்கள் சந்தோஷங்களை வெளிக் காட்டிக்கொண்டனர். நம் நாட்டுக்குள்ளும் இவ்வளவு சிறப்பாக அந்தக்கால மாதவிக்கு இணையாக ஆடக்கூடிய நடன மங்கைகளும் இருக்கிறார்களே என்ற பெருமிதம் மக்களுக்கு ஏற்பட்டுவிட்டது.

இளையராணி நற்றிணையும், தோழி வெண்முத்துவும் ஒரே வண்ணத்தில் ஒரே வடிவமைப்பில் என ஆடை ஆபரணங்கள் ஒரே வகையாகத் தரித்திருந்தனர். இளவரசிக்குச் சற்றுக் கூடுதலான முக்கியத்துவம் கொடுக்கும் வகையில் ஆடை ஆபரணங்களில் வித்தியாசம் காட்ட அரண்மனைத் தாதியர்கள் சிலர் கொடுத்த ஆலோசனையை நற்றிணை நிராகரித்துவிட்டாள்.

அவ்விருவரின் ஜொலிப்பு, பார்ப்பவர்களுக்குக் கண்கொள்ளாக் காட்சியாக இருந்தது. உடலை நெளித்து, வளைந்து, மலரினும் மெல்லிய காந்தள் விரல்களின் பாவத்துடன், காற்சிலம்பு ஜதிராட்டம் காட்ட, கொடியிடைப் பாவையர் சுழன்று சுழன்று பம்பரமாக ஆடியது புகாரில் நடந்த இந்திர விழாவின் ஒரு பகுதியோ என மக்களை எண்ண வைத்துவிட்டது.

நான்கு பாதங்கள் இணைந்து தரைதட்டும் அதிரோசைகள் அனைவரின் காதுகளையும் இன்பத்தில் திளைக்க வைத்துவிட்டன. இடையிடையே செவிப்பறைக்குள் மிதந்து வந்த மெல்லிசை

ஜனங்களின் இதயங்களை மயிலிறகால் வருடிக்கொடுத்தாற்போன்று உணர வைத்து, சபையோரின் நன்மதிப்பைப் பெற்றுவிட்டார்கள்.

தன் தங்கைமீது அளவுகடந்த பாசமுடையவன் இளந்திரைக்கோ. தங்கை நற்றிணை, அவளுடைய தோழி வெண்முத்து இருவரையும் காவிரிப்பூம்பட்டினத்துக்கு அனுப்பி, புகழ்பெற்ற நடனத் தாரகை வெண்பாதேவியிடம் பதினொரு வகையான நடனப் பயிற்சிகளைப் பெற வைத்தான். முதல் ஆறும், நின்று சுழன்றாடும் நடனங்கள். மற்ற ஐந்தும், தரையில் வீழ்ந்தாடும் நடனங்கள்.

முதலில் இளவரசி நற்றிணையை மட்டும்தான் புகாருக்கு அனுப்புவதாக இருந்தது. ஆனால், வெண்முத்துவும் தன்னுடன் வந்தே ஆக வேண்டுமென்று நற்றிணை அடம் பிடித்துவிட்டாள்.

வெண்முத்துவின் அழகில் இளந்திரைக்கோவுக்கு ஓர் ஈர்ப்பு இருப்பதுவும் ஒரு காரணம் என்பதால் மறுப்பேதும் சொல்லாமல் அவளையும் கூடவே அனுப்பி வைத்தான். ஆனால், அந்த ஈர்ப்பை வெளிக்காட்டிக்கொள்ளும் சுபாவம் இல்லாதவன். பெண்களிருவரும் இணைபிரியாத தோழிகளாவதற்கும், அரண்மனையில் சுதந்திரமாகச் சுற்றித் திரிந்து பழகுவதற்கும் இடம்கொடுத்த இளவரசன் அவர்களுக்கிடையில் வேலியேதும் போடவில்லை. இவர்கள் இருவரின் நட்பைப் பார்த்த மற்றத் தோழிகள் "ஒரு கணவனுக்கு இரு மனைவிகளாய் வாழ்க்கைப்பட்டுப் போகப்போகிறீர்கள்" என்று நகைச்சுவையாக அவர்களின் நட்பை மிகைப்படுத்தாமல் பேசுவார்கள். "ஆமாம் நாங்கள் அப்படித்தான் செய்வோம்" என்று தங்களுக்கிடையே இருந்த ஆழ்ந்த தோழமையின் நெருக்கத்தைப் பெருமையாக நினைத்து இவர்களும் அவர்களுக்குப் பதில் கூறுவார்கள்.

நேரம் ஆக ஆக நடனம் வேகமெடுத்தது. அவ்விரு பேரழகிகளின் நடனத்தை ஒருங்கே கண்ட மக்களுக்கு உற்சாகம் கரைபுரண்டு ஓடியது.

பொன்வண்ண மேனியாள் நற்றிணை!
செந்தாமரை நிறத்தழகி வெண்முத்து!

முழுமதியாய் ஒளிர்ந்தது நற்றிணையின் முகம். கைதேர்ந்த சிற்பிகள் வார்த்த சிலைவடிவமாய்க் காட்சியளித்தாள் அரசிளங்குமரி.

கருநீல வண்ணக் கண்கள், இறகு விரித்த வண்ணத்துப் பூச்சிகளைப்போல் வெண்முத்துவின் நீண்ட முகத்தில் அகன்று கிடந்தன.

நற்றிணை முறுவல் பூப்பதில் சற்றுக் கஞ்சத்தனமாக இருப்பாள். வெண்முத்துவோ அகம் மலர்ந்து, முகம் மலர்ந்து இதழ்களில் புன்னகையைத் தவழவிட்டுப் பார்ப்போரைத் தன்பால் ஈர்ப்பதில் வல்லவள்.

நற்றிணையின் சிறிது தடித்த இதழ்கள் அமுதம் ததும்பும் பவளச் செம்புபோல் தோன்றியது.

வெண்முத்துவின் இதழ்களோ தேன் கொப்பளிக்கும் மாதுளை மொட்டெனத் திகழ்ந்தன.

அழகிகளின் செவ்வாய்களுக்குள் கொற்கையின் வெண்முத்துகள் கொட்டிக்கிடந்தன.

இருவரின் கருநாவல் நெளிகுழல்கள் கொண்டைபோட்டு மலர்ச் செண்டுகளால் சூட்டிய மணிமகுடமாய் அலங்கரிக்கப்பட்டிருந்தன.

ஆட்டத்தில் என்ன ஒற்றுமை; என்ன வசீகர நடன அசைவு! நற்றிணையைவிட வெண்முத்து இருவிரல்கடை அளவு உயரமானவள்.

அமர்ந்திருந்த கூட்டத்தின் நடு ஓர இருக்கையில், இன்னொரு சோழக் குறுநில மன்னனான வெண்ணாகரத்து இளவரசன் செம்பியன் திருமேனி சாதாரண உடையில் தன்னை யாரென்று காட்டிக்கொள்ளாமல், பார்வையாளர்களில் ஒருவனாய் அமர்ந்திருந்தான். அவனை இந்நாட்டில் யாரும் அடையாளம் காணுதலரிது. அவனுக்கருகில் முதிர்ந்த வயதுடைய வைத்தியர் அமர்ந்திருந்தார். முதியவர் ஆஸ்தான ராஜவைத்தியர். அவருக்கோர் உதவியாளராகத்தான் தந்திரமான ஓர் ஏற்பாட்டில் வருகை புரிந்திருக்கிறான் அவ்விளவரசன். ஆனால் வைத்தியருக்கு அந்த உண்மை தெரியாது.

யார் நற்றிணை? யார் வெண்முத்து? என்பதை அறியாத திருமேனியின் பார்வை, நடனமணிகளுள் வெண்முத்துமீதே நிலைகுத்தி நின்றது. ஒப்பிடுகையில் வெண்முத்தே ஒரு மாத்திரையளவு அழகில் மிகுந்து நிற்பதாக அவன் எண்ணினான். உண்மையைச் சொல்லப்போனால் வெண்முத்துவின் காந்த வீச்சுக்

கண்பார்வையில் சொக்கி விழுந்துவிட்டான். அதனால் தோழிமீது காதலேற்பட்டுவிட்டது. யார் இளவரசி; யார் தோழி என்பதை அதன் பிறகுதான் கேட்டுத் தெரிந்து வைத்துக்கொண்டான். இளவரசி என்று அறிந்த பின்பும் தன் காதலை மாற்றிக்கொள்ள முடியவில்லை. இனம் பார்த்துத் தரம் பார்த்து வருவதல்ல காதல். அது ஒருதலைக் காதலாகக்கூட இருக்கலாம். நிறைவேறாமற்கூடப் போகலாம். இருவருக்கும் இடையே சந்திப்புகூட நிகழாமல் போய்விடலாம். அவனுக்கு அவளைப் பிடித்துவிட்டது.

'பாற்கடலைக் கடைந்தெடுத்துக் கிடைப்பது அமிழ்தம். அந்த அமிழ்தத்தைக் கடைந்தெடுத்துக் கிடைத்த அமுதத்தேன் மெழுகினால் வார்த்தெடுத்த தேவதைச் சிலையோ!' என செம்பியன் கண்களுக்கு வெண்முத்து தோன்றினாள். 'அழகே வெட்கம் கொள்ளும் அளவுக்குப் பேரழகியாய் இவள் இருக்கிறாளே!' என்று எண்ணி வியந்தான். அவள் பாதம் தூக்கி ஆடும்போது அது வெட்டி வைத்த குட்டி நிலவாய்க் குளிர்ந்தது. கறைகள் நீக்கிய அவளுடைய நிலவு முகம், குறு முறுவல் பூக்கும்போது, செம்பியனின் இதயம், உடலைவிட்டு வெளியேறி வானத்தில் சிறகடித்துப் பறந்தது. அவளுடைய சிவந்த முகத்தைப் பார்த்தவுடன் சந்தனக்கிண்ணத்தில் குங்குமப் பூச்சாய்க் கலந்து நின்றான். நெளிந்து சிவந்த உதடுகளைப் பார்த்தவுடன், தான் வந்த நோக்கத்தை மறந்துவிட்டு அனல்பட்ட வெண்ணெய்ப்போல் அவளையெண்ணி உருகினான்.

பொற்கொடியிடையாள் வெண்முத்துவின் மான்விழி மருட்சிப் பார்வையில் ஒரு புத்திசாலித்தனம் ஒளிந்திருப்பதாகச் செம்பியன் திருமேனி உணர்ந்தான். பார்க்கப் பார்க்க, உள்ளத்தில் கூடலைத் தூண்டிவிடுவதாக, கலவி மயக்கம் தருவதாக உணர்ச்சியின் உச்சிக்கு உந்தப்பட்டுவிட்டான். காலைக் குளிர் இளந்தென்றலின் இதமாக, ஆடும் மயிலாக, மன்மதனின் காதலியாக, தரையில் நெளிந்து வீழ்ந்தோடும் காவிரிப்பிரவாகம்போல் ஆடி, தன்னை அவள் மயக்கிக் குதூகலிக்க வைத்துவிட்டதாக எண்ணலானான்.

அசைந்தாடும் அவ்விரு மனோரஞ்சிதப் பூக்களின் நடனம் நிறைவுபெறும் நேரத்தில்... இளவரசி கால் இடறி நொடித்துத் தடுமாறி நின்றுவிட்டாள். திரைச்சீலை இழுக்கப்பட்டு நடன அரங்கேற்றம் நிறைவுற்றதாக அறிவிக்கப்பட்டது.

திடீரென, செம்பியனுக்கு மின்னலில் கண்ணொளி

பறிபோய்விட்டதுபோல் துணுக்குற்றான். உச்சிவெயிலில் சூரியன் திடீரெனக் காணாமற்போய்விட்டது. 'இருண்டுபோன இவ்வுலகில் அவளை எங்கே தேடுவேன்? அவள் மடிமீது விளையாடவேண்டுமே; இரவு முழுதும் அவள் முகம் பார்த்துக் காதற்கதை பேசிக்கொண்டிருக்க வேண்டுமே; கன்னக் கதுப்பை இரு விரல்களால் திருகிப் பார்க்கவேண்டுமே; வெண்முத்துவின் மார்பில் முகம் புதைத்து ஆரத்தழுவுங்கால், இறங்கும் ஆனந்தக்கண்ணீர் ஒழுகித் தொப்புள் குழியில் தேங்கி நிற்பதை உறிஞ்சிச் சுவைக்கவேண்டுமே... இது கனவா நனவா?' என்று யோசிக்கத் தொடங்கிவிட்டான்.

அதேநேரம், 'நான் எதற்காக இங்கு வந்திருக்கிறேன்? இந்த நேரத்தில் இதைப்போன்ற இழிவான சிற்றின்ப மூலக்கூறுகளான ஆசாபாசம் என் மனத்தில் தோன்றலாமா? இந்தக் கணத்தில் ஓர் இழிபிறவியாகிவிட்டேனே? விழுப்புண் படாத நாளெல்லாம் வாழ்ந்தும் வீணான நாட்கள் என்றெண்ணும் மறவர் குலத்தில் பிறந்திட்ட நான் திசைமாறிய பறவையாகிவிடக்கூடாது' என்று ஆதங்கப்பட்டுக்கொண்டு தன்னை அடக்கிக்கொண்டான்.

பெரியவர் ராஜவைத்தியர், தொடக்கத்தில் இளவரசன் செம்பியனைத் தனக்கு உதவியாளராக எளிதில் ஏற்றுக்கொள்ள வில்லை. இருந்தாலும் விடாமல் துரத்தி, தனக்கு உண்மையிலேயே மூலிகை வைத்தியம் நன்கு தெரியும் என்பதை நிரூபணம் செய்துகாட்டிய பின்புதான் உதவியாளராக ஏற்றுக்கொண்டார். போதாக்குறைக்குப் பொன்னையும் பொருளையும் அன்பளிப்பாகக் கொடுத்துத் தந்திரமாக அவரை ஏமாற்றிச் செய்துகொண்ட ஏற்பாடு அது. தனக்கும் வயதாகிறது; தனக்குத் தெரியாத பல அற்புதமான சிகிச்சை நுட்பத்தை செம்பியன் அறிந்து வைத்திருக்கிறான் என்பதைப் பெரியவர் ஒப்புக்கொண்டபின்புதான், இப்படியொரு திறமையான இளைஞன் தன் உடன் இருப்பது நல்லது என்று தன்னையே பலநேரம் சமாதானம் செய்துகொண்டார்.

அதே அரங்கில் வீற்றிருந்த அந்நாட்டு இளவரசன் இளந்திரைக்கோவும் வெண்முத்துவின் ஆட்டத்திலும், அவள் அழகிலும் லயித்துப்போயிருந்தான். ஆனால் எதையும் வெளிக்காட்டிக்கொள்ளவில்லை. 'கிணற்று நீரை ஆற்று வெள்ளமா அள்ளிக்கொண்டு போய்விடும்' என்று எண்ணி, முடிசூட்டும் மகிழ்வில் திளைத்துக்கொண்டிருந்தான்.

அந்த நேரம் பார்த்து, முடிசூட்டும் நிகழ்வு தொடங்க இருப்பதை அறிவித்து, இளந்திரைக்கோவை மேலே அழைத்துச் சென்றார்கள். ராஜகுருவும் மேடையேறினார். அவரிடம் பொன் உலோகத்தில் நவரத்தினக் கற்கள் பதிக்கப்பட்ட வேலைப்பாடுகளுடன் கூடிய கிரீடத்தையும், வெள்ளியில் இழைத்த செங்கோலையும் தங்கத் தாம்பாளத்தில் வைத்துக்கொண்டு இரு பெண்கள் வந்தார்கள். மாணிக்கவாசகரின் தூதுவர் வருகை புரிந்து,

அருநெறியமறை வல்லஇளந்திரை (முனியகன்)
பொய்கையலர் மேய
பெருநெறியபிர மாபுரம்மேவிய
பெம்மானிவன் றன்னை
ஒருநெறியமனம் வைத்துணர்ஞானசம்
பந்தன்உரை செய்த
திருநெறியதமிழ் வல்லவர்தொல்வினை
தீர்தலெளி தாமே!

என்ற வாழ்த்துப் பாடலை இசையுடன் இனிமையாகப் பாடி வாழ்த்தினார்.

மங்கல இசைக் கருவிகள், முரசு முழக்கம், கோவிற்கோபுரமணி இசையோசைகளுடன் எழுப்பிய மனித வாழ்த்தொலிகள் மேலெழுந்து, விண்ணிற் பாய்ந்து கூடியிருந்த மேகமூட்டம் திசைக்கொன்றாய்க் கலையத் தொடங்கின.

'திருவெள்ளறை சோழவளநாடு எல்லாத் துறைகளிலும் செழித்தோங்கட்டும்! மாதம் மும்மாரி பொழியட்டும்! ஆலயங்கள் சரியாகப் பராமரிக்கப் படட்டும்! சிற்பம், சித்திரம், இசை, நடனம் முதலிய கலைகள் சிறந்தோங்கட்டும்! மக்கள் பயம் இன்றி வாழட்டும்! உழவு பெருகட்டும்! மக்கள் சுபிட்சமாக வாழட்டும்! நீதி நிலைக்கட்டும்!' என்றெல்லாம் சொல்லிக் கூடியிருந்தவர்களின் வாழ்த்தொலிகளுக்கிடையே இளவரசன் இளந்திரைக்கோவுக்கு ராஜகுரு பட்டாபிஷேகம் செய்து, முடிமகுடம் சூட்டி, செங்கோலையும் வழங்கினார். பெற்றுக் கொண்ட இளந்திரைக்கோ, ராஜகுருவிடம் ஆசி பெற்றதும், மக்களிடமும் இருகை எடுத்துக் கூப்பி ஆசிபெற்றபின் சிம்மாசனத்தில் அமரவைக்கப்பட்டார்.

அந்தக் கணம் முதல், திருவெள்ளறை நாட்டின் இளவரசனாக இருந்த இளந்திரைக்கோ மன்னனாகிவிட்டான்.

வாழ்த்துகளைச் சொல்லவும் வரிசைப் பொருட்களைக் கொடுக்கவும் உள்நாட்டு, பக்கத்து நாட்டுப் பெருமக்கள் எழுந்தார்கள்.

கரிகாலன் உருவாக்கிய கல்லணையின் சிற்பத்தை வெண்பட்டுத் துகிலால் போர்த்தியபடி கையிலேந்தி, காவிரியின் கிளை நதியான வெண்ணாற்றங்கரையில் அமைந்துள்ள இன்னொரு சோழ குறுநிலமான வெண்ணாகரத்து அரசியலுக்கும் மற்றும் அரச குடும்பத்துக்கும் ஆசானாய் விளங்கும் அருந்தவராயர், மேடையை நோக்கி இருக்கைகளின் ஊடே நடந்து வந்தார். அங்கே அமர்ந்திருந்த இளவரசன் மருமகன் செம்பியனின் அருகே வரும்போது தோள் அங்கவஸ்திரத்தை வேண்டுமென்றே நழுவவிட்டார். குனிந்து ஆடையை எடுக்கும் பாவனையில் செம்பியனிடம்,

"அடையப்போகும் இலக்குக்கான வழியைப் பார்! மன வோட்டத்தை மடைமாற்றிவிடாதே! தடம் புரண்ட உன் கண்களும் மனமும் பட்ட பாட்டைக் கவனித்துக்கொண்டுதான் அமர்ந்திருந்தேன்!" என்று எச்சரித்தார்.

"போகிற வழியில் பூத்துக்கிடக்கிற அழகிய பூக்களை ரசித்துப் பார்க்கிறான்; நுகர்ந்து பார்க்கிறான். ஆனால் பறிக்கமாட்டான்; தடம் மாறமாட்டான் உங்கள் மருமகன் செம்பியன்!" என்று திருமேனி சொன்னவுடன் நிமிர்ந்த அருந்தவராயர், மீண்டும் மேலங்கியை நழுவவிட்டு, அதைக் குனிந்து எடுக்கும் பெயரில்,

"பச்சைத் தலைப்பாகையில் மேடையில் நிற்கிறானே அவன்தான் போர்ப்படைத் தளபதி செங்கோடன் எனும் செங்கோட்டாதவன்" என்று, தன் தமக்கை மகன் இளவரசன் திருமேனிக்கு அடையாளம் காட்டினார்.

"செங்கோடன் அவனாகத்தான் இருப்பான் என்று சற்று முன் யூகித்தேன்" என்று காதோடு காதாக இருவரும் பேசிக்கொண்டபின் அருந்தவராயர், தன் அங்கவஸ்திரத்தை எடுத்துத் தோளில் போட்டுக்கொண்டு மேடை நோக்கி நடந்தார்.

◆ 3

இளந்திரைக்கோவுக்குக் கல்லணை நினைவுப் பரிசு

வரிசையாக நின்று பலதரப்பட்டவரும் மேடையேறித் திருவெள்ளறையின் புதிய மன்னனுக்கு ஆசி வழங்குகிறார்கள்; பரிசுப் பொருள்களைக் கொடுக்கிறார்கள். அருகில் நான்கு தளபதிகளும் நிற்கிறார்கள்.

"வெண்ணாகரத்திலிருந்து வந்திருக்கிறேன்" என்று சொல்லிவிட்டு, உடன் கொண்டுவந்த கல்லணை உருவச் சிலையை மன்னன் இளந்திரைக்கோவிடம் அருந்தவராயர் கொடுத்தார். வெண்ணாகரம் என்ற உச்சரிப்பைக் கேட்டவுடன் அங்கிருந்தவர்களின் முகத்தில் அதிர்ச்சியும் வெறுப்பும் தோன்றி, அருந்தவராயரை உற்றுப் பார்த்தனர். மன்னனும் ஏற இறங்கப் பார்த்துவிட்டு வாங்கிக்கொள்கிறான்.

"மன்னா! தங்களுக்குக் கோடானுகோடி வாழ்த்துகள்! தாங்கள் தங்கள் வாழ்நாட்களில் ஆயிரத்து இருநூறு பிறைகண்டு உடல் நலத்தோடு, திக்கெட்டும் புகழீட்டிப் பெருவாழ்வு வாழ்க! நமது முப்பாட்டன் கரிகாற் பெருவளத்தான் கட்டிய கல்லணையை ஓவியமாய் வரைந்து, முதன்முதலில் சிலை வடிவமாக்கியது எங்கள் வெண்ணாகரச் சிற்பிகள்தான். அதை பட்டாபிஷேகம் சூட்டிய நன்னாளில் தங்களுக்குத் தருவதில் வெண்ணாகரம் பெருமைகொள்கிறது. தங்கள் தந்தையாரால் போர் விதிமுறைகள் மீறப்பட்டு, வஞ்சக வழியில் நயவஞ்சகமாக வெட்டப்பட்டு வீரமரணம் எய்திய மன்னன் செம்பியன் திருவேலின் மைத்துனன்தான் நான். என் பெயர் அருந்தவராயன்!"

"என்ன? போரில் செம்பியன் திருவேல் மரிக்கவில்லையா? என்ன கூத்து இது? நீதிநெறியின்படி ஆட்சி புரிந்தவர் எனப்

கலைமகள்-23

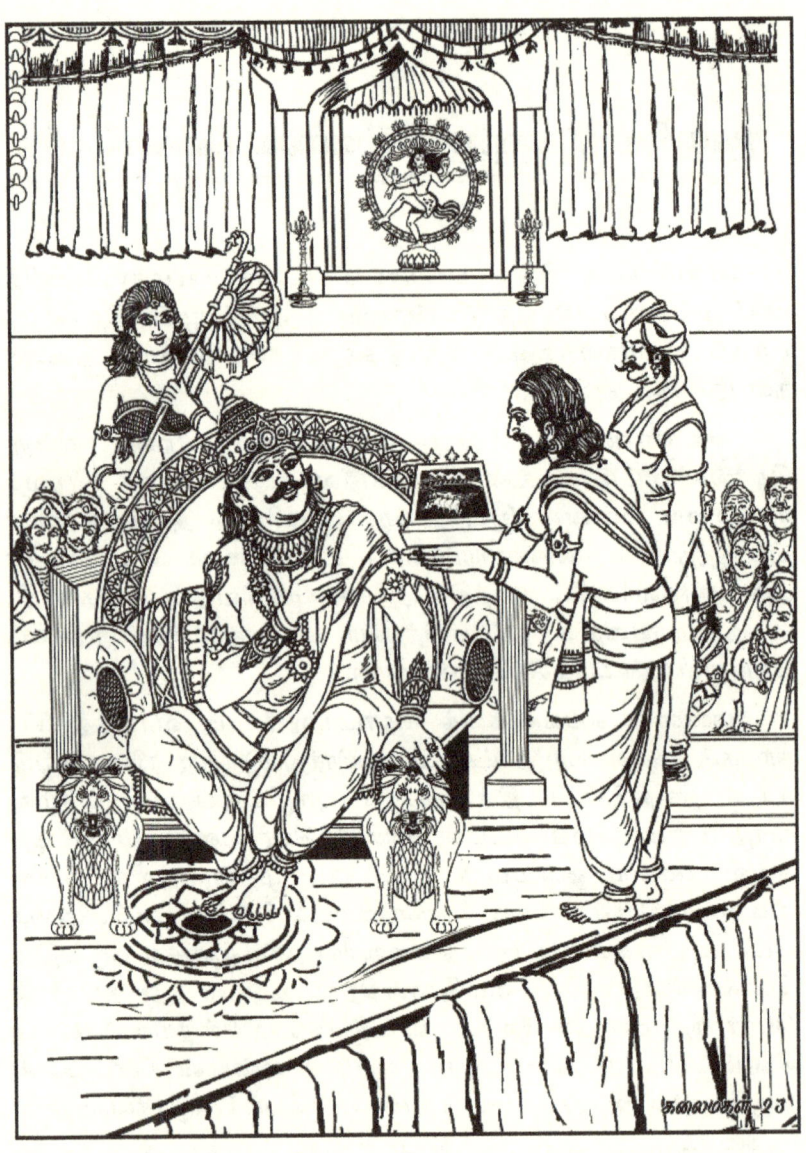

பெயரெடுத்தவர் என் தந்தை நெடுமான் குரவன். என் தந்தை போர்க்களத்துக்கோ, வெண்ணாகரத்துக்கோகூடப் போகாமல் திருமானூரில் முகாமிட்டுத் தங்கிக்கொண்டு படையை அனுப்பினார் என்றுதான் கேள்விப்பட்டேன். என் தந்தை இறந்தபின் இப்படியொரு களங்கத்தை அவர்மீது சுமத்துவதை என்னால் ஏற்க முடியாது. தளபதியாரே! அருந்தவராயர் சொல்வது உண்மையா?"

"இல்லை அரசே! இவர் யார் என்றே தெரியாது. அபாண்டமாகப் பழி சுமத்துகிறார். மன்னர் ஆக்ஞையிட்டால், இக்கணமே இப்பொய்யரின் தலையைக் கொய்து தங்கள் காலடியில் சமர்ப்பிக்கிறேன்" என்று சொல்லி, தன் உடைவாளை உறுவுகிறான் படைத் தளபதி செங்கோடன்.

"தளபதியாரே! நிறுத்துங்கள்! நீங்கள் சொல்வது உண்மையாக இருந்தாலும் நம்மைத் தேடி வந்திருக்கிற விருந்தினரிடம் இப்படித்தான் நடந்துகொள்வதா? உங்கள் வீரப்பிரதாபங்களைக் காட்டும் இடம் இதுவா?" என்று மன்னர் தடுத்து நிறுத்தியதோடு,

"இடம் பொருள் ஏவல் தெரியாத செயல். வன்மையான கண்டனத்துக்குரியது. எதிரியென அடையாளம் காணப்பட்டாலும், எம்மை வாழ்த்த வந்திருக்கிறார். இதுபற்றி நாளை பேசலாம். அரச விருந்தினருக்கு உரிய மரியாதையுடன் அருந்தவராயரை நமது தாளி மண்டபத்தில் தங்குவதற்கான ஏற்பாடுகளைச் செய்யுங்கள்" என்று சொன்னவுடன், அருந்தவராயர் இடைமறித்து,

"அப்படியானால் என் பாதுகாப்புக்கு வேறு ஒருவரை நியமியுங்கள்" என்றார்.

"அப்படியே ஆகட்டும்! விடிந்தவுடன் நானே தங்கள் மண்டபத்துக்கு வருகிறேன்" என்று சொல்லிவிட்டு, தன்னை வாழ்த்த வந்திருக்கும் அடுத்த விருந்தினரை மன்னர் கவனிக்கலானார். அடுத்தவரைப் பார்த்தாரே தவிர மன்னருடைய கவனமும் கருத்தும் அருந்தவராயர் சொல்லிய குற்றச்சாட்டு மீதே இருந்தது.

4

வெண்முத்து, திருமேனி முதல் சந்திப்பு

'இளவரசிக்கு ஏதோ பிரச்சினை' என்றுரைத்து அவசரமாக ஆஸ்தான வைத்தியருக்கு அந்தப்புரத்திலிருந்து ஒரு பெண் வந்து அழைப்பு விடுக்கிறாள். தள்ளாத நிலையிலும் எழுந்து வேகமாக, திருமேனியை அழைத்துக்கொண்டு, பல தாழ்வாரங்களைக் கடந்து வைத்தியர் நடக்கிறார். கோவிலின் மேற்கு மதிற்சுவருக்கும் மேல்புறம் உள்ள அரண்மனையைத் தாண்டி அமைந்துள்ள அந்தப்புரத்துக்குச் சென்றார். முதல் வாயிலில் வீரர்கள் காவலில் நிற்கிறார்கள். பெரியவரை மட்டும் 'உள்ளே போகலாம்' என்கிறார்கள். திருமேனியைத் தடுத்து நிறுத்திவிடவே,

"உதவியாளர் இல்லாமல் நான் மட்டும் உள்ளே சென்று வைத்தியம் பார்க்க முடியாது. நான் சற்றுத் தளர்ச்சியாக இருக்கிறேன். எனக்கு உதவியாளர் தேவை. உள்ளே போய் இளவரசியாரிடம் சொல்லுங்கள்" என்று சொன்னவுடன், உள்ளே ஒரு வீரன் சென்று அனுமதி பெற்று வருகிறான். இருவரையும் உள்ளே அனுமதிக்கிறான்.

வைத்தியரிடம் தன் பெயர் 'செம்பியன் திருமேனி' என்று முழுப்பெயரையும் சொல்லாமல், வெறும் 'திருமேனி' என்று மட்டும்தான் உதவியாளன் சொல்லியிருக்கிறான். காரணம் செம்பியன் திருமேனி என்று சொன்னால் வெண்ணாகரத்து கொல்லப்பட்ட ராஜா 'செம்பியன் திருவேல்' என்ற பெயர் வழியாக உண்மை வெளிப்பட்டுவிடக்கூடாது என்று ஜாக்கிரதையாக அவ்வாறு நடந்துகொண்டான்.

செண்பகம், பன்னீர், பாரிஜாதமலர்களின் சுகந்த வாசத்தின் இளங்குளிர்க் காற்று தேகத்தை வருடிச் சென்ற மிதப்போடு

அந்தப்புரத்தில் வைத்தியருடன் நுழைந்தான். திருமேனிக்கு ஏகப்பட்ட மகிழ்ச்சி. குறிக்கோளை மறந்துவிட்டுக் கனவு காண ஆரம்பித்துவிட்டான்.

இரண்டாம் கட்ட வாயிலில் பெண்கள் காவலில் நின்றார்கள். "இளவரசிக்கு என்ன ஆனது?" என்று அந்தப் பெண்களைப் பார்த்து வைத்தியர் வினவினார்.

"நடனம் ஆடும்போது இளவரசிக்குத் தொடையில் ஏதோ சுளுக்கு என்கிறார்கள்" என்று சொன்னவர்களை இடைமறித்து,

"தோழிக்கு ஒன்றும் ஆகவில்லையே?" என்று திருமேனி ஆவலுடன் கேட்டுவிட்டான். அவனைப் பார்த்து வைத்தியர் முறைத்துவிட்டு,

"யாருக்காக இருந்தாலும், நமக்கு ஒன்றுதான். வா... உள்ளே போகலாம்!"

"சற்றுப் பொறுங்கள் வைத்தியரே! தோழியிடம் ஒரு வார்த்தை சொல்லிவிட்டு வருகிறேன்" என்று ஒருத்தி உள்ளே செல்கிறாள்.

அந்தச் சிறிய இடைவெளிக்குள் திருமேனிக்குப் பொறுக்க முடியவில்லை. அங்கு நின்ற மற்றொரு பெண்ணிடம்,

"தோழியின் பெயர் என்ன?" என்று ஆவலுடன் திருமேனி கேட்டான்.

இதைக் கேட்ட வைத்தியர்,

"சும்மா இருக்கமாட்டீரோ? எனக்கே தெரியாது. பெயரா நமக்கு முக்கியம்?" என்று சொல்லிக்கொண்டிருக்கும்போதே, வெண்முத்து வெளியில் வந்து, வைத்தியருக்கு முகமன் தெரிவித்து அழைத்துக்கொண்டு, இளவரசி படுத்திருக்கும் இடத்துக்குப் போகிறாள். ஊடுருவும் திரைச்சீலைக்குப் பின்னால் சாய்வுப் பலகை ஆசனத்தில் படுத்திருந்த இளவரசியிடம்,

"அக்கா! வைத்தியர் வந்துள்ளார்" என்று சொல்லியபின், உதவியாளரைப் பார்த்து, 'கொஞ்சம் இங்கேயே நில்' என்று சைகை செய்துவிட்டு, இருவரும் திரையை நீக்கிக்கொண்டு செல்கின்றனர். வெண்முத்து என்ன சொன்னாள் என்று திருமேனிக்குக் காதில் விழுந்தாலும் மனத்தில் விழவில்லை. அசைந்தாடி நடக்கும் அவளுடைய நடையையும், ஆயிரம் மின்னல்களை அரைத்துக்

குழைத்துப் பூசிய தங்கநிற முகத்தையுமே பார்த்துக்கொண்டு நின்றான். இப்படியொரு வாய்ப்புக் கிடைக்குமென்று கனவிலும் நினைத்துப் பார்க்கவே இல்லை.

உள்ளேயிருந்து வைத்தியர் திருமேனியை அழைத்தார்.

இளவரசி சாய்வாகப் படுத்திருந்த படுக்கையின் இடப்புறம் சென்று திருமேனி நின்றான். அது படுக்கை அறை இல்லை என்பதை மட்டும் சுற்றுமுற்றும் கவனித்து உறுதி செய்துகொண்டான்.

“திருமேனி... இளவரசியின் வலது தொடையில் முட்டிக்கு மேலே வலிக்கிறதாம். எலும்பு முறிவு ஏற்பட்டிருக்கலாமோ?”

“அய்யா! அரசியாரை இறங்கி நடக்கச் சொல்லிப் பார்ப்போம்” என்றான்.

அவன் சொன்னவாறு வெண்முத்துவும், வைத்தியரும் இரு புறமும் நின்று கைத்தாங்கலாக இறக்கி, நடக்கச் செய்தார்கள். திருமேனி அருகில் செல்லவில்லை. இப்போது மட்டும் வெண்முத்துவைப் பார்ப்பதை நிறுத்திவிட்டு என்ன பிரச்சினை என்பதை ஆராய முற்பட்டான். அவள் ஒரு கால் ஊன்றும்போது ஏற்படும் வலியைக் கண்ணுற்றான். தோழியைப் பார்த்து,

“ஏதேனும் வீக்கம் இருக்கிறதா என்று அரசியாரின் ஆடையை ஒதுக்கிப் பாருங்கள்...” என்று சொன்னான் திருமேனி.

வைத்தியரை இடப்புறம் போகச் சொல்லிவிட்டு வெண்முத்து, நற்றிணையின் வலது தொடை வரை துணியை விலக்கிப் பார்த்துவிட்டு, “பெரிதாக இல்லை. சிறிய அளவில் வீக்கம் உள்ளது.”

“அந்த இடத்தில் புறங்கையை வைத்து வெப்பம் எப்படியிருக்கிறது என்று பாருங்கள்.”

“ஆம்... நல்ல சூடாக இருக்கிறது!”

தான் திடீரென்று இளவரசியை அனுமதியின்றித் தொட்டு விடக்கூடாதென்ற ஜாக்கிரதை உணர்வுடன், “அய்யா! இளவரசியாரின் வலது கால் விரல்களை நெட்டி முறியுங்கள்” என்று பெரியவரிடம் சொன்னான்.

வைத்தியர், ஒவ்வொரு விரலையும் மடக்கி இழுத்து நெட்டி முறித்தார். பின்னர் ‘கணுக்காலுக்கு மேலே காற்பகுதியின்

நரம்புகளைச் சுற்றிச்சுற்றி அழுத்தச் சொன்னான். அப்போது இளவரசிக்கு ஏற்படும் வலியையும் முகப் பிரதிபலிப்பையும் சிகிச்சை மனத்தினால் அளந்துகொண்டான்.

"அய்யா! இது வெறும் தசைப் பிறழ்ச்சியே. இதற்கு நம்மிடம் ஏதேனும் மருந்து இருக்கிறதா?"

"இருக்கிறது... கொள்ளிடக்கரையில் பூத்துக்கிடக்கும் வைகறை வெள்ளைப் பூக்களைப் பறித்து வரவேண்டும். அதனுடன் பிரண்டையும் சேர்த்த விழுதைப் பற்றுப்போட்டால் ஏழு நாட்களில் குணமாகும்."

"கொள்ளிடத்துக்குச் சென்று வர நேரம் பிடிக்கும். அய்யா! கொஞ்சம் என்னை நம்பி ஒரு குதிரையுடன் வெளியே சென்று வர அனுமதியுங்கள். இரண்டு நாழிகைக்குள் மருந்துடன் வருகிறேன்" என்று திருமேனி கேட்டவுடன்,

"என்ன வைத்தியரே நீங்கள் வைத்தியரா? உதவியாளர் என்று சொல்லப்படும் இவன் வைத்தியனா?" என்று கேட்டாள் வெண்முத்து அலட்சியமாக.

"அம்மா... அவன் இளையவனாக இருந்தாலும் அறிவும் திறமையும் மிக்கவன். எனக்கும் வயதும் ஆகிறது; நினைவாற்றலும் குறைகிறது அல்லவா?" என்று பதிலளித்தார் பெரியவர்.

"சரி சரி... உனக்குக் குதிரைச் சவாரி தெரியுமா? அல்லது குதிரை வீரனுடன் வேண்டுமா?" என்று கேட்டாள் வெண்முத்து.

"என்னை நம்பினால் குதிரை மட்டும் போதும். நம்பாவிட்டால் ஒரு குதிரை வீரனுடன்..."

"என்ன வைத்தியரே இவனை நம்பலாமா?"

"அவன் எல்லாம் தெரிந்தவன். குதிரையைக் கொடுங்கள்."

"சரி. தருகிறேன். இரண்டு நாழிகைக்குள் நீ வந்துவிடவேண்டும்."

திரும்பி வெளியே பார்த்து, "யார் அங்கே? என் குதிரையைக் கொண்டுவரச்சொல்லுங்கள்!" என்றாள் வெண்முத்து.

சொன்ன சிறிது நேரத்திலேயே அந்தப்புர வாயிலுக்கு வெளிப்பக்கம் ஒரு வீரன் குதிரையில் வந்து இறங்கினான்.

வெண்முத்து, திருமேனியைப் பார்த்து, "நீ புறப்படலாம்... இரண்டு நாழிகை... ஞாபகம் இருக்கட்டும்..''

"நன்றி தோழியாரே!"

"என் பெயர் தோழி இல்லை... வெண்முத்து!"

"பெயரைச் சொன்னதற்கு இன்னொரு பெரிய நன்றி! வெண்முத்து என்று பெயர் இருந்தாலும், ராஜ குடும்பத்தாரைப் பெயர் சொல்லி அழைப்பது கௌரவமாகப் படவில்லை. நான் வருவதற்குள் அம்மி, குழவி, ஒரு சிறிய கத்தி, வெள்ளைத் துணி, கொஞ்சம் செம்மண், வெள்ளாட்டுப்பால், பசுநெய் ஆகியவற்றைத் தயாராய் வைத்துக்கொள்ளுங்கள். அப்புறம் ஒன்று... நான் திரும்பி வரும்போது உங்கள் காவலாட்கள், உள்ளே விடாமல் தடுத்துவிடப் போகிறார்கள்..."

"நீ ஒன்றும் கவலைப்படாதே! என் குதிரையைப் பார்த்தால் யாரும் உன்னைத் தடுக்கமாட்டார்கள்."

"மிக்க நன்றி!" என்று சொல்லிவிட்டு ஒரே உந்துதலில் லாவகமாக குதிரையில் ஏறி அமர்ந்த திருமேனி, குதிரையைக் கால்களால் தட்டினான். சமிக்ஞையைப் புரிந்துகொண்ட குதிரை சிட்டாய்ப் பறந்தது. அவன் குதிரையைச் செலுத்திய நேர்த்தியைக் கண்ணுற்ற வெண்முத்து சற்றே வியப்பெய்தி அவன் சென்ற திசையைப் பார்த்துக்கொண்டு நின்றாள்.

குதிரை பல தெருக்களைக் கடந்து, மண்சாலையில் கனைத்துக் கொண்டே ஓடியது. காலை வெயிலில் ஈரத் தரையிலும் கிளப்பிய மண்புழுதி மேலே கிளம்பியது. குதிரை முதுகின் சேணம்மீது வெண்முத்து அமர்ந்த இடத்திலமர்ந்து அவன் குதிரை சவாரி செய்வதைப் பேரதிருஷ்டமாகவே நினைத்து மகிழ்ந்தான். குதிரை வயிற்றின் இரு புறங்களையும் இரண்டு கால்களால் ஒட்டியணைத்து ஓட்டியக் காட்சியை வழிப்போக்கர்கள் பார்த்து வியந்த வண்ணம் சென்றனர்.

கார்த்திகை மாதக் கடைசி. ஒரு மாதம் சேர்ந்தாற்போல் அடை மழை பெய்து விட்டிருந்தது. பச்சை மரங்களின் இலைகளின்மீது படிந்திருந்த புழுதி தூசியெல்லாம் கழுவப்பட்டு நல்ல மரகத வண்ணத்துடன் பிரகாசித்தன. குளு குளுவென்று குளிர்ந்த காற்றைக் கிழித்துக்கொண்டு திருமேனியின் குதிரை பறந்துகொண்டிருந்தது.

பச்சிலை கிடைக்கும் இடம் வெகுதூரத்தில் இல்லை. மேற்குக் கோபுரம் மூடப்பட்டிருந்ததால் சிறிது தூரம் சுற்றிக்கொண்டு செல்ல

வேண்டும். இருந்தாலும் போகும் வழியெங்கும் எங்கேயாவது கிடைக்கிறதா என்று கூர்ந்து கவனித்துக்கொண்டே சென்றான். ஒரு சுற்றுச் சுற்றிவிட்டு கோவிலின் வடக்கு ராஜகோபுரத்தை அடைந்தான். குதிரையை நிறுத்திவிட்டு, கோவிலுக்குள் நுழைந்து, நேராக வலதுபுறம் அமைந்துள்ள படிக்கிணற்றுக்கருகில் வந்து மூலிகைகளைத் தேடினான். மணமாகாதவர்கள் காலை நேரத்தில், மகாலட்சுமி தவமிருந்த இடத்திலுள்ள இக்கிணற்று நீரை எடுத்துக் குளித்தால் கலியாணம் ஆகும் என்ற ஐதீகம் பின்பற்றப்படுகிறது. கோவிலுக்குள் எப்போதோ கற்றாழையைப் பார்த்த ஞாபகம் மட்டும் அவனுக்கு இருந்தது. அவனுக்கு, எங்குச் சென்றாலும் சீக்கிரம் மருந்துடன் செல்லவேண்டுமே என்ற எண்ணம்தான் முந்திக்கொண்டு நின்றது. எந்த விக்கிரகத்தைப் பார்த்தாலும் வெண்முத்துவின் பிம்பமே அவற்றில் தெரிந்தது.

கோவில் வளாகத்தின் இடைவெளி வழியே கண்ட கீழ்திசைப் பரிதிகூடத் திருமேனியின் கண்களுக்கு வெண்ணிலவாய்த் தெரிந்தது. இளவெயில்கூடத் தண்ணிலவின் சாந்த வீச்சாய் உணர்ந்தான்.

பின்னர் வேகமாகத் தென்புறம் சென்றான்.

மார்க்கண்டேயர் மகரிஷி தவம் இருந்த 'தாயார் குகை'யை அடைந்தான். அங்கே இருக்கும் ஆலமரத்தின் எதிரே உள்ள சிறிய தெப்பக்குளத்தைச் சுற்றிச் சென்று நந்தவனத்துக்குள் நுழைந்தான். அதன் பின்புறம் மண்டிக்கிடக்கும் பச்சிலைகளுக்கிடையே முளைத்துக்கிடந்த கற்றாழை இலைகளையும், வேலியில் படர்ந்திருந்த பிரண்டை இலைத்தண்டுகளையும் நறுக்கி எடுத்துக்கொண்டு திருமேனி புறப்பட்டான். வரும் வழியில் ஒரு வீட்டின் முன்புறம் தழைந்து வளைந்து நின்ற முருங்கை மரத்திலிருந்து கொஞ்சம் இலைகளையும் பறித்துக்கொண்டான்.

5

காதலில் விழுந்த வெண்முத்துவும் திருமேனியும்!

இடைப்பட்ட நேரத்தில் இளவரசிக்கு நிகழ்ந்த விபத்துச் செய்தியைக் கேள்விப்பட்டுப் போர்ப்படைத் தளபதி செங்கோடன் வேகமாக அந்தப்புரத்துக்குள் நுழைய முற்பட்டான்.

பெண் பணியாட்கள், "வெண்முத்துவின் அனுமதியின்றி உள்ளே செல்லவேண்டாம் தளபதியாரே!" என்று மென்மையாகத் தடுத்தனர்.

"என்ன சோதனை எனக்கு? இளவரசியாரை மணந்து கொள்ளப்போகும் எனக்கே தடையா?"

"இல்லை தளபதி அவர்களே... இளவரசி அவர்கள் முறையான உடை உடுத்தவில்லை. அதனால்தான்..."

"சரி... நான் வந்து பார்க்க விரும்புகிறேன் என்று போய்ச் சொல்!" என்று கூறிவிட்டு அவன் உடல்மொழி மூலம் கொஞ்சம் சலித்துக்கொண்டு நின்றான்.

வெண்முத்து வெளியே வந்தாள். "தளபதியாரே!" என்று குனிந்து வணக்கம் செய்துவிட்டு,

"மன்னிக்கவேண்டும் தளபதியாரே! இளவரசி தன்னை யாரும் பார்க்க வேண்டாம் என்று ஆணையிட்டுள்ளார். பார்க்கக்கூடிய நிலையிலும் அவர்கள் இல்லை.''

"சரி வெண்முத்து! இளவரசிக்கு என்ன செய்கிறது? நான் என்ன செய்ய வேண்டும்?"

"நடனம் ஆடியபோது தொடையில் சதைப் பிறழ்ச்சி ஏற்பட்டிருக்கிறது. அவ்வளவுதான். நீங்கள் இப்போது பார்க்காமல் தவிர்ப்பதே நல்லது. அதையே அவர் பேருதவியாக எடுத்துக்கொள்வார்."

"சரி! இளவரசியை நான் தொந்தரவு செய்ய விரும்பவில்லை. நான் வருகிறேன்..." என்று தளபதி சொல்லிக்கொண்டிருக்கும் போது வெண்முத்துவின் குதிரை வேகமாக வந்து நின்றது. சிறிய துணியின் நுனியில் பச்சிலைகளை முடிச்சுப் போட்டு எடுத்துக்கொண்டு, போர் வீரனுக்குரிய அழகோடு திருமேனி காலைத் தூக்கிக் குதிரையிலிருந்து குதித்து நின்று அவர்களை ஒரு பார்வை பார்த்தான்.

'போகலாம்' என்று நினைத்துத் திரும்பிய தளபதி, திருமேனியைப் பார்த்தவுடன் நின்றுவிட்டான். திருமேனிக்கு, செங்கோடன் யாரென்று தெரிந்திருந்தாலும் காட்டிக்கொள்ளாமல், விடுவிடுவென்று இளவரசி இருக்கும் பகுதிக்குள் பிரவேசித்தான். பார்த்துக்கொண்டிருந்த செங்கோடனுக்கு அதிர்ச்சியும், சினமும் ஏற்பட்டன.

"வெண்முத்து! யார் அவன்?"

"வைத்தியரின் உதவியாளன்."

"அவனைப் பார்த்தால் வைத்தியர் மாதிரித் தெரியவில்லையே... எதற்கும் கொஞ்சம் ஜாக்கிரதையாக இருங்கள்!"

'உன் சந்தேகப் புத்தி உன்னை எங்கே விட்டொழியப் போகிறது?' என்று தனக்குள் எண்ணிக்கொண்டு,

"உத்தரவு தளபதியாரே!" என்று வெண்முத்து சொல்லிவிட்டு, இருந்தாலும்,

'தளபதி சொன்னதில் உண்மை ஏதாவது இருக்குமோ? சற்று முன்பு லாவகமாக ஒரே தாவலில் தாவி, பெரிய குதிரைவீரன் போல் ஏறி உட்கார்ந்தானே? அந்தப் பாணியும், தாவி ஏறிய பாங்கும் இதுவரை இப்படியான கம்பீர அழகுக் காட்சியை யாரிடமும் நான் பார்த்ததில்லை' என்று எண்ணிக்கொண்டே உள்ளே வேகமாக ஓடினாள்.

வேகமாக கத்தியை வாங்கி, கற்றாழை மடலைச் சீவி, மேல் தோலை நீக்கி உள்ளே இருக்கும் சோற்றைப் பிரித்தெடுத்துக் கொண்டான். செம்மண் சட்டியிலிருந்து சிறிது மண்ணை எடுத்துத் தயாராய் இருந்த அம்மியில் வைத்தான். கற்றாழை இலைச் சோற்றைச் சேர்த்து வைத்து, திருமேனியே தன்னுடைய இளமை நிரம்பிய வீர புஜத்தைக்கொண்டு மளமளவென்று விரைவாக அரைத்து வழுவழுப்பான விழுதாக உருட்டி எடுத்தான்.

கலைமகள்-23

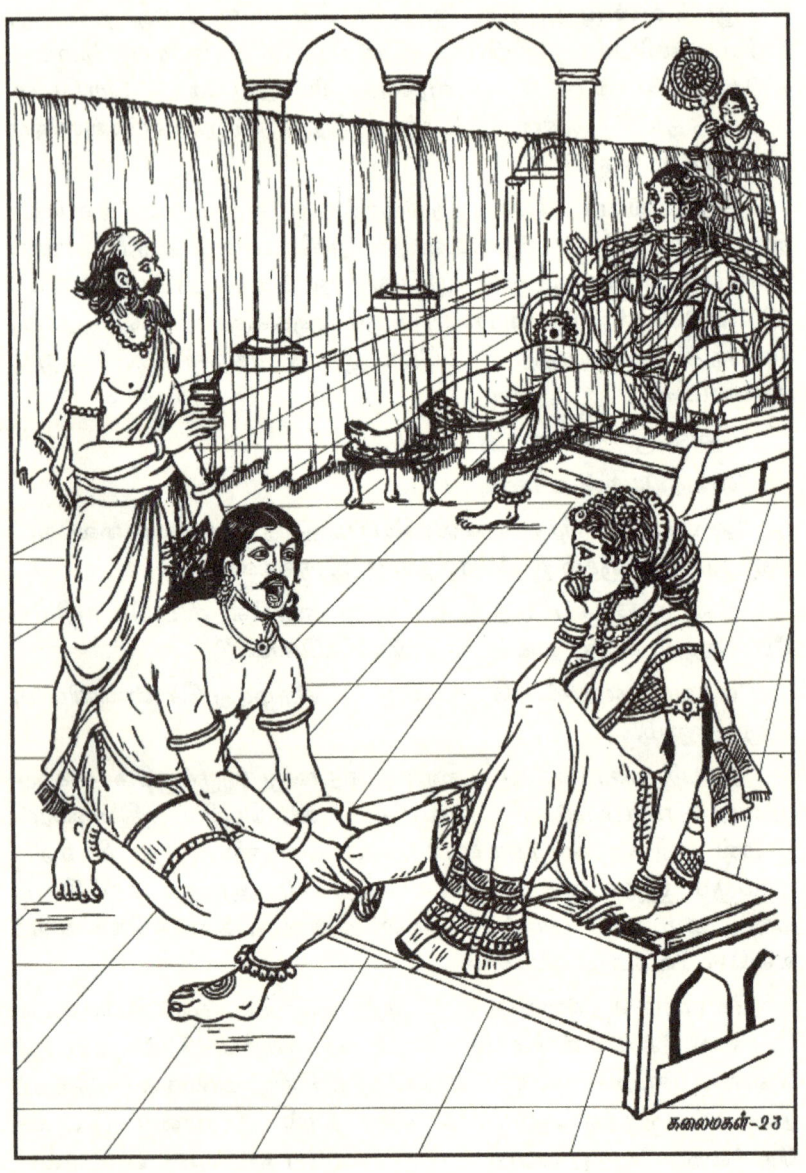

வெள்ளைத் துணியை எடுத்துச் சரேலென்று கோவண அளவில் நீளமாகக் கிழித்தான். அதன்மேல் அரைத்தெடுத்த விழுதைப் பரப்பினான். எடுத்துச் சென்று இளவரசியின் பாதிக்கப்பட்ட தொடையில் வைத்துக்கட்ட நெருங்கும்போது, வெண்முத்து தடுத்து,

“நீ இளவரசியைத் தொட்டுக் கட்ட வேண்டாம். நான் கட்டுகிறேன். நீ என் தொடையில் முதலில் வெறும் துணியால் கட்டிக் காண்பி'' என்று சொல்லித் தன் காலை மறைத்திருந்த ஆடையைச் சற்று விலக்கினாள்.

‘ஆஹா இப்படியொரு அரிய சந்தர்ப்பம் கிடைத்ததே! பழம் நழுவிப் பாலில் விழவில்லை; தேனமுதுக் கோப்பையிலேயே விழுந்துவிட்டதாக திருமேனி எண்ணிக்கொண்டு, வெண் முத்துவை உட்கார வைத்துப் பெரியவர் முன்னிலையில் அவளது முழங்காலின் மேற்புறத்தைத் தன் இரு கரங்களால் தொட்டான். துணியைச் சுற்றிக் கட்டினானே தவிர அவனுடைய எண்ணமும் மனவெழுச்சியும் விண்ணில் சிறகடிக்க ஆரம்பித்தன.

ஓர் ஆண்மகனுக்கே, சங்க இலக்கியத்தில் சொல்லப்பட்ட ‘மெய் தொட்டுப் பயிறல்’ என்ற உணர்வு ஏற்பட்டுவிட்டதென்றால், வெண்முத்துவைப் பற்றிச் சொல்லவே வேண்டாம்.

திருமேனியின் முரட்டுத் திண்மை நிறைந்த கரங்கள் செவ்வாழைத் தண்டைத் தோற்கடிக்கும் வெண்முத்துவின் காற்தொடைப்பகுதிமீது பட்டவுடன் அவள் வானில் இறக்கை கட்டிப் பறக்கத் தொடங்கிவிட்டாள்.

வெண்முத்து, மேகக்கூட்டத்தின்மீது படுத்துப் புரண்டெழுந்து, நிலவிலிருந்து கட்டித் தொங்கவிடப்பட்ட பொன்னூஞ்சலில் அமர்ந்து, ஒரு நட்சத்திரத்துக்கும் இன்னொரு நட்சத்திரத்துக்கும் இடையில் ரம்மியமான சூழலில் தேவலோக வாசனையில் கண்மூடி மிதந்தாடினாள்.

திருமேனி செய்வதையெல்லாம் கண்கொட்டாமல் வைத்தியர் பார்த்துக்கொண்டு இருந்தார்.

‘இவன் செய்கிற... கற்றாழையும் தெரியும், செம்மண்ணும் தெரியும். இந்தப் பிரச்சினைக்கு இதுதான் வைத்தியம் என்று பெரியவருக்குத் தெரியாது. இருந்தாலும் இந்த வைத்தியத்தால்

அரசிக்குக் குணமாகுமா? நம் பெயரைக் காப்பாற்றுவானா? இந்த வைத்தியம் சரிதானா என்பதைப் பின்னர்க் கேட்டுத் தெரிந்துகொள்ளலாம்' என்றெல்லாம் நினைத்துக்கொண்டு பெரியவர் அமர்ந்திருந்தார்.

திருமேனியையும் வெண்முத்துவையும் கண்ணுற்ற பெரியவர்,

"என்ன அப்படியே இரண்டு பேரும் பிரமை பிடித்தாற்போல் அமர்ந்துகொண்டு இருக்கிறீர்கள்? சின்னம்மா! நீங்கள் எழுந்துபோய் இளவரசிக்குக் கட்டிவிடுங்கள்" என்று சொன்ன பின்புதான் தன்னிலை உணர்ந்தவர்களாய் விழிப்படைந்தார்கள்.

உணர்ச்சிப் போராட்டத்திலிருந்து எப்படியோ விடுபட்டு, எவ்வாறு முறையாகத் தொடையில் கட்டவேண்டும், எந்த அளவுக்கு இறுக்கமாகக் கட்டவேண்டும், வீக்கமுள்ள இடத்தில் எப்படி மருந்து அடையாகப் படும்படி இருக்க வேண்டும், துணியின் ஒரு நுனியில் கிழித்துவிட்ட இரு பகுதிகளைக்கொண்டு எப்படி முடிச்சுப் போடவேண்டும் என்பதையெல்லாம் செய்து காண்பித்து அதை,

"எக்காரணத்தைக்கொண்டும் இன்று இரவுமுதல் விடியும்வரை விழுதை நன்கு காயவிடவும். அத்துடன் இந்த முருங்கை இலைகளை ஒரு வறு மண்சட்டியில் போட்டு மிதமாக வதக்கி ஒரு சுத்தமான வெள்ளைத்துணியில் கட்டிப் பாதிக்கப்பட்ட இடத்தில் ஒற்றடம் கொடுத்துக்கொண்டே வரவும்.

காலையில் நான் வரும்போது, பிரண்டை இலையைச் சீவி மேல் தோலை நீக்கி சுக்கு, மிளகு, திப்பிலி சேர்த்து துவையலாக அரைத்து லேகியம்போல் கொண்டு வருகிறேன். அதை விழுங்கச் செய்த ஒரு நாழிகை கழித்துக் கட்டவிழ்த்து அரசியாரை நடக்கச் செய்வோம். முன்புபோல் நடக்கலாம். நாளை மீண்டும் மேடையேறி மீண்டும் நடனமே ஆடலாம்" என்றான்.

வெண்முத்துவுக்கு, தான் இதுவரை அடையாத, அடையாளப் படுத்தத் தெரியாத புது அனுபவ உணர்வை இளம் தேஜஸ்கொண்ட ஓர் ஆண் மகனுடைய ஸ்பரிஸம் பெறவைத்துவிட்டது. அவன் தொட்ட இடம் எதிர்காலத்துக்குரியவன் தொடும் இடமல்லவா? இது அவள் தானாக வாங்கிக் கட்டிக்கொண்டதுதான். புதிதாகப் பூத்துவரும் செந்தாமரை போன்று எப்போதும் முறுவல் பூத்திருக்கும் வெண்முத்துவின் முகம் சிலிர்த்து, வெளுத்து,

கண்கள் அங்கும் இங்கும் அலைபாயாமல் நிலைகுத்தி நின்றன. எதிர்காலத்தில் சிவவிரதையாகப் போய்விடலாம் என்றெல்லாம் நினைத்திருந்த வெண்முத்துவுக்கு இப்படியொரு சோதனையா?

கண்களை மூடினால், அந்தகாரமாய் இருந்தது; வான தேவதைகள் தங்களுடைய மாயாஜால சக்தியினால் அவளை மயக்க நிலைக்குக் கொண்டு சென்றுவிட்டன. அந்த வனாந்திர பிரதேசத்தில் எண்ணிலடங்காத மின்மினிகள் பிரகாசித்து வட்டமடித்துக்கொண்டிருந்தன. வெண்முத்துவின் முகமருகே அவை தீபாலங்காரம் செய்வது போன்ற வெப்பம் தாங்காமல் கண்விழித்தாள்.

சங்குப்பூ போன்ற மூக்கின் நுனியில் வியர்வைத் துளிகள் அரும்பி நின்றன. மையிட்ட வானவில் புருவங்கள் மழைச் சாரல்பட்ட ஈரப்பிரதேசமாகக் கரைந்தது. வெண்மின்னலைத் தோற்கடிக்கும் பற்கள் எங்கேயோ குகைக்குள் போய் ஒளிந்துகொண்டன. விடியல் வெளிச்சமாக இருக்கும் அவள் முகத்தில் அஸ்தமன மங்கிய ரேகை படரத் தொடங்கியது. மேலும் கீழும் பெருத்து, இடை சிறுத்துக் காணப்படும் பெண்மையின் இலக்கணமாக விளங்கும் அவளுடைய காந்தக் கட்டழகு இப்போது மெலிந்து ஆற்று நீரோட்டம்போல் இளகிப்போனதாக உணர்ந்தாள். எப்போதும் ஈரங்காக்கும் உதடுகள் பாலை நிலம்போல் ஒளியின்றிப் பொலிவிழந்து வறண்டு கோடுகளாய்க் காணப்பட்டன.

வெண்முத்துதான் அப்படியெனில் திருமேனியோ நிலை குலைந்து போய்விட்டான். அவளைத் தொட்ட மாத்திரத்திலேயே வளர்பிறையின் வளைந்த விளிம்பில் அமர்ந்து, மயில் தோகை போன்ற விரிந்த இறக்கைகளைக் கட்டிக்கொண்டு, வானில் அசைத்தவாறு கண்சிமிட்டும் விண்மீன்களுக்கிடையே பறந்து பவனி வரத் தொடங்கிவிட்டான். அவனுடைய தேகத்தின் ஒவ்வோர் அணுவும் கிளர்ந்தெழுந்து இதயத் தடாகத்தின் வெண்டாமரை இலைகள்மீது நின்று நடனம் ஆடத்தொடங்கின.

வந்த வேலையை விட்டுவிட்டு இப்படி எவளோ ஒரு பெண்ணிடம் மனத்தைப் பறிகொடுத்துவிட்டுத் தத்தளிக்கிறாயே என்று தன்னையே கேட்டுக்கொண்டான். 'ஓ... ஆபத்பாந்தவா! அநாதரட்சகா! நீ இருந்தால் வந்து இவளிடமிருந்து என்னைக் காப்பாற்று!' என்று கத்த முயன்றான். அவளைச் சிந்தையிலிருந்து

அகற்றச் சிரத்தை எடுக்கும்போது வெண்முத்துவின் அஞ்சனம் தீட்டிய கண்கள் சிமிட்டிக் காட்டின. ஊமத்தம்பூ இதழ்குழாய்க்குள் சிக்கிக்கொண்ட தேனீயாய்த் துடித்தான் இளவரசன். இது துயரமா? பிறவிப்பயன் மகிழ்ச்சியா? தேன்கோப்பையில் மாட்டிக்கொண்ட எறும்பாய்ச் சிக்கிக் கரையேற இயலாத கரமில்லா முடவனாய்த் தவித்தான். உணர்விழந்து மெய்மறந்து போய்விட்ட திருமேனி இனி மீளுவதெங்கே?

திருமேனி, ராஜகுமாரனாக வளர்ந்து கட்டிளங்காளை வயதை அடைந்துள்ளான். வளர்ந்தபோது காடுகளிலும், மலைக் குகையிலும், வில் அம்பு வித்தை கற்பதிலுமே கவனத்தைச் செலுத்திப் பொழுதைப் போக்கிவிட்டான். சிங்கம், புலிகளைப் பார்த்து வளர்ந்தவன். அந்த மலைக்காட்டில் வயதுப் பெண்களை எங்கே பார்த்திருக்கப்போகிறான்? இங்கே அவளிடம் மதிமயங்கி மனத்தைப் பறிகொடுத்து உணர்ச்சிப் பிரவாகம் எடுக்க மலைத்துப் போய் நின்றான்.

இடைப்பட்ட நேரத்தில் இயற்கை வைத்திய முறையையும் கற்க வேண்டுவனவற்றையும், இராஜ தந்திர முறையையும், தமிழ்ப் பண்பாடு, நாகரிகத்தையும், நல்லாட்சித் தத்துவத்தையும், நீதிநெறிக் கோட்பாட்டையும், சங்க இலக்கியச் சுவையையும் ஒரு கீழ்ப்படிந்த சீடனாய் இருந்து, கல்வராயன் மலைவாழ் ஐங்குறு மாமுனிவரிடம் கசடறக் கற்றுக்கொண்டானே அல்லாமல் குமரிப் பெண்களின் இடையைப் பார்த்தானா? கண்சிமிட்டிக் கவர்ந்திழுக்கும் காந்தப் பார்வையைச் சந்தித்திருப்பானா? இல்லையே! இதுவரை எந்தப் பெண்ணையும் தொட்டுணர்ந்த அனுபவம் இல்லாததால் அவனுக்கும் இது ஒரு புது அனுபவத்தைக் கொடுத்து அவனைத் திக்குமுக்காடச் செய்துவிட்டது. அதிலிருந்து மீள முடியாமல் தவித்தவன், அப்படியே அவள் தொடையைத் தன்னிரு கரங்களால் அணைத்தவாறே இருந்திடலாம் என்ற மோக உச்சநிலைக்குச் சென்றுவிட்டான். ஒருவாறு தன்னைச் சமாளித்துக்கொண்டு வெண்முத்துவிடமிருந்து மனமின்றி விலகினான்.

வெண்முத்துவை உசுப்பி, நற்றிணைக்கு துணி சுற்றிக் கட்டும் முறையைச் செயல்முறைப்படுத்த நினைவூட்டினான்.

ஒருவாறு சமாளித்து இளவரசிக்குத் திருமேனி சொல்லியவாறு பச்சிலை விழுது தடவிய துணியை வெண்முத்து ஒருவாறு கட்டி

முடித்தாள். ஏற்றப்பாட்டுக்கு எதிர்ப்பாட்டுப் பாடி இருவருடைய உணர்ச்சிகளின் உச்ச சங்கமத்துக்குப் போய் ஒருவாறு காடு வெந்து தணிந்தது.

ஆஜானுபாகுவான அழகு ஆண்மகன் உள்ளே போயிருப்பதால், செங்கோடனோ 'குழிப்பிள்ளையை நரி சுற்றுவதுபோல்' இளைஞன் வெளிவரும்வரை காத்திருந்தான். எட்டாத பழத்துக்குக் கொட்டாவி விட்டு அங்கே இருந்த ஆசனத்தில் அமர்ந்தவன், சற்றுக் கண்ணயர்ந்துவிட்டான். அந்த நேரம் பார்த்துத் திருமேனி, பெரிய வைத்தியருடன் வெளியே வந்தான்.

சுற்றுமுற்றும் பார்த்தான். அந்த இடத்தில் கண்ணுக்குத் தெரிந்தவரை யாரும் இல்லை. முதல் நுழைவாயிலில் காவலாளிகள் நின்றுகொண்டிருந்தார்கள். அவர்கள் இந்தப் பக்கம் திரும்பாமல் தங்களுக்குள் மறைவாக நின்று ஏதோ பேசிக்கொண்டிருந்தார்கள். குதிரை மட்டும் நின்றுகொண்டிருந்தது.

தன் தந்தையைக் குத்திக் கொன்றவனை, இப்போது மறைந்து நின்றாவது பழிவாங்க இதுதான் தக்க சமயம் என்று திடீரென்று எண்ணம் உதயமானது. பெரியவரிடம், "இதோ முன்னால் போய்க்கொண்டிருங்கள் பின்னால் வந்துவிடுகிறேன்" என்று சொல்லி அனுப்பி வைத்தான்.

எப்போதும் தொங்கவிட்டிருக்கும் தன் தோள்பைக்குள் ஒளித்து வைத்திருந்த குறுவாளை மெதுவாக எடுத்தான். பின்புறமாக நெருங்கினான். 'சரி குத்திவிட்டு எப்படித் தப்பிப்பது?' என்று யோசித்தான். 'வெண்முத்துவின் குதிரை அங்கேதான் நின்றுகொண்டிருக்கிறது. அந்தக் குதிரையில் ஏறி எந்த வாயில்களிலும் எந்தப் பிரச்சினையும் இன்றி வெளியேறிவிடலாம்' என்றெல்லாம் ஒருபுறம் யோசிக்கும் வேளையில் அவனுக்குப் பழைய ஞாபகமெல்லாம் வந்தது.

6

செம்பியன் திருவேல் வஞ்சகமாகக் கொல்லப்பட்ட செய்தி

பத்து ஆண்டுகளுக்குமுன், தன் எதிரிக்கு வெண்ணாகர மன்னனாகிய செம்பியன் திருவேல் அடைக்கலம் கொடுத்தான் என்ற காரணத்துக்காக வெண்ணாகரத்தின்மீது திருவெள்ளறை மன்னன் நெடுமான் குரவன் கௌரவம் காக்கப் படையெடுத்தான். அப்போது, போர் பலநாட்கள் நடைபெற்றுக்கொண்டிருந்தது. மன்னன் நெடுமான், கொள்ளிட ஆற்றின் வடபுறம் திருமானூரில் குடில் அமைத்துக்கொண்டு போர் நடத்தினான்.

இளைஞனாகவும் துடிப்பாகவும் பெரும் வீரனாகவும் விளங்கியதால் இளமையிலேயே போர்த்தளபதியாகிவிட்டவனும் தனது நம்பிக்கைக்குப் பாத்திரமானவனுமாகிய செங்கோடனைப் படையுடன் வெண்ணாகரத்துக்கு மன்னன் அனுப்பி வைத்தான்.

இன்று மன்னனாக முடிசூட்டப்பட்ட இளந்திரைக்கோவும் திருமேனியைப்போல் அன்று சிறுவனாகத்தான் இருந்தான்.

வெண்ணாகர மன்னனாகிய செம்பியன் திருவேலின் படையுடன் ஒப்பிடுகையில் திருவெள்ளறையின் படை வீரர்களின் எண்ணிக்கை குறைவாகவும் பலவீனமாகவும் இருந்தது. மன்னன் நெடுமானின் தங்கை மகன்தான் செங்கோடன். அவனுக்குத்தான் தன் மகள் நற்றிணையை மணம் செய்து வைக்க வேண்டுமென்று வெளிப்படையாக எல்லாரிடமும் சொல்லிக்கொண்டிருந்தான் அந்நாட்டு மன்னன். அதனால் மன்னனிடம் நற்பெயரைப் பெற்று அவனுக்கு மருமகனாகும் திட்டத்தை மேலும் ஊர்ஜிதம் செய்துகொள்ள செங்கோடன் துடித்தான். நற்றிணையைத்

திருமணம் செய்தால் அந்நாட்டு மன்னனாகும் வாய்ப்புகூடச் சில நேரங்களில் கிடைக்கலாம் என்ற சபலத்திலும் இருந்தான். எங்கே போரில் தோற்றுவிட்டால் தனக்கு இளவரசி நற்றிணையை மணம் செய்து வைக்காமல் விட்டுவிடுவார்களோ என்று செங்கோடன் ஐயத்துடன் யோசிக்கலானான். ஆகையினால் வஞ்சக வழியிலாவது செம்பியன் திருவேலைத் தீர்த்துக்கட்டத் திட்டம் போட்டான்.

போர் விதிகளின்படி 'சூரியன் அஸ்தமனத்துக்குப் பிறகு போர் ஓய்வு' என்பதுதான் நடைமுறை. செம்பியன் திருவேலின் மகனாகிய சிறுவன் திருமேனிக்கு உடல்நலம் சரியில்லையெனத் தகவல் வந்தவுடன் தன் மனைவி வடிவுடையாளையும், மகன் திருமேனியையும் வெட்டாற்று விருந்தினர் மாளிகைக்கு வரச் சொல்லிவிட்டு, தன் கூடாரத்திலிருந்து அந்த இரவு நேரத்தில் அங்கு மன்னன் ரகசியமாகச் சென்றான். இரவுக்குள் மகனைப் பார்த்துவிட்டுப் போர்க்களத்துக்குத் திரும்பிவிடலாம் என்று திருவேல் போட்ட திட்டத்தை, செங்கோடனின் ஒற்றர்கள் மோப்பம் பிடித்து அவனிடம் சொல்லிவிட்டனர்.

அந்த நேரம் பார்த்துத்தான் செங்கோடன் இப்படியொரு வஞ்சக வழியைத் தேடினான். திருவெள்ளறை மன்னரின் அனுமதியின்றி யாருக்கும் தெரியாமல் செங்கோடன் மாறுவேடம் பூண்டு தனியாகவே குடமுரட்டி ஆற்றையும், வெட்டாற்றையும் ஒருகல் தூரம் ஆற்றையொட்டி, கிழக்கே சென்று படகு மூலம் குறுக்காகக் கடந்து சென்று விருந்தினர் மாளிகைக்குள் போய் ஒளிந்துகொண்டான். மன்னன் செம்பியன் திருவேல் விருந்தினர் மாளிகைக்குள் நுழைந்தவுடன் ஒளிந்திருந்தவன் கத்தியை எடுத்து, அரசி வடிவுடையாள் கண்முன்னே மங்கிய வெளிச்சத்தில் மன்னனின் தலையை வெட்டிவீழ்த்திவிட்டு ஓடிவிட்டான்.

மறுநாள் காலை திருமானூரிலிருந்த திருவெள்ளறை மன்னனிடம் செங்கோட்டாதவன் சென்று முந்திய தினம் ரகசியமாகக் கொன்றுவிட்ட செய்தியை மறைத்துவிட்டு, 'வெண்ணாகரத்து மன்னன் இன்று காலை நடந்த போரில் என் வாளுக்கு இரையாகிவிட்டான். தாங்கள் வெற்றி வாகையுடன் ஊர் திரும்புங்கள்' என்று வழியனுப்பி வைத்துவிட்டான்.

❖

அப்படிப்பட்ட நயவஞ்சகன் செங்கோடன் இன்று திருவெள்ளறை அந்தப்புரத்தில் தனிமையில் திருமேனியிடம் மாட்டிக்கொண்டான். பத்தாண்டுக் கனவு நிறைவேறப்போகிறது என்று எண்ணிச் சந்தோஷமடைந்தான். கொட்டாவி விட்டுக்கொண்டு இருக்கையில் சாய்ந்திருப்பவனைச் சாய்த்தொழிக்கும் நேரம் வந்துவிட்டதாகத் திருமேனி மகிழ்ந்தான். செங்கோடனுக்கு உறக்கம் வந்துவிட்டது; நீண்ட நாட்களாக உறங்கிக்கொண்டிருந்த என் வாளுக்கு விழிப்பு வந்துவிட்டது என்று மனம் பூரித்துப்போனான் திருமேனி.

'செங்கோடனைக் கொன்ற பின்பு மாட்டிக்கொண்டாலும் கூடப் பரவாயில்லை... ஒரு மகத்தான காரியம் செய்துவிட்டோம்; தாயும், தாய்மாமனும், நாட்டு மக்களும் சந்தோஷப்படுவார்கள்!' என்றெல்லாம் திருமேனி எண்ணிக்கொண்டான். தாய்மாமன் அருந்தவராயர் தற்போது தாளிமண்டபத்தில் மன்னனுடைய விருந்தினராகத் தங்கியிருக்கிறார். மாட்டிக்கொண்டால், 'வைத்தியரின் உதவியாளனாக நடித்தவன்தான் திருமேனி என்கிற செம்பியன் திருமேனி' என்கிற விஷயத்தை மன்னன் இளந்திரைக்கோ தெரிந்துகொண்டுவிடுவான். பிறகு மாமாவின் உயிருக்கு ஊறு நேரிடலாம்.

தான் யாரென்று மாமாவைத் தவிர அங்கு யாருக்கும் தெரிய வாய்ப்பில்லை. பிறகு ஏன் வீணாக மனத்தை அலைய விடவேண்டும்? எதிர்மறையான எண்ணம் ஏன் வரவேண்டும்? எல்லாம் சாதகமாகத்தான் நடக்கப்போகிறது. என்றெல்லாம் எண்ணி, செங்கோடனின் பின்னால் நின்றுகொண்டு வாளை திருமேனி ஓங்க முனையும்போது...

மறுபுறம் திருமேனியின் மனச்சாட்சி பேசியது...

'மறைந்திருந்து வாலியைக் கொன்ற ராமன் பல பழிகளுக்கும், அவப்பெயருக்கும் ஆளானதை எண்ணிப்பார்த்தான். ராமன் ஒரு கோழை; வீரமற்றவன்; ராமன் ஒரு குற்றவாளி' என்று பேசப்பட்டதையும் நினைவுகூர்ந்தான்.

'கல்வராயன் மலை மாமுனிவரிடம் பெற்ற தர்மம் இதுதானா? கற்ற வீரம் இதுதானா? சொல்லிக்கொடுத்த விவேகம் இதுதானா? செங்கோடனை எதிர்த்து நேருக்கு நேர் சமர்செய்து கொல்ல

உன்னால் முடியாதா? அந்த அளவுக்கு பலகீனமானவனா நீ? அப்படி முடியாவிட்டால் நீ எவ்வாறு ஒரு நாட்டை ஆட்சி செய்யப்போகிறாய்? அந்த நாட்டு மக்களை எப்படிக் காப்பாற்றப் போகிறாய்? உன் குடிமக்களுக்கு எந்த வீரத்தின் நெறியைப் போதிக்கப்போகிறாய்?'

'தவறு செய்ய முற்பட்டுவிட்டேன். வேண்டாம்... வேண்டாம். வாய்ப்பு அமைந்தும் நான் செங்கோடனைக் கொல்லைப்புற வழியாகக் கொல்ல மாட்டேன். சரியான சந்தர்ப்பம் ஒருநாள் கிடைக்கும். அப்போது என் வீரத்தைக் காட்டுவேன். நேருக்கு நேர்நின்று பொருதிக் கொன்று, நான் ஒரு சோழ மறவன் என்பதை நிறுவுவேன்' என்று முடிவெடுத்து கத்தியை மறைத்த நேரத்தில்...

"வைத்தியரே... வைத்தியரே... எங்கே உங்கள் உதவியாளர்? ஓ... இங்கேதான் நிற்கிறீரோ?" என்று சொல்லக்கூட வெண்முத்துக் கூச்சப்பட்டாள். சிறிதுநேரத்துக்கு முன் எஜமானி என்கிற தோரணையுடன் பேசியவள் இப்போது திருமேனியின் முகத்தை ஏறெடுத்து நிமிர்ந்து பார்க்க முடியவில்லை. இவ்வளவு வெட்கப்பட என்ன நடந்துவிட்டது? அவளையே அறியாமல் மனத்தினால், தான் கற்பிழந்துவிட்டவளாக எண்ணிக்கொண்டாள். மெதுவாகத் திருமேனியை நெருங்கி,

''தங்கள் பணி, வைத்தியம் பார்ப்பதிலிருந்து அங்கே எங்கள் தளபதியாருக்கு வெண்சாமரம் வீசும் பணியாக மாறிவிட்டதோ?" என்று கிண்டலாகச் சொல்லிய குரல் கேட்டவுடன்,

எடுத்த வாளை, அவளறியாவண்ணம் மீண்டும் கைப்பையின் உள்ளே அவசரமாக திருமேனி மறைத்து வைத்துக்கொண்டான். உறங்கிய தளபதியும் விழித்து எழுந்துகொண்டான்.

"இளவரசியின் கால் வீக்கம் காலையில் நிச்சயம் வடிந்து விடுமா? உண்மையாக நடப்பார்களா? எதற்கும் நாளை காலை நீங்கள் பிரண்டையை இங்கே கொண்டுவந்து எங்கள் கண்முன்னே விழுதைத் தயார் செய்யவும். அதைச் சொல்லத்தான் வெளியே ஓடிவந்தேன்...'' என்றாள்.

வெண்முத்து, அரசியின் மீதுள்ள அக்கறையில் சொன்னாளா? அல்லது மீண்டும் ஒருமுறை திருமேனியைப் பார்க்கவேண்டும் என்ற ஆவலில் வந்து கேட்டாளா? அல்லது இரண்டுக்கும்தானா?

இதற்குமுன் திருமேனியைப் பார்த்து, 'நீ, வா, போ' என்று அலட்சியமாக ஒருமையில் அவள் வாயிலிருந்து வெளிவந்த சொற்கள், இப்போது 'நீங்கள், வாங்கள், போங்கள்' என்ற மரியாதைச் சொற்களாக வந்து விழுந்தன.

பக்கத்தில் நின்ற பெரியவரைத் திருமேனி பார்த்து, 'நீங்கள் பதில் சொல்லுங்கள்?' என்று கண் சைகையால் சொன்னான்.

"அம்மா... திருமேனி நிச்சயம் வருவான். முடிந்தால் நானும் வருகிறேன்" என்றார்.

நடந்த சம்பாஷணைகளையெல்லாம் கவனித்துக்கொண்டிருந்த தளபதி செங்கோடன், பெரியவரைப் பார்த்து,

"என்ன வைத்தியரே! நீர்தானே ஆஸ்தான வைத்தியர். நீர் மட்டும் வந்தால் போதாதா?" என்று வினயமாகக் கேட்டான்.

அதற்கு வைத்தியர் பதில்சொல்ல முற்படுவதற்குள் வெண்முத்து முந்திக்கொண்டு,

"இல்லை தளபதியாரே! வைத்தியம் செய்து கட்டுப்போட்டவர் திருமேனிதான். ஒருவேளை இளவரசியால் நடக்க முடியாவிட்டால் அவர்தானே பொறுப்பு. அதனால் அவரே வரவேண்டுமென்பது இளவரசியின் உத்தரவு" என்று தளபதியிடம் சொல்லிவிட்டுத் திருமேனியைப் பார்த்து,

"திருமேனியாரே! நீங்கள் நாளை காலை மீண்டும் வரவேண்டும்; இப்போது நேரமாகிவிட்டது, வேண்டுமானால் என் குதிரையில் செல்லுங்கள்" என்றாள் உள் அர்த்தத்துடன்.

அவனும் பதிலுக்குப் புன்சிரிப்பைத் தவழவிட்டு,

"குதிரையைக் கொடுத்த உங்களுக்கு என் நன்றி. இளவரசியிடம் சொல்லுங்கள். நாளை காலை கண்டிப்பாக குதிரையைக் கொடுக்க வேண்டும் என்பதற்காகவே வருவேன்" என்றான்.

"குதிரையைக் கொடுக்க வேண்டும் என்பதற்காகத்தான் வருவீர்களா?"

"பின்... நீங்கள்தானே சொன்னீர்கள்..." என்று தெரிந்தும் தெரியாததுபோல் திருமேனி சொல்லிவிட்டு,

"பின் இளவரசியையும் பார்க்க வேண்டும்" என்றான்.

'அரசியையும்' என்பதைக் கொஞ்சம் அழுத்தமாக அவளைப் பார்த்துக்கொண்டே சொன்னான். அவளுக்கும் புரிந்திருக்கும்.

நடந்த காட்சிகளைப் பார்த்துக்கொண்டிருந்த செங்கோடனால் ஒன்றும் பேச முடியவில்லை. இருந்தாலும், அங்கு நின்ற வீரர்களிடம் 'எப்போதும் ஒரு கண் திருமேனிமீது இருக்கட்டும்' என்று தளபதி ரகசியமாகச் சொல்லிவிட்டுப் புறப்பட்டான்.

செங்கோடனைக் கொல்லக் கிடைத்த சந்தர்ப்பம் இப்போது நழுவிவிட்டதை எண்ணி திருமேனி தனக்குள் வீரப்பெருமை அடைந்துகொண்டான். செங்கோடன் சென்ற திசையை நோக்கியே திருமேனி பார்த்துக்கொண்டு நின்றான்.

'குதிரையைக் கொண்டு செல்லுங்கள்' என்று வெண்முத்து சொன்னபோது திருமேனிக்கு உச்சி குளிர்ந்துவிட்டது. களிப்பில் குதிரையில் ஏறி உட்கார்ந்துகொண்டு, பெரியவரைப் பின்னால் ஏறி அமரச் சொன்னான். அவரால் எப்படி ஏற முடியும்? பக்கத்தில் இருந்த வீரர்கள் அவரைத் தூக்கி குதிரைமீது உட்கார வைக்க உதவி செய்தார்கள். சிரித்துக்கொண்டே ஆனந்தமாக தனக்குள் பாடிக்கொண்டே திருமேனி புறப்பட்டான்.

இளவரசி நற்றிணையைச் சுற்றிச் சுற்றி வருபவன் தளபதி செங்கோடன். தோழி மூலம்தான் சில நேரங்களில் இளவரசியுடன் செங்கோடனால் பேச முடிகிறது. இதையெல்லாம் அறிந்து வைத்திருக்கும் வெண்முத்து, எந்த நேரத்தில், எந்த இடத்தில் தளபதியிடம் எப்படிப் பேசலாம் என்கிற சூட்சுமத்தையும் தெரிந்து வைத்திருந்தாள்.

ஏனெனில், இன்னொரு காரணமும் உண்டு. இளவரசிக்கு செங்கோடனை அவ்வளவாகப் பிடிக்காது. காதல், அடிக்கடி சந்தித்தல், அளவளாவுதல் என எதிலும் அவளுக்கு ஆர்வமில்லை என்பதை வெண்முத்து அறிவாள். 'செங்கோடனுக்கு, இளவரசி நற்றிணையைத் திருமணம் செய்துவைக்க வேண்டும்' என்று மறைந்த தந்தை மன்னர் நெடுமான் குரவன் தன் ஆசையைத் தெரிவித்துவிட்டதால் பொறுமையுடன் இளவரசி இருக்கிறாள். அண்ணன் இளந்திரைக்கோவிடம் இந்தத் திருமணத்தில் தன் விருப்பமின்மையை மறைமுகமாகத் தெரிவித்துள்ளாள் என்பதையும் வெண்முத்து அறிவாள்.

7

செங்கோடனின் சூழ்ச்சியை அருந்தவராயர் விவரித்தார்

குயிலும் சேவலும் குரலெழுப்பும் நேரத்தில், காகம் கரைந்து கதிரவன் எழப்போவதை அறிவித்துப் பூபாளம் பாடும் நேரத்தில், நேற்று முடி சூடிக்கொண்ட புதுமன்னர் இளந்திரைக்கோ வெள்ளறையின் தாளி மண்டபத்துக்குத் தனியாக வந்துவிட்டார். தியானத்தில் இருந்த அருந்தவராயர் எழுந்து மரியாதையுடன் மன்னரை வரவேற்றார். மன்னர், தான் அமர்ந்துகொண்டபின் அருந்தவராயரையும் அமருமாறு கேட்டுக்கொண்டார்.

"சொல்லுங்கள் அருந்தவராயரே! என் தந்தை போர்க்குற்றம் செய்தார் என்று நேற்று பகிரங்கமாகச் சொன்னீரே. அதற்கு ஆதாரம் இருக்கிறதா? ஒரு நியாயவான் மீது அபாண்டமாகப் பழி சுமத்தினால், நான் வெறுமனே கையைக் கட்டிக்கொண்டு இருக்க மாட்டேன்!" என்று சற்றுச் சினம் பொங்கக் கேட்டார்.

"வேந்தரே! தங்களிடம் இருக்கும் தர்ம நியதிகளையும் உணர்வுகளையும் நன்கு புரிந்து வைத்துள்ளேன். தங்களுடன் தளபதி செங்கோடன் வரவில்லையே? வெளியே நின்றிருந்தால் உள்ளே அழையுங்கள். ஆதாரத்தை அவர் முன் நிறுவிட ஏதுவாக இருக்கும்..!''

"பரவாயில்லை! நான் மட்டும்தான் தனியே வந்துள்ளேன். நான் இங்கு வந்துள்ளது யாருக்கும் தெரியாது. செங்கோடன் தளபதி மட்டுமல்ல... என் மைத்துனர். நான் என் தளபதியை மிகவும் நேசிப்பவன். என் தந்தைக்கும் எனக்கும் நம்பிக்கைக்குப் பாத்திரமானவர். அவரை நம்பாமல் எதிரியாகிய உங்களை எப்படி என்னால் நம்பமுடியும்?"

“அரசே! நியாயமான வியாக்கியானம்தான். எதிரியிடத்தும் உண்மையிருக்கலாம்; நண்பனிடத்தும் பொய் இருக்கலாம். உங்கள் இடத்தில் நான் இருந்தால் நானும் மைத்துனரிடம் பொய் இருக்காது என்றுதான் நம்புவேன். ஆனால் உண்மை என்றும் உண்மைதான். அதற்கென்றும் அழிவில்லை. மெய் என்றும் பொய்யாகாது. மலர்களில் ஒற்றுமைகள் இருந்தாலும் அனுபவமும் அறிவும் உள்ள குருடன் முகர்ந்து பார்த்தால் மல்லிகையை முல்லை என்று சொல்லமாட்டான்.

முதற்பொய்... உங்கள் தந்தை கொள்ளிடத்தின் வடகரையில் தங்கிக்கொண்டுதான் போரை நிகழ்த்தினார். அதனால் எங்கள் வெண்ணாற்றங்கரையில் நடந்தவை தங்கள் தந்தையாருக்கு நேரிடையாகத் தெரிந்திருக்க வாய்ப்பில்லை என்பதை ஒப்புக்கொள்வீர்கள் என்று நம்புகிறேன். அதனால் உங்கள் தந்தையாரும் தளபதி சொன்னதை நம்பி இருக்கிறார், தங்களைப்போல.

அடுத்த உண்மை... என் மைத்துனர் திருவேல் போர்க்களத்தில் சாகவில்லை. வழக்கமாக, போர் சூரியோதயத்தில் தொடங்கும். போர் தொடங்கிய அடுத்த நொடியே மன்னனைக் கொன்றிருக்க முடியுமா? அல்லது அவருடைய கூற்றின்படி, அப்படியே போரில் எங்கள் மன்னர் மடிந்திருந்தால், போர்க்களத்திலிருந்து குதிரை மூலம் வேகமாக வெண்ணாறு, வெட்டாறு, குடமுரட்டியாறு, காவிரி, கொள்ளிடம் ஆகிய ஆறுகளைப் படகு மூலமும் தரைப்பகுதியைக் குதிரை மூலமும் கடந்து செல்ல எவ்வளவு நேரமாகும்?

இக்கரை நிலப்பகுதியில் முகாமிட்டிருந்த உங்கள் தந்தையை அடைய எவ்வளவு காலமெடுக்கும்? ஆனால் உங்கள் தளபதியாரோ சூரியன் உதயமான அடுத்த நாழிகைக்குள் அரசரைச் சந்தித்திருக்கிறார். இது சாத்தியப்படுமா? என்று கணக்குப் போட்டுக்கொள்ளுங்கள். நீங்கள் எப்படிச் சொன்னாலும் நான்கும் மூன்றும் எட்டாகாது!'' என்று அருந்தவராயர் சொன்னவுடன்,

“ஏன் முடியாது? போர் நடந்து வருகிற காலமானதால் எல்லா ஆறுகளின் கரையோரங்களிலும் படகுகள் தயாராய்த்தான் இருந்திருக்கும்!'' என்றார் மன்னர் இளந்திரைக்கோ.

"சரி, அப்படியே வைத்துக்கொள்ளுங்கள். கொல்லப்பட்ட மன்னர் செம்பியன் திருவேலின் மனைவி வடிவுடை தேவியும், பத்து வயது இளவரசன் செம்பியன் திருமேனியும் என்ன ஆனார்கள் வேந்தே? உங்களிடம் எவ்வாறு அறிவித்திருந்தார், உங்கள் நம்பிக்கைக்குரிய தளபதி?"

"அவர்களும் போரில் மாண்டுவிட்டார்கள் என்று தளபதியார் என் தந்தையாரிடம் அரண்மனையில் சொன்னபோது நானும் உடனிருந்தேன். அதுவும் உண்மைக்கு மாறான செய்தி என்று சொல்ல வருகிறீர்களா?" என்று கிண்டலாகக் கேட்டார்.

"ஆமாம் அரசே! அதுவும் பொய்தான். அன்றிரவே பாதுகாப்புடன், இரவோடு இரவாக அவர்களிருவரையும் பத்திரமாகப் பல்லவ நாட்டின் கல்வராயன் மலைக்கு நான் அழைத்துச் சென்றுவிட்டேன். அங்கேயுள்ள மலையிலும் குகையிலும் இளவரசன் பத்து ஆண்டுகளாக வளர்ந்து, கல்வி, கேள்வி, போர்ப் பயிற்சிகளில் கற்றுத் தேர்ந்து இன்று தாயுடன் தாய்நாட்டில் உயிருடன்தான் இருந்து வருகிறான்.

உங்கள் தளபதியார் எம் மன்னரைக் கொலை செய்துவிட்டு மறைந்தோடும் இடத்தில் எதிர்ப்பட்ட ஒரு மூதாட்டியையும், அவளுடைய பேரனையும் கொஞ்சம்கூட ஈவிரக்கமின்றி வாழை மரத்தை வெட்டிச் சாய்ப்பதுபோல் அவர்களின் தலைகளைச் சீவிவிட்டு வந்திருக்கிறார்.

ஆற்று நீரும், வானமும் பொய்த்துவிட்ட அவ்வாண்டில் எமது நாட்டில் திடீரென உருவான கொடிய தொற்றுநோய்க்கும், வறுமைக்கும் பயந்து நாட்டைவிட்டு, பொறுப்பு மன்னன்போல் ஆட்சி புரிந்த உங்கள் பிரதிநிதி செங்கோடன் இங்கு ஓடி வந்துவிட்டார். பின் எங்கள் தாய்நாடாகிய வெண்ணாகரத்துக்கு எங்கள் மக்களின் வேண்டுகோளுக்கிணங்க, நாங்கள் திரும்பி வந்துவிட்டோம். தற்போது இருபது வயதாகிவிட்ட எங்களின் இளவரசன் செம்பியன் திருமேனியும், அரசியார் வடிவுடை தேவியும் இப்போதும் எங்கள் நாட்டில் மக்களோடு மக்களாக அரசாட்சிப் பொறுப்போடு கடமையாற்றிக்கொண்டு இருக்கிறார்கள். இந்நேரம் உங்களுக்கு ஒற்றர்வழி செய்தி வந்திருக்க வேண்டுமே?" என்றவுடன் மன்னரின் தலை சற்றுச் சாய்ந்தது.

"நடந்த உண்மை என்னவென்றால், முதல்நாள் போரில் எங்கள் மன்னர் உங்கள் போர் வீரர்களின் தலைகளை, பனங்குலைகளைச் சீவுவதைப்போல் சீவிக்கொன்றார். அதனால் அவ்விடத்து உங்கள் வீரர்கள் நேர்நின்று சமாளிக்க முடியாமல் பின்வாங்கினார்கள். எங்கள் மன்னரையும், போர் வீரர்களையும் பகலில் சமாளிக்க முடியாதென்று பயந்துவிட்டார் உங்கள் தளபதியார்."

"பயமா? எங்கள் போர்ப்படைத் தளபதிக்கா? ஒருக்காலும் இருக்காது. போருக்கென்றே பிறந்தவர். இளமையான பதினாறு வயதிலேயே போர்ப் படைகளில் இணைந்து சில களங்களைக் கண்டவர். அவர் ஒளிந்திருந்து திரைமறைவில் மன்னரைக் கொல்ல வேண்டும் என்ற நிலையில் அவருடைய வீரம் சோரம் போயிருக்காது. போர்முனையில் மாண்டவருக்கு ஏதோ காரணம் கற்பிக்கிறீர்கள். போரில் தோற்றவுடன் கோழைத்தனமாக ஓடி ஒளிந்துகொண்ட உங்கள் தமக்கையும், மருமகனும் உயிருடன் இருக்கிறார்கள் என்ற ஒன்றை மட்டும் ஒப்புக்கொள்ளலாம். எனக்கும் அந்தத் தகவல் வந்துள்ளது."

"அரசரே! நான் தங்கள் எல்லைக்குள் நின்று பேசுகிறேன். தாங்கள் சத்தியத்தையும் உண்மையையும் மனச் சாட்சிக்கு எதிராக மறைக்கிறீர்கள். இன்னும் எவ்வளவோ தகவல்கள் உள்ளன. இதற்குமேலும் தங்களுக்கு விளக்குவது விழலுக்கிறைத்த நீராகிவிடும். நான் எதுவும் இப்போதைக்குச் சொல்லத் தயாராய் இல்லை. மன்னிக்கவும் வேந்தே! எனக்கு விடைகொடுங்கள். எங்கள் நாட்டில் எனக்குப் பல பணிகள் காத்திருக்கின்றன!''

"உண்மைக்கு மாறாக என் தந்தைக்கும், எங்கள் தளபதிக்கும் அவப்பெயரைத் தரும் உங்களை இந்த இடத்திலேயே என்னால் கொன்று புதைக்க முடியும். நாங்கள் வாகை சூடி, எங்கள் ஆளுகைக்கு உட்பட்ட வெண்ணாகரப் பிரதேசத்தை ஆக்கிரமித்துள்ள நீங்கள் ஒழுங்காகக் கப்பம் கட்ட ஒப்புக்கொள்ளுங்கள். இல்லை யென்றால் வீணான பிரச்சினைகள் எழும். இருந்தாலும் இப்போது அரச தர்மப்படியும் அறநெறியின்படியும் உயிருடன் அனுப்பி வைக்கிறேன். நீங்கள் புறப்படலாம்!" என்று சொல்லிவிட்டு, "எங்கள் வீரர்களைக் கொள்ளிடக்கரை வரையில் கொண்டுவந்து விடச் சொல்கிறேன். இடையில் நீங்கள் வேறு காரணத்தால்

செத்துவிட்டால், 'தளபதிதான் கொன்றுவிட்டார்' என்று சொன்னாலும் சொல்வீர்கள்'' என்று கிண்டலாகச் சொன்னார் மன்னர்.

அதைக்கேட்டவுடன் சினமுற்ற அருந்தவராயர்,

"வேண்டாம் அரசே! உங்கள் பாதுகாப்பு எனக்கு வேண்டாம். என்னைக் காப்பாற்றிக்கொள்ள எனக்குத் தெரியும். எனக்குக் குதிரை இருக்கிறது. இன்று மாலை இங்கிருந்து புறப்பட்டுவிடுகிறேன். தங்களின் புரிந்துணர்வு இல்லாமைக்காக வருந்துகிறேன். உபசரிப்புக்கும் என்னைக் கொல்லாமல் விட்டதற்கும் நன்றி கூறிக்கொள்கிறேன்! உங்களுக்கு வரி செலுத்த முடியாது என்பதை ஏற்கெனவே எங்கள் இளவரசன் முறைப்படி தாக்கீது அனுப்பி விட்டான். புதிதாக மன்னரான தங்களுக்கு மீண்டும் வாழ்த்துகள்!'' என்று அருந்தவராயரும் பதிலுக்குப் பதில் கூறியவுடன் மன்னர் கோபத்துடன் வெளியேறிவிட்டார்.

8

திருமேனியின் இளமையைக் கண்டு ரசித்தார்கள்!

முதல்நாள் சொல்லியபடி திருவெள்ளறையின் அந்தப்புரத்துக்கு வெண்முத்துவின் குதிரையில் திருமேனி வந்திறங்கினான். அவனைக் கண்டதும் வெண்முத்து முகம் மலர்ந்தாள். வரவேற்று உபசரித்தாள். அப்போது திருமேனி சொன்னான்...

"வெண்முத்து! ஒன்று தெரியுமா? நேற்று இரவு என்னைத் தேடி வீரர்கள் சிலர் கையில் வாட்களுடன் வந்து வைத்தியர் வீட்டில் தேடி இருக்கிறார்கள். இப்படி ஏதும் நடக்கலாம் என்று முன்னமே யூகித்து நாங்களிருவரும் வீட்டில் தங்காமல் வேறு ஒரு வீட்டுக்குப் போய் உறங்கிக்கொண்டோம். என்னைக் கொலை செய்ய வந்த வீரர்கள் ஏமாந்து சென்றுவிட்டார்கள். யார் அனுப்பியது? உங்களால் கணிக்க முடிகிறதா?"

"................"

"புரிந்துகொண்டால் சரி! நான் இன்று மாலை வெளியூர் செல்கிறேன். தேவையிருந்தால் மீண்டும் வருவேன். இப்போது நான் பிரண்டைத் துவையலை உங்கள் முன் தயார் செய்கிறேன்" என்று திருமேனி சிரித்துக்கொண்டே சொல்லிவிட்டு அம்மி இருந்த இடத்துக்குச் சென்று, அம்மியை நன்கு கழுவிச் சுத்தம் செய்தான். கொண்டு வந்திருந்த தோலெடுத்த பிரண்டையையும் சுக்கு, மிளகு, திப்பிலியையும் சேர்த்து வைத்து அரைத்தெடுத்தான். அதை வெண்முத்துவிடம் கொடுத்து இளவரசியைச் சாப்பிடச் சொன்னான்.

வெண்முத்துவும் அதை வாங்கிக்கொண்டு இளவரசியிடம் சென்றுவிட்டாள். சற்றுநேரத்தில் வெளியே வந்தவள் அவனையே பார்த்துக்கொண்டு நின்றாள்.

"சரி, இளவரசிக்கு எப்படி உள்ளது? அதை முதலில் சொல்லுங்கள்... என்ன, நான் சொல்வது காதில் விழுகிறதா?" என்று சொல்லி வெண்முத்துவைத் தொட முற்பட்டான்.

சொன்னவை யாவும் அவள் காதில் விழவில்லை; மாறாக அவள் 'காதலில் விழுந்துவிட்டாள்'. அதனால்தான் மனம் ஒரு புறத்திலும், கண் ஒரு புறத்திலும் இருந்தன.

வெண்முத்து அமைதியாக நின்று 'அவன் எப்படிப் பேசினான்' என்பதைப் பார்த்துக்கொண்டிருந்தாளே தவிர 'அவன் என்ன பேசினான்' என்பதைக் கவனிக்கவில்லை.

ஒருநாழிகை ஆகிவிட்டது.

திருமேனி அவளது கரம் பிடித்து உலுக்கிய பிறகுதான், விழித்துக்கொண்டாள். பின்னர் அவனை உள்ளே அழைத்துச் சென்று இளவரசியிடம் நிறுத்தினாள்.

"வெண்முத்து, இளவரசியின் தொடைக்கட்டை மெல்ல அவிழ்த்துவிடுங்கள்..." என்றவுடன் தோழி மெதுவாக அவிழ்த்து விட்டாள்.

"இளவரசியே! மெதுவாக எழுந்திருங்கள்... கொஞ்சம் அடியெடுத்து நடந்து பாருங்கள்..." என்றான்.

"அக்கா, கொஞ்சம் முயற்சி செய்து பாருங்கள். அவர்தான் சொல்கிறாரே, உங்களால் நடக்க முடியுமென்று" என்றாள்.

பின்னர் நற்றிணை புன்னகைத்தவாறே இருவரையும் பார்த்து,

"நீங்கள் இருவரும் என்னைக் கைத்தாங்கலாகப் பிடித்துக் கொள்ளுங்கள். நான் முயற்சி செய்கிறேன்..." என்றாள்.

நேற்று, 'இளவரசியைத் தொடக்கூடாது' என்று தோழி சொன்னாள். இன்று அரசியே தன்னைத் தொடச் சொல்கிறாள். காலம் செய்யும் கோலத்தைப் புரிந்துகொண்ட திருமேனி,

"பரவாயில்லை வெண்முத்து... நீங்கள் மட்டும் ஒரு கையைப் பிடித்துக்கொள்ளுங்கள். இளவரசிக்கு யாருடைய துணையும் தேவைப்படாது... கவலை வேண்டாம்... உங்களை விட்டுவிட மாட்டேன். நான் பாதுகாப்பாக உடன்வருகிறேன்" என்று சொன்னபிறகுதான், வெண்முத்துவின் துணையுடன் ஓரடி, ஈரடி... நாலடி எடுத்து வைத்து நடந்தாள் இளவரசி.

திடீரென்று நொடித்து மறுபுறம் விழும்போது திருமேனியின் தோளைப் பிடித்துக்கொண்டாள். இருவரும் இளவரசியாரைத் தாங்கிப் பிடித்துக்கொள்ள, பத்துப் பதினைந்து அடிகள் நடந்தாள்.

நியாயமாக வெண்முத்துவுக்குப் பொறாமை வந்திருக்க வேண்டும்... வராது..! காரணம் இளவரசிக்காக எதையும் இழக்கவும் விட்டுக்கொடுக்கவும் தயாராய் இருப்பவள். அந்த அளவுக்கு இளவரசியை நேசித்துக்கொண்டிருக்கிறாள். இணைபிரியாத தோழிக்குத் தோழியாகவும், அன்புகாட்டும் அன்னையாகவும், உண்மையுள்ள சேவகியாகவும், அறிவுரை சொல்லிக் கண்டிக்க வேண்டிய இடத்தில் கண்டிக்கும் குருவாகவும், மொத்தத்தில் அவளுக்கு இவளும், இவளுக்கு அவளுமாய் ஒன்றுக்குள் ஒன்றாக, ஒருகொடியில் இரு மலர்களாக வாழ்ந்து வரும் ஜோடிப் புறாக்கள்.

"அக்கா தொடை வலிக்கிறதா?" என்று கேட்டாள். அதற்கு 'ஆமாம்' என்ற பொருளில் தலையாட்டினாள். திருமேனியைப் பார்த்து, குறும்புப் பார்வையில்,

"என்ன குட்டி வைத்தியரே! உங்கள் வைத்தியம் எட்டு நாழிகைக்குள் குட்டு வெளிப்பட்டுவிட்டதா?" என்று கிண்டலடித்தாள்.

அதைக் கேட்டவுடன் இளவரசியின் பிடியிலிருந்து திருமேனி விடுபட்டு நகர்ந்து சென்று, சட்டெனத் திரும்பிப் பார்த்து,

"ஐயோ பாம்பு... பாம்பு..!" என்றான். உடனே இளவரசி நிமிர்ந்து விருட்டென ஓடிப்போய்ச் சற்றுத் தூரத்தில் நின்ற திருமேனியை மீண்டும் கட்டிப் பிடித்துக்கொண்டாள்.

அச்செயலைக் கண்டு மூவரும் 'கொல்'லெனச் சிரித்துக் கொண்டிருந்தபோது, 'மன்னர் இளந்திரைக்கோ, போர்ப்படைத் தளபதி செங்கோடனுடன் உள்ளே வருகிறார்' என்ற 'பராக்' செய்தியின் ஒலி கேட்டது. உடனே திருமேனியின் பிடியிலிருந்து விடுபட்டு, தாங்கித் தாங்கி நடப்பதுபோல் கொஞ்சம் நடித்து நடந்துகொண்டு, உள்ளே நுழைந்த மன்னரை நற்றிணை எதிர்கொண்டாள்.

"அண்ணா..!" என்று சொல்லிவிட்டு அருகில் சென்று உடல்மொழியால் வணங்கினாள்.

"அண்ணா! தங்கள் முடிசூட்டு விழாவை நான் அருகே இருந்து பார்க்கும் பாக்கியம் எனக்குக் கிடைக்கவில்லை. நடனம் ஆடும்போது, எனக்குத் தொடையில் சதைப் பிறழ்ச்சி ஏற்பட்டு வலி மிகுந்துவிட்டது!"

"பரவாயில்லை நற்றிணை! நான் பிறகுதான் கேள்விப்பட்டேன். என் உடன்பிறந்த ஆசை அன்புத் தங்கை நீ! என்றும் உன் நலம்நாடி நிற்பவன் நான். நீ எங்கிருந்தால் என்ன? என்னை வாழ்த்திக்கொண்டுதான் இருந்திருப்பாய் என்பதுவும் எனக்குத் தெரியும். தந்தை அகால மரணம் அடைந்த பின்பு எனக்கென்று இருக்கும் ஒரே உறவு நீதானே நற்றிணை!"

"எனக்கும் எல்லாமே நீங்கள்தானே அண்ணா!" என்று சொல்லி அரசனைக் கட்டிப்பிடித்துக்கொண்டு கண்கலங்கினாள்.

தன் தோள்மீது சாய்ந்து கிடந்த நற்றிணையை நிமிர்த்தி,

"இப்போது உன் வலி எப்படி இருக்கிறது?" என்று கலங்கிய கண்களோடு கேட்டான்.

அதற்கவள், திருமேனியைக் காட்டி,

"நல்லவேளை இந்த வைத்தியர்தான் என்னைப் பூரணமாக ஒரே இரவில் குணமாக்கிவிட்டார். அபூர்வ மூலிகையைக் கொண்டுவந்து அரைத்துக் கட்டுப்போட்டுச் செய்த வைத்தியம் நல்ல பலனைக் கொடுத்துள்ளது."

இதைக் கேட்டவுடன் திருமேனி தன் மனத்துக்குள் மகிழ்ந்து, வெண்முத்துவைப் பார்த்து 'என் வைத்தியம் எப்படி?' என்ற பொருளில் ஒரு வெற்றிப் புன்னகையை அம்பாய் எய்தான். பதிலுக்கு அவளும் இதழோரம் அவனை ஆமோதிக்கும் அழகு புன்னகையைக் காற்றில் திரும்பப் பறக்கவிட்டாள்.

''ஆமாம்! நம் ஆஸ்தான வைத்தியர் எங்கே? யார் இவன்? புதிதாக இருக்கிறான்!" என்று கேட்டவுடன் வெண்முத்து பதை பதைத்துப்போய்,

"மன்னா! அவருக்கு வயதாகிவிட்டது. தற்போது வைத்தியருக்கே வைத்தியம் பார்க்கவேண்டிய நிலையில் இருக்கிறார். அவரைவிட வயது குறைவாக இருந்தாலும், அனுபவத்திலும், தொழில் திறமையிலும் சிறந்து விளங்குகிறான். பெரியவரே அப்படித்தான் சொல்லி இவனை அறிமுகப்படுத்தினார். அது உண்மை என்று

எப்படித் தெரிந்தது என்றால், ஒரு வாரத்தில் குணமாகவேண்டிய தசைப் பிறழ்ச்சியை, ஒரு சவாலாக எடுத்துக்கொண்டு, ஒரே நாளில் இவன் குணமாக்கிவிட்டான் வேந்தே!" என்று வெண்முத்து திருமேனியை, 'அர்' விகுதிக்குப் பதில் 'அன்' விகுதிபோட்டு மன்னர் முன் புகழ்பாடினாள்.

வெண்முத்து சொல்லிக்கொண்டிருந்த விதத்தையும், அவளுடைய உடல், வாய் மொழியையும் பார்த்து ரசித்துக்கொண்டே இருந்த மன்னர்,

"அப்படியா? நல்லது. இனி இவரையே அரச வைத்தியராக வைத்துக்கொள்ளலாமே?" என்று தளபதியைப் பார்த்துக் கேட்டார் மன்னர்.

இந்தக் கூற்றையெல்லாம் பார்த்துக்கொண்டு உள்ளும் புறமும் எள்ளும் கொள்ளும் வெடிக்க நின்ற தளபதி செங்கோடன்,

"கொஞ்சம் நிதானமாகவே முடிவெடுப்போம் அரசே! புதிதாக வந்திருக்கும் ஒருவனைத் திடீரென நம்பக்கூடாது. பெரியவரைக் கலந்தாலோசித்துச் செயல்படுத்துவோம்" என்றான்.

அதைக் கேட்டுக்கொண்டிருந்த திருமேனி,

"அரசே! தளபதியார் சொல்வதுதான் சரியான வாதம். பெரியவர் பெரியவர்தான். அவரையே ஆஸ்தான வைத்தியராய் வைத்துக்கொள்ளுங்கள். காரணம், நான் ஊர் ஊராய்ச் சென்று வைத்தியம் பார்ப்பவன். தங்களுக்கு முடிசூட்டும் சிறப்பு வாய்ந்த வைபவத்தை நேரில்காண வைத்தியருடன் வந்தேன். இன்று மாலையே வேறு ஊருக்குப் போகப்போகிறேன்" என்றான்.

'அப்பாடா போகப்போகிறானா' என்பதைக் கேட்டு மகிழ்ந்தான் செங்கோடன். தோழிகள் இருவரும் உள்ளுக்குள் துணுக்குற்றார்கள்.

'இனி திருமேனியைப் பார்க்க முடியாதா? என் காதலைக்கூடத் தெரிவிக்க முடியாத பாவியாகிவிட்டேனே? ஏன் எனக்கு இந்தத் தண்டனை?' என்று எண்ணி வெண்முத்து வேதனையுறத் தொடங்கினாள்.

"தளபதி! நீங்கள் சொல்வதும் சரிதான்..." என அந்தப் பக்கம் திரும்பி, "உன் பெயர் என்னப்பா?" என்று கேட்டார் மன்னர்.

"திருமேனி" என்று முந்திக்கொண்டு சொன்னாள் நற்றிணை. இளவரசியின் பதிலையும், அதைச் சொல்ல முன்வந்த துடிப்பையும் கண்ணுற்ற தளபதிக்கு இன்னும் ஆத்திரம் கூடியது.

'நேற்று இரவு இவன் கிடைத்திருந்தால் செத்துப் போயிருப்பான். தப்பித்துவிட்டான். இனியும் இவனை உயிருடன் விட்டு வைக்கக்கூடாது' என்று தளபதி திட்டமிடத் தொடங்கிவிட்டான்.

'அப்படியா? எங்கேயோ கேள்விப்பட்ட பெயராய் இருக்கிறதே?' என்று மன்னர் யோசித்துக்கொண்டே, தங்கையின் பக்கம் திரும்பி "பத்திரமாக இரு... வருகிறேன்! வெண்முத்து, நலமாக இருக்கிறாயா? உங்கள் இருவரின் நடனத்தையும் ரசித்துப் பார்த்தேன். நீ ஒரு நேரத்தில் தரையில் வீழ்ந்து சுழன்று சுழன்று ஆடிய ஆட்டம் பிரமாதம்! எங்கள் அந்தப்புரத்துக்கு நீதான் எல்லாமுமாய் இருக்கிறாய்! நீ என் தங்கையுடன் இருக்கிற வரையில் எனக்கு மகிழ்ச்சிதான்; பாதுகாப்புதான்! நற்றிணை எங்களைவிட்டு வேறு இடத்துக்கு மணமாகிப் போய்விட்டாலும், நீ எங்கள் அந்தப்புரத்திலேயே இருந்துகொள்ளலாம். உன்னை நான் கைவிடப்போவதில்லை. உனக்குள்ள உரிமையும் தகுதியும் என்றும் அப்படியேதான் இருக்கும். அதுவரையில் ஒவ்வொன்றிலும் நீ விழிப்புடன் இருந்து தங்கையை ஜாக்கிரதையாகக் கவனித்துக் கொள்!" என்று சொல்லி, வெண்முத்துவின் தோளைத் தட்டிக் கொடுத்துவிட்டு, வேந்தர் தன் மாளிகைக்குத் திரும்பினார்.

மன்னருடன் திரும்பும் முன் தளபதி, திருமேனியைப் பார்த்து,

"ஏன் நீ இன்னும் இங்கே நிற்கிறாய்? புறப்படு!" என்று சொன்னான். அதற்கு,

"தளபதியாரே! இன்னும் கொஞ்சம் வைத்தியம் சொல்லிக் கொடுக்க வேண்டியவை இருக்கின்றன. சொல்லிவிட்டுப் புறப்படு கிறேன்" என்றான் திருமேனி.

"ம்... சீக்கிரம்" என்று திருமேனியைப் பார்த்துச் சொன்ன தளபதி, பக்கத்தில் நின்ற காவலனிடம் கண்ஜாடை காட்டி, 'அவனைக் கண்காணித்துக்கொண்டு இரு' என்று சைகையாலே சொல்லிவிட்டு, மன்னருடன் வேகமாகச் சென்றான்.

அரசன் சென்ற பின்பு, "திருமேனி! நீங்கள் வெளியூர் போய் விட்டால், எங்களுக்கு ஏதேனும் ஒன்று என்றால் என்ன செய்வது?" என்று இளவரசியும் வெண்முத்துவும் ஒரே குரலில் கேட்டார்கள்.

“அச்சம் வேண்டாம். தேவைப்படும்போது பெரியவரிடமே சொல்லுங்கள். நிலைமைக்கு ஏற்றார்போல் பெரியவர் எனக்குச் செய்தி அனுப்புவார். எனக்கென்று சில கடமைகள் இருக்கின்றன. என் தாய் வயதான நிலையில் இருக்கிறார். அவரையும் நான் நேரில் சென்று அடிக்கடி கவனித்துக்கொள்ள வேண்டும்...”

“உங்களுக்குப் பொன்னோ பொருளோ தேவையா? நாங்கள் தருகிறோம். வாங்கிக்கொண்டு செல்லுங்கள்!” என்று இருவரும் ஒரே குரலில் மீண்டும் பாடினார்கள்.

“என் மீது காட்டும் அன்புக்கு மிக்க நன்றி! உங்களுக்கு என் நினைவாக ஒன்று தருகிறேன்...” என்று சொல்லிவிட்டு அவன் கால் விரலில் மாட்டியிருந்த செம்பு வளை ஆபரணத்தைக் கழற்றி வெண்முத்துவின் உள்ளங்கைக்குள் திணித்து அழுத்திவிட்டு,

“அவசரத் தேவை இருப்பின் வைத்தியரிடம் சொல்லுங்கள். செய்தி கிடைத்த ஓரிரு நாட்களில் நான் வந்துவிடுவேன். அதுவரை உங்கள் நினைவாகவே இருப்பேன்” என்றான்.

“நாங்களும் உங்கள் நினைப்பிலேயே இருப்போம். உங்கள் நினைவுக்கு ஒன்று சொல்கிறோம். ஒவ்வொரு பௌர்ணமியன்று இங்கிருக்கும் பெருமாள் கோவிலில் எங்கள் வேண்டுதல்கள் நிறைவேற வேண்டி நோன்பிருந்து இரவு முழுவதும் பிரார்த்தனை செய்துகொண்டிருப்போம்.”

“என்ன பிரார்த்தனை?”

“ராதா ருக்மணிக்கு கிடைத்ததுபோல் எங்களுக்கும் ஒரு கண்ணபிரான் கிடைக்க வேண்டும் என்று..!”

“அப்படியா? ஏகபத்தினி விரதன் ஈரேழுலோக நாயகன் இராமன் கிடைக்கவேண்டுமென்று கேட்பதற்குப் பதில், சென்ற இடமெல்லாம் செந்தளிர் மேனியர்களைக் கவர்ந்திழுக்கும் சீர்மிகு வில்லாளன் அர்ச்சுனனின் மாமா கோபியர்களின் கண்கவர் கள்வன் கண்ணன் கிடைக்கவேண்டுமென்று கேட்கிறீர்களே. அவன் வருவானா?” என்று சொல்லிவிட்டு, அவனே தொடர்ந்தான்,

“தற்காலிகமாக எனக்கு விடைகொடுங்கள்..!” என்று அவன் சொல்லிப் புறப்பட்டதைக்கூடக் கவனிக்காமல் இருவரும் ஒருவரையொருவர் அணைத்தவாறு நின்று, திருமேனியின் ஆஜானுபாகுவான திருமேனியை அவதானித்தார்கள்.

'இவன் மட்டும் ஒரு ராஜ வம்சத்தில் பிறந்திருந்தால் மூவேந்தருக்கும் மகாராஜாவாக உருவெடுத்திருப்பானோ! பயிற்சி மேல் பயிற்சி எடுத்து ஒழுங்குற அமைந்த, உருண்ட திரண்ட அங்கலட்சணம் கொண்ட புருஷோத்தமனுடைய கண்களின் அறிவுக்கூர்மையும், வீரவாளெடுத்து வினைமுடிக்கும் விந்தைசீர் கைப்புஜவழகும், விரிந்து பரந்த மார்பழகும், எதிரிகளைத் துவம்சம் செய்யும் ஆற்றல்மிகு தோளழகும், வாமன அவதாரத்தை அளந்தழித்த மாபலியின் காற்தொடையழகும், கிரீடம் சூட்டாமலே கிறுகிறுக்க வைக்கும் காற்றில் அலையாடும் சுருள் கேசத்தின் அழகும், அறிவையும் திறனையும் குழைத்தெடுத்துப் பூசிய அதிசய நெஞ்சழகும், ராஜ நடையழகும் அவர்களிருவரையும் மிகவும் பாதித்துவிட்டன. அவன் பார்த்தாலழகு, நா அசைந்தாலழகு, அமர்ந்தாலழகு, எழுந்து நின்று திரும்பி நோக்கினால் கொள்ளையழகு' என்று, இப்படி அழகழகாய் ரசித்து, ருசித்து, நினைத்து அவனைப் பார்த்துக்கொண்டே நின்றார்கள்.

9

வலது கரத்தை இழந்த அருந்தவராயர்

மாலையில், திருவெள்ளறைக்கு வெளியே ஒதுங்கிய கிராமம் ஒன்றில் குடிசைவாசி ஒருவரிடம் ஒப்படைத்திருந்த குதிரையையும், மறைத்து வைத்திருந்த உடைவாட்கள், தின்பண்டங்கள், போர்வைகள் முதலியவற்றைத் திரும்பப் பெற்றுக்கொண்டார் அருந்தவராயர். அந்தக் குடியானவரிடம் நன்றி சொல்லிச் சில பொருட்களை அன்பளிப்பாகக் கொடுத்துவிட்டு, குதிரையில் ஏறி அமர்ந்து கடிவாளத்தைப் பிடித்துக் கால்களால் தட்டினார். குதிரை ஓடிய கொஞ்ச தூரத்திலேயே வழியில் நின்றுகொண்டிருந்த செம்பியன் திருமேனியிடம், குதிரை தானாகவே போய் நின்றது.

மெதுவாகக் கீழிறங்கி, திருமேனியை அணைத்து அன்பு செலுத்தியபின் சிறிதுநேரம் பேசிக்கொண்டிருந்துவிட்டு மீண்டும் பயணத்தைத் தொடங்கினார்கள். இந்த முறை செம்பியன் குதிரையின் கடிவாளத்தைப் பிடிக்க, பின்னால் அருந்தவராயர் ஏறி அமர்ந்துகொண்டார். குதிரை படுவேகத்தில் கிளம்பியது. ஆங்காங்கே ஒருசில மண்வீடுகளும், குடிசைகளும் காணப்பட்டன. எங்கேயாவது ஒருசிலர் தலையிலும், கைகளிலும் மூட்டை முடிச்சுகளுடன் வழிமருங்கில் சென்றனர். ஒருசிலர் எதிரேயும் வந்தனர். செல்வதற்கான ரெட்டையடி மண்பாதையாக இருப்பதால் மாட்டுவண்டிகள் போன்ற வாகனங்கள் செல்ல முடியும். ஆங்காங்கே பல இடங்களில் கூப்பிட்டக் குரலுக்கு மறுமொழிக்கு ஆளில்லா வனாந்திரமாகவும், காட்டு மிருகங்கள் குறுக்கிடலாம் என்ற பய உணர்வு மிகுந்த வழியாகவும் இருந்தது. குறிஞ்சி நிலமா, முல்லை நிலமா என்று வகை காணவியலாப் பிரதேசமாகத் தோன்றியது.

போட்டிபோட்டுக்கொண்டு, பறவைகளின் வினோத கீச்கீச் ஒலிகளும், இனம் தெரியாத உறுமல் சத்தங்களுக்கிடையில் குதிரையின் பக்கவாட்டில் தொங்கிய முடிச்சுகளில் எதேனும் 'தின்னக் கிடைக்குமா' என்று வேவு பார்க்கும் மந்திக்கூட்டத்தின் சீண்டல்களும் நேர்ந்தன.

'தான், மன்னர் இளந்திரைக்கோவிடம் சொன்ன விவரங்களையும், செங்கோடன் நடந்துகொண்ட விதத்தையும், அக்கொடியவனுக்கு ஆதரவாக மன்னர் பேசிய பேச்சையும் குதிரையில் செல்லும்போதே அருந்தவராயர் மருமகனுக்கு விளக்கிச் சொல்லிக்கொண்டே வந்தார். அதேபோல், செங்கோடனைக் குத்திக் கொலை செய்யப்போன அருமையான சந்தர்ப்பத்தில் மனம் மாறிவிட்டதையும், அத்துடன் தோழி வந்துவிடவே காரியம் தடைபட்டுவிட்டதையும் செம்பியன் கூறினான். இளவரசியின் தோழியை தான் காதலிக்கும் விஷயத்தையும் அவன் தன் மாமாவிடம் சற்றுத் தயங்கியவாறு சொன்னான்.

சிறிதுநேர அவகாசம் அருந்தவராயருக்குத் தேவைப்பட்டது. 'பழிவாங்கும் நோக்கத்தோடு சென்ற நமக்குக் காதலெல்லாம் தேவையா? அது நம் குறிக்கோளைச் சிதைத்திடாதா?' என்ற கேள்விகள் எழுந்தன. இருந்தாலும் இந்த இளம் வயதில், இத்தனை அழகான தங்கப்பதுமைகளைப் பார்த்தபின் கட்டிளங்காளைக்குக் காதல் எழாமல் இருந்தால்தான் வியப்பு. ஏதோ ஒரு வழியைத்தேடி அதன் மூலம் அரண்மனைக்குள் நுழைந்ததையும், அந்தப்புரத்துக்குச் செல்லக் கிடைத்த சந்தர்ப்பத்தையும் அருந்தவராயர் எண்ணிப் பார்த்தார். எல்லாவற்றையும் சமாளிக்கலாம் என்று முடிவெடுத்து,

"நீ காதலிப்பதைப் பற்றி நான் ஒன்றும் கருத்துச் சொல்லவில்லை. ஆனால் எதிரி நாட்டில் வந்து, அரண்மனையில் இருக்கும் ஒரு பெண்ணைக் காதலிப்பது என்பது கவைக்குதவுமா? நீ இளவரசன் என்று தெரிந்தால் அவள் நிலை என்னவாக இருக்கும்? தெரிந்ததற்கு அப்புறமும் உன் காதல் தொடருமா? திருவெள்ளறை அரச குடும்பம் இதை எப்படி எடுத்துக்கொள்ளும்? செங்கோடனோ, மன்னனோ இதை வாய்ப்பாக எண்ணி உன்னைத் தீர்த்துக் கட்ட முயற்சி செய்யமாட்டார்களா? இதன் பொருட்டு விரோதம் பெரிதானால், நமக்குள்ள நாட்டு நிர்மாணச் சீர்திருத்தப் பிரச்சினைகளில் ஈடுபடுவதில் நமது கவனம் இருக்குமா?

“இத்தனை இடர்களுக்குள் உன் காதலை உன்னால் நிறைவேற்ற முடியுமா? அதில் ஏதேனும் ஏமாற்றம் வருமாயின் அதிலிருந்து மீள்வதற்கு உன் இதயத்தைப் பலமானதாக வைத்திருக்கிறாயா? என்பதையெல்லாம் ஒரு முறைக்குப் பலமுறை யோசித்துக்கொள்!

காதலித்ததுதான் காதலித்தாய், அந்த நாட்டு இளவரசியையாவது காதலித்திருக்கலாம். அப்படியாயிருந்தால் நமக்கு இணையாகவும் இருக்கும்; கௌரவமாகவும் இருக்கும்'' என்று அனுபவத்தில் முதிர்ந்த அருந்தவராயர், செம்பியனின் தாய்மாமன் என்ற உரிமையினாலும், எதிர்கால வாழ்வை அமைத்துக்கொடுக்க வேண்டிய அக்கறையினாலும், உள்ள நிதர்சனங்களைக் குதிரைச் சவாரியினூடே எடுத்துச் சொல்லிக்கொண்டே வந்தார்.

“மாமா... இனம்பார்த்து, நிறம்பார்த்து, கௌரவம் பார்த்து வருவதல்ல காதல். நானாகத் தேடிய காதல் இல்லை, இது தானாக உருவாகிய காதல்!”

“அதுவும் உண்மைதான்! நமது நாட்டை இப்போதுதான் மீட்டெடுத்து மக்களிடம் அசாதாரணமாக உருவான தொற்றுநோய்ப் பிணியைப் போக்கி வருகிறோம். நல்லவேளை மலையில் மழைபெய்யத் தொடங்கிவிட்டது. ஆற்றிலும் நீர் பெருக்கெடுத்து வருகிறது. நம் படை பலத்தைக் கொஞ்சம் கொஞ்சமாகப் பெருக்கிக்கொண்டு வருகிறோம். குடிமக்கள் சிறிது மூச்சுவிட ஆரம்பிக்கும்போது உன் காதற்படலம் தொடங்கினால் அது நமக்கு ஒரு பிரச்சினை ஆகிவிடக்கூடாது. படைபலம் மிகுதியாக இருந்தாலாவது, படையெடுத்துச் சென்று அல்லது, ரகசியமாகச் சென்று நீ சொல்லும் அந்தத் தோழியைத் தூக்கிக்கொண்டு வந்துவிடலாம். அதனால் எழும் பிரச்சினைகளைப் பின்னர் எதிர்கொண்டு சமாளிக்கலாம்'' என்றார் அருந்தவராயர்.

பயணத்தில் சிறிது தூரம் அமைதி, கொஞ்சநேரம் அமைதி. இருவரும் ஒருவருக்கொருவர் பேசிக்கொள்ளவில்லை. ஆனால் குதிரையின் வேகம் குறையவில்லை.

வந்த வழியே போகாமல் கீழ்த்திசை நோக்கிச் சென்றான். கொள்ளிட ஆறு வலப்புறமாக ஓடிக்கொண்டிருக்கிறது. அதை ஒட்டியே, அதையே ஒரு வழிகாட்டியாக வைத்துக்கொண்டு திருமானூர் நோக்கி, திருமேனி தன் குதிரையைத்செலுத்தினான்.

வழி பிரியும் ஓரிடம் அடர்ந்த காட்டுப்பகுதியாக இருந்தது. பக்கத்தில் வீடுகள் இல்லாததால் ஒரே ஏகாந்திரமாக இருந்தது. கேட்கும் தூரத்திலிருந்து குதிரையின் கனைக்கும் குரல் ஒன்று வந்தது. ஆனால், குதிரையைப் பார்க்க முடியவில்லை. உயரமாக உள்ள மரங்களின் மீது சத்தம் கேட்டு நிமிர்ந்து பார்த்தார், பின்னால் அமர்ந்திருந்த அருந்தவராயர். அதேநேரத்தில் இவர்கள் ஏறிவந்த குதிரை கயிற்றில் கால் இடறித் தடுமாறி, திடீரென மண்ணில் சாய்ந்தது.

மண்ணில் மறைத்துக் கட்டிவைக்கப்பட்ட கயிற்றை இழுத்துக் குதிரையைத் தடுக்கி விழச் செய்துள்ள ஒரு வீரன் தன் வாளுடன் மறைவிடத்திலிருந்து வெளியே வந்தான். மரக்கிளைகளிலிருந்து திடீரென்று நான்கு போர்வீரர்கள் வாட்களை ஏந்தியபடி குதித்தனர்.

சற்றும் எதிர்பாராத சூழ்ச்சிச் சம்பவத்தால் நிலைதடுமாறிய இருவரும் தங்களைச் சமாளித்துக்கொண்டு எதிர்த்துவரும் ஆபத்தை எதிர்கொள்ள வாளேந்தத் தயாராகிவிட்டனர். இளவரசனைச் சுற்றி மூவரும், அருந்தவராயரை எதிர்த்து இருவரும் நெருங்கி வாட்களை ஓங்க முற்படுகின்றனர். எல்லாம் கண்ணிமைக்கும் நேரத்தில் நடந்துவிட்டது.

இத்தனை ஆண்டுகளாக இளமைத் துடிப்பிலும் ஆர்வத்திலும் செம்பியன் எடுத்துக்கொண்ட வாள் பயிற்சியைச் சோதனை செய்துபார்க்கும் நேரம் வந்துவிட்டது. அவனுடைய கத்திக்குத் தீனி கிடைத்துவிட்டது. பம்பரமாகச் சுற்றிச் சுழன்று வாளால் சமர் செய்தான். மாமா அருந்தவராயரும் தன்னால் முடிந்த அளவு எதிரிகளைத் தடுத்துப் போர்புரிந்தார். திடீரென்று புழுதியைக் காலால் வீரர்களின் கண்களில் படுமாறு தட்டிவிட்டார். புழுதிச் சூறாவளி, எதிரிகளின் கண்களின் ஒளியை மறைத்து மங்கச் செய்தது.

அதேநேரத்தில் செம்பியன் திருமேனியின் வாள்வீச்சு பல மாகவும், அழுத்தமாகவும் இருந்ததால் மூன்று வீரர்களாக இருந்தாலும் அவர்களால் தாக்குப் பிடிக்க முடியாமல் திணறினர். ஒரு வீரன் வெட்டுண்டு வீழ்ந்து மாண்டுவிட்டான். அதைப் பார்த்தவுடன் மற்ற இருவருக்கும் பய உணர்வு வந்துவிட்டது. காட்டிக்கொள்ளாமல் போரிடுகின்றனர். இன்னொரு வீரனைத் தாக்கியதில் அவன் கால் வெட்டுண்டு சாய்ந்துவிட்டான். மீதி

செம்பியன் திருமேனி

ஒரு வீரன்தான் செம்பியனுடன் சமாளித்துக்கொண்டு வாளேந்திச் சண்டையிட்டான்.

மாமாவும் முயற்சி செய்து பார்க்கிறார். எப்படியாவது தன் மருமகன் தன்னை வந்து காப்பாற்றுவான் என்று பலமாக நம்பிக் கொண்டு, அவன் வரும்வரையில் இரண்டு வீரர்களையும் தடுத்துப் போரிடும் யுத்தியைப் பின்பற்றினார். இடையில் ஒரு வீரன் கத்தியை ஓங்கிச் செருக வந்துவிட்டான். அவனைத் தடுத்திடத் தன் வாளை ஓங்கும் நேரத்தில் இன்னொரு வீரன் அருந்தவராயனின் அதே வலது கையைப் பதம் பார்த்துவிட்டான். கை துண்டாகிற அளவுக்கு நிலைமை ஆகிவிட்டது. ''செம்பியா..!'' என்று தீனமான குரலில் கத்திக்கொண்டு தரையில் சாய ஆரம்பித்தார்.

செம்பியன் தான் எதிர்கொண்டு நின்ற இறுதி வீரன் சற்றுப் பலவான்; உருவத்தாலும் பெரியவன். அவனை வேகமாக முட்டி மோதித் தள்ளிக் கீழே சாய்த்துவிட்டு ஓடி வந்து அருந்தவராயரிடம் மல்லுக்கட்டிக்கொண்டிருந்த இருவரையும் தன் முழுத்திறனையும் காண்பித்துச் சண்டையிடத் தொடங்கினான். மாமாவின் கையை வெட்டிவிட்டான் என்பதைப் பார்த்தவுடன் இன்னும் வீர பராக்கிரமங்களைக் காட்டி ஆக்ரோஷத்துடன் களத்தில் இறங்கிவிட்டான். வீசிய வீச்சில் இன்னொருவனும் பலியாகிவிட்டான். செம்பியனால் முட்டிச் சாய்க்கப்பட்டவன், பின்னால் வந்து சாய்ந்து கிடந்த அருந்தவராயரின் வெட்டுப்பட்ட கரத்தை ஓங்கி ஒரு மிதி மிதித்துக்கொண்டு செம்பியனிடம் சென்றான். அவன் மிதித்ததில் அருந்தவராயரின் கை, அவரது உடலை விட்டு நீங்கியது.

ஆக , இரு வீரர்கள் செத்து மடிந்துவிட்டனர். ஒரு வீரருக்குப் புண்பட்ட அவன் உடம்பில் உயிர்மட்டும் ஒட்டிக்கொண்டிருக்கிறது. இனிமேலும் செம்பியனின் வாளுக்கு இரையாவதைவிட ஓடிப்போகலாம் என்று எண்ணி, கீழே கிடந்த அருந்தவராயரின் ஒரு கையை மட்டும் பலவான் எடுத்துக்கொள்ள, மற்றொருவன் கீழே விழுந்த வாளை எடுத்துக்கொண்டு, ஒளித்து நிறுத்தி வைத்திருந்த குதிரைகளை நோக்கி ஓடினார்கள்.

செம்பியன் விடுவதாக இல்லை. துரத்திக்கொண்டு ஓடினான். அவர்கள் ஓட, இவனும் பின்னால் துரத்திக்கொண்டு ஓட அருந்தவராயரின் துண்டிக்கப்பட்ட கையை எடுத்துக்கொண்டு

ஓடியவன் தன் குதிரையில் ஏறித் தப்பித்து ஓடிவிட்டான். மாமாவிடம் சண்டையிட்டுக்கொண்டிருந்த மற்றொரு வீரன் அவனுடைய குதிரையில் ஏறிவிட்டான். ஆனால், அதற்குள் அந்தக் குதிரையின் கால்களை நோக்கிச் செம்பியன் வீசிய வாள் பதம்பார்க்க, குதிரை நொடித்து விழுந்துவிட்டது. நெருங்கிச் சென்ற செம்பியன் அந்த வாளை எடுத்துச் சரமாரியாக வீசிய வீச்சில் அவனும் மண்ணுக்கு இரையானான்.

தன் குதிரையை அருகினில் அழைத்துவந்தான். அங்கே உயிர் ஊசலாடிக்கொண்டு கிடந்தவனிடம் சென்ற செம்பியன்,

"உங்களை அனுப்பி எங்களைக் கொல்லத் திட்டம் போட்ட செங்கோடனிடம் நீ உயிருடன் இருந்தால் போய்ச் சொல்! இதற்கு அவன் ஒரு பெரிய விலை கொடுத்தாகவேண்டும்'' என்று சொல்லிவிட்டு, தன் குதிரைமீது மாமாவைத் தூக்கி உட்காரவைத்தான். இவனும் ஏறி பின்புறமாக அமர்ந்து மாமாவைக் கீழே விழுந்துவிடாதவாறு அணைத்துக்கொண்டே குதிரையை முடுக்கிவிட்டான்.

திருமேனி, போகிற இடங்களில் அங்கும் இங்கும் ஓடிப் படிக்காரம் தேடினான். அவன் எதிர்பார்த்தவாறு கிடைக்கவில்லை. மறுபுறம் ஓடினான். முகம் வியர்த்து வெளுத்துவிட்டது. 'மாமாவுக்கு இப்படி ஆகிவிட்டதே!' என்று அவன் முகம் பதற்றத்தில் மூழ்கியது. இந்த நேரத்தில் என்ன செய்வதென்று புரியாமல் நிலை தடுமாறிவிட்டான்!

'என்னைத் தோளிலும், என் தாயைக் கையிலும் பிடித்துக் கொண்டு எதிரிகளின் கண்களில் படாமல் தப்பிப்பதற்காகத் துணியை எங்கள் மீது போர்த்திவிட்டு, தானும் முண்டாசு கட்டி மறைத்தவாறு, பத்து ஆண்டுகளுக்கு முன் இரண்டு கல் தொலைவு வெண்ணாகரத்திலிருந்து இந்த மாமாதான் காப்பாற்றினார்! பின்னர், அங்கு நிறுத்தியிருந்த குதிரைகள் பூட்டிய வண்டியில் ஏற்றிடப் பல்லவ நாட்டின் கல்வராயன் மலைக்கு எங்களைக் கொண்டுபோய்ச் சேர்த்தாரே! அப்படியெல்லாம் எங்களைக் காப்பாற்றிய மாமா இன்று குற்றுயிரும் கொலைவுயிருமாய்க் கிடக்கின்றாரே! இப்போது கையாலாகாதவனாய் இருக்கின்றேனே!' என்று மனம் நொந்து வருந்தினான் செம்பியன். தான் கற்ற வைத்தியத்துக்கு ஏற்ற படிக்காரம் உடனே இவ்விடத்தில் கிடைக்காமல் போகவே பேயறைந்தவனாக ஆகிவிட்டான்.

ஒழுகியோடும் ரத்தத்தைக் கட்டுப்படுத்தும் தற்காலிக வைத்தியம் பார்த்துக் கொஞ்சதூரம் கொண்டு சென்றுவிட்டால் தேடுகின்ற 'அரிவாள் மூக்கு'ப் பச்சிலை கிடைத்துவிடும். உயிருக்குச் சேதமின்றிக் காப்பாற்றிவிடலாம் என்று மனந்தளராமல் சிந்தித்துத் திட்டமிட்டான்.

'எங்கேயாவது படிக்காரம் கிடைக்குமா?' என்று அக்கம் பக்கத்தில் விசாரித்தான். அது மட்டும் கிடைத்துவிட்டால் தண்ணீரில் கரைத்து வெட்டுப்பட்ட இடத்தில் ஊற்றினால் ரத்த ஒழுக்கு நின்றுவிடுமே என்று எண்ணி, போகிற வழிகளிலெல்லாம் தேடித் தேடித் திருமேனி களைத்துவிட்டான்.

கண்பார்வைக்கு உட்பட்ட தூரத்தில் உள்ள வீடுகளில் சென்று கேட்டான். எங்கேயும் படிக்காரம் கிடைக்காத பட்சத்தில் ஓரிடத்தில் கிடைத்த காட்டாமணக்குச் செடியை வெட்டிச் சாய்த்துவிட்டு, தன்னிரு கரங்களால் வெட்டுப்பட்ட செடியின் அடிப்பாகத்தை மண்ணுக்கடியில் தோண்டிப் பார்த்தான். ஒரு கிழங்குபோன்ற அடிப்பாகம் கிடைத்தது. அதை எடுத்துவந்து பக்கத்தில் ஓடிக்கொண்டிருந்த ஓடைநீரில் சுத்தமாகக் கழுவினான். தன் சட்டைத் துணியை மடித்துப் பிடித்துக்கொண்டு அக்கிழங்கைக் கடித்துக் கடித்துத் துணிக்குள் மென்று சாற்றைக் குடிக்காமல் துப்பினான். பின்னர் அதை எடுத்துக்கொண்டு மாமா படுத்திருந்த இடத்துக்கு ஓடி வந்தான்.

இழந்த கையின் மேற்புற புஜத்தைப் பிடித்து வலியைத் தாங்கிக் கொண்டு அருந்தவராயர் உட்கார்ந்திருந்தார். வெட்டுப்பட்ட கையிலிருந்து குருதி ஆறாய் ஓட, வலி பொறுக்கமுடியாமல் துடித்தார்.

"பொறுத்துக்கொள்ளுங்கள் மாமா... உயிருக்கு ஆபத்து இல்லாமல் நான் பார்த்துக் கொள்கிறேன். இப்போதைக்கு ரத்தக் கசிவை நிறுத்த ஏற்பாடு செய்கிறேன். நான் செய்யும் வைத்தியம் கொஞ்சம் எரிச்சலைத் தரும். பொறுமை காத்து இருங்கள்'' என்று சொல்லிவிட்டுத் துணியை எடுத்துப் பலம் கொண்டமட்டும் வாளால் சிதைத்து முறுக்கிப் பிழிந்தான். வந்த சாற்றை எடுத்து வெட்டுப்பட்ட இடத்தை நனைத்தான். வேகமாக ஒழுகிய ரத்தம் சற்றுக் குறைந்ததே அல்லாமல் முற்றிலும் நிற்கவில்லை. குதிரைமீது தொங்கிய ஒரு துணியை எடுத்துக் கிழித்து, மாமாவின் கரத்தை மூடிக் கட்டுப்போட்டான்.

குதிரையை அருகினில் அழைத்துவந்தான். தன் குதிரைமீது மாமாவைத் தூக்கி உட்காரவைத்தான். பின்னர் இவனும் ஏறிப் பின்புறமாக அமர்ந்துகொண்டு, மாமாவை நழுவிடாதவாறு அணைத்துக்கொண்டே குதிரையை முடுக்கிவிட்டான்.

சில கல்தூரம் சென்ற பின்னர், ஆற்றங்கரையில் துணிகளைத் துவைத்துக்கொண்டிருந்த சலவைக்காரர் ஒருவரிடம் விசார்த்தபோது, தான் முடிந்துவைத்திருந்த மண்சட்டி வாயின் துணியைப் பிரித்துப் படிக்காரத்தை எடுத்துக் கொடுத்தார்.

செம்பியன், தான் தேடிய படிக்காரம் கிடைத்துவிட்ட மகிழ்ச்சி பொங்க, பத்திரமாக குதிரையிலிருந்து மாமாவை இறக்கிப் படுக்க வைத்தான். படிக்காரத்தை நீரில் கரைத்து வெட்டுவாயில் ஊற்றினான். சுத்தமாக ரத்த ஒழுக்கு நின்றுவிட, சலவைத் தொழிலாளிக்குக் கைகள் கூப்பி, செய்த உதவிக்கு நன்றி சொன்னான்.

ஓரளவு மன நிறைவுடன், மீண்டும் மாமாவைக் குதிரையில் ஏற்றிக்கொண்டான். அவருக்குச் செய்யவேண்டிய வைத்திய முறைகளை மனத்தில் நினைத்துக்கொண்டே செம்பியன் புறப்பட்டான்.

10

செங்கோடனின் கயமை தெரிந்துவிட்டது!

திருவெள்ளறை நகருக்குள், வெட்டப்பட்ட ஒரு மனிதக் கையுடன் படைவீரன் ஒருவன் குதிரைமீது அமர்ந்து வீராவேசமாக வந்தான். இரத்தம் சொட்டுச் சொட்டாக ஒழுகிக்கொண்டிருந்தது. செங்கோடனின் இருப்பிடம் நோக்கி ஓடியது குதிரை.

வீரன் சற்றும் எதிர்பாராதவிதமாக, மன்னர் இளந்திரைக்கோ நான்கு குதிரைகள் பூட்டிய தேரில், சுற்றிப் பரிவாரங்களுடன் இரவு நகர்வலம் புறப்பட்டவர் எதிரில் வந்துகொண்டிருந்தார். அன்றையதின மகாராஜா புறப்பாட்டோடு சேனாதிபதி செங்கோடன் செல்வதைத் தவிர்த்துவிட்டான். காரணம், அருந்தவராயனையும், செம்பியன் திருமேனியையும் கொன்றுவிட்டு அவர்களின் தலையுடன் தனது படைவீரர்கள் வரப்போகிறார்கள்; அவர்களை வரவேற்று மகிழவேண்டும் என்பதற்காகத்தான் தன் இடத்தில் காத்திருந்தான்.

உடம்பெல்லாம் ரத்தம் படிந்த, கிழிந்துபோன உடைகளுடன் தமது படைவீரன் ஒருவன் வருவதைப் பார்த்த ஒற்றர்படைத் தளபதி, அவனை நிறுத்தினான். குதிரைவீரனை விசாரிக்கும்போது அரசனும் நெருங்கி அருகில் வந்துவிட்டார்.

“என்ன நடந்தது? யாருடைய கரம் அது? வயதானவரின் கைபோல் தெரிகிறது? போர்க்களத்தைத் தவிர அரசருடைய உத்தரவின்றி யாருடைய உயிரையும் பறிக்கும் அதிகாரம் உனக்கில்லையே? எப்படிச் செய்தாய்? ஏன் செய்தாய்?” என்று கேட்ட அந்தத் தளபதியிடம் ஒன்றும் சொல்லாமல்,

குதிரையிலிருந்து இறங்கி மன்னருக்கு மரியாதை செலுத்திவிட்டு, வெறுமனே பதிலேதும் சொல்லாமல் நின்றான்.

தளபதி மீண்டும் எச்சரித்தான்.

"நீ இப்போது உண்மையைச் சொல்லாவிட்டால், மன்னருடைய அனுமதியோடு உனக்குக் கொலைத் தண்டனை இவ்விடத்தே நிறைவேற்றப்படும்! ம்... சொல்!"

அரசரைப் பார்த்து, "உண்மையைச் சொல்கிறேன் மன்னா! நமது போர்ப்படைத் தளபதி செங்கோடன் அவர்கள்தான், திருமானூர் சாலை தொடக்கத்தில் இன்னும் நான்கு வீரர்களுடன் ஒளிந்திருந்து வெண்ணாகரத்து இளையராஜா செம்பியன் திருமேனியையும், அவருடைய தாய்மாமன் அருந்தவராயனையும் தாக்கிக் கொன்றுவிட்டு அவர்களது தலைகளுடன் வரச்சொன்னார் அரசே!"

"ம்... உண்மையா? அப்படியானால் எங்கே தலைகள்? எங்கே மற்ற நமது நான்கு வீரர்களும்?" என்று மன்னரின் முன் உறுமினான் ஒற்றர்படைத் தளபதி.

"சொல்லிக்கொடுத்தவாறு திட்டமிட்டோம். செம்பியனும் அருந்தவராயனும் சென்ற ஒரே குதிரையைக் கயிறு கட்டித் தடுக்கி விழவைத்து, நாங்கள் வாட்போர் செய்து சிரச்சேதம் செய்ய முற்பட்டோம். ஆனால் திருமேனியின் ஆக்ரோஷ சண்டைக்கு எதிரே எங்களால் தாக்குப் பிடிக்கமுடியவில்லை. மூன்றுபேர் அங்கேயே கொல்லப்பட்டுவிட்டனர். ஒருவர் உயிர் ஊசலாடிக்கொண்டு அங்கேயே கிடக்கிறார்... நான் மட்டும்..."

"அப்படியா?" என்று அதிர்ச்சியுடன் கேட்ட மன்னர்,

"உன்னிடத்தில் இருக்கும் கை யாருடையது?"

"இது அருந்தவராயருடைய ஒரு கரம். உயிருடன் இருந்த அவரை இளவரசன் தூக்கிக்கொண்டு புறப்பட்டிருக்கவேண்டும்..." என்று வீரன் சொன்னவுடன், மிகுந்த சினமுற்ற மன்னர்,

"அருந்தவராயனைக் கொல்லத் துணிந்தார் நமது செங்கோடன் எனில் அதில் ஏதாவது அர்த்தம் இருக்கலாம். இருந்தாலும் கோழைத்தனமான அந்தச் செயல் சரியில்லையே? அடிபட்ட பாம்பு என்றைக்காவது நம்மைக் கொத்த வரும் அல்லவா? சரி... நமது நாட்டுப் போர்வீரன் ஒருவனின் உயிர் ஊசலாடிக்கொண்டிருந்திருக்கிறது. அவனைக் காப்பாற்றாமல்

நீ கொஞ்சம் கூடப் பொறுப்பின்றி செத்துவிட்ட கையைத் தூக்கிகொண்டு இங்கு வந்திருக்கிறாயே!'' என்று கேட்டுவிட்டு, அரண்மனைத் தளபதியைப் பார்த்து, "இந்த வீரனைச் சிறையில் போடுங்கள். சண்டை நடந்த அந்த இடத்துக்குச் சில வீரர்களை அனுப்பி, காயத்துடன் கிடக்கும் வீரனைக் கவனியுங்கள்!" என்று கட்டளையிட்டுவிட்டு,

"இன்று நகர்வலத்தை நிறுத்திவிடுகிறேன். எல்லோரும் அரண்மனைக்குத் திரும்புங்கள்!" என்று சொல்லிவிட்டு அவரும் தேரிலிருந்து இறங்கினார்.

❖

தூக்கம் வராமல் படுக்கையில் படுத்துப் புரண்டார் வெள்ளறை மன்னர். பின்னர் வேறு வழியின்றி எழுந்து மாடத்தில் அங்குமிங்கும் உலவினார். அருந்தவராயரிடம் நேற்றுப் பேசியது எல்லாம் நினைவுக்கு வந்தது.

'அரசரே! தாங்கள் சத்தியத்தையும் உண்மையையும் மறைக் கிறீர்கள்! இன்னும் எவ்வளவோ தகவல்கள் உள்ளன. இதற்குமேல் நான் எதுவும் சொல்லத் தயாராய் இல்லை. மன்னிக்கவும் வேந்தே! எனக்கு விடைகொடுங்கள்.'

நான் வாகை சூடி என் ஆளுகைக்கு உட்பட்ட பிரதேசத்தை ஆக்கிரமித்துள்ள உங்களை இந்த இடத்திலேயே கொல்ல முடியும். இருந்தாலும் அரச தர்மப்படி அனுப்பி வைக்கிறேன். நீங்கள் புறப்படலாம்...'

'எங்கள் காவலர்ளைக் கொள்ளிடக்கரை வரையில் கொண்டு வந்து விடச் சொல்கிறேன். இடையில் நீங்கள் வேறு காரணத்தால் செத்துவிட்டால், தளபதிதான் கொன்றுவிட்டார் என்று சொன்னாலும் சொல்வீர்கள்.'

'வேண்டாம் அரசே! உங்கள் பாதுகாப்பு எனக்கு வேண்டாம். எனக்குக் குதிரை இருக்கிறது. என்னைக் காப்பாற்றிக்கொள்ள எனக்குத் தெரியும். இன்று மாலை இங்கிருந்து புறப்பட்டுவிடுகிறேன். தங்கள் புரியாமைக்கு வருந்துகிறேன். உபசரிப்புக்கு நன்றி! புது மன்னருக்கு வாழ்த்துகள்!'

அன்று நடந்த அந்த உரையாடலை இப்போது நினைவுக்குக் கொண்டு வந்தார், மன்னர் இளந்திரைக்கோ.

'ஆஸ்தான வைத்தியருக்கு உதவியாளனாக வந்தவன்தான் செம்பியன் திருமேனியோ? அன்று, பெயர் கேட்டபோது 'திருமேனி' என்று பாதிப் பெயரைச் சொன்னது நினைவுக்கு வந்தது. இந்த விவரத்தை ஏன் செங்கோடன் என்னிடம் சொல்லவில்லை. திருமேனி ஓர் இளவரசன் என்பதனால்தான் பார்ப்பதற்கு அழகான ஆண்மகனாய்த் தோன்றியிருக்கிறான்!

தங்கை நற்றிணையைச் செங்கோடனுக்கு மணமுடிக்க வேண்டுமென்று தந்தை அன்று சொல்லிச் சென்றுவிட்டார். ஆனால், தங்கைக்குச் செங்கோடனை அவ்வளவாகப் பிடிக்கவில்லை. அதற்கு ஏற்றார்போல் செங்கோடனும் மூடனாகவும், மூர்க்கனாகவும் இருக்கிறானே!

திருமேனி எப்படி வைத்தியரிடம் உதவியாளனாகச் சேர்ந்தான்? நாளைய தினம் அந்தச் சூட்சுமத்தைத் தெரிந்துகொள்ளவேண்டும். இதைச் சாதாரணமாக எண்ணிடலாகாது. நமது ராஜதந்திரம் எந்த இடத்திலும் தோல்வியடைந்துவிடக்கூடாது!

எல்லாம் குழப்பமாக இருக்கிறது..! ஒற்றர்கள் என்ன செய்துகொண்டிருந்தார்கள்? இதைப்போல் இன்னும் என்னென்ன நடந்துகொண்டிருக்கிறதோ?

ஒற்றர் படைத் தளபதி முதல் கீழ்மட்டம் வரை நாளை மாற்றி அமைக்கவேண்டும். அரண்மனையைச் சுற்றிப் பாதுகாப்பை வலுப்படுத்த வேண்டும்...'

இப்படியாகச் சிந்தித்துக்கொண்டே நடுச்சாமப் பொழுதைத் தாண்டித்தான் மன்னர் படுக்கைக்குச் சென்றார்.

11

ஆஸ்தான வைத்தியரின் சீடன்

மன்னர் இளந்திரைக்கோ மறுநாள் காலையில் ஆஸ்தான வைத்தியரைக் கையோடு அழைத்துவரச் சொல்லி உத்தரவு பிறப்பித்தார்.

அதன்படி வைத்தியரிடம் சென்ற காவலர்கள், "அரசர் உங்களை உடனே அழைக்கிறார்... புறப்படுங்கள்!" என்று சொன்னவுடன், "யாருக்காவது உடல்நிலை சரியில்லையா? இளவரசி எப்படி உள்ளார்?" என்று வைத்தியர் இயல்பாகக் கேட்டார்.

"எங்களுக்கு ஒன்றும் தெரியாது!"

"தளபதியார் அனுப்பிய வீரர்களை யாரோ கொன்றுவிட்டதாகக் கேள்விப்பட்டேன். அதற்காகவா என்னை அழைத்திருக்கிறார் மன்னர்?"

"எங்களுக்கு ஒன்றும் தெரியாது! அந்தக் கொலை தொடர்பாகத்தான் என்று தெரிந்தாலும் நாங்கள் ஏதும் சொல்லக் கூடாது!"

"நடந்துவிட்ட கொலைகள் விஷயமாக விசாரிப்பதற்காகத்தான் மன்னர் என்னை அழைக்கிறார் என்று நினைக்கிறேன்''.

'காரணம் இல்லாமல் இப்படியோர் அழைப்பாணை மன்னரிடமிருந்து இதுவரை எனக்கு வந்ததில்லை. இது நிச்சயம் இந்தத் திருமேனியினால்தான் வந்திருக்க வேண்டும்' எனத் தீர்மானித்துக்கொண்டார் வைத்தியர்.

இதைக் கேட்டவுடன் "கொஞ்சம் இருங்களய்யா! வயிற்றைக் கலக்குகிறது... பின்னால் போய்விட்டு வருகிறேன்" என்று சொல்லிவிட்டு உள்ளே போனவர், சற்று நேரம் கழித்து வேர்க்க

விறுவிறுக்கத் துண்டால் தன் முகத்தையும் உடம்பையும் துடைத்துக்கொண்டே வந்தார்.

திருமேனி எப்படித் தன்னை அணுகினான் என்று வைத்தியருக்கு உண்மையிலேயே தெரியாது.

❖

பல்லவ நாட்டின் கல்வராயன் மலையிலிருந்து செம்பியன் திருமேனி தன் நாடாகிய வெண்ணாகரத்துக்குச் சென்று அங்குச் சில காலம் தங்கி, நாட்டைப் பிடித்திருந்த கடுமையான தொற்றுநோய்க்கு ஆற்றவேண்டிய மாற்று ஏற்பாட்டுப் பணிகளைச் செய்துகொண்டிருந்தான்.

கணவரைக் கொடூரமாகக் கொலை செய்ததைச் செம்பியன் திருமேனியின் தாய் வடிவுடை தேவி தன் கண்களால் பார்த்த ஆத்திரம்... பத்து ஆண்டுகளாகியும் தீரவில்லை. தேவி அதை நினைவூட்டிக் கொடுத்த ஆலோசனையின் பேரில்தான், திருவெள்ளறையின் இன்றைய நிலவரத்தைக் கண்காணித்து வரும் பொருட்டுத் திருமேனி பயணமானான். அதையொட்டிப் பேசி வைத்துக்கொண்டு அடுத்த சில நாட்களில் அருந்தவராயரும் இளந்திரைக்கோவின் முடிசூட்டு விழாவுக்கு வந்தார்.

தந்தையைக்கொன்ற தளபதி செங்கோடனை எப்படிப் பழிவாங்கலாம் என்று செம்பியன் திருமேனி, திட்டமிட ஆரம்பித்தான். செங்கோடன் போலவே வஞ்சக வழியில் தந்திரமாகச் செயற்பட்டுக் காரியத்தை முடித்திடவேண்டும். அதை நிறைவேற்ற வேண்டுமானால் திருவெள்ளறை அரண்மனைக்குள் நுழையும் சாத்தியக்கூறுகளை ஆராய்தலே சரியான வழியாக இருக்குமென்று முடிவெடுத்தான்.

சலவைத்தொழிலாளி, ஆயுதங்கள் செய்யும் கருமார் தொழிலாளர், குதிரைகளுக்கு முடிவெட்டும் பராமரிப்பாளர், யானைப்பாகன், தோட்டத்தொழிலாளி, அரண்மையைச் சுத்தம் செய்பவர், அரண்மனைக்குள்ளும் வெளியேயும் விளக்குகளுக்கு எண்ணெய் ஊற்றுபவர், மாமிசங்கள் வெட்டிக்கொண்டுபோய் விநியோகிப்பவர், அரண்மனை ராஜ உடைகளைத் தைக்கும் தையற்தொழிலாளி, ஆரூடம் கணிப்பாளர், வான சாஸ்திர ஆலோசகர், அரண்மனைச் சமையற்தொழிலாளி எனப்

பலவகையான பணிகளில் ஒன்றைத் தேர்ந்தெடுத்து, அவற்றில் ஒன்றின்மூலம் அரண்மனைக்குள் சென்று வரவேண்டும். இவற்றில் எத்தொழிலைத் தேர்ந்தெடுக்கலாம் என யோசித்தான்.

தான் ஓர் இளவரசன் ஆனதால் ஒரே இடத்தில் தங்கி தொழில் ரீதியில் முடங்கிவிடும் பணியாகவும் இருந்திடலாகாது. தனக்குப் பரிச்சயமான, அதே நேரத்தில் அறிந்த தொழிலாகவும் இருக்கவேண்டும். யாரைப் பிடித்தால் அல்லது என்ன செய்தால் அது சாத்தியமாகும் என்று சிந்தித்ததன் பலனாகக் கிடைத்தவர்தான் வயதான அரண்மனையின் ஆஸ்தான வைத்தியர்.

❖

இவையெல்லாவற்றையும் தெரிந்துகொள்ள வாய்ப்பில்லாத வைத்தியரை, காவலர்கள் அரண்மனையில் கொண்டுவந்து நிறுத்தினார்கள்.

'என் உயிர் இன்று போகப்போகிறது. நான் வேறு எந்தப் பாவமும் செய்யவில்லையே! பாவி அந்தத் திருமேனிக்கு ஆதரவு கொடுத்ததனாலா? அல்லது யாரையாவது அவன் கொலை செய்துவிட்டானா? அந்தப்புரத்தில் பெண்களுடன் நெருங்கிப் பழகிய அவன் அங்கு ஏதேனும் தவறு செய்து மாட்டிக்கொண்டானா? என்னமோ நடக்கக் கூடாத ஏதோ ஒன்று நடந்துவிட்டது. அதனால்தான் தன்னை மன்னர் அழைத்திருக்கிறார்' என்பதாக யூகித்துக்கொண்டார். உள்ளத்துள் பதற்றம், உடலில் நடுக்கம், பார்வையில் பதைபதைப்புடன் கைகட்டி வாய்பொத்தி நின்றார்.

வைத்தியர் உள்ளே வந்தவுடன், சுற்றி நின்ற எல்லோரையும் மன்னர் வெளியேறச் சொன்னார்.

யாரும் இல்லாதபோது வைத்தியரைப் பார்த்துக் கேட்டார்.

"வைத்தியரே! இறந்துபோன வெண்ணாகர மன்னரின் மகன் இளவரசன் செம்பியன் திருமேனி எப்படி உம்மிடம் உதவியாளனாக வந்தான். எந்த அடிப்படையில் அவனைச் சேர்த்துக்கொண்டீர்? அவனுக்கு வைத்தியம் தெரியுமா?" என்று கேட்டவுடன் தன் நடுங்கிய கால்களைக் காட்டிக்கொள்ளக்கூடாது என்பதற்காக உடுத்தியிருந்த ஆடையை இழுத்துப் பாதங்கள் வரை போர்த்திக்கொண்டு மௌனமாக வைத்தியர் நின்றார்.

மன்னரே தொடர்ந்தார்... "கண்டிப்பாகச் சொல்கிறேன்... நீர் பொய்யாகவோ மாற்றியோ பேசுதல் கூடவே கூடாது. எதையும் மறைக்காமல், ஒளிக்காமல் சொன்னால் நீர் உயிருடன் திரும்பிடலாம். நீர் சொல்லப்போவதில் உண்மையில்லை என்று எனக்குத் தெரியவந்தால் உமக்கு மரண தண்டனைதான். இப்போது நீர் பதில் சொல்லும்!"

"அரசே! நான் வெளுத்ததெல்லாம் பால் என நம்பும் ஓர் அப்பாவி! என்னை ஒன்றும் செய்துவிடவேண்டாம். என் தாய்மீது ஆணையாக, ஆண்டவன் பெருமாள் சாட்சியாக எனக்குத் தெரிந்த உண்மைகளையெல்லாம் சொல்லிவிடுகிறேன்.

யார் யாரிடமோ கேட்டு, என்னைப் பற்றித் தெரிந்துகொண்டு ஒருநாள் திருமேனி வந்தான். அவன் ஓர் இளவரசன் என்பது இது நாள்வரை சத்தியமாகத் தெரியாது. அரசே! நீங்கள் சொல்லித்தான் இப்போது தெரிகிறது. அவனுடைய உடலமைப்பு, அறிவு, குதிரையேற்றம் என எல்லா வகைகளிலும் அவனிடமிருந்த திறமைகளை எண்ணிப்பார்க்கையில், அப்படி இருக்கலாமோ என்று இப்போதுதான் இந்த முட்டாளுக்குத் தெரிய வருகிறது.

'எனக்கு வைத்தியம் தெரியும். கல்வராயன் மலையில் பெரிய ரிஷி ஒருவரிடம் தொழில் முறையில் நான் நிறையக் கற்றுக்கொண்டிருக்கிறேன். என்னை நீங்கள் சோதித்துப் பாருங்கள். உங்களுக்கு வயதாகிவிட்டது என்பதனால் உங்களுக்கு உதவிட விரும்புகிறேன். அதன் மூலம் எதிர்காலத்தில் என்னைப் பெரிய வைத்தியராக்கிக்கொள்ள ஆசைப்படுகிறேன். எனக்கு வசதி இருக்கிறது. நான் பொன்னுக்காகவோ பொருளுக்காகவோ இத்தொழிலுக்கு வரவில்லை. மக்களுக்குச் சேவை செய்வதே என் குறிக்கோள்' என்றெல்லாம் சொல்லித் தன்னை அறிமுகம் செய்துகொண்டான்.

நானும் நம்பிவிட்டேன். எனக்குப் பொன்னும் பொருளும் கொடுத்தான் என்பதை மறைக்கவில்லை. சந்தோஷமாகத்தான் இருந்தது. நான் அதற்காக மயங்கிவிடாமல், என்னிடம் வந்த சில நோயாளிகளுக்கு வைத்தியம் பார்க்கச் சொன்னேன். சரியாகவும், திருத்தமாகவும் சிகிச்சைகளைச் செய்தான். வந்த நோயாளிகளும் முழு திருப்தியாகச் சென்றார்கள். மீண்டும் அவன் 'இருக்கிறானா' என்று சில நோயாளிகள் கேட்டுக்கொண்டும் வர ஆரம்பித்தார்கள்.

அதன் பிறகுதான் என்னுடன் எங்கும் வர அவனை அனுமதித்தேன். தாங்கள் முடிசூடிக்கொண்ட அன்று, எனக்கும் அழைப்பு வந்தது. திருமேனியும் என்னுடன் வர ஆசைப்பட்டு வந்தான். இளவரசிக்குத் தொடையில் பிறழ்ச்சி ஏற்பட்டபோது என்னால் முடியாததை அவன் உடனே செய்து காப்பாற்றினான். மறுநாள் இளவரசிக்கும் தோழிக்கும் ஏகப்பட்ட திருப்திதான் அரசே!"

அவ்வளவையும் பொறுமையாகக் கேட்டு நிதானமாக மன்னர் யோசித்தார். தனக்கு வந்த உளவுத் தகவல்களுக்கும், வைத்தியர் சொன்னவற்றுக்கும் ஏதேனும் வேறுபாடுகள் இருக்கின்றனவா என்றும் ஒப்பிட்டுச் சிந்திக்கலானார்.

"அரசே! தெரியாமல் ஏதேனும் நான் பிழை செய்திருந்தால் என்னை மன்னித்துவிடுங்கள். இனி அவனை என்னிடம் அண்டவிடமாட்டேன். வந்தால் அரண்மனைக்கு நான் ரகசியத் தகவல் கொடுத்துவிடுகிறேன். வேண்டுமானால் என்னை அரச குடும்பத்து வைத்தியர் பொறுப்பிலிருந்து விடுவித்து விடுங்கள். என்னை நம்பி ஒரு பெரிய குடும்பமே இருக்கிறது. என்னை ஒன்றும் செய்துவிடாதீர்கள் அரசே!"

"வைத்தியரே! அவனுடைய சூழ்ச்சி அம்பலமாகிவிட்டதால் இனி அவன் உம்மிடம் வரமாட்டான். உம்மை விலக்குவதாகவும் இல்லை. காரணம் என் பாட்டனார் காலத்திலிருந்து அரச வைத்தியராக இருந்திருக்கிறீர். சரி போங்கள்... இனி ஜாக்கிரதையாக இருக்க வேண்டும்" என்று சொல்லிப் போக அனுமதித்தார்.

போன வைத்தியரை மீண்டும் அழைத்தார் மன்னர். வைத்தியர் பயந்துபோய்த் திரும்பினார்.

"வைத்தியரே! அவன் குணம் எப்படி? மனசாட்சியின்படி சொல்லும்?"

"உண்மையைச் சொன்னால் மன்னர் என்மீது நடவடிக்கை எடுப்பீர்களோ என்று பயமாக இருக்கிறது..!"

"இல்லை நிச்சயம் எடுக்கமாட்டேன். நீர் தைரியமாகச் சொல்லலாம்."

"என் மனசாட்சியின்படி சொன்னால் அவன் மிகவும் நல்லவன்; பண்பானவன். எல்லோருக்கும் உதவிடவேண்டும் என்கிற மனித நேயம் மிக்க வீரதீர இளைஞன்."

"ஒருவேளை காரியம் ஆகவேண்டும் என தங்களிடம் நல்லவன் போல நடித்திருக்கலாமே... ம்... எல்லாம் சரி. அந்தப்புரத்தில் இளவரசியோடும் தோழியோடும் அவன் என்ன பேசினான்? அவனைப்பற்றி அவர்கள் ஏதேனும் சொன்னார்களா?"

"இளவரசி, தோழி இருவருக்கும் அவன்மீது நல்ல அபிப்பிராயம் ஏற்பட்டுவிட்டது என்பதை அவர்கள் பார்வையாலும், பேச்சுக்களாலும் நான் யூகித்து அறிந்துகொண்டதை என்னால் சொல்லாமலும் இருக்க முடியவில்லை அரசே" என்றார்.

"நான் எதுவும் நினைக்கமாட்டேன். உமக்குத் தெரிந்தவற்றை வெளிப்படையாகச் சொல்லும்."

"அரசே! அவர்கள் இருவரிடமும் அவன் மிகவும் உரிமை உடையவனைப்போலவே பழகினான். எனினும் அந்தத் தோழி, இளவரசியிடம் அவனை நெருங்கவிடவில்லை. அதனால் தோழியுடன்தான் அதிகம் பழகினான். அப்படிப் பார்த்தால் தோழிக்குத்தான் நெருக்கம் அதிகம். எனக்கோ வயதாகிவிட்ட படியால் இதிலெல்லாம் நான் அதிகம் கவனம் செலுத்தவில்லை அரசே!"

"இவ்வளவும் தெரிந்துகொண்ட நீர் என்னிடம் ஏதும் சொல்லாமல் மறைத்திருக்கிறீர்... அப்படித்தானே?"

"இல்லை மன்னா! பெரிய இடத்துப் பொல்லாப்பு, இந்த ஏழைக்கு ஏன் என்றுதான் யாரிடமும் சொல்லவில்லை" என்றார்.

"சரி புறப்படும்! இப்போது என்னிடம் சொன்னதை யாரிடமும் வாய் திறக்கக்கூடாது... ம்... நடையைக் கட்டும்!" என்றார் மன்னர்.

'தலை தப்பியது தம்பிரான் புண்ணியம்' என்று நினைத்துக் கொண்ட வைத்தியர், மன்னரைத் திரும்பிப் பார்க்காமல் வெளியேறினார்.

12

திருமழபாடி, கொடுமுடியின் மகள் விருத்தம்

அருந்தவராயரைக் குதிரையில் சுமந்துகொண்டு சென்ற செம்பியன் மண்ணச்சநல்லூர், சமயபுரம், புள்ளம்பாடி, விரசாலூர், தந்தை பெயரில் உருவான செம்பியக்குடி குலமாணிக்கம், பாளையப்பாடி வழியாகத் திருமானூருக்கு முன்னதாக உள்ள திருமழபாடி பரிசல் மாளிகையை அடைந்தான்.

கொள்ளிடத்தைத் தாண்டி இருக்கும் விளாங்குடியைக் கடந்து ஐயாறு அரச வசந்தமாளிகைக்குப் போக விரும்பவில்லை. ஏனெனில், கொஞ்ச தூரத்தில் வெண்ணாகர அரண்மனை நெருங்கிவிடும். செய்தி தாய்க்குத் தெரியக்கூடாதென்று திட்ட மிட்டான்.

காவிரி, குடமுரட்டி, வெட்டாறு, வெண்ணாறு, வடவாறு எனும் ஐந்து ஆறுகள் பாய்வதால் அங்குள்ள ஸ்தலத்துக்கு ஐயாறு என்று பெயர் உடைத்ததாம். அழகிய வளம்மிக்க மண்ணானதால் அதைத் திருவையாறு என்றும் அழைப்பர்.

ஐயாறு தாண்டிக் காவிரியாறு. காவிரியையும் கடந்தால் நடுவாழ்புரம். அதையடுத்துக் குடமுரட்டி ஆற்றைக் கடந்தால் கண்டியூர், அரசூர் உள்ளன. அடுத்து உள்ள வெட்டாற்றைத் தாண்டினால் அம்மன்பேட்டை, பள்ளியுறை. அதையும் கடந்தால் தான் வெண்ணாறு. அதன் தென்கரையில் அமைந்துள்ளதுதான் செம்பியனின் குறுநிலம். அதன் தலைமையகமாக விளங்குவது வெண்ணாகரம். அந்த இடத்துக்குச் செல்லவேண்டுமானால் பதினெட்டுக் கல் தொலைவைக் கடக்க வேண்டும். அங்கிருக்கும் செம்பியனின் தாய் ராணி வடிவுடை தேவிக்கு இன்னும்

செய்தியைச் சொல்லி அனுப்பவில்லை. காரணம் தன் சகோதரன் ஒரு கையை இழந்துவிட்டான் அல்லது எதிரியினால் கை வெட்டப்பட்டுவிட்டான் என்று தெரியவந்தால், தன் தாயால் அதைப் பொறுத்துக்கொள்ள முடியாது என்று திருமேனி நினைத்துப் பயந்தான்.

தம்பிமீது தணியாத அன்பும், பாசமும் கொண்டவர் தேவி. 'தம்பி இல்லாவிட்டால் பத்து ஆண்டுகளுக்கு முன்பே மன்னன் செம்பியன் திருவேலைக் கொன்ற அப்போதே எங்களையும் கொன்றிருப்பான் அந்தச் செங்கோடன். ரகசியமாக மறைத்து எங்களைக் கல்வராயன் மலைக்குகைக்கு அழைத்துச் சென்று காப்பாற்றினார். கணவன் இறந்தபின்னர் தான் உயிர்வாழ விரும்பவில்லை. பாண்டியன் நெடுஞ்செழியன் இறந்தவுடன் கோப்பெருந்தேவியைப் போல் மாய்ந்துவிட எண்ணியவர்தான் வடிவுடைதேவியும். என்றாலும், பிறந்த மண்ணைக் காக்கவேண்டும்; எதிரியைப் பழிதீர்க்க வேண்டும், அதற்கு ஏற்றார்போல் தன் மகனை ஆளாக்கவேண்டும் என்றெல்லாம் சபதம் எடுத்திருந்தார். மகன் திருமேனியைப் பலவகைகளிலும் திறன் மிக்கவனாக உருவாக்கவேண்டும் என்று ஆசைப்பட்டதால், தான் உயிர்வாழ்ந்தே ஆகவேண்டுமெனத் தீர்மானித்துக்கொண்டார்.

வெண்ணாகரத்தின் ஆளுகைக்கு உட்பட்ட அரச பரிசல் மாளிகைதான் திருமழபாடியில் உள்ளது. சிறிய அளவிலானது என்றாலும் எல்லா வசதிகளையும் உள்ளடக்கியதுதான். பல வீரர்கள் உள்ளும் புறமும் நுழைவாயிலில் வில் அம்புடன் நாள் முழுதும் அரணாகக் காத்து நிற்பார்கள்.

முன் அறிவிப்பு இல்லாமல் வந்த இளவரசனையும் மாமாவையும் மாளிகையின் பொறுப்பாளனாகிய தண்டல்காரத் தலைவன் 'கொடுமுடி' ஓடோடி வந்து வரவேற்றான். திடீரென்று மாமாவின் கையைப் பார்த்தவுடன் அதிர்ச்சியடைந்து,

''இளவரசே! யார்? எதனால் இப்படி..? சொல்லுங்கள்... வீரர்களைத் திரட்டிக்கொண்டு நான் செல்கிறேன்'' என்று ஆவேசப்பட்டான்.

"கொடுமுடி! நீ ஒன்றும் இப்போது ஆத்திரப்படவேண்டாம். நேரம் வரும், அப்போது அந்தத் திருவெள்ளறையைப் பார்த்துக்கொள்வோம். மாமாவுக்குச் சிகிச்சை செய்ய வேண்டும்.

உதவிக்கு ஒரு பெண், ஓர் ஆண் ஆக இரண்டு ஆட்களைத் தனியாகக் கொடு" என்றான் செம்பியன்.

"நமது அரண்மனை ஆட்களே இருக்கிறார்கள் இளவரசே! செய்தி வெண்ணாகரத்து ராணி அம்மாவுக்குத் தெரியுமா? சொல்லியனுப்பவா?"

"வேண்டாம்... இப்போது சொல்லக்கூடாது. மாமாவுக்கு முற்றிலும் குணமானபின் நாங்களே வெண்ணாகரம் சென்றுவிடுவோம்.''

"எவ்வளவு நாட்களாகும் இளவரசே?"

"மாமாவின் முழங்கை துண்டாக வெட்டுப்பட்ட இடத்தில் புண் ஆறிடக் குறைந்தது அரை மண்டலம் ஆகும். அதுவரையில் கொஞ்சம் பொறுமையாகத்தான் இருக்கவேண்டும்."

"வைத்தியம் பார்க்க மருத்துவர் யாரையேனும் அழைத்து வரவா இளவரசே!"

"வேண்டாம். எனக்கே வைத்தியம் தெரியும். விரைவாக அவ்விரு ஆட்களையும் வரச்சொல்!"

என்று சொல்லிவிட்டு, உறக்கநிலையில் இருந்த மாமாவைப் பார்க்க இளவரசன் திருமேனி சென்றுவிட்டான்.

மறுநாள் பணியாள் ஒருவரும், ஒரு பெண்ணும் சூரியோதயத்திற்குமுன் இருள் சூழ்ந்திருந்த நேரத்தில் வந்து நின்றார்கள். வந்தவனிடம் "எங்கிருந்தாலும் அவசரமாக 'அரிவாள் மூக்கு பச்சிலை'யைக் கொண்டுவா" என்றான்.

சேவகனுக்குக் குழப்பம் ஏற்பட்டுவிட்டது. செடியின் பெயர் தெரியாமல் விழித்தான்.

அதைக் கேட்டுக்கொண்டிருந்த அந்தப் பெண்,

"அரசே! எனக்குத் தெரியும். நான் கொண்டு வருகிறேன்"என்றாள்.

"சரி, நீ போய் கொண்டு வா தாயே!" பிறகு அவனைப் பார்த்து,

"உனக்கு என்னதான் தெரியும்? அப்படியென்றால் நீ போய் ஆட்டுப்பாலையும், காட்டுத்தேனையும் எடுத்துக்கொண்டு வா" என்று சொல்லிவிட்டுப் பக்கத்திலிருந்த அவரிச் செடியின் வேர்களைக் கொண்டுவந்து கஷாயம் செய்யத் தொடங்கினான்.

சிறிதுநேரத்தில், ஏற்கெனவே சொன்னவாறு அரிவாள் மூக்குச் செடியுடன் அந்தப் பெண் வந்து நின்றாள். அந்தப் பெண்ணிடம் அம்மியையும் குழவியையும் சுத்தமாகக் கழுவி வைக்கச் சொன்னான். செம்பியனும் கொல்லைப்புறம் எதையோ சேகரிக்கச் சென்றான். பாதுகாப்புக்கும் உதவிக்கும் ஓடிவந்த வீரர்களை 'வரவேண்டாம்' எனச் சொல்லித் தடுத்துவிட்டான்.

கேட்ட பொருட்கள் தயாராய் இருப்பதாகச் செய்தி கொடுத்தான் சேவகன். அந்தப் பெண்ணை அழைத்தான்.

அந்தப் பெண்ணை விடிந்த வெளிச்சத்தில் இப்போதுதான் முழுமையாகப் பார்க்கிறான். பார்த்த உடனே அவளிடம் அவனால் பேச முடியாமல் ஸ்தம்பித்து நின்றுவிட்டான். அவளையே பார்த்தான்... மீண்டும் அவளையே பார்த்தான்.

அந்த அளவுக்கு அழகு கொழிக்கும் நங்கையாக இருந்தாள். மாவிலைத் தளிர் நிறமாக இருந்தாலும் மூக்கும் விழியும் எடுப்பாக இருந்தன. பெருத்த மார்பகங்கள், சிறுத்த இடை, கனத்த பின்னழகு கொண்ட ஒரு காந்தார பெண்ணுக்குரிய அனைத்து ஈர்ப்பு லட்சணங்களையும் கொண்டவளாகத் திகழ்ந்தாள். பார்த்தவுடன் வேட்கை கொள்ளும் அளவுக்கு ஆண்களைச் சுண்டி இழுக்கும் காந்தமாக விளங்கினாள்.

மாரிக்காலத்துக் கார்மேகம் இறங்கிவந்து மழை சொரிவது போல், அவளுடைய அடர்ந்த கருமை நிற நெளிகுழல், தரையைத் தொடும் அளவுக்குத் தழைந்துத் தொங்கியது. சூரிய ஒளியையெல்லாம் உருக்கி எடுத்துக் கண்ணுக்குள் திணித்தது போன்று பிரகாசமான கண்களைப் பெற்றிருந்தாள். கரடு முரடான பாதைகளை அன்றாடம் கடக்கும் அவளுடைய கடித்த பாதமும்கூடக் கீந்துவிடப்பட்ட தென்னங்குருத்துபோல் அழகாகத்தான் தெரிந்தது. நீண்ட சுரைக்காயன்ன கெண்டைக்கால் அழகையெல்லாம் சரிந்து கட்டாத சீலையினால் திறந்து காட்டியது. அவளுடைய காற்சலங்கை மணியொலியின் சிணுங்கல் சப்தம்தான் செம்பியனைச் சுய நினைவுக்குக் கொண்டு வந்தது.

'ஆகா... இவள் மட்டும் மன்னர் குடும்பத்தில் பிறந்து, அந்தப்புரத்தில் தவழ்ந்து செவிலியர்களின் போஷாக்கிலும் அரவணைப்பிலும் வளர்ந்து இருந்தால் ஈரேழுலக ஆடவர்களையும் தன் காலடியில் மண்டியிட வைத்துவிடுவாள்' என்றெண்ணிய

செம்பியன், அவளை அதிசயத்துப் பார்த்த பார்வையை மிகவும் கஷ்டப்பட்டுத் திருப்பி பூமாதேவியை நோக்கினான்.

பின்னர், தன்னைச் சமாளித்துக்கொண்டு, "யார் நீ? இங்கு எப்படி வந்தாய்?" என்று கேட்டான்.

"அய்யா சின்னராசா! நான் கொடுமுடியின் இளைய மகள். சற்றுமுன் என்னிடம்தான் அரிவாள் மூக்கு இலையைக் கொண்டுவரச் சொன்னீர்கள் அய்யனே! ராஜ உபச்சார ஏவலுக்காக என் தந்தைதான் என்னை இங்கு வரப் பணித்தார்."

"உன் பெயர் என்னம்மா?"

"விருத்தாம்பாள்!"

"சரி! நீ போய் உன் தந்தையை வரச் சொல்."

"உத்தரவு ராஜா" என்று குனிந்து வணங்கிவிட்டுச் சென்றாள்.

'இவளை இங்கு வைத்திருந்தால் மாமாவுக்கு நான் வேண்டிய சிகிச்சையைச் செய்யவிடாமல் என் கவனத்தைத் திருப்பி விட்டுவிடுவாள் போலிருக்கிறது. எனக்கு ஏன் இந்தத் தடுமாற்றம்? என் பயணம் நெடுந்தூரம் இருக்கிறது. எனக்கெனச் செய்து முடிக்க வேண்டிய கடமைகள் நிறைய இருக்கின்றன. இடையில் வெண்முத்துவிடம் மனத்தைக் கொடுத்துவிட்டு அவதியுறுவதே போதும்' என்ற எண்ண அலைகள் நிற்காமல் அவன் மனத்தில் மோதுகின்றன. விருத்தத்தை நினைக்கக்கூடாதென்று முடிவு எடுத்துக்கொண்டு தன் வேலையைத் தொடங்க, சேவகனை அழைத்து,

"அந்த இலையை அரைத்துத் தளர்ந்த துவையலாக்கி கொண்டு வா" என்று சொல்லிவிட்டு மாமாவிடம் சென்றான். சேவகனுடைய உதவியுடன் அவரை எழுப்பி உட்காரவைத்தான். மாமாவின் வெட்டுப்பட்ட கையின் முகப்பைச் சுத்தம் செய்து, தயாரித்திருந்த துவையலை வெட்டுப்பட்ட இடத்தில் வைத்துக் கட்டினான். பிறகு சேவகனைப் பார்த்துச் சொன்னான்.

"இந்த விழுது இப்போது நன்றாய் ஒட்டிக்கொள்ளும். புண் ஆறிய பின்தான் கீழே உதிரும். அதுவரையில் கீழே விழாது. இருந்தாலும் கட்டும் போட்டிருக்கிறேன்" என்று சொன்னான்.

அந்த ஆண் சேவகனிடம் "கிணற்றுப்பாசான் செடியைப் பிடுங்கிக்கொண்டு வா... அதோடு, அந்தச் செடியின் பூக்கள்

மஞ்சள் நிறமாக இருத்தல் வேண்டும். வெள்ளைப் பூவைக் கொண்ட செடி வேண்டாம். கொஞ்சம் மஞ்சள்தூள், ஆட்டுப்பால், தேன் ஆகியவற்றையும் கொண்டு வா!" என்று சொன்னான் இளவரசன். சேவகன் காட்டிய அமைதியைத் தொடர்ந்து,

"அதையே மூக்குத்திப்பூ அல்லது கிணற்றடிப்பூண்டு என்று சொல்வார்களே தெரியாதா?"

"தெரியும் இளவரசே! இதோ கொண்டுவருகிறேன்" என்று கொஞ்சநேரத்திலேயே கொண்டு வர, ஒரு சட்டியில் அந்த இலையைப் போட்டு, நீரை ஊற்றிக் கொதிக்க வைத்து, அதில் ஒரு குவளை எடுத்து அதில் ஆட்டுப்பாலையும், தேனையும் கலந்து உட்கொள்ள கொடுத்தவுடன், "விருத்தம்! மாமாவின் வாயைத் துடைத்துவிட்டுப் படுக்க வை" என்றான் செம்பியன்.

அதைக் கேட்டு உடன் நின்றிருந்த சேவகன் திகைத்து நின்று வியப்புடன் பார்த்தான். சற்று முன் வெளியே போகச் சொன்ன விருத்தத்தின் பெயரை விளிக்கிறார்? இளவரசனுக்கு என்ன ஆனது? என்று யோசித்தவன்,

"அரசே நான் செய்கிறேன்" என்று சொல்லி மாமாவிடம் சென்று, அவருக்கு உதவி செய்தான். அப்போதுதான், தான் 'விருத்தம்' என்று அழைத்த தவறுதலை இளவரசன் உணர்ந்தான். தான் இன்னும் 'அவளை' மறக்கவில்லை என்பதை எண்ணி மனத்துள் வெட்கப்பட்டுக்கொண்டான். யாரை நினைக்கக்கூடாதென்று எண்ணுகிறானோ அவளே மீண்டும் மீண்டும் அவன் நினைவில் வந்து நின்றாள்.

முற்பகல் நேரத்தில் மாமாவுக்கு வேண்டிய சிகிச்சையை இளவரசன் செய்து கொண்டிருந்தபோது கொடுமுடி எதிரே வந்து நின்றான். அவனுடன் விருத்தமும் வந்து நின்றாள். அவளைக் கண்டவுடன் பொய் எரிச்சலுற்ற இளவரசன்,

"கொடுமுடி! இவளை ஏன் அழைத்து வந்தாய்?" என்று அவளைப் பார்க்காமலே கேட்டான்.

"நான் உங்களுக்குக் கட்டுப்பட்டவன். உங்களை எதிர்த்துப் பேசுவது குற்றம் எனத் தெரிந்துதான் பேசுகிறேன். என்னை 'அதிகப்பிரசங்கித்தனமாகப் பேசுகிறவன்' என்றும் நினைத்து விடாதீர்கள். விருத்தம் என்ன தவறிழைத்தாள் அரசே! சொல்லுங்கள்

புதுமைத்தேனீ மா. அன்பழகன் **105**

கலைமகள்-23

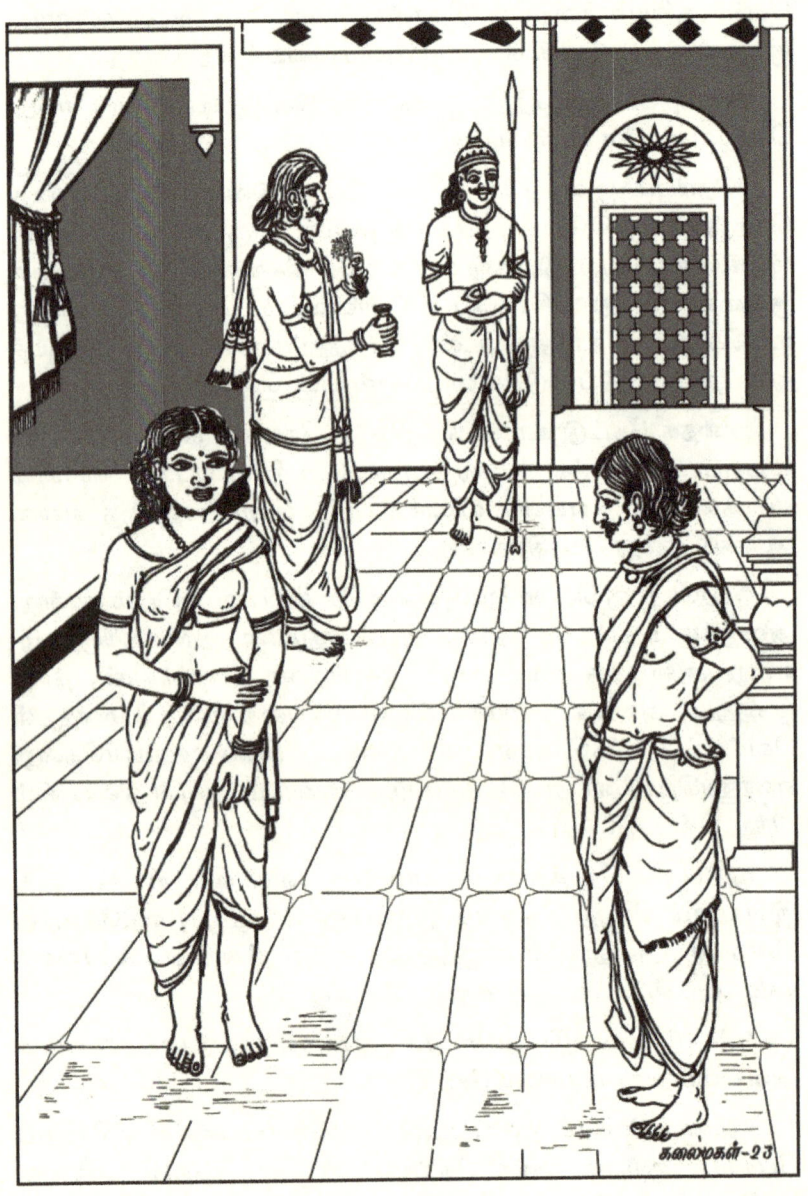

இப்போதே, இங்கேயே அவளை வெட்டிப்போட்டுவிடுகிறேன்" என்று கொடுமுடி, அரசர் முன் பாசாங்கு செய்தான்.

"நீ ஒன்றும் வெட்டவும் வேண்டாம்; குத்தவும் வேண்டாம். அவளை என் கண்களில் படாமல் உடனே அவளை வீட்டுக்கு அனுப்பிவிடு!"

"ராஜ உத்தரவை நான் மீற முடியாது. என் மகள் உங்களுக்கு மிகவும் உதவியாக இருப்பாள். அவள் தனக்குக் கொடுத்த பணியைத் திறம்படச் செய்வதில் வல்லவள். எங்கு, யாரிடம் எப்படி நடந்துகொள்ள வேண்டுமோ அப்படிச் சேவகம் செய்பவள். அவளுடைய சேவை தங்களுடைய மாமாவுக்கு மிகவும் பயனுடையதாக இருக்கும். நான் தேர்ந்தெடுத்துத்தான் நன்கு யோசித்துத்தான் விருத்தத்தை அனுப்பிவைத்தேன். அதோடு அவளுக்கு இதைப்போன்ற சிகிச்சை செய்வதில் அனுபவம் உள்ளவள். வேறு எது உங்களுக்கு இடைஞ்சலாக இருக்கிறது? பின் ஏன் அவளை வேண்டாம் என்று சொல்கிறீர்கள் என்ன பயம் வேண்டி இருக்கிறது?"

"கொடுமுடி! யாரைப் பார்த்து 'பயம்' என்று சொல்கிறாய்?" என்று பதில் சொல்லிவிட்டு, தன் மாமா உறங்கிவிட்டாரா என்பதையும் எட்டிப் பார்த்துக்கொள்கிறான்.

"அரசே! உங்கள்மீது உங்களுக்கே பயமாக இருக்கிறது? உங்களை நீங்களே நம்பவில்லை?"

"யாரைப் பார்த்து இந்தக் கேள்வியைக் கேட்கிறாய்? எனக்கு என்மீது நிரம்ப நம்பிக்கை இருக்கிறது. நீ உன் மகளை இங்கேயே இருக்கச் செய். நான் பார்த்துக்கொள்கிறேன். எனக்கு ஒன்றும் பயம் இல்லை" என்று சொல்லிச் சமாளித்தான் செம்பியன்.

செம்பியன் எதிர்பார்த்ததைவிட உண்மையிலேயே விருத்தத்தின் அரண்மனைப் பங்களிப்புகளான பணிவிடை, தூய்மை, உபசரிப்பு, அக்கறை, உண்மை, நேர்மை இவற்றையெல்லாம் செம்பியன் அடுத்த நாளிலிருந்து கவனிக்காமல் இல்லை. இருந்தாலும் அவளிடம் எந்த நேரத்திலும் நெருங்கிவிடக்கூடாதென்பதிலும், அவளிடம் அதிகம் பேசிவிடக்கூடாதென்பதிலும், அவளுடைய அழகை அல்லது அழகிய உடலமைப்பைத் தான் ரசித்துப் பார்த்துவிடக்கூடாதென்பதிலும், கவனத்துடன் இருந்தான்.

ஓரிரு நாட்கள் ஓடின.

பல நேரங்களில் விருத்தத்துடன் நெருக்கமாகப் பழகும் சந்தர்ப்பம் கிடைத்த போதெல்லாம் மிகுந்த சுய கட்டுப்பாடுடன் இளவரசன் நடந்துகொண்டான். பேச்சுக்காகவும் ராஜ கௌரவத்திற் காகவும் அன்று கொடுமுடியிடம் சொன்னானே தவிர, தன்மீது தனக்கே நம்பிக்கை இல்லாமல்தான் செம்பியன் இருந்து வந்தான் என்பதுதான் உண்மை. ஓர் இளைஞனுக்கே உள்ள பலவீனத்தை அவன் தனக்குள் உணராமல் இல்லை. அதைத் தன் பலவீனமாகக்கூட நினைக்கவில்லை; அது விருத்தத்தின் அழகின் வீரியம். எந்த நேரத்திலும் எதுவும் ஆகிவிடக்கூடாதென்பதிலே மிகக் கவனமாக நடந்துகொண்டான். அவளிடம் நெருங்குவதைத் தவிர்த்தே வந்தான். அவளுடைய சேவைகள் அவனுக்கு முழு திருப்தியைக் கொடுத்தாலும் அவளை மனந்திறந்து பாராட்டிவிடக்கூடாதென்ற முடிவை எடுத்து வைத்துக்கொண்டான்.

பின்னொருநாள், செம்பியன் திருமேனி, கொடுமுடியை அழைத்து, தூரப்பயணம் செய்ய ஏதுவாக நான்கு குதிரைகள் பூட்டிய ரதத்தைத் தயார் செய்யச் சொன்னான். கொடுமுடி, தன் மகளை இளவரசனிடம் பணியாற்ற வைக்க வேண்டும் என்பதற்காகத்தான் உரிமையுடன் அன்று வாதாடினானே தவிர மற்ற நேரத்தில் ஒரு கீழ்ப்படிந்த ஊழியனாகவே இருந்தான்.

"அரசே! அரைமண்டலம் முடிந்து வெண்ணாகரம் செல்வதாகச் சொன்னீர்களே?"

"இல்லை கொடுமுடி! முடிவை மாற்றிக்கொண்டேன். மாமாவுக்கு இன்னும் முழுமையாகப் புண் ஆறவில்லை. அதனால் ஐங்குறு முனிவரைப் பார்க்க வேண்டி மலைக்குப் புறப்படுகிறேன்.''

தன் தாயிடம் அழைத்துச் செல்லும்போது மாமாவின் கை மோழையாக இருந்தாலும் புண் ஆறி இருக்கவேண்டும் என்திலே குறியாக இருந்தான். இதற்கு ஒரே வழி, கல்வராயன் மலைக் குகையில் இருக்கும் தன் ஆசான் ஐங்குறு மாமுனிவரிடம் அழைத்துச் செல்வதுதான் சாலச் சிறந்தது என்று உணர்ந்தான்.

முன்பெல்லாம் மாமா அருந்தவராயர் பேசமுடியாதபடி அவரை உறக்க நிலையிலேயே திருமேனி வைத்திருந்தான். இப்போது அப்படியெல்லாம் இல்லை. சுய நினைவோடு பேசிப்பழகி

வந்தார். அவருக்கு வேண்டிய பணிவிடைகளையும் உதவிகளையும் விருத்தம் மிகவும் சிறப்பாகச் செய்துகொண்டிருந்தாள்.

விருத்தம் மருந்துகளைக் கொடுத்தால்தான் அருந்தவராயர் சாப்பிடுவார்; ஏற்றுக்கொள்வார். விருத்தம்தான் மாமாவைக் குளிப்பாட்டிவிட்டு இதமாகத் துடைத்து விடுவாள். தன் அன்பான பொறுப்பான பணிவிடைச் செயல்களால் மாமாவின் நம்பிக்கையைப் பெற்றுவிட்டாள். எதற்கெடுத்தாலும் அவளையே அழைக்கக்கூடிய அளவுக்கு நிலைமை மாறிப்போய்விட்டது.

அன்றைய தினம் புறப்படத் தயாரானார்கள். அரண்மனைப் பரிவாரங்கள் புடை சூழ குதிரை வண்டி வந்து நின்றது. ஏற்கெனவே மாமாவிடம் தன் திட்டத்தைச் சொல்லி அனுமதி பெற்றபின்தான் கல்வராயன் மலைக்குப் புறப்படும் ஏற்பாடுகளைச் செம்பியன் செய்தான்.

புறப்படும் அப்போதைய தருணத்தில் அருந்தவராயர்,

"திருமேனி! நம்முடன் விருத்தமும் வரட்டும்" என்றார். அதைக் கேட்டவுடன் திருமேனிக்கு அதிர்ச்சியும் கோபமும் வந்தது.

"என்ன மாமா விளையாடுகிறீர்களா?"

"இல்லை திருமேனி! நான் இருக்கும் நிலையில், அவள் உடன் இருந்தால் எனக்கு வசதியாக இருக்கும் என்று விரும்புகிறேன்... அதற்குமேல் உன் விருப்பம்..." என்றார்.

"நாம் நீண்டதூரம் பயணம் செய்யவிருக்கிறோம். ஒரு பெண்ணை நம்முடன் அழைத்துச் செல்வது நடைமுறை சாத்தியச் சிக்கல்கள் ஏற்படலாம் மாமா. இதுவரை அவள் செய்துவந்த பணிவிடைகளுக்கு ஏதேனும் பொற்கழஞ்சுகள் கொடுத்து அனுப்பிவிடலாம். உங்களுக்கு வேண்டிய உதவிகளை நான் செய்கிறேன். உங்களுக்கு ஒரு துணை தேவைப்படுகிறதென்றால் நம்முடன் இதுநாள் வரையில் சேவகம் செய்தவனை அழைத்துச் செல்லலாம். தேவைப்படாதபோது அவனைத் தனியேகூடத் திருப்பி அனுப்பிவிடலாம். ஆனால் ஒரு பெண் என்றால் அப்படி அனுப்ப முடியாது மாமா. கொஞ்சம் புரிந்துகொள்ளுங்கள்!'' என்றான் செம்பியன்.

அதைக் கேட்டவுடன் மருமகன் சொல்வதில் சில நியாயங்கள் இருந்தாலும் விருத்தத்தின் பணிவிடைகளில் மாமா தோய்ந்து ஊறி,

பெற்றிருந்த அந்தச் சுகானுபவங்களை இழக்கத் தயாராய் இல்லை என்று நினைக்கும் அவருடைய கண்களைக் கவனித்துவிட்டான் திருமேனி. மாமாவின்மீது அளவுகடந்த மரியாதையையும் அன்பையும் வைத்திருப்பதால், அவருடைய முக மாற்றத்தால் இளவரசன் அவதியுற்றான்.

இதை எப்படிச் சமாளிப்பது என்று யோசித்தான். தன் அழகிய செல்ல மகளை உடன் அனுப்ப கொடுமுடி சம்மதிக்கமாட்டான் என்று இளவரசன் நம்பினான்.

அங்கே நின்றுகொண்டிருந்த கொடுமுடியைப் பார்த்தான்.

"கொடுமுடி உன் மகளை எங்களுடன் அனுப்பி வைப்பதில் உனக்குச் சம்மதம் இல்லைதானே?" என்று சொல்லிய மறுநேரமே, மாமா குறுக்கிட்டு,

"திருமேனி! நான் ஏற்கெனவே கொடுமுடியின் சம்மதத்தைக் கேட்டுவிட்டேன்'' என்றார் அருந்தவராயர்.

இளவரசனுக்குப் பெருத்த ஏமாற்றம் ஏற்பட்டுவிட்டது. வேறு வழியின்றித் தலையைத் தொங்கப் போட்டுக்கொண்டு குதிரை வண்டியில் சரேலென்று ஏறினான்.

போர் வீரர்கள் இருவர் வாளுடன் முன்னும் பின்னும் நிற்க, அருந்தவராயரின் காலடியில் விருத்தம் அமர்ந்திருக்க, செம்பியனே குதிரைகளின் லகான்களைப் பிடித்துச் சொடுக்கி ஓட்டினான். கல்வராயன் மலையை நோக்கி வண்டி புயலாய்ப் பறந்தது.

திருமானூர் சென்று இடப்புறச் சாலையில் முடிகொண்டான், பழூர், தவத்தாகுளம் கடந்து ஓடிய குதிரைகளின் குளம்பொலிச் சத்தம் கேட்டு ஆங்காங்கே ஊர் மக்கள் வண்டிக்கு இடம் கொடுத்து ஒதுங்கினர். வெண்ணாகரத்து எல்லை தாண்டி அரியலூர் மருதைய்யன் கோவில், மாத்தூர், சித்தளி, பேரளி, குன்னம், பெரம்பலூர் சென்று அங்குள்ள சத்திரம் ஒன்றில் சிறிதுநேரம் ஓய்வெடுத்தார்கள். வழியில் ஒன்றுமறியா மக்கள் ராஜ குதிரை வண்டியைப் பார்த்தவர்கள் குனிந்து மரியாதை செலுத்தினர்.

மீண்டும் பயணம் தொடங்கியது. எசனை, வெங்கனூர், இலுப்பைநத்தம் வழியாக தலைவாசலை அடைந்தான் சோழ இளவரசன். மாலை நேரமாகிவிட்டதால் குதிரைகளை விரட்டி வேகப்படுத்தினான். முக்கூட்டுச் சாலை வழியாகக் கனியமூர்

வந்தவுடன் திருமேனிக்கு ஒரு நம்பிக்கை வந்துவிட்டது. இன்னும் சில கல் தூரத்தில் மலைக்குப் போய்விடலாம். தொட்டியம், கடத்தூர், கச்சிராப்பாளையம் சென்றவுடன் சூரியன் 'நாளை காலை சந்திப்போம்' எனச் சொல்லிவிட்டு மறையத் தொடங்கினான்.

வேறு வழியின்றி அங்குள்ள சத்திரம் ஒன்றில் இரவு தங்கத் திட்டமிட்டார்கள். ஏனெனில் இரவுநேரத்தில் செல்வதைத் தவிர்க்கும்படி அருந்தவராயரும் ஆலோசனை வழங்கினார்.

13

திருமேனிக்கு, தந்தை கொல்லப்பட்ட நினைவு

சூரியோதத்தில் கல்வராயன் மலையை நோக்கி நான்கு குதிரைகள் பூட்டிய வண்டி பறந்தது. மேல்மருகம், மாவடிப்பட்டு, கரியாலூர் வந்தவுடன் சமவெளியைக் கடந்து மலையில் பாதை ஏற்றமாக உயரப்போக ஆரம்பித்தது. இரண்டு மலைகளுக்கிடையே உள்ள கிழக்குப்புற வழியெங்கும் இயற்கை வளங்களைக் கண்டவாறு புயல் வேகத்தில் சென்ற வண்டி, மேட்டில் ஏறியதால் வேகம் குறையத் தொடங்கியது.

செம்பியன் திருமேனிக்குப் பழைய நினைவுகள் மனத்தில் வந்துபோயின.

அப்போது பத்து வயது. இப்போது நினைத்துப் பார்த்தாலும் பத்து ஆண்டுகளுக்கு முன் நடந்தவை பசுமையானதாக இருந்தன.

தந்தையை மறைந்திருந்து செங்கோடன் வெட்டிக் கொலை செய்ததை அவன் கண்களால் பார்த்த கொடூரத்துக்கு அப்போது அவனால் பெரிதாகப் பிரதிபலிக்கத் தெரியவில்லை. உடல்நலம் பாதிக்கப்பட்டுப் படுக்கையில் படுத்திருந்த இளம் பாலகனால் அழத்தான் முடிந்தது. ஆனால், முடிசூடி நாட்டுக்கு நல்லாட்சி கொடுத்துக்கொண்டிருந்த கணவன் செம்பியன் திருவேலைக் கொல்லும் போது ராணி வடிவுடை தேவிக்கு எப்படி இருந்திருக்கும்!

இவர்கள் இருவரும் மங்கிய ஒளியில் விருந்தினர் மாளிகையின் ஒரு புறத்திலிருந்துதான் பார்த்தார்கள். உடனே வடிவுடைதேவி, சுவரில் மாட்டப்பட்டிருந்த வாளை உருவினாள். ஆக்ரோஷத்துடன் புறப்பட்டாள். இன்று இரண்டில் ஒன்று பார்த்துவிடுவோம். ‘ராஜா இறந்துபட்டால் ராணிக்கு என்ன வாழ்வு வேண்டியிருக்கிறது’ என்று நினைத்துக்கொண்டார்.

கலைமகள்-23

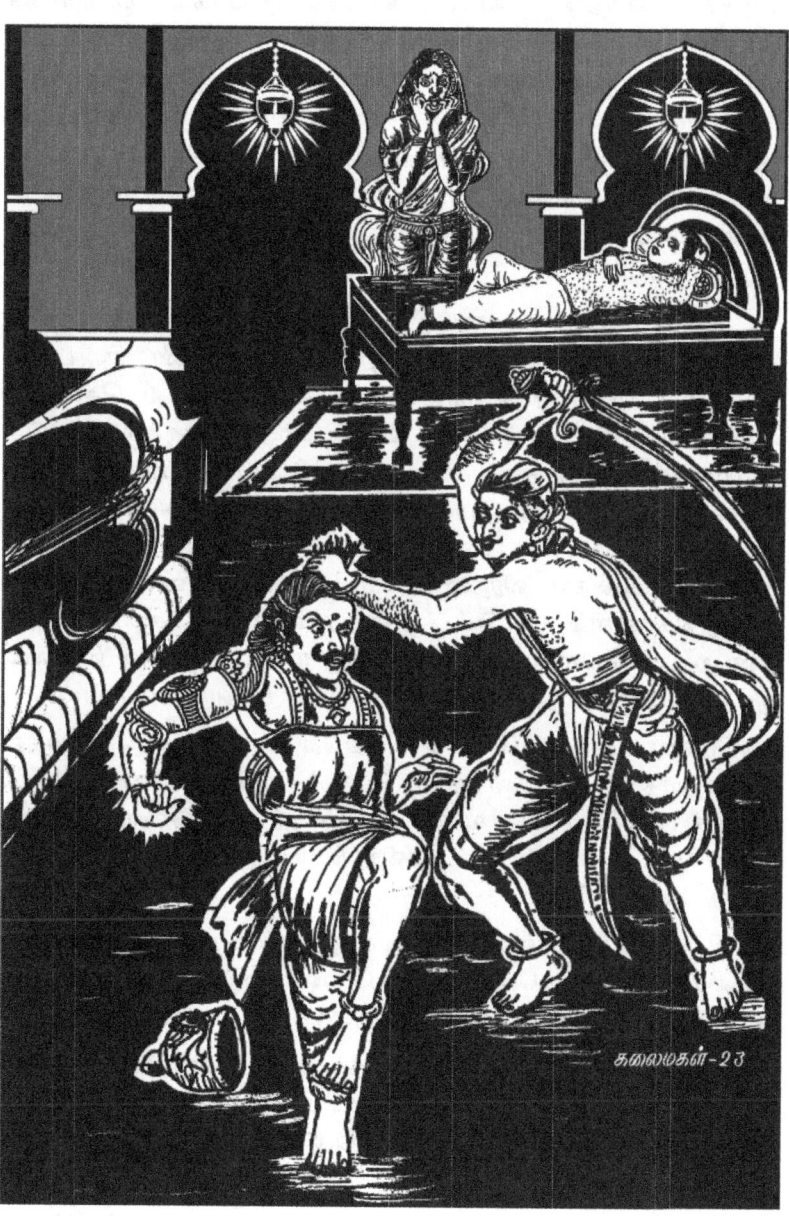

அந்த மங்கிய வெளிச்சத்தில் இவர்கள்தான் செங்கோடனைப் பார்க்க முடிந்ததே தவிர, அவனால் இவர்களைப் பார்க்க முடியவில்லை. வந்த வேலை முடிந்துவிட்டாலும் செங்கோடன் தப்பிக்கும் முன் ராணியாரையும், மகன் பாலகனையும் தேடினான். அவனது கண்களுக்குத் தெரியவில்லை. ஒருவேளை அந்த நேரத்தில் மாமா அருந்தவராயர், கத்தியுடன் எழுந்த ராணியைத் தடுத்திருக்காவிட்டால் அன்றே செங்கோடன் ராணியையும், ஒன்றுமறியாத இளங்கன்றையும் கொன்று கதையை முடித்திருப்பான்.

"உங்கள் வீரத்தைக் காட்டும் நேரம் இதுவன்று! என்னதான் நீங்கள் ராணியாக இருந்தாலும் ஒரு பெண் என்பதை மறந்துவிடாதீர்கள்! உங்கள் பலம் எதுவரையில் செல்லும் என்பதையும் எண்ணிப்பார்க்க வேண்டும். உங்களுக்கு ஏற்படும் இயற்கையான சினத்தை என்னால் புரிந்துகொள்ள முடிகிறது. நீங்கள் ராணியாக மட்டுமல்ல, ஒரு மனைவியாகவும் இருந்து அந்தக் கொடுமையை அனுபவித்தீர்கள் என்பதை நானறிவேன். இந்த நேரத்தில் நாம் வீரத்தைக் காட்டுவதைவிட விவேகத்துடன் நடந்துகொள்ளவேண்டும். இளவரசனைத் தூக்கிக்கொண்டு பின்புறமாக வெளியேறுங்கள்" என்று ரகசியக் குரலில் சொல்லி இருவரையும் அவசரமாக வெளியேற்றினார் அருந்தவராயன்.

இரண்டாம் சாமவேளை. எங்கேயோ இரண்டு நாய்கள் குரைத்த சத்தம், இரவின் அடர்த்தியைக் காட்டிக்கொண்டிருந்தது. அங்குக் காவலில் சோர்வாகச் சாய்ந்திருந்த வீரர்களை எழுப்பி, "செங்கோடனைத் துரத்திச் சென்று கொன்றுவிட்டு வாருங்கள்!" என்று பணித்தார்.

விருந்தினர் மாளிகைக்குச் சற்று முன் ராணி வந்திருந்த குதிரை வண்டி அங்கேயே நின்றுகொண்டிருந்ததில் ஏறச் செய்து அரண்மனைக்கு வண்டியைச் செலுத்தச் சொன்னார்.

பின்னர் அரண்மனையில் இருந்த அதிகாரிகளிடம் சொல்லி, குதிரையுடன் ரதத்தை தயார்செய்து வெண்ணாற்றங்கரை ஓரமாய் கிழக்கே மூன்று கல் தூரத்தில் போய் நிற்கச் சொன்னார் அருந்தவராயர்.

இதற்கிடையில் ராணிக்கும், அவருடை தம்பிக்கும் வாக்குவாதம் எழுந்தது.

“உன் மைத்துனர் கொல்லப்பட்டுள்ளார். அதை எதிர்த்துப் போரிட்டு எதிரியைக் கொல்ல முயல்வதை விட்டுவிட்டுக் கோழையைப்போல் ஓடி ஒளிவது எந்த விதத்தில் நியாயம்?”

“தமக்கையாரே! நிலைமையைப் புரிந்துகொள்ளுங்கள். ராமன் மறைந்திருந்து வாலியைக் கொன்றதுபோல் நமது குலவிளக்கைக் கொன்றுவிட்டான் அந்த நயவஞ்சகன். ராஜா இறந்துபட்டார் என்று அறிந்துவிட்டால் எவ்வளவு பெரிய வீரர்களாக இருந்தாலும் மனத்தளவில் ஒரு பலகீனம் வீரர்களுக்கு ஏற்பட்டுவிடும். நாம் உயிருடன் இருந்தால்தான், சிறியவனான உங்கள் மகனை ஆளாக்கி எதிர்காலத்தில் திருவெள்ளறையைப் பழிவாங்க முடியும். நமது தாய் நாட்டையும் காப்பாற்ற முடியும்.

மக்கள் எல்லோரும் நம்மை நம்பித்தான் வாழ்கிறார்கள். நாட்டு மக்கள் நம் மீது மிகுந்த நம்பிக்கை வைத்துப் பாசம் காட்டி வருகிறார்கள். எனக்கு ஏற்கெனவே அறிமுகமான ரிஷி ஒருவர் கல்வராயன் மலைக் குகையில் வாழ்கிறார். முதலில் அங்கு சென்று அவரைப் பார்ப்போம்'' என்றெல்லாம் எடுத்துரைத்து ராணியைச் சமாதானப்படுத்தினார்.

‘திருவெள்ளறை மன்னன் திருமானூர் பக்கம் படைகளுடன் இருக்கிறான்’ என்று அறிந்து அவ்வழியே போவதைத் தவிர்த்துவிட்டனர். அதனால்தான் ஆற்றில் படகு மூலம் கிழக்கே போய் ரெட்டையூரில் கரையேறத் திட்டம் போட்டார் அருந்தவராயர். அதன்படியே சென்று தயாராய் இருந்த குதிரை வண்டியில் ஏறி, குறுக்கு வழியாகக் கொள்ளிட ஆற்றின் கிழக்கே மூவரும் சென்றுவிட்டார்கள்.

அரியலூர் நோக்கிச் செல்வதற்காக முற்படும்போது அத்தியூர் கொள்ளிடத்தில் இறங்கினார்கள். வண்டியைப் பாகம் பாகமாய்க் கழற்றினார்கள். குதிரைகளையும் பெரிய படகில் ஏற்றினார்கள். ஆற்று வெள்ளம் பெருக்கெடுத்து ஓடியதால் இவர்களின் படகு தத்தளிக்க ஆரம்பித்துவிட்டது. ஆட்டங்கண்டதோடு அக்கரையின் குறிப்பிட்ட இலக்கை அடைய முடியாதபடி தண்ணீரின் வேகத்தில் இழுத்துச் செல்லப்பட்டது. தட்டுத் தடுமாறித் தள்ளிப்போய்க் கரையேறலாம் என்று முயன்றால் அடர்ந்த இருட்டு, இடி, மின்னல், மழைவேறு இடர்பாடுகளைக் கொடுத்துக்கொண்டிருக்கின்றன.

படகில் இருக்கும் பாலகனோ ஜுரத்தில் துடித்தான். தேவி போர்வையால் எவ்வளவோ இழுத்து இழுத்துப் போர்த்தினாலும் முற்றிலும் மழையில் நனைந்து ஜுரமிகுதியில் அவனுக்கு ஜன்னிகண்டுவிட்டது. அருந்தவராயர் எப்படியாவது உயிருடன் தமக்கையையும் இளவரசனையும் காப்பாற்றிக் கரைசேர்க்கவேண்டுமே என்று உடன் வந்த வீரர்களுக்கும், படகோட்டிக்கும் உத்தரவுகளையும், வியூகங்களையும் கொடுத்தவண்ணம் இருக்கிறார்.

ஆற்றின் கரைபுரண்ட நீர்த்தளத்தில் மதனத்தூர் ஓரத்தில் ஆற்றினுள் பெரிய மரம் ஒன்று தழைந்து படிந்திருந்ததை லாவகமாக அருந்தவராயரும், வீரர்களும் கெட்டியாகப் பிடித்துக்கொண்டனர். படகையும் ஒருவாறாகக் கரைசேர்த்துவிட்டார்கள். பெரிய போராட்டத்துக்குப்பின் எப்படியோ அடையாளம் தெரியாத ஓரிடத்தில் சொல்லொணாச் சிரமங்களுக்கிடையில் கரையேறி வண்டியை இணைத்து முடுக்கி, குதிரையைப் பூட்டினார்கள்.

விடியலுக்கு முன்னிரவு. அந்தக் கிராமத்தில் யார் யாரையோ கேட்டுக் கடைசியில் ஒரு கிராம வைத்தியரைக் கண்டுபிடித்தார்கள்.

தாங்கள் யாரென்று சொல்லாமல் திருமேனிக்குச் சிகிச்சை பெற்றனர். ''உட்கொள்ள மருந்தைக் கொடுத்துச் சற்று நேரம் உறங்கினால் குணமாகிவிடுவான்'' என்று வைத்தியர் சொன்னார்.

அங்கிருந்த மக்களிடம் கேட்டு, அருகில் இருந்த ஒரு சத்திரத்தை அடைந்தனர். உடனே பயணத்தைத் தொடங்கவேண்டாமென்று அருந்தவராயர் முடிவெடுத்தார். பயணத்தைவிட இள வரசனின் உயிரைப் பாதுகாப்பதுதான் முக்கியம் என்று முடிவெடுத்துக் கொண்டதனால் அந்தச் சத்திரத்தில் நன்கு ஓய்வெடுத்துக் கொண்டனர். மருமகனையும் உடன்பிறந்தாளையும் அசதி தீர நித்திரை கொள்ளவைத்தார். காவலுக்கு அருந்தவராயரும் வீரர்களும் வெளியே நின்றுகொண்டனர்.

சூரியோதயத்துக்கு முந்தி கிழக்கு வெளுக்கத் தொடங்கிய வுடன் பயணத்தைத் தொடங்கினர். பிள்ளைக்கு ஜுரம் விட்டு விட்டதை அறிந்து வடிவுடையாளும் கொஞ்சம் சமாதானம் அடைந்துகொண்டார். வண்டி மலையை நோக்கி வேகமாக ஓடத் தொடங்கியது.

❖

பத்து ஆண்டுகளுக்கு முன் மாமா அருந்தவராயர் சொன்னது இப்போது அதே இடத்தைக் கடக்கும்போது, பசுமையாகச் செம்பியன் திருமேனியின் நினைவுக்கு வந்தது. அப்போது எவ்வளவு ஆஜானுபாகுவான மனிதராக இருந்த மாமா இன்று கையை இழந்து பலகீனத்துடன் இருக்கிறாரே! அன்று அவர் எனக்குப் பாதுகாப்பாக இருந்து காப்பாற்றினார். இன்று நாம் அந்தப் பணியைச் செய்கிறோம் என்ற மகிழ்ச்சி ஒருபுறம் தனக்குள் எழுந்தது. அன்று தன் அன்புத் தாய் இருந்தார். அவள் மடியில் நானிருந்தேன். இன்று விருத்தத்தின் மடியில் மாமா!

அவ்வளவு கண்ணும் கருத்துமாகப் பணிவிடை செய்து மாமாவைக் கவனித்துக்கொள்கிறாள்.

எண்ணிப்பார்த்தால் ஒருபுறத்தில் ஆறுதலாகவும் மகிழ்ச்சி யாகவும் செம்பியனுக்கு இருந்தது. மறுபுறம் எங்கே தன் சுய கட்டுப்பாட்டை எந்த நேரத்திலும் இழந்துவிடுவோமோ என்ற பயம் இருந்துகொண்டே இருந்தது. அதனால் அவளை ஆசையுடன் பார்க்க வேண்டுமென உள்ளுக்குள் விரும்பினாலும் சிறிதும் காட்டிக்கொள்ளாமல் நடந்துகொண்டான். 'இளவரசர், மாமாமீது எவ்வளவு அக்கறை எடுத்துக்கொள்கிறார்' என்று விருத்தம் சாதாரணமாக அவனைப் பற்றிப் பெருமையாக எண்ணிப் பார்த்தாலும், 'அடிக்கடி தன்னை அவள் ரசித்துப் பார்க்கிறாள்; தன்னுடன் உறவாட அவள் ஏங்குகிறாள்' என்று இவனாக எண்ணிக்கொண்டான்.

14
விருத்தத்தின் முகத்தில் 'பூமாதேவி' களை

கல்வராயன் மலையின் தொடக்கத்தில் மேல்மருகம் இருந்தது. அவ்வூரில் சாலை சாய்வான உயரத்தில் சென்றதால் குதிரைகள் கொஞ்சம் சிரமப்பட்டுத்தான் இழுத்துச் சென்றன. அடுத்து, மாவடிப்பட்டு என்ற இடத்தைக் கடந்து கரியாலூர் முடிந்தவுடன் மலையை அடைந்துவிட்டதாக இளவரசனுக்கு ஒரு மன நிறைவு ஏற்பட்டது.

முதலில் ஓர் அருவி வலப்புறத்தில் தென்பட்டு எல்லோருடைய மனங்களையும் கவர்ந்து இழுத்தது. ஆழத்தில் விழுந்த அருவிநீரை எட்டிப் பார்த்துக்கொண்டே குகையை நோக்கிச் சென்றார்கள். அடுத்து அவர்கள் எதிர்பார்த்துச் சென்ற வெள்ளிமலைக் குகையின் வாயிலுக்குள் செம்பியனின் குதிரை வண்டி நுழைந்தவுடன், முன் அறிவிப்பு இல்லாமல் வரும் இளவரசனை வியப்புடனும் மகிழ்ச்சியுடனும் வரவேற்றார் மாமுனி.

சோர்வாக இருந்த அருந்தவராயரின் கையைப் பார்த்தவுடன் முனிவர் அதிர்ச்சியடைந்தார். 'அப்போதிருந்த துடிப்பு எங்கே? வேகம் எங்கே? இன்று அவை இல்லையே!' என்று யோசித்தார் முனிவர்.

அருகில் சென்று அருந்தவராயரின் கையைப் பிடித்துப் பார்த்து, ''என்ன ஆனது?'' என்று கேட்டார். அப்போது நடந்தனவற்றையெல்லாம் ஒன்று விடாமல் எடுத்துரைத்தான் செம்பியன். அதைக் கேட்டவுடன்,

"செம்பியா! செங்கோடனைப் பழிதீர்த்தல் தொடர்பாக நீ கொஞ்சம் அவசரப்பட்டுவிட்டாய். நீ வீரன். உனக்கெதற்குக் குறுக்கு வழி. திட்டத்தைக் கச்சிதமாகச் செய்ய நேரிடையாக

மோதி முடிப்பதுபோல் திட்டம் தீட்டியிருக்கவேண்டும். அந்த இடத்தில் அவனை எழுப்பிப் பொருதிக் கொலை செய்திருந்தால் உன் வீரத்துக்குப் பெருமையாக இருந்திருக்கும். ஒரு நாட்டுத் தளபதியை நெருங்குவதென்பது அவ்வளவு சாதாரண காரியமில்லை. உனக்கு நான் கற்றுக்கொடுத்த கலைகளெல்லாம் வீணாயிற்றோ என்று சந்தேகமாக இருக்கிறது. மாமாவுக்கு இந்த நிலைமை வருகிறவரை நீ என்ன செய்துகொண்டிருந்தாய்?" என்று கடுங்கோபத்துடன் கேட்டார்.

"ரிஷி மகான்! என் தவறுதான். நான்தான் அந்த இடத்தில் மாமாவுக்கு இப்படி நேராமல் காப்பாற்றியிருக்கவேண்டும். நான் தோல்வியடைந்துவிட்டேன்..." என்று தலை குனிந்து மாமுனியின் கரம் பற்றிய திருமேனி மண்டியிட்டு வருந்தினான்.

"திருமேனி! நீ தோல்வியுறவில்லை; நான் தான் தோல்வி யடைந்துவிட்டேன். தற்காப்புக் கலையைக் கசடற முழுமையாகக் கற்றுக் கொடுத்திருக்கவில்லையோ என்று நினைக்கிறேன். நீ இளவரசன். இப்படியெல்லாம் மண்டியிடக்கூடாது. எழுந்திரு!" என்று சொல்லி அவனை எழுப்பிக் கட்டியணைத்துத் தட்டிக்கொடுத்தார்.

"மாமுனிவரே! செம்பியன் என்ன செய்வான். அவன் என்னைக் காப்பாற்ற என்பக்கம் திரும்பிருந்தால் பின்புறம் நின்றிருந்த வெள்ளறை வீரர்கள் இளவரசனைக் கொன்றிருப்பார்கள். இப்போது பரவாயில்லை! என் கையோடு போனது. அவனை இழந்திருந்தால் வெண்ணாகரச் சோழ நாட்டையே இழந்திருப்போம்; அன்பையும் பாசத்தையும், உண்மையான விசுவாசத்தையும் காட்டும் அந்த மக்களுக்கு ஒரு தலைவன் இல்லாமல் போயிருப்பான்!"

"அதுவும் சரிதான். இருந்தாலும் தன்னையும் காத்து, வேண்டியவர்களையும் காக்கும் கலையை இன்னும் திறம்படக் கற்றுக்கொடுத்திருக்கவில்லையோ என்ற குற்ற மனப்பான்மை எனக்கு வருகிறது. நடந்தவை நடந்தவையாக இருக்கட்டும்! இனி நடக்க வேண்டியதை யோசிப்போம்" என்று சொல்லிவிட்டு அருந்தவராயரின் வெட்டுப்பட்ட இடத்தில் புண் இன்னும் முழுமையாக ஆறாமல் இருப்பதைக் கவனித்தார் முனிவர்.

என்னென்ன வைத்தியத்தை எப்படியெல்லாம் திருமேனி செய்தானென்ற விவரத்தைக் கேட்டறிந்தார். 'சரியாகத்தான்

செய்திருக்கிறாய். ஆனாலும் புண் இன்னும் முழுமையாக ஆறவில்லையே' என்று ஆதங்கப்பட்டார் முனிவர். "இப்படியே விட்டுவிடாமல் இன்னும் மூன்று நாட்களுக்குள் ஆற வைக்க வேண்டியது என் பொறுப்பு" என்றார்.

கண்கலங்கி நின்றுகொண்டிருந்த இளவரசனுக்கு அனுசரணை யாக அருகில் வந்த விருத்தம் அவனைத் தொடவும் முடியவில்லை; விட்டு நகர்ந்து வேடிக்கை பார்த்துக்கொண்டு நிற்கவும் முடியாமல் தவித்தாள். இதைக் கண்ணுற்ற முனிவர்,

"யாரவள்? இளவரசியா? உனக்குப் பொருத்தமாகத்தான் இருக்கிறாள். ஒரு மணவோலைகூட அனுப்பவில்லையே?"

'தள்ளிநில்' என்ற பொருள்பட விருத்தத்தைக் கடைக்கண்ணால் செம்பியன் முறைத்துப் பார்த்துவிட்டு, அவசர அவசரமாக,

"ரிஷிமகான்... அவசரப்பட்டு எந்த முடிவுக்கும் வந்துவிட வேண்டாம்..." என்று சொன்ன இளவரசனை முந்திக்கொண்டு அருந்தவராயன்,

"இல்லை முனிவரே! திருமழபாடியிலிருந்து எனக்குப் பணிவிடை செய்ய வந்திருக்கிறாள். அன்பையும் அக்கறையையும் குழைத்து என்னைப் பொறுப்புடன் கவனித்து வருகிறாள். நான் குணமாவதற்கு செம்பியனின் சிகிச்சை முக்கால்வாசி என்றால், இவளுடைய அன்பான கவனிப்புக் கால்வாசி என்று சொல்லலாம்.''

'இந்த மாமா எப்போதும் இப்படிச் சொல்லிச் சொல்லி அவளை விரட்டிவிடமுடியாமல் செய்துவிடுகிறார்' என்று நினைத்துக்கொண்டான் திருமேனி. 'உண்மையிலேயே நல்ல பெண்ணாக இருக்கிறாள். பயனுள்ளவளாகவும் இருக்கிறாள். ஆனால் எடுப்பான கவர்ச்சி கன்னியாக அவள் இருப்பதுதான் இடைஞ்சலாக இருக்கிறது. எந்த நேரத்தில், எந்த இடத்தில் எப்படி நெருப்புப் பற்றிக்கொள்ளுமோ என அன்றாடம் அஞ்சிக்கொண்டே இருக்கவேண்டியிருக்கிறது' என்றும் நினைத்துக்கொண்டான்.

'கௌரவத்திற்காகவும், ஒரு பேச்சுக்காகவும் என்மீது எனக்கு நம்பிக்கை இருக்கிறது என்று கொடுமுடியிடம் சொன்னேனே தவிர இப்போது பார்த்தால் என்மீதே எனக்கு நம்பிக்கை இல்லாமல் போய்க்கொண்டிருக்கிறது. அதனால்தான் அவளை நம்மிடமிருந்து பிரித்துவிடவேண்டுமென நினைக்கிறேன். என்னை அறியாமல் விருத்தத்தின்மீது முன்பிருந்த கோபமும் வெறுப்பும் இப்போது

குறைந்துகொண்டே வருகிறது என்ற உண்மையை என் மனச்சாட்சி எனக்குச் சொல்லத் தொடங்கிவிட்டது' என்று செம்பியனுக்குள் செம்பியனே பேசிக்கொண்டான்.

"பெயர் என்னம்மா?"

"விருத்தாம்பாள்" என்று சொல்லிவிட்டு முனிவரிடம் சென்று பாதம் பணிந்து ஆசீர்வாதம் வாங்கிக்கொண்டாள்.

"சந்தோஷம்! நீ சகல செளபாக்கியங்களுடனும் தீர்க்காயுசுடனும் வாழவேண்டும்!"

'தீர்க்காயுசா வாழட்டும். அதற்காக நம் ஆயுசை எடுக்காமல் இருந்தால் போதும்' என்று திருமேனி மனதுக்குள் எண்ணிக் கொண்டான்.

"விருத்தாம்பாளுக்கு எதிர்காலம் பிரகாசமாக இருக்கும். அரண்மனை பாக்கியம் அதாவது பூமாதேவி 'களை' அவள் முகத்தில் குடிகொண்டிருக்கிறது" என்று முனிவர் சொன்னவுடன் செம்பியனுக்குத் தூக்கிவாரிப்போட்டது. அதைக்கேட்டு அருந்தவராயர் முகத்தில் புன்னகை தவழ்ந்து எண்ணலானார்.

'திருவெள்ளறைப் பெண்ணைத் திருமேனி ஏன் விரும்ப வேண்டும்? நம்மை மதிக்காத மன்னன் அரண்மனையில் இருப்பவள். வெண்முத்துவைக் கொண்டு வருவது அவ்வளவு எளிதான காரியமா? அதனால் எவ்வளவு பிரச்சினைகள் ஏற்படும். விருத்தமே அழகாகத்தான் இருக்கிறாள். நல்ல குணவதியாகவும் கடமை உணர்வுடன் ஒரு பொறுப்புள்ள பெண்ணாகவும் இருக்கிறாள். எனக்கு வயதாகிவிட்டது. இல்லை யென்றால் நானே இவளை மணந்துகொள்வேன்' என்றெல்லாம் நினைத்துக்கொண்டார் அருந்தவராயர்.

விருத்தம் பற்றிய பேச்சிலிருந்து எல்லோருடைய எண்ண ஓட்டங்களை மடைமாற்றம் செய்திட எண்ணிய செம்பியன்,

"ரிஷிதேவே! மாமாவுக்குப் பூரண குணமானவுடன் நாடு திரும்ப வேண்டும். நாட்டில் செய்யவேண்டிய பணிகள் நிறைய இருக்கின்றன. மாமாவின் கை வெட்டுப்பட்ட விஷயம் இன்னும் என் தாய்க்குத் தெரியாது. தெரிந்தால் அவர்களால் அதைத் தாங்கிக்கொள்ள முடியாது என்பதால் இன்னும் சொல்லவில்லை.

தாங்கள் இப்போதே சிகிச்சையை ஆரம்பித்துவிடலாம்" என்று செம்பியன் சொன்னதை அருந்தவராயரும் ஆமோதித்தார்.

"ஆமாம் மாமுனியே. எனக்கு இப்போது வலி குறைந்துவிட்டது. ஆனால் புண்மட்டும் ஆறவில்லை. அப்புண்ணிலிருந்து திரவம் வடிந்துகொண்டே இருக்கிறது" என்று சொன்னவுடன், ஐங்குறு மாமுனிவர் தன் சீடர்களைத் திரும்பிப் பார்த்தார்.

பின்னால் நின்றுகொண்டிருந்த இரண்டு சீடர்கள் ஓடி வந்தனர். அவர்களிடம் என்ன சிகிச்சை செய்யவேண்டும் என்ற விவரத்தைச் சொன்னார்.

அன்று முழுநிலவு. வெளியே உலா சென்று வரத் திருமேனி நடந்தே சென்றான். ஒரு படைவீரன் மட்டும் சற்று இடைவெளிவிட்டுப் பின்தொடர்ந்து இளவரசனின் பாதுகாப்புக்காக வந்தான். செல்லும் இடங்கள் யாவும் ஏற்கெனவே செம்பியனுக்கு மிகவும் பரிச்சயமான இடங்கள்தாம்.

பூரணச்சந்திரன் தங்கத் தகடாகக் கீழ்வானிலிருந்து மேலெழுந்தது. மலைகளுக்கிடையே எழுந்த முழு நிலா வெளிச்சம்; வனச்சோலைகளுக்கிடையில் நடக்கும்போது சந்திரன் மறைந்து மறைந்து அவன் கண்களுக்குக் காட்சி கொடுத்துக் கொண்டே வந்தது. மலையடிவாரமாக இருப்பதால், சீதோஷ்ண நிலை குளுமையாகவும் இதமாகவும் இருந்தது. வாய்விட்டு ஒரு பாட்டுப் பாடவேண்டும்போல் இளவரசனுக்குத் தோன்றியது.

'ஒவ்வொரு பௌர்ணமியன்றும் இரவு முழுவதும் கண்ணன் கோவிலுக்குப் போய்த் தங்கி இருப்போம்' என்று அன்று வெண்முத்து சொன்னாள். இன்றைய பௌர்ணமி தினத்தை நினைக்கும்போது அவள் சொன்னது திருமேனியின் நினைவுக்கு வருகிறது.

15

பௌர்ணமியன்று கோவிலில் சந்திப்பு

திருவெள்ளறை நாட்டின் இளவரசி நற்றிணையும், அவளுடைய தோழி வெண்முத்துவும் வழக்கம்போல் ஒவ்வொரு பௌர்ணமியன்றும் புண்டரீகட்ச பெருமாள் கோவிலுக்குச் சென்று இரவு முழுவதும் நேரத்தைச் செலவிட்டுத் தங்களுக்குத் தாங்கள் விரும்பும் மகிழ்ச்சியும் அமைதியும் கலந்த வாழ்க்கை அமையவேண்டும் என்றும், திருவெள்ளறையைப் போரற்ற நாடாக்கி சுபிட்ஷமாக வைத்திருக்கவேண்டும் என்றும் இறைவனிடம் வேண்டிக்கொள்வது வழக்கம்.

அதேபோல் இன்றும் இருவரும் கோவிலுக்குச் சென்றார்கள். நற்றிணை இளவரசியானதால் அரண்மனையின் காவலர்கள் பாதுகாப்புக்கு உடன் வந்தவர்கள், கோவிலுக்குள் இருவரும் சென்றபின்பு சற்றுத் தூரத்தில் ஒதுக்குப் புறமாக நின்று, வருகிற போகிற மக்களைக் கவனித்துக்கொண்டு இருந்தார்கள். வழக்கத்திற்கு மாறாக இன்று செங்கோடன் கொஞ்ச நேரம் கழித்து வந்து சேர்ந்தான்.

நற்றிணையை நெருங்கியவுடன் தோழி வெண்முத்துவைச் சற்று நகர்ந்துபோய் அமரும்படி செங்கோடன் கேட்டுக்கொண்டான்.

அதன்படி அவள் நகர்ந்துபோய் அமர்ந்துகொண்டாள். சீலையால் தன் உடலை இழுத்துப் போர்த்திக்கொண்டு அமர்ந்திருந்த நற்றிணையின் அருகே போய் உட்கார்ந்த செங்கோடன்,

“நற்றிணை! நேற்று ஏதோ விரதம் இருந்தாயாமே? முழுநாளும் உண்ணாமல் இருந்தால் உடம்புக்கு ஆகாது. அதனால்தான் மயக்கம் ஏற்பட்டிருக்கிறது.”

“என்மீது கொண்டிருக்கும் அக்கறைக்கு மிக்க நன்றி! இந்த நாட்டுக்கு எந்தவிதக் களங்கமும் ‘யாராலும்’ வந்துவிடக் கூடாதென்றுதான் விரதம் இருந்தேன்.’’

“அப்படியென்றால் என்னால்தான் நாட்டுக்குக் களங்கம் வருகிறதென்று சொல்ல வருகிறாயா?”

“புரிந்துகொண்டால் சரி!”

“ஏன் இப்படி விதண்டாவாதம் செய்கிறாய்? எதிர்காலத்தில் உன் கணவராகப் போகும் உன் முறைப்பையன் அல்லவா நான்? எப்படி என்னால் இந்த நாட்டுக்குத் துரோகம் செய்திட முடியும்?”

“வெண்ணாகரத்துப் போரின்போது, போர் விதிகளை மீறி மன்னன் செம்பியன் திருவேலைக் கொலை செய்து நம் நாட்டுக்கு அவப்பெயரை உருவாக்கிவிட்டீர்கள்; அண்மையில் என் அண்ணன் மன்னர் இளந்திரைக்கோ விருப்பத்திற்கு மாறாகச் செம்பியன் திருமேனியையும், அவனுடைய மாமாவையும் காவலர்களை ஏவி விட்டுக் கொலை செய்ய முயன்றிருக்கிறீர்கள். உங்களை நம்பி வெண்ணாகரத்தை நல்லாட்சி புரிய அனுப்பி வைத்தால் பாதியிலேயே விட்டுவிட்டு வந்துவிட்டீர்கள். அதோடு மட்டுமல்லாமல் அண்ணனிடம் பல பொய்களையும் சொல்லி இருக்கிறீர்கள்.’’

இந்தப் பதிலைக் கொஞ்சமும் எதிர்பாராத செங்கோடனுக்கு அதிர்ச்சியாக இருந்தது. இத்தனை உண்மைகளையும் இவள் எப்படித் தெரிந்துகொண்டாள்? நற்றிணையிடம் ஆசையாய் இரண்டு வார்த்தைகள் பேசலாம் என்று வந்தவனுக்குச் சரியான பதிலைக் கொடுத்தவுடன் அவன் முகம் கறுத்துவிட்டது.

‘மேனியை ஏன் இப்படி முழுதும் போர்த்தி வைத்துக்கொண்டு முகத்தைக்கூடக் காட்ட மறுக்கிறாள்? முழுமதிபோன்ற அவள் முகத்தைக் கண்டு ரசித்து அழகை உண்டு மகிழலாம் என்று பல கனவுகளைச் சுமந்துகொண்டு வந்தால், இவள் இப்படி நடந்துகொள்கிறாளே? இவளுக்குப் பின்புலமாக இருந்து யாரோ இயக்குகிறார்கள்’ என்று சந்தேகப்பட ஆரம்பித்தான். ‘கடந்த சில மாதங்களாகவே இவள் இப்படித்தான் எடுத்தெறிந்து சினத்தை மனத்தில் தேக்கி வைத்துக்கொண்டு பேசுகிறாள்’ என்று எண்ணினான். எல்லாம் அந்தச் செம்பியன் வந்துவிட்டுப் போன பின்புதான் மாறிவிட்டாள் என்றும் கணக்குப் போட்டான்.

“நற்றிணை! அதெல்லாம் ராஜரகசியம்; ராஜதந்திரம். நீ உன்னைக் குழப்பிக்கொள்ளாதே. எனக்குத் தெரியும் செம்பியன் திருமேனி வைத்தியனாய் மாறுவேடத்துடன் உங்களை வந்து ஏமாற்றினானே அன்று முதல் நீ மாறிவிட்டாய்!”

“அவன் ஏமாற்றவில்லை. ஏமாற இருந்த நான் அவன் வருகையின் பின் விழித்தெழ வாய்ப்பு ஏற்பட்டுவிட்டது. அன்றுமுதல்தான் எனக்குச் சில விஷயங்கள் கொஞ்சம் கொஞ்சமாகப் புரியத் தொடங்கின.''

“நீ எல்லாவற்றையும் தவறாகப் புரிந்துகொண்டு வார்த்தைகளைக் கொட்டுகிறாய். இப்போது கோபமாக இருக்கிறாய். இன்னொருநாள் சந்திப்போம். நான் வருகிறேன்...” என்று சொல்லிவிட்டு செங்கோடன் எழுந்து புறப்பட்டான்.

அவன் சென்ற பின்பு தூரத்தில் அமர்ந்திருந்த வெண்முத்து அருகில் வந்தமர்ந்தாள். அவளுக்கு முழுவதும் புரியாவிட்டாலும் நற்றிணையின் வெறுப்புப் பேச்சும், செங்கோடனின் ஆத்திரத் தையும் யூகித்தறிந்துகொண்டாள்.

“வெண்முத்து! அங்கே உட்கார்ந்து அந்தப் பக்கம் என்ன பார்த்துக் கொண்டிருந்தாய்?” என்று சொல்லிக்கொண்டே முக்காட்டை அகற்றிக்கொண்டாள் இளவரசி.

“என் செவிகள் உங்கள் பக்கமும், என் கண்கள் அந்த நந்தவனக் கிணற்றுத் தண்ணீர் பக்கமும் இருந்தன.''

“ஓகோ எல்லாவற்றையும் கேட்டுவிட்டாயா?”

“அக்கா! நமக்குள் என்ன ரகசியம் வேண்டி இருக்கிறது? நாளைக்கு நீங்கள் அன்புக்குரிய தளபதியாரைக் கலியாணம் செய்துகொண்டால், உங்கள் இன்ப துன்பங்களில் எனக்கும் பங்குண்டல்லவா? அதனால் நீங்கள் என்னென்ன பேசுகிறீர்கள் என்பதை அறிய ஆர்வம் இருக்காதா என்ன? சரி, அதை விடுங்க. என்ன அக்கா! காதல் பேச்சில் பழரசம் பருகினீர்களா? எப்படி இருந்தது? மறுபடியும் எப்போது தனிமையில் சந்திக்கப் போகிறீர்கள்?'' என்று வெண்முத்து கிண்டலாய்க் கேட்டாள்.

“அடி போடீ பைத்தியக்காரி! ஏட்டிக்குப் போட்டியாகப் பதில் கொடுத்தவுடன் குற்ற மனப்பான்மையுடன் எழும்பிப் போய்விட்டார். உண்மை சுட்டுவிட்டது. நாம் ஏற்கெனவே

பேசிக்கொண்டவைதான். சரி அதைவிடு! உன் கண்கள் நீருக்குள் என்ன அதிசயத்தைக் கண்டன?''

''நீங்கள் வேண்டுமானால் பாருங்கள்! ஒரு பௌர்ணமியன்று திருமேனி என்னைத் தேடி வரப்போகிறார். அவரை எங்கே சந்திப்பது என்று யோசித்துக்கொண்டிருந்தேன். அதற்குக் கிடைத்த பதில் இந்தக் கிணற்று நீரில் உள்ளது அக்கா.''

''என்ன கிணற்று நீரில் பதில் இருக்கிறதா?''

''ஆமாம்! இந்தச் சிறு கிணற்றை விடுங்கள்! கோவிலின் மதிற்சுவருக்கு மேல்புறம், அரண்மனைக்குத் தென்புறம் பெரிய மறைசுவர்ப் பொய்கைக் கிணறு உள்ளதல்லவா? அங்குச் சந்தித்தால் யாரும் எங்களைப் பார்க்க முடியாது என்றுதான் பாதுகாப்பு கருதிய ஞானோதயம் வந்தது.''

''நீ சொல்வதும் சரிதான். இதற்கு முன்பு என் தந்தையும் என் தாய் அவிரோள் கோதையும் அவ்விடத்தில் குளித்ததை நானறிவேன். நானும் அவர்களுடன் சிறுமியாய் இருந்தபோது உடன் சென்று நீராடியிருக்கிறேன்.''

''ஆமாம் அக்கா. இப்போது ஒருசில அரண்மனை வாசிகள்தான் நீராடச் செல்கிறார்கள். அந்த இடத்தில் சந்திக்கலாம் என்று திருமேனியிடம் எப்படிச் சொல்வது என்றுதான் சிந்திக்கிறேன்.''

''வெண்முத்து! ஒன்று சொன்னால் கோபித்துக்கொள்ள மாட்டாயே?''

''என்னக்கா? என்னிடம் உங்களுக்கில்லாத உரிமையா? சொல்லுங்கள்.''

''அப்படி திருமேனி வந்தால் சொல். நானும் உன்னோடு வருகிறேன்.''

''முதலில் வரட்டும், அப்புறம் சொல்கிறேன்.''

''இதிலென்ன ஐயம் உனக்கு?'' என்றதைக்கேட்டு இருவரும் சிரித்து மகிழ்ந்தனர்.

''அதுசரி. ஒவ்வொரு பௌர்ணமியன்றும் நாம் இங்கு வருவோம் என்று திருமேனிக்குத் தெரியும் அல்லவா?''

''அக்கா! நீங்கள் பலே ஆள்தான். நான் மறந்தாலும் நீங்கள் மறக்கவில்லை அப்படித்தானே?''

"நீ ஒவ்வொருமுறையும் சொல்லச் சொல்ல நானும் அப்புறம்தான் அவனைப் பற்றி நினைத்துப் பார்த்தேன். அவன் இளமையும் ஆண்மையும் அவனுடைய கட்டழகுக்கு எடுத்துக் காட்டாய்த்தான் இருக்கின்றன. ராஜகுமாரன் அல்லவா? என்ன துணிச்சல் நமது அந்தப்புரத்திற்கே அன்று வந்துவிட்டான். நீ ஏற்கனவே சொல்லி இருந்தும் ஏன் உன்னைப் பார்க்க வரவில்லை?"

"அவருக்கு என்ன வேலையோ? அவருடைய மாமாவின் கைக்கு வைத்தியம் பார்த்துக்கொண்டு இருப்பார். ஆனால், நிச்சயம் எனக்குத் தெரியும் ஒரு பௌர்ணமியன்று என்னைத் தேடி அவர் வருவார் என்று."

"அப்படி வரும்போது நீ தனியே போய் அமர்ந்து காதல்மொழி பேசிடாதே! என்னருகே அமர்ந்து பேசு. அதை நானும் கேட்டு ரசிக்க வேண்டும்."

"போங்கள் அக்கா! உங்களை விட்டுவிட்டு நான் எங்கே பிரியப் போகிறேன்? நீங்களும் கூடத்தானே இருக்கப் போகிறீர்கள்."

"வெண்முத்து நீ அவனைத் திருமணம் செய்து ராஜகுமாரியாகி என்னை விட்டுவிட்டுப் போய்விடுவாயா? பிடிக்காத செங்கோடனுக்கு என்னைத் திருமணம் செய்து வைத்துவிட்டால் என் நிலையை யோசித்துப் பார். நமது ஒப்பந்தப்படி நீயும் என்கூட வந்துதானே ஆகவேண்டும்" என்று நற்றிணை அந்த வார்த்தையை வெளிப்படுத்தும்போது கனத்த இதயத்தோடு அவள் சொன்னாள் என்பதை வெண்முத்து உணர்ந்துகொண்டாள்.

ஒன்றாக வளர்ந்து, ஒன்றாகப் பழகிய நமக்குள் ஒரு பிரிவினை எவ்வளவு பெரிய தாக்கத்தைக் கொடுக்கும் என்று சிந்தித்தாள் வெண்முத்து. அவளைச் சமாதானப்படுத்த,

"அக்கா! நீங்கள் ஒன்றும் கவலைப்படாதீர்கள். நமது உடன் படிக்கையின்படி அப்படி நான் வெண்ணாகர ராஜகுமாரியாகி விட்டால் நீங்களும் என்னுடன் வந்துவிடுங்கள் உங்களையும் ராஜகுமாரியாக்கி அழகு பார்ப்பது என் கடமை."

"இல்லை! உனக்குத் தோழியாக வந்துவிடுகிறேன். இந்தச் செங்கோடனுடன் வாழ்வதைவிட உன்னோடு வந்து தோழியாக வாழ்ந்தால் நன்றாகத்தான் இருக்கும். செம்பியனைப் பார்த்துக்கொண்டே இருக்கலாம் அல்லவா? நீ இத்தனை

வருஷமாக என்னிடம் தோழியாக எப்படி இருந்திருப்பாய்? அப்படி நானும் இருந்து பார்க்க வேண்டும்."

"அக்கா! தளபதி செங்கோடனைப் பிடிக்கவில்லையென்று நீங்கள் சொல்லியுள்ளதை மன்னர் தீவிரமாக யோசிக்க ஆரம்பித்துவிட்டார் என்று நீங்கள்தானே சொன்னீர்கள்."

"அப்படி ஏதாவது என் விருப்பத்தை ஏற்றுச் செங்கோடனுடனான திருமணத்தை மன்னர் தவிர்த்துவிட்டால் நானே இவ்வுலகில் பாக்கியசாலி! அதுசரி! திருமேனி உன்னை மணமுடித்தால், என்னை உன்னுடன் அழைத்துப்போக உன்னால் முடியுமா?"

"ஏன் முடியாது? பெண் நினைத்தால் பேயே வந்து உதவி செய்யும். மன்னர் செய்யமாட்டாரா? மக்கள் நம்மை வள்ளி தெய்வானையைப்போல் பார்க்கத்தானே போகிறார்கள்!"

"சரி சரி விடு... முதலில் திருமேனி இங்கு உன்னைப் பார்க்க வருகிறானா என்று பார்ப்போம்."

"திருமேனி வராவிட்டால் நாம் அங்குப் படையெடுத்துப் போய் அவரைக் கைது செய்து நமது மனச்சிறையில் போட்டுவிடுவோம் அக்கா!" என்று சொன்னவுடன் இருவரும் கட்டிப்பிடித்துச் சிரித்தார்கள்.

16

முனிவர் கண்ட காட்சி

மறுநாள் காலை எழுந்தவுடன் செம்பியன் வெளியே சென்று கால்போன போக்கில் நடந்தான். அங்கே இருந்த மூண்டடர்ந்த ஆலமர அடியில்தான் முன்பு அடிக்கடி முனிவரிடம் பாடம் கற்றுக்கொண்டவன். இன்றும் அதே மரத்தடியில் சாய்ந்து சிறிது நேரம் உட்கார்ந்திருந்தான்.

ஏற்கெனவே பத்து ஆண்டுகள் இங்கிருந்தபோது பார்த்து அனுப வித்ததை மனத்திற்கொண்டு எழுந்துபோய் நீர்மருத மரத்திற்குப் பக்கத்திலிருந்த கொன்றை மரத்தில் தொங்கிய ஊஞ்சலில் சிறிது நேரம் ஆனந்தமாக ஆடி மகிழ்ந்தான். அவனுடைய ஆனந்தத்தைப் பார்த்து, மரத்திலிருந்து பூக்கள் சொரிந்தன. நிமிர்ந்து பார்த்தான். அப்பூக்கள் தங்களின் மஞ்சள் முகம் மலரச் சிரித்தன.

எதிரே இருந்த திறந்தவெளித் திடலில் குதிரை ஏற்றத்தை, அதற்கான திறன் படைத்த வீரர்களைக் கொண்டு முனிவர் கற்றுக் கொடுத்ததை நினைவுகூர்ந்தான். எத்தனையோ முறை கீழே விழுந்ததையும், காலில் ஏற்பட்ட சிராய்ப்புகளையும் நினைத்து இப்போது தன் முழங்காலைத் தடவிப்பார்த்துக்கொண்டான். லாவகமாகக் குதிரை ஏறுதல், அதிவேகமாகக் குதிரையைச் செலுத்துதல் போன்ற கலைகளைக் கற்றுக்கொண்டதெல்லாம் இப்போது நினைவுக்குக் கொண்டுவந்து மகிழ்ந்தான்.

கொஞ்சநேரம் அடர்ந்த வனச் சோலைக்குள் பழைய நினைவுகளுடன் காலாற நடந்தான். அங்குள்ள பச்சிலைகள், பூக்களின் மருத்துவக் குணங்களை நினைவுக்குக் கொண்டு வந்தான். மரப்பட்டைகளும், உலர்ந்த விதைகளும், அபூர்வ தானியங்களும், எந்தெந்த வகைகளில் பயனளிக்கிறதென்பதையெல்லாம் கற்றுக் கொண்ட ஞாபகங்கள் வந்தன. எவ்வாறு கஷாயம் காய்ச்சுவது?

லேகியம் தயாரிப்பது, பஸ்பத்திற்குப் புடம் போடுவது போன்ற வற்றிற்கு முனிவர் சொல்லிக்கொடுத்த பாடங்களை மனத்தில் ஏற்றிக்கொண்டே, அங்கிருந்த ஆண்டியப்பன் கோவில்வரை நடந்தான்.

முற்பகலில் செம்பியன் மீண்டும் குகைக்குத் திரும்பினான். அருந்தவராயருக்கான சிகிச்சையில் முனிவர் தீவிரமாக ஈடு பட்டிருந்தார். அதே இடத்தில் வைத்துத்தான் தனக்குக் கல்வி கேள்விகளை மாமுனி பாடம் எடுத்தார் போன்ற நினைவலைகள் வந்து மோதின.

திருமேனியைப் பார்த்தவுடன், அவனிடம்,

"திருமேனி! நீண்ட தூரப் பயணம் விருத்ததிற்குப் புதிதானதால் உடல் நலிவு ஏற்பட்டு அதனால் ஜுரம் கண்டிருக்கிறது. அவளைப்போய் என்னவென்று பார்" என்றார் மாமுனிவர்.

சிகிச்சையிலிருந்த அருந்தவராயரும்,

"ஆமாம்பா! இரவு தூக்கத்திலும் புலம்பிக்கொண்டிருந்தாள். நாடி பிடித்துப் பாரேன்'' என்றார்.

"மாமுனிவர் இருக்கும்போது, நான் என்ன..." என்று பதிலளிக்க வந்தவனைத் தடுத்து, "பரவாயில்லை செம்பியா நீயே கவனி..." என்றார் முனிவர்.

வேறு வழியின்றி ரிஷியின் பேச்சைத் தட்ட முடியாமல், அங்கு பாறை சுவரில் சாய்ந்து உட்கார்ந்துகொண்டிருந்த விருத்தத்திடம் சென்று, அவள் கரத்தைப் பிடித்து நாடித்துடிப்பைக் கணக்கிட்டான். அவள் ரத்தத் துடிப்பு டக்.. டக் என்று அடித்ததைவிட இளவரசனின் இதயம் வேகமாக இன்னும் சத்தமாக அடிக்கத் தொடங்கியது. உடலில் வியர்வை துளிர்ப்பதற்கு முன் வரவேண்டிய இறுக்கம் வந்துவிட்டது.

'வெண்முத்துவின் மேனியைத் தீண்டியபோது ஏற்பட்ட உணர்வு போலவே இப்போது கொஞ்சம் அரும்பியது. அது, மனம் விரும்பி ஏற்பட்டது. இது, சூழ்நிலையால் ஏற்படுகிறது. நல்லவேளை மாமுனியுடன் மாமாவும் எதிரே அமர்ந்திருக்கிறார்கள். அவர்கள் முன்னிலையில் நிகழ்வதால் எல்லாம் கட்டுக்குள் இருந்தன. இவள் ஒரு மோகன மாயப் பெண்ணாக இருக்கிறாள். ஒருவேளை நான் வெண்முத்துவைப் பார்த்திராவிட்டால் இவளிடம் மனத்தைப் பறிகொடுத்திருப்பேனோ?' என்று எண்ணினான்.

‘பல முறை வியந்து பார்த்திருக்கிறேன். பிறைச் சந்திரனிலிருந்து பொங்கும் அமுதக் கிரணங்களைக் காட்டிலும் சில நேரம் அதன் அருகிலிருந்து ஜொலிக்கும் ரோகிணி நட்சத்திரத்தின் அழகைப் பார்த்துப் பார்த்து ரசித்திருக்கிறேன்; மகிழ்ந்திருக்கிறேன். முந்தியது எதிர்பார்த்தது; பிந்தியது எதிர்பாராதது. எதிர்பாராத முத்தத்தில் எத்தனை இன்பம்! இருந்தாலும் வெண்முத்து எனும் நிலவின் ஜொலிப்புக்கு ரோகிணி என்கிற விருத்தம் கொஞ்சமும் இணையாகாது. இஷ்ட குலதெய்வம் நாச்சியாத்தாளுக்கு முன்னால் காஞ்சி கைலாசநாதராக இருந்தாலும் மனம்கொள்ளாது. விரும்பியதில் இருக்கும் குறையும் தெரியாது; வெறுப்பில் இருக்கும் நிறையும் தெரியாது.’

உடல் நலிவால் விருத்தத்தின் முகம் வாட்டமாக இருந்தாலும் அதிலேயும் சோகம் கலந்த அழகு கொழிக்கிறது. அசதியால் சோம்பி மயங்கிவிட்டாள். எங்கே தன்மீது சாய்ந்துவிடுவாளோ என்ற அச்சம் செம்பியனைப் பீடித்துக்கொண்டது. சட்டென எழ முயன்றவனின் மடிமீது சாய்ந்தாள். உடனே அவளைத் தாங்கிப் பிடித்தவன் தரையில் கிடத்திவிட்டு வெளியே ஓடினான். தரையோடு தரையாகப் படர்ந்து கிடக்கும் ‘விஷ்ணுகிரந்தி’ செடியை வேரோடு பிடுங்கிக் கொண்டுவந்தான். அதைக்கொண்டு கஷாயம் தயாரித்து விருத்தத்திற்குக் கொடுக்கத் தயாராய் வைத்தான். சற்று நேரத்தில் திருமேனி இலுப்பை மரப் பட்டையையும், துளசி இலையையும் கொண்டு வந்து இடித்துச் சாறு பிழிந்து தேனைக் கலந்து தனியே வைத்துக்கொண்டான். சாற்றுக் கோப்பையுடன் வந்து, தரையில் கிடந்த விருத்தத்தின் முகத்தைத் திருப்பி அவள் வாயில் கஷாயத்தைப் புகட்டி உள்ளிறக்க முயன்றான். அதைக் கவனித்த முனிவர்,

“உன் மடியில் அவள் தலையைத் தூக்கிவைத்துக் கோப்பையை வைத்தால்தானே திரவம் உள்ளே செல்ல வாட்டமாக இருக்கும்’’ என்றவுடன், அவர்கள் இருவரையும் நிமிர்ந்து ஒரு பார்வை பார்த்துவிட்டு, ஒரு கண யோசனைக்குப்பின், முனிவர் சொன்னவாறு செய்தான். பின்னர் அவளைத் தூக்கிக்கொண்டுபோய்க் குகையின் ஒரு ஓரத்தில் படுக்க வைத்துவிட்டு, மற்றுமொரு மரப்பட்டைச் சாற்றையும் எடுத்துக்கொண்டுவந்து மேலும் குடிக்க வைத்தான். பிறகு மோகம் கொண்ட கனத்த இதயத்துடன், அவ்விடத்தினின்று நகர்ந்து வெளியே போய்விட்டான்.

கலைமகள்-23

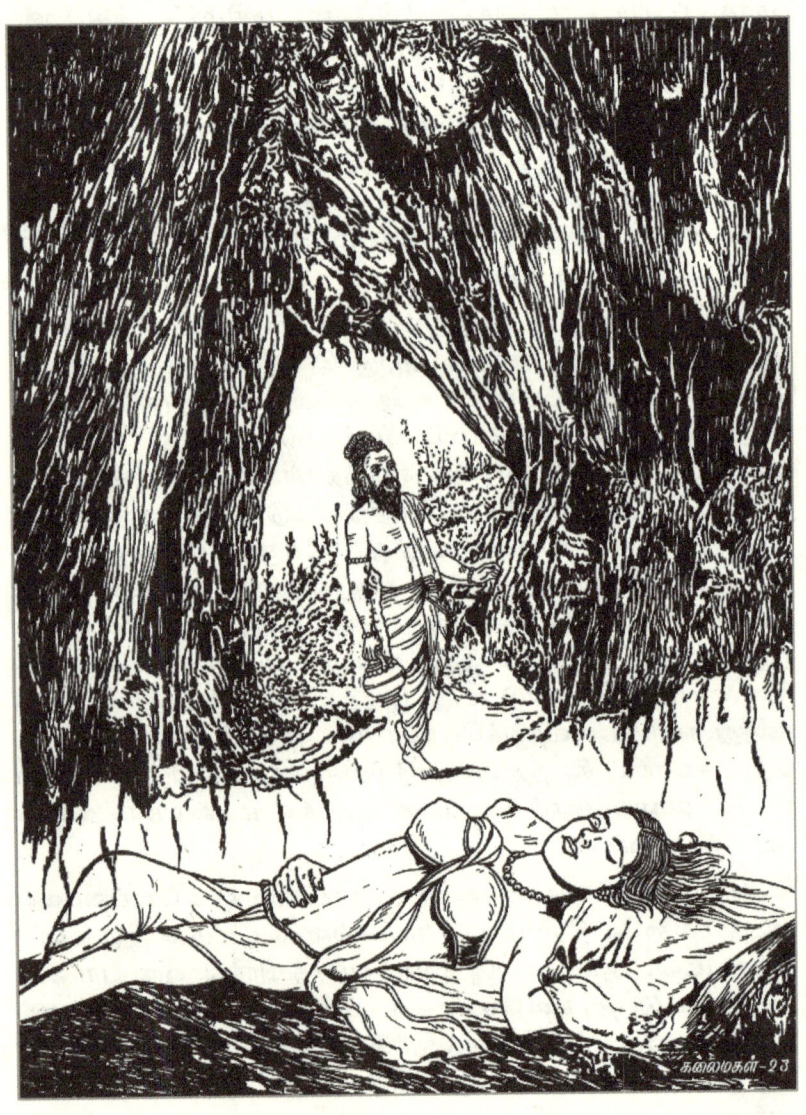

வடிவுடையாள் தங்கியிருந்த வெள்ளிமலைக் குகையில் ஒரு மறைவான இடத்தில் விருத்தத்தைத் தங்கிக்கொள்ளும்படி பணித்திருந்தார் முனிவர்.

மறுநாள் விடியலில் விருத்தம் ஜுரத்திலிருந்து மீண்டுவிட்டாளா? குணமாகி இருந்தால் அவளை எழுப்பி வேலை கொடுப்பதற்கு முனிவர் சென்றபோது, விருத்தம் மேலாடையும் காலாடையும் விலகி ஆழ்ந்த நித்திரையில் கிடந்தாள். கணுக்காலுக்கும் மேலாக இடதுபுறம் அழகிய பாதித் தொடைவரை தெரிய, மேலாடை விலகி இருந்ததால் வலதுபுறக் கொங்கை விம்மிப் புடைத்துக்கொண்டு நின்ற அக்காட்சியைப் பார்த்தவுடன் முனிவர் சற்று நேரம் தன்னை அறியாமல் அந்தக் கவர்ச்சிக் கன்னியை இமைகொட்டாமல் பார்த்து அசந்துவிட்டார்.

ஒரு காலத்தில் இல்லற வாழ்க்கையில் ஈடுபட்டிருந்த முனிவர் அதிலிருந்து விடுபட்டுப் பலநூறு யோசனை தூரத்தைத் தாண்டி இந்த மலையில் தன் துறவு வாழ்க்கையை மேற்கொண்டுள்ளார். வந்த அவர் அப்பகுதி மலைவாழ் மக்களுக்குப் பலவகைகளில் நன்மைகளையும் உதவிகளையும் செய்யத் தொடங்கினார். அவர் முனிவர் ஆனது பின்னால்தான். முன்னால் சிறந்த போர் வீரனாக இருந்து சமர் புரிந்தவர்.

'நேற்றுவரை உடன் இருந்து எல்லா உதவிகளையும் செய்து கொடுக்கும்போது விருத்தத்தின் கை முனிவரின் கரங்களுடன் உராசியிருக்கிறது; தொட்டிருக்கிறது. அப்போதெல்லாம் பட்ட ஸ்பரிஸம் எந்தவிதத் தாக்கத்தையும் கொடுக்கவில்லை; இப்போது மட்டும் ஏன் இப்படி...' என்று தனக்குள் யோசித்தார். 'இல்லற இன்பத்தை விட்டுப் பல ஆண்டுகளாகியும் உள்ளத்தின் ஓரத்தில்; மன ஆழத்தில் பெண் ஈர்ப்பு ஒட்டிக்கொண்டே இருக்கிறதோ?'

'நான் வியாசரைப்போல் ஆகிவிட்டேனோ? என் கண்களில் எதுபட்டால் என்ன? நான் ஏன் அதை ஒரு பொருட்டாக நினைக்கிறேன்?'

'வியாசர்' ஒரு குளத்து வழி நடந்து சென்றார். அப்போது அக்குளத்தில் நீராடிக்கொண்டிருந்த பெண்டிர், இவரைப் பார்த்தவுடன் தங்கள் ஆடைகளை இழுத்துத் தம் அங்கங்களை மறைத்துக்கொண்டனர். ஆனால் அவருடைய மகன் 'சுகர்'

புதுமைத்தேனீ மா. அன்பழகன் 133

அவ்வழியே சென்றபோது, எந்த மகளிரும் எதையும் மறைக்காமல் ஆடிப்பாடிக் குளித்தனர்.

இதையறிந்து வேதவியாசர் அப்பெண்களிடமே சென்று 'உங்கள் வித்தியாசமான இந்தச் செயல்களுக்குக் காரணம் என்ன?' என்று வினவினார். அதற்கு அந்தப் பெண்கள்,

"இந்தப் பக்கமாக நீங்கள் வரும்போது உங்களுக்குச் செடிகொடி தெரிகிறது. மரங்கள், குளம், குளிக்கும் நாங்கள் தெரிகிறோம். எங்களின் திறந்த அங்கங்கள் உங்கள் கண்களுக்குத் தெரிகின்றன. ஆனால் இவைகளில் எதுவுமே உங்கள் மகன் சுகர் கண்களுக்குத் தெரியாது. அவர் எதை நினைத்துப் போகிறாரோ அது மட்டுமே மனத்தில் நிற்கும். கண்கள் பார்க்கலாம்; மனத்தில் தங்குவதுபோல் ஒன்றிப் பார்க்கக்கூடாது" என்றுரைத்த நேரத்தில் "ஓங்கிப் பளார்' என்று கன்னத்தில் அறைந்தது போன்று இருந்ததாம் வியாசருக்கு.

'அதேபோல்தான் எனக்கிருந்தது. நான் உள்ளே போனேன்; அவள் படுத்திருந்தாள். அவள் எவ்வாறு படுத்திருக்கிறாள் என்பதுவா எனக்கு முக்கியம்? என் நோக்கம் என்ன? ஒன்று அவளை எழுப்பியிருக்கவேண்டும் அல்லது பிறகு எழுப்பலாம் என்று திரும்பியிருக்கவேண்டும். அதை விடுத்து நான் ஏன் அவள் அங்கங்களைப் பார்த்துப் பரவசப்படவேண்டும்? அது ஏன் என் மனத்தைப் பாதிக்கவேண்டும்?'

அந்தக் கண்கொண்ட காட்சியை, முற்றும் துறந்தவராகிய தான் பார்த்ததை யாரும் பார்த்துவிட்டார்களா என்று சுற்றுமுற்றும் திரும்பிப் பார்த்துவிட்டுத் தன்னைச் சமாளித்துக் கொண்டு அவ்விடத்தை விட்டு நழுவிவிட்டார். விலகிப் போய் சிறிது நேரம் கண்களை மூடித் தியானம் செய்ய ஆரம்பித்தார். எந்தக் காட்சியை மறக்க வேண்டும்; மனப் பதிவிலிருந்து நீக்க வேண்டும் என நினைக்கிறாரோ அதே காட்சி மீண்டும் மீண்டும் வந்து அவரை அலைக்கழிக்கத் தொடங்கியது.

வேறு வழியின்றித் தியானத்தைத் துறந்து மனமாற்றத்திற்காகக் கரடு முரடான பாறைகளின்மீது ஏற்றம் இறக்கமாகத் தட்டுத் தடுமாறி வேகமாக, தன்மீதே தான் வெறுப்புகொண்டு நடந்துபோனார். 'கண்டுவிட்ட அபச்சாரத்தை' மனத்திலிருந்து நீக்குவதற்காக மேக அருவியில் தீர்த்த முழுக்குப் போடச் சென்றபோது அங்கே செம்பியனும் குளித்துக்கொண்டிருந்தான்.

அவனைப் பார்த்தவுடன் மாமுனிவருக்குச் சிறிய அதிர்ச்சி. வெள்ளிமலைக் குகையில் நடந்தது இளவரசனுக்குத் தெரிய வாய்ப்பில்லை. என்றாலும் இவருக்குள்ள குற்றமனம் குத்திக் குடைந்தது. பிறகு சமாளித்துக்கொண்டு செம்பியனுடன் சேர்ந்து அருவியில் குளித்தார். தேங்கி நின்ற நீர்ச் சுனையில் எவ்வளவு நேரம் நீருக்குள்ளேயே மூழ்கி இருக்க முடியுமோ அவ்வளவு நேரம் மூழ்கி மூழ்கி எழுந்தார்.

17
மலைமுகட்டில் முனிவர் காட்டிய அதிசயம்

அருந்தவராயர் பூரணமாகக் குணம் அடைந்துவிட்டார்.

மலையடிவாரத்தில் இருந்த நீர்மருத மரத்தின் கீழ்தான் முனிவரிடம் செம்பியன் பலநாட்கள் அமர்ந்து கல்வி கற்றவன். அந்த மரம் ஆற்றோரம் இருந்தது. அங்கு அமைக்கப்பட்டிருந்த சிறிய மேடையில் முனிவர் அமர்ந்திருக்க, கீழே அமர்ந்து செம்பியன் பாடங்களைக் கசடறக் கற்றுத் தெளிந்தவன்.

அதே மேடையில் இன்று அமர்ந்து அருந்தவராயரும், மாமுனியும் பேசிக்கொண்டிருந்தார்கள்.

தூரத்தில் ஒரு நாவல் மரத்தில் பழுத்துக் குலுங்கிய பழங்களை எம்பியெம்பிப் பறிக்க விருத்தம் முயன்றுகொண்டிருந்தாள். அவள் துள்ளிக் குதித்த நேரத்தில் அவளிரு கொங்கைகளும் மேலும் கீழும் மேலாடைக்குள், 'வலைக்குள் அகப்பட்டுத் துள்ளிய விரால் மீன்'களைப்போல் ஆடிய காட்சி செம்பியன் கண்களில் பட்டுவிட்டது. கண்கள் நிலைகுத்தி அவள்மீது நின்றது. சிறிது நேரம் கண்குளிரப் பார்த்துக்கொண்டு இருந்தான். 'எழுந்துபோய் நாவற் பழங்களைப் பறித்து அவள் கைநிறையத் தொட்டுக் கொடுக்கலாம்' என்றுகூட அவன் மனத்தில் தோன்றியது. 'வேண்டாம்..வேண்டாம்' என்று முடிவெடுத்துக்கொண்டான். அவளை நேரடியாகப் பார்க்கும் திசையைத் தவிர்க்க எண்ணிச் செம்பியன் திரும்பி அமர்ந்துகொண்டான்.

ராஜ பரிபாலனம் செய்வது; சண்டைப் பயிற்சியில் வாள் கொண்டு போரிடுவது, யானையேற்றம், குதிரையேற்றம், பயிற்சி செய்வது, ஆயுதங்களை உள்நாட்டிலேயே தயாரிப்பது, குறிபார்த்து ஒருமனத்துடன் வில்லிலிருந்து அம்பெய்வது, ராஜ தந்திரத்தைக் கையாள்வது, மக்களின் நன்மதிப்பைப் பெறுவது, அரண்மனை

நிர்வாகத்தைத் திறம்படச் செய்வது போன்ற அனைத்து விஷயங்களையும், பல ஆண்டுகளுக்குமுன் கல்வராயன் மலையில் ஐங்குறு மாமுனிவர் பாடம் எடுத்தவைகளை மூவரும் இப்போது அசைபோட்டனர்.

மாமுனியிடம்,

"ரிஷிதேவே! தங்களிடம் ஒரு விண்ணப்பம்!"

"என்ன செம்பியா?"

"நானும் மாமாவும் சேர்ந்து முடிவெடுத்தோம்.''

"பெரிய பீடிகையெல்லாம் போடாமல் எதுவானாலும் சொல்லலாம்."

"ரிஷி! நான் சொல்லப்போவதெல்லாம் தங்களுக்குத் தெரிந்த விஷயங்கள்தான். இருந்தாலும் மீண்டும் நினைவூட்டுகிறேன்.

"நாங்கள் மூவரும் இங்கு உங்கள் பாதுகாப்பில் இருந்தபோது, இரண்டு ஆண்டுகளுக்கு முன் எங்கள் நாட்டில் காவிரி பொய்த்து வற்கடம் புகுந்ததாலும், வலியதொரு தொற்றுநோய்ப் பரவி விட்டதாலும் பல ஆயிரக்கணக்கான மக்கள் மாண்டுவிட்டனர். அந்த இரு காரணங்களால் எங்கள் நாட்டில் கொடுங்கோலாட்சி புரிந்துவந்த திருவெள்ளறைப் பிரதிநிதி செங்கோடன்தன் நாட்டுக்கே பயந்துகொண்டு ஓடிப்போய்விட்டான். அவன் போவதற்கு மேற்கொண்டு இரு காரணங்களும் இருந்தன. செங்கோடன் அந்த நாட்டு இளவரசி அதாவது முறைப்பெண்ணாகிய நற்றிணையை மணந்துகொள்ள விரும்பினான். ஆனால் நற்றிணைக்கு அவன்மீது விருப்பமில்லை. செங்கோடன் நமது வெண்ணாகரத்திலேயே தங்கி ஆட்சிபுரிந்து வந்ததால் அடிக்கடி அவளைப் பார்த்துப் பழகி அவள் மனத்தை மாற்றிட வாய்ப்பு இல்லாமற்போனதும் அவன் நாடுதிரும்பியதற்கொரு காரணம்.

மற்றொரு காரணம் வெண்ணாகரத்து மக்கள் ஏகப்பட்ட கோபத்தில் இருந்தார்கள். தம் நாட்டு மன்னரைக் கொன்றவன் செங்கோடன்தான் என்ற உண்மையை அறிந்திருந்த மக்கள் அவனை ஏதாவது ஒரு நேரத்தில் பழிவாங்கச் சரியான நேரம் பார்த்துக்கொண்டிருந்தார்கள். அத்துடன் மக்கள் வரிகொடுக்க மறுப்புத் தெரிவித்து வந்தார்கள். சில இடங்களில் எதிர்ப்புக்குரலும் ஒலிக்கத்தொடங்கின என்பதையெல்லாம் அறிந்து உயிருக்குப் பயந்து ஓடிவிட்டான்.

அந்தநேரத்தில்தான் எங்களைத் தயார் செய்து, எங்கள் நாட்டுக்கு வழியனுப்பி வைத்தீர்கள். மக்கள் முழுமனத்துடன் வரவேற்று மகிழ்ந்தார்கள். என்னைத் தங்கள் வெண்ணாகரத்து 'இளவரசர்' என்று பாராட்டிப் புகழ்ந்து ஏற்றுக்கொண்டார்கள்'' என்று செம்பியன் சொல்லிக்கொண்டு வரும்போது அருந்தவராயர் குறுக்கிட்டார்.

"ஆமாம் மாமுனிவரே! அப்படியான நேரத்தில்தான், அந்நாட்டு இளவரசனுக்கு முடிசூட்டப்போவதாகத் திருவெள்ளறையிலிருந்து ஓலை வந்தது. அதன்பிறகு நான்தான் ஒரு திட்டம் போட்டுக்கொடுத்தேன். செங்கோடன் நிலை அந்நாட்டில் எவ்வாறு உள்ளது? பழிக்குப் பழி எவ்வாறு வாங்கலாம்? என்பவற்றை ஆய்வு செய்வதற்காகச் செம்பியனை அனுப்பலாம் என்றும், செங்கோடன் வஞ்சகமாக என் மைத்துனரைக் கொலை செய்த விஷயம் திருவெள்ளறை இளவரசனுக்குத் தெரியாது. அதையும் அவனிடம் சொல்லிவிட்டுச் சமாதானமாகச் செல்வதுபோல் பேசிப்பார்ப்போம் என்று திட்டம் போட்டுப் போனோம். அதன் பிறகு நடந்தவைகளைத் தாங்கள் அறிவீர்கள்" என்று சொன்னார்.

"சரி அருந்தவராயரே! இப்போது என்ன என்னிடம் விண்ணப்பிக்கப் போகிறீர்கள்?" என்றுகேட்ட முனிவரிடம் செம்பியன்,

"ரிஷிதேவே! எங்களுக்கு நிறைப் பணிகள் காத்திருக்கின்றன. ஒன்று, அரண்மனையைப் புதுப்பிக்க வேண்டும். இரண்டு, படைகளை விரிவாக்கிச் செம்மைப்படுத்திட வேண்டும். மூன்று, திருவெள்ளறை அனுமதி பெற்றுத் தங்கள் கரங்களால் மன்னனாக முடிசூட்டிக்கொள்ள வேண்டும். நான்கு, திருவெள்ளறை நாட்டு இளவரசியின் தோழி வெண்முத்துவும் நானும் ஒருவரை ஒருவர் விரும்புகிறோம். பிரச்சினையின்றித் திருமணம் நடைபெறவேண்டும்.

இவை எல்லாவற்றையும் சரியாகச் செய்திடவேண்டுமானால் நீங்கள் எங்கள் நாட்டுக்கு வரவேண்டும். எங்கள் இராஜகுருவாக நீங்கள் இருந்து திட்டங்களை வகுத்துத் தந்து எங்களுக்கு நல்வழி காட்டவேண்டும்.

தங்கள் ஆலோசனை அறிவுரைகளை நாங்கள் சிலகாலம் பெறவேண்டும். எங்கள் திட்டங்கள் நிறைவேறியதும் தாங்கள்

மலைக்குத் திரும்பிவிடலாம். இதற்கு மறுப்பேதும் சொல்லாமல் தாங்கள் ஒப்புதலளித்து எங்களுடன் நாளையே புறப்படவேண்டும்" என்று கேட்டு முனிவரின் முகத்தையே பார்த்துக்கொண்டு அமர்ந்திருந்தார்கள் இருவரும்.

"முனிவரே! நீங்கள் வந்தால் எங்களுக்குப் பெரிய துணையாக இருக்கும்; அறிவுரை வழங்கி எங்களை வழிநடத்த ஏதுவாகவும் இருக்கும். என் சகோதரி தாங்கள் வருகிறீர்கள் என்று தெரிந்தால் மிகவும் சந்தோஷப்படுவார்கள். அதனால் மறுப்பேதும் சொல்லாமல் வரவேண்டும்" என்று அருந்தவராயரும் தன் பங்கிற்கு வலியுறுத்தினார்.

ஐங்குறு மாமுனிவர் சற்று நேரம் கண்மூடி யோசனையில் இருந்தார். அவருடைய அமைதியைக் குலைக்க இவர்களுக்கும் விருப்பம் இல்லாமல், நல்ல பதில் வருமென்ற நம்பிக்கையில் பொறுமை காத்தனர்.

மடி நிறைய நாவற்பழங்களைப் பறித்துக்கொண்டு விருத்தம் இவர்களிடம் வந்தாள். அவள் வரும் ஓசையறிந்து கண் திறந்தார். வெகுளியாக எல்லோருக்கும் பழங்களைக் கொடுக்க முயன்றாள். அதற்குள் செம்பியன் தடுத்து, "பழங்களை வைத்திருக்கும் உன் ஆடை அப்படியே கறையாகிவிடும். கொண்டுபோய் பாத்திரத்தில் வை" என்று சொன்னவுடன், அவளும் அடக்க ஒடுக்கத்துடன் பழங்களுடன் உள்ளே போய்விட்டாள்.

"நான் நாளை பதில் சொல்கிறேன். இப்போது நாம் பரிசல் ஒன்றில் சிறிது தூரம் பேராறு நீரோட்டத்தில் சென்று வருவோம். அதற்கு முன் ஓரிடத்தில் ஓர் அதிசயத்தைக் காட்டுகிறேன்" என்றார் முனிவர்.

எல்லோரும் பின் தொடர்ந்தனர்.

சூரியனின் பொற்கிரணங்களால் கல்வராயன் மலைச்சாரல் அழகுடன் மிளிர்ந்தது. பாறைகளின் மீதும், மரங்களின் மீதும் ஒருபுறம் கதிரவனின் வெளிச்சம் விழுவதும், இன்னொரு புறம் அவற்றின் நிழல் நீண்டு படர்ந்துகிடந்த அந்த வியப்பான காட்சிகளைக் கடந்து சென்றார்கள்.

சோலைவெளியெங்கும் கணக்கற்ற பறவைகளின் கீச் கீச் ஒலிகள் ஒரு புது உலகத்தில் நுழைய வைத்தன. அவ்வொலிகளுடன்

மலையிலிருந்து செங்குத்தாக நீர்த்துளிகளைத் தெறித்து வந்து விழுந்த அருவியின் இனிய ஒலியும் சேர்ந்து நறுமண வாசனையுடன் கூடிய ஒரு ரம்மிய மனோநிலைக்குக் கொண்டு சேர்த்தது.

அங்கிருந்த நெளிந்து வளைந்து உயர்ந்திருந்த ஒரு பாறையைக் காட்டி, "திருமேனி! அந்த வடிவத்தைப் பார். உனக்கு என்ன தோன்றுகிறது?"

"கற்பாறை.. அவ்வளவுதான். எனக்கு வேறு ஒன்றும் தோன்றவில்லை குருநாதா" என்று சொன்ன செம்பியனை அடுத்து விருத்தம் சொன்னாள்.

"மகானே! எனக்கு ஒரு சாம்பல் நிறக் குதிரை எகிறுவதைப்போல் தெரிகிறது" என்றாள்.

"சபாஷ் பெண்ணே! உன்னுடைய கண்டுபிடிப்புத் திறனைப் பாராட்டுகிறேன். எனக்கு என்ன தெரிகிறது என்றால், 'கால்களை மடக்கி அமர்ந்து துதிக்கையைத் தூக்கிக் காட்டும் கஜபகவான் போல் தெரிகிறது. இப்போது அந்தப் பாறையின் நிழலை அங்கே பாருங்கள்"

செம்பியனுக்குத் தூக்கிவாரிப் போட்டது. "அச்சு அசலாய் யானையொன்று அமர்ந்திருக்கும் நிழல் காட்சியளிக்கிறது அய்யனே! வியப்பாய் இருக்கிறது" என்றான்.

"நமக்கும் ஒரு சிற்பிக்கும் அதுதான் வித்தியாசம். அவனுக்குத் தெரியும், அந்தப் பாறைக்குள் என்ன சிலையை உருவாக்க முடியும் என்று. வேண்டாதவற்றைக் கழித்தாலே அழகிய சிலையைக் காட்டி விடுவான் சிற்பி" என்று முனிவர் சொல்லிக்கொண்டே நடந்து போனார்.

நீலநிறப் பின்னணியில் கரிய நிறத்துடன் மெல்ல நகர்ந்து கொண்டிருந்த மேகத்தை முனிவர் சுட்டிக் காட்டினார். அதைத் தொட்டுப் பார்க்கலாம் வா என்றுரைத்து, பின் தொடர்ந்து மேலே ஏறி வருமாறு செம்பியனுக்குச் சைகை காட்டினார்.

அருந்தவராயரையும், விருத்தத்தையும் இங்கேயே நில்லுங்கள் என்று சொல்லிவிட்டு திருமேனி மட்டும், செங்குத்தாகவும், மேடு பள்ளங்களாகவும், இருந்த மலைப்பாதையில் ஏறினான். முட்புதர் படர்ந்திருந்த கரடு முரடான பாதையில் முனிவர் முன் செல்ல இளவரசன் பின் தொடர்ந்தான். வியர்க்க விறுவிறுக்க ஓரிடத்தை

அடைந்தனர். அந்த இடத்தில் மேகத்திலிருந்து பொத்துக்கொண்டு, தாரை தாரையாக கனத்து வந்து விழுவது போல் ஊற்றியது அருவி. அங்கிருந்த ஒரு சுனையில் விழுந்து, அதிலிருந்து வழிந்தோடும் நீரைத்தான் கீழே நின்று பார்க்கும்போது அருவி என்கிறோம். நீச்சல் தெரியாத முனிவர் அதைச் சொல்லிவிட்டு, திடீரென்று சுனையில் குதித்து ஆழமில்லா குட்டையில் ஆடிப்பாடி நீச்சலடித்து ஆனந்தக் கூத்தாடத் தொடங்கினார்.

நீச்சல் தெரிந்த இளவரசன் நீருக்குள் இறங்கவில்லை. அறிவுபூர்வமாகவும், தெளிவாகவும் சிந்தித்துச் செயல்படும் ஆளுமையுடைய முனிவர், உணர்ச்சிக்கு ஆட்பட்டு நீச்சலடிப்பதை வேடிக்கை பார்த்துக்கொண்டு நின்றான். இயற்கை எழிலுக்கு அந்தக் காந்த சக்தி உண்டு.

18

ஆற்றில் மூழ்கிய விருத்தம்

நாால்வரும் மலையிலிருந்து ஆற்றங்கரைக்குக் கீழே இறங்கி வந்தார்கள்.

கல்வராயன் மலையில் ஓடும் மூன்று ஆறுகளில் ஒட்டியத் தாறுதான் பெரிய ஆறு. அதைப் பேராறு என்றும் அழைப்பர். அந்த ஆற்றில் ஒரு பெரிய வட்ட வடிவ பரிசலில் ஐங்குறு மாமுனிவர், அருந்தவராயர், செம்பியன் திருமேனி, விருத்தம்பாள் ஆகிய நால்வரும் ஏறிக்கொண்டு பயணம் ஆனார்கள். படகோட்டி வேண்டாமென்று இளவரசனே துடுப்பை எடுத்துக்கொண்டு புறப்பட்டான்.

வேண்டிய தண்ணீர்க் குடுவைகளையும், பழங்களையும், துணிகளையும் எடுத்துக்கொண்டார்கள். குதிரை வீரர்கள் இருவர் இடது பக்கக் கரையோர ஏற்ற இறக்கத்துடன்கூடிய ஒழுங்கற்ற ஒற்றையடிப் பாதையில் மெல்ல குதிரைகளுடன் பாதுகாப்பிற்கு வந்துகொண்டிருந்தார்கள். அந்தப் பாதை சில இடங்களில் ஆற்றை ஒட்டியும் சில இடங்களில் தள்ளியும் இருக்கும். காரணம் பெரிய மரங்களோ, பெரும் பாறைகளோ எதிர்ப்பட்டால் அவ்விடத்தில் பாதை ஆற்றங்கரையிலிருந்து மறைவாகத் தள்ளிப் போய்வரும். ஆற்றில் சில இடங்களில்தான் ஆழம். பல இடங்களில் கற்களும் பாறைகளும் நீர்மட்டத்திற்குக் கீழ் ஆங்காங்கே பரந்து நிறைந்து கிடந்தன. அவற்றைத் தாண்டி மேற்பரப்பில் நீரோட்டம் சராசரியாக இருந்ததால் பரிசல் பயணத்திற்குத் தடையில்லை.

இருமருங்கும் சில இடங்களில் அடர்ந்த காடுகளும், சில இடங்களில் குன்றுகளும், சில இடங்களில் சமவெளிச் செடிகொடி களுமாய்க் காட்சியளித்தன. ஐங்குறு மாமுனிவர் மலையைப் பற்றி இன்னும் விளக்கிக்கொண்டே வந்தார்.

“பூர்வீகக் குடிகளான ‘காராளர்’ எனும் மலைவாசிகள் வாழ்ந்த இடம். அதனால் இதைக் கரளர் ஆயன் மலை என்றும் அழைப்பர். இது கிழக்குத் தொடர்ச்சி மலையின் ஒரு பகுதியாகும். பல்லவ நாட்டிற்கு உட்பட்ட பிரதேசம். இதை ‘அணி நிழற்காடு’ என்றும் சொல்வர். முற்றிலும் மரஞ்செடிகொடிகளால் மூடப்பட்டு இயற்கை எழில் கொஞ்சும் மலை. இதன் தொடர்ச்சியாகத்தான் வடபுறத்தில் ஜவ்வாது மலை, பச்சை மலை, சேர்வராயன் மலை உள்ளன என்று கை நீட்டி ஒவ்வொன்றையும் காட்டிக் கொண்டு வந்தார்.

“இதில் சிறுத்தை, காட்டுப்பன்றி, செந்நாய், கரடி, யானை போன்ற கொடிய மிருகங்கள் ஒருபுறமும், குதிரை, மான், ஆடு, மாடு போன்ற மனிதர்களுடன் பழகும் மிருகங்கள் இன்னொரு புறமும், கோழி, மயில், அணில், கிளி, குயில் போன்றவைகள் ஆங்காங்கேயும் கூட்டமாக வாழ்கின்றன. இங்கு நாவல், பலா மரங்களைப் பரவலாகப் பார்க்கலாம். மரவள்ளிக்கிழங்கு , கம்பு, சோளம், கேழ்வரகு போன்ற தானியங்களையும் காராளர் மக்கள் பயிரிடுகின்றனர்” என்று விளக்கமளித்துக்கொண்டு வந்தார் முனிவர்.

“பெய்கின்ற மழைநீர் கிரகிக்கப்பட்டுச் சேர்த்து வைத்துப் பின்னர், அது ஊற்று நீராகச் சுரக்கிறது. அப்போதைக்கப்போது பெய்யும் மழையுடன் அந்த ஊற்றுநீரும் இணைந்து சிற்றாறு, கல்படையாறு, ஒட்டியத்தாறு ஆகிய மூன்று ஆறுகள் உருவாகி ஓடுகின்றன. அவை மூன்றும் சங்கமமாகிக் கோமுகி ஆறாகப் பெருக்கெடுத்துச் சமவெளிக்குச் சென்று அது சார்ந்த வட்டாரத்தை வளப்படுத்தி வருகின்றது” என்று விளக்கினார் மாமுனி.

இடையிடையே அருந்தவராயருக்கும், திருமேனிக்கும் இந்த மலை பற்றி எழுந்த ஐயங்களுக்கெல்லாம் பதிலளித்துக்கொண்டு வந்தார். இதற்குமுன் இங்கிருந்த போதெல்லாம் இவ்வளவு விவரங்களைத் தெரிந்துகொள்ளவில்லையே என்று செம்பியன் தனக்குள் எண்ணிக் கொண்டான்.

“முற்றிலும் ஏழு சோலைக் காடுகள் உள்ளன. அந்தக் காடுகள் அழியாமல், மேன்மேலும் செழிப்பாக வளர்ந்து வருவதற்குக் காரணம் ஒன்று உண்டு. மலைவாழ்த் தாவரங்களைத் தங்கள் தெய்வங்களாகக் காராள மக்கள் நினைக்கின்றனர். அதனால்

மரஞ்செடி கொடிகளுக்கு மக்கள் ஊறு விளைவிப்பதில்லை. அவற்றின் இலை, தழைகள் மண்ணில் விழுந்து மக்கி மீண்டும் அங்கேயே உரமாகிவிடுகின்றன. அரிய மூலிகைகள் நிறைந்த மலையானதால் எனக்குப் பலவகைகளில் பேருதவியாய் இருக்கிறது. அதனால்தான் நான் இங்குள்ள குகையில் நீண்ட காலமாகத் தங்கி வருகிறேன்'' என்று எடுத்துக் கூறினார். பரிசல் ஓடிக்கொண்டிருந்தது.

இப்படியாகப் பேசிக்கொண்டே போனார்கள். அப்போது ஓர் இலந்தை மரம் ஆற்றுநீரை ஒட்டித் தாழ்வாகப் படர்ந்திருந்தது. அதனின்று விலகிப் படகைச் செலுத்தச் சொன்னார் அருந்தவராயர். ''முடிந்தவரை தவிர்த்துப் பார்க்கிறேன்'' என்று சொல்லிவிட்டுப் படகை ஓட்டிவந்த திருமேனி முயன்று பார்த்தான். நீரின் வேகத்தில் கொஞ்சம்தான் முடிந்தது. அருகில் வந்தவுடன் விருத்தம் அந்த இலந்தைக் கிளையைப் பிடித்துப் பழம் பறிக்க முனைந்தாள்.

கண்களிலும் கைகளிலும் இலந்தைமரத்தின் முள் குத்திவிடவே "ஆ...ஆ..." என்று கத்தித் துடித்தாள். முட்கிளைகள் அவளுடைய ஆடைகளிலும் குத்திக் கிழித்ததோடு, ஒருபக்க ஆடை மரக்கிளையில் மாட்டிக்கொண்டது. பரிசலோ நீரோட்டத்தில் தொடர்ந்து இழுக்கப்படுகிறது. உடுப்பு முள்ளில் மாட்டிக்கொண்டதால் விருத்தம் ஒருபுறம் சாய்ந்ததில் மயக்கமுற்று பரிசலிலிருந்து தவறி ஆற்றில் விழுந்துவிட்டாள். நீச்சல் தெரிந்த திருமேனி பேசாமல் அமர்ந்து துடுப்புப் போடுவதிலேயே கவனம் செலுத்திக்கொண்டிருந்தான். 'அவள் ஆற்றோடு போய்விட்டால்கூட நல்லதுதான். எனக்குப் பிரச்சினையில்லை' என்று ஒரு கணம் நினைத்துப் பார்த்தான். அவளுக்குத்தான் நீச்சல் தெரியுமே! கரையேறிவிடுவாள் என்று நினைத்தவனுக்கு அதிர்ச்சி காத்திருந்தது. அவள் தத்தளித்ததைக் கண்டுவிட்டான். அவளுக்கு நீச்சல் தெரிந்திருந்ததனால் மயக்கத்திலும் கையைக் காலை ஆட்டிப் பார்த்தாள். முடியவில்லை. அடுத்த கணம்...யோசித்தான்.

சிறிது நேரமாகியும் நீந்தாமல் மூச்சை மட்டும் இழுத்து விட்டுக்கொண்டு நீரில் கிடந்த விருத்தத்தைப் பார்த்த செம்பியன்,

'இனியும் தாமதித்தல் மனிதப் பண்புக்கு எதிரானது. நம்முடைய எதிர்பார்ப்பு வேறு; இப்போதைய நிலைமை வேறு' என்று முடிவெடுத்து, திடீரென்று பரிசலை இன்னொரு மரத்தில்

கலைமகள்-23

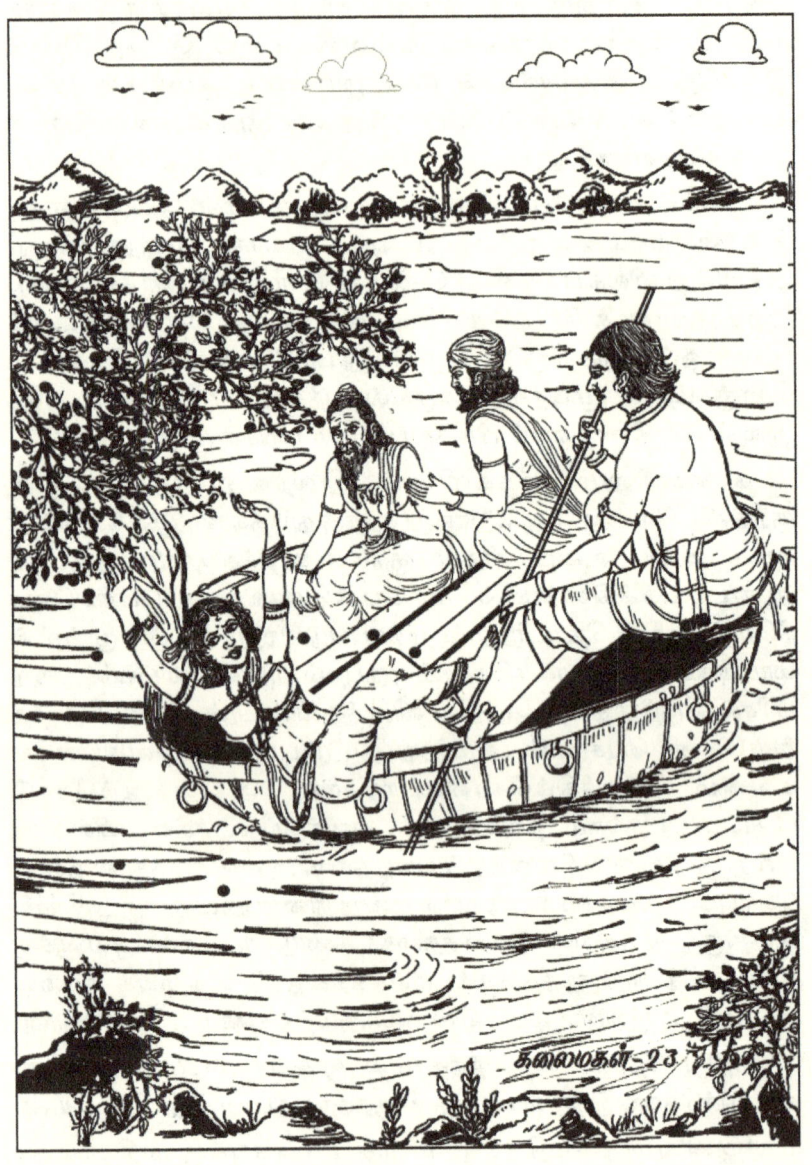

கோத்துக் கட்டிவிட்டு, ஆற்று நீரில் செம்பியன் குதித்து நீந்தினான். அவள் அணிந்திருந்த ஆடையின் ஒரு பகுதி தெரியவே அவ்விடம் நோக்கிச் சரேலென்று பாய்ந்தான். நீரோட்டம் சற்றுக் கூடுதலாகவும், வேகமாகவும் இருந்ததனால் கொஞ்சம் சிரமப்பட்டுத்தான் அவளை அடைய முடிந்தது. நல்லவேளை லாவகமாக விருத்தத்தின் முடியைப் பிடித்துத் தூக்கி அவளுடைய முகத்தை நோக்கினான். தன் உடம்பின் மார்போடு அவளுடைய முதுகுப்புற உடலை அணைத்து இறுக்கமாகப் பிடித்துக்கொண்டான். மெதுவாகக் கரையோரம் இழுத்துக்கொண்டு சென்றான்.

சோர்வாக இருந்த விருத்தத்தின் உடலை இரு கரங்களிலும் தாங்கித் தூக்கிக்கொண்டு வரப்பில் ஏறிச் சென்று சாய்வான புல்தரையில் படுக்க வைத்தான். கரம்பிடித்து நாடித்துடிப்பைப் பார்த்தான். மூச்சு ஓடிக்கொண்டிருந்தாலும், மயக்கம் தெளிந்தாலும் அவளால் விழித்துப் பார்க்க முடியவில்லை.

முடிந்த அளவு அவளை உருட்டிப் புரட்டிப் பார்த்தான்.

சற்றுத் தள்ளி மறைவாகச் சென்றுகொண்டிருந்த குதிரை வீரர்கள் படகைக் காணாது பயந்துபோய் வந்த வழியே வேகமாகத் திரும்பினார்கள். அங்கே இவர்களைப் பார்த்தவுடன் வீரர்கள் குதிரையிலிருந்து இறங்கி, முதலில் தாவிச் சென்று பரிசலை அவிழ்த்து ஒருவன் கரை சேர்த்தான். முனிவரும், அருந்தவராயரும் வெளியேறி, அலறிப் புடைத்துக்கொண்டு விருத்தத்திடம் ஓடிவந்தார்கள்.

இன்னொருவன் ஓடிப்போய் இளவரசனுக்கு உதவினான். எல்லோரும் விருத்தத்தின் அருகில் வந்து கவலையுடன் நின்றார்கள். உடனே அவளுடைய வாயில் காற்றை உள் ஊதினான். ஆபத்துக்குப் பாவம் இல்லையென்று அவளுடைய உடலை அந்தப் பக்கமும் இந்தப் பக்கமும் உருட்டினான். இரு கால்களையும் தூக்கித் தலை கீழாகப் பிடித்தான். ஒரு காவலரிடம் சொல்லி அவளுடைய வயிற்றை அழுத்தச் செய்தான். இவ்வாறு பலமுறை செய்தபின் விருத்தத்தின் வாயிலிருந்து தண்ணீர் வாந்திபோல் கொட கொடவென்று தரையில் கொட்டியது. பின்னர், தரையில் கிடத்தினான். கன்னத்தைத் தட்டித் தட்டிப் பார்த்தான்.

இப்போது அவளுடைய கைவிரல்கள் மெதுவாக அசைந்தன.

அருந்தவராயர் அவளை ஒற்றைக் கரத்தால் தொட்டு, உள்ளங்கையைத் தேய்த்துவிட்டுக்கொண்டே "விருத்தம்... விருத்தம்..." எனத் தட்டி எழுப்பினார். அவர் கண்களில் நீர் சுரந்துவிட்டது. அதன் பிறகு விருத்தம் கண்திறந்தவுடன் முனிவர் அவளைப் பார்த்து நிம்மதிப் பெருமூச்சு விட்டார்.

"பெண்ணே! உனக்கு நீச்சல் தெரியும்தானே? பின் ஏன் நீந்தவில்லை?"

"ஐயா... எனக்கு மயக்கம்... வந்து... எனக்கு ஒன்றுமே தெரியவில்லை..." என்று தட்டுத் தடுமாறிப் பதில் சொன்னாள்.

பயந்துபோன மாமுனிவர், திருமேனியைப் பார்த்து, "உடனே குதிரையில் அந்தப் பெண்ணைத் தூக்கிக்கொண்டு குகைக்குச் செல்" என்று அன்போடு அதே நேரத்தில் அழுத்தமாகச் சொன்னார். இளவரசன் அப்படியே செய்ய, முனிவரும், அருந்தவராயரும் இன்னொரு குதிரையில் ஏறிப் பின் தொடர்ந்தார்கள். வீரர்கள் கடிவாளத்தைப் பிடித்துக்கொண்டு மெதுவாக உடன் சென்றனர்.

19

முனிவருடன் செம்பியன் வெண்ணாகரம் திரும்பினான்

மறுநாள் காலையில், முனிவர் தன் அனுஷ்டானங்களை முடித்தார். எல்லோரும் நான்கு குதிரைகள் பூட்டிய தேரில் ஏறினார்கள். முனிவர் தனக்கு வேண்டிய சாதனங்கள், மருந்துகள், பொருட்களையெல்லாம் எடுத்து வைத்துக்கொண்டார். இரண்டு உதவியாளர்களையும் அழைத்துக்கொண்டார்.

விருத்தம்பாள் வழக்கம்போல் உற்சாகத்துடன் வண்டியில் ஏறி அருந்தவராயர் அருகில் தாழ்வான இருக்கையில் அமர்ந்துகொண்டாள். படை வீரர்கள் வண்டிக்குள் முன்னும், பின்னும் உடைவாளுடன் நின்றுகொண்டார்கள். நடுவிலே ஐங்குறு மாமுனிவர் அமர, அவர் காலடியில் இரண்டு உதவியாளர்கள் உட்கார்ந்துகொள்ள குதிரைகளின் லகானைப் பிடித்துச் சொடுக்கினான் செம்பியன் திருமேனி. புழுதியைக் கிளப்பிக்கொண்டு வண்டி காற்று வேகத்தில் பறந்தது.

'நேற்று விருத்தத்திற்கு ஏதேனும் நேர்ந்திருந்தால் கொடுமுடிக்கு யார் பதில் சொல்வது? அந்தப் பெண்பாவம் யாரை வந்து சேரும்? ஆயுள் முழுவதும் மனச்சாட்சி உறுத்திக்கொண்டே இருக்காதா? நாம் ராஜகுடும்பத்தைச் சேர்ந்தவர்களாக இருப்பதால் சமாளித்துக் கொள்ளலாம். இருந்தாலும் நீ ஆற்றில் இறங்கத் தயங்கித் தாமதித்ததற்கு இவளையே உனக்குத் திருமணம் செய்து வைத்து நீ படும் அவஸ்தையை நான் என்னிரு கண்களால் பார்க்கவேண்டும்' என்று தனக்குள் கறுவிக்கொண்டே அருந்தவராயர் வந்தார்.

ராஜகுமாரன் கம்பீரமாக நின்றுகொண்டு குதிரையைக் கட்டுக்குள் வைத்து ஓட்டும் அழகை விருத்தம் ரசித்துக்கொண்டே வந்தாள். அண்ணாந்து பார்த்தாள். மரக்கிளைகளும், தழைகளும் வேகமாகப் பின்னோக்கி ஓடின. வானத்தில் எரிந்துகொண்டிருந்த

கதிரவன், மேகங்களில் மறைந்து மறைந்து தன் முகத்தைக் காட்டிக்கொண்டே வந்தான். நிமிர்ந்து உட்கார்ந்து பக்கம் பார்த்தால், சாலையோரம் இருந்த குடிசைகள், செடி கொடி மரங்களும் அவளைக் கடந்து அதேபோல் பின்னோக்கி ஓடின. ஆங்காங்கே சென்ற வழிப்போக்கர்களும், குடிமக்களும் 'ஏதோ ஒரு ராஜாதான் நாடுவிட்டு நாடு போய்க்கொண்டிருக்கிறார்' என்று வேடிக்கை பார்த்தனர்.

அக்கம் பக்கத்தில் மேய்ந்துகொண்டிருந்த ஆடுகளும் மாடுகளும் மூலைக்கொன்றாய்த் தெறித்து ஓடின. பாம்பைக் கண்டு கெலிக்கும் ஒலிகளைப் பறவைகள் எழுப்பியதோடு, வண்டியைச் சுற்றிச் சுற்றி மொய்த்துக்கொண்டே முடிந்த வரையில் தொடர்ந்து வந்து, களைத்தவுடன் பறப்பதை நிறுத்திக்கொண்டன. இரண்டு வீரர்களும் தமக்குத் தெரிந்த நாட்டுப்புறப் பாடல்களை உரக்கப் பாடிக்கொண்டே வந்து பிரயாணக் களைப்பை மறக்க அல்லது மாற்ற முயன்றார்கள்.

இந்தமுறை வந்த வழியே திரும்பாமல் ஆற்றூர்க் கணவாய், பெரம்பலூர், அரியலூர், திருமானூர் வழியாகச் சென்று, திருமழபாடியில் விருத்தத்தை அவளுடைய தந்தையிடம் ஒப்படைத்துவிட்டு, மீண்டும் திருமானூர், கொள்ளிடம், காவிரிகளைக் கடந்து நாடு திரும்புவதாகச் செம்பியன் திட்டம் போட்டுக்கொண்டான்.

சூரிய அஸ்தமன நேரத்தில் திருமழபாடி பரிசல் அரண்மனைக்கு இளவரசனின் வண்டி வந்து சேர்ந்தது. வெண்ணாகர நாட்டின் எல்லை திருமழபாடியுடன் முடிகிறது. அங்கு நின்றுகொண்டிருந்த கொடுமுடி மரியாதையோடு இளவரசர், ஐங்குறு மாமுனிவர், அருந்தவராயர், தன் மகள் உள்ளிட்டோரை வரவேற்று உபசரித்தான். இரவு தங்க இருக்கிறார்கள் என்பதை அறிந்து அவர்களுக்கு வேண்டிய உதவிகளைச் செய்துகொடுத்தான். குளித்துவிட்டு இரவு உணவுக்கு வேண்டிய ஏற்பாடுகளையும், பிரயாணக் களைப்புத் தீர உறங்குவதற்கான வசதிகளையும் செய்து கொடுத்தான்.

தன் மகள் விருத்தத்தைத் தனியே பார்த்து, உச்சிமோந்து கட்டியணைத்துக் குசலம் விசாரித்தான். 'இளைத்துவிட்டாயே' என்று அக்கறையோடு கேட்டான். அந்த நேரத்தில் குளித்துவிட்டு

வந்த இளவரசன், கொடுமுடியைப் பார்த்து ஒரு பெருமூச்சு விட்ட பின்,

"இனி உன் மகள் இளைக்கமாட்டாள். ஏனெனில் உன் மகளைப் பத்திரமாக உன்னிடம் ஒப்படைத்துவிட்டேன், ஏற்றுக்கொள். நாங்கள் நாளை காலை வெண்ணாகரம் புறப்படுகிறோம். வெண்ணாகரத்துக்கு நாங்கள் வரப்போகிற செய்தியை முன்கூட்டிச் சொல்லி அனுப்பு!" என்று உத்தரவிட்டான்.

திருமேனிக்கு இந்த நேரத்தில் ஓர் ஐயம் ஏற்பட்டது. 'கொடுமுடி திட்டம்போட்டுத் தன் மகளை என்னுடன் அனுப்பியிருப்பானோ? எது எப்படியோ நாளை முதல் விருத்தம் தங்களுடன் வரப் போவதில்லை என்பதை நினைத்து மகிழ்ந்துகொண்டே மாளிகைக்குள் நுழைந்தான்.

கடந்த சில நாட்களாக அருந்தவராயரைக் கவனித்துக்கொண்டது, கல்வராயன் மலையடிவாரத்தில் வெள்ளிமலை ஓட்டியத்தாற்றில் தவறி விழுந்தது, முனிவரின் அன்பு அனைத்தையும் தந்தையுடன் விருத்தம் பகிர்ந்துகொண்டாள்.

காலையில் திருமழபாடி மக்கள் பலர் வந்து இளவரசனைக் கண்டு மரியாதை செலுத்தித் தங்கள் அன்பையும், நல்லெண்ணத்தையும் காணிக்கையாக்கினர். மீண்டும் புறப்பட அதே நான்கு குதிரைகள் பூட்டிய வண்டி வந்து நின்றது.

மாமுனிவர் தன் பரிவாரங்களுடன் வண்டியிலேறி அமர்ந்தார். அருந்தவராயர், "எங்கே விருத்தம்? நீ எங்களுடன் புறப்படவில்லையா?" என்று கொடுமுடிக்கு அருகில் நின்று கொண்டிருந்தவளைப் பார்த்துக் கேட்டார்.

"மன்னிக்கவும் ஐயா! இளவரசர் இவளை என்னிடம் ஒப்படைத்துவிட்டதாகச் சொல்லிவிட்டார்கள். ராஜ ஆணையை மீறும் ஆற்றல் உங்களுக்கு மட்டுமே இருக்கிறது..." என்று சொல்லி முடிக்கும் தருணத்தில் திருமேனி வண்டியருகே வந்தான்.

"என்ன மாமா! இப்போதும் விருத்தத்தை உடன் அழைத்துவர முன்கூட்டியே கொடுமுடியிடம் அனுமதிபெற்றுவிட்டீர்களா?" என்று ஒரு குறும்புப் பார்வையுடன் மாமாவைப் பார்த்துக் கேட்டான்.

"இல்லை திருமேனி! நான் கேட்கவில்லை. அவள் நம்முடன் தான் வரப்போகிறாள் என்ற முடிவுடன் நான் இருந்ததால், ஏன்

கொடுமுடியிடம் அனுமதி கேட்கப் போகிறேன்?" என்று சொல்லி விட்டு, விருத்தத்தையும் கொடுமுடியையும் சற்றுத் தூரத்தில் போகச் சொல்லிவிட்டு, மருமகனைப் பார்த்து,

"திருமேனி! நீ இதில் அடம் பிடிக்காதே. அவள் நம்முடன் வரட்டும்!" என்றார்.

"மாமா! அவள் நல்ல பெண்தான். உங்களுக்குச் சிறந்த முறையில் பணிவிடை செய்து கவனித்துக்கொண்டவள்தான். அதிலெல்லாம் சந்தேகமே இல்லை. இப்போது தங்களுக்குப் புண் ஆறிவிட்டது. நாம் நமது வெண்ணாகரத்துப் பூர்வீக அரண்மனைக்குச் செல்லப் போகிறோம். அங்கே தங்களுக்குப் பணிவிடை செய்து சேவை செய்ய நூறு பெண்டிர்கள் இருக்கிறார்கள். அப்புறம் இவள் எதற்கு மாமா?"

"திருமேனி! நூறு அல்ல, ஆயிரம் பெண்கள் அங்கிருந்தாலும் இவள் ஒருத்திக்கு ஈடாகாது."

"இல்லை மாமா நான் அதை ஒத்துக்கொள்ளமாட்டேன். இவளைப் போன்ற ஒருத்தி அல்ல பத்துப்பேரை நாம் சொல்லிக்கொடுத்துப் பழக்கிக்கொள்ள முடியும்."

"மருமகனே உனக்கு விவரம் போதவில்லை. ஒருவருடன் பழகும்போது அவர்களுடைய எண்ணத்தை நம்மால் புரிந்துகொள்ள முடியும். இவள் வந்தால் எனக்கு மட்டுமல்ல, உன் தாய்க்கும் பணிவிடை செய்வதோடு உண்மையான பாதுகாப்பு கொடுத்து ஊழியம் செய்பவள் என்பதாக நான் உணருகிறேன்" என்று சொன்னதைக் கேட்டு திருமேனி சினமுற்றவனாய், தாழ்ந்த குரலில்,

"மாமா! கொடுமுடி ஏதோ திட்டமிட்டு நம்முடன் அவளை அனுப்பி இருப்பதாக நான் உணர்கிறேன்" என்றான்.

"நீ தவறாக எண்ணுகிறாய். உனக்கு உன்மீதே நம்பிக்கை இல்லை..."

"மாமா நீங்கள் பழையபடி அந்த வார்த்தையைக் கொண்டே மீண்டும் என்னை மடக்க வேண்டாம்!"

"நான் உண்மையிலேயே மனம் விட்டுக் கேட்கிறேன். அவள் நம்முடன் வருவதனால் உனக்கு என்ன பிரச்சினை? அதற்கு ஒரு சரியான காரணத்தைச் சொல். அது ஏற்புடையதாக இருந்தால்

நான் விட்டு விடுகிறேன். அதை விடுத்துக் கொடுமுடியின் சதித்திட்டம்... என்றெல்லாம் கற்பனை செய்து கதை கட்டாதே'' என்றார் அருந்தவராயர் அழுத்தமாக.

சிறிது நேரம் ஆழ்ந்து யோசித்தான். கண்கள் சிவக்கத் தடு மாற்றத்துடன்,

"உண்மையைத்தானே சொல்லச் சொல்கிறீர்கள். ஆமாம் என் மீதே எனக்கே நம்பிக்கை இல்லை என்பதை ஒப்புக்கொள்கிறேன்... முந்திய நாள் அவள் ஆற்றில் விழுந்தபோதே 'அவள் ஆற்றோடு போய்விட்டால் தேவலாம்' என்றுதான் முதலில் தோன்றியது. அப்படிச் செய்திருந்தால், என்னை ஒரு கொடுமைக்காரன் என்றோ, ஈவு இரக்கம் அற்றவன் என்றோ நீங்கள் நினைத்திருப்பீர்கள். அவளைப் பார்த்தாலே மோகம் தலைக்கேறுகிறது. அவளைத் தொட்டு ஆற்றிலிருந்து தூக்கிக்கொண்டு கரையேறும்போது, சேலை நனைந்து ஒட்டிய உடலையும் அங்கங்களையும் பார்க்கும்போது, கஷ்டப்பட்டு என்னையே நான் எப்படிக் கட்டுப்படுத்திக்கொண்டேன் என்ற உண்மை எனக்கு மட்டும்தான் தெரியும்" சொல்லிவிட்டுக் கண்சிவந்து நின்றான். அப்போது அங்கு வந்த மாமுனிவர் இளவரசனைத் தட்டிக்கொடுத்து,

"நான் நீயாக இருந்து, உன்னை நான் புரிந்துகொள்கிறேன். பரவாயில்லை. நீ நீயாகவே இரு!" என்ற முனிவரின் கைகளில் முகம் பதித்து,

"தேவே! ஒன்று சொல்கிறேன். நான் ஓர் இளைஞன் மட்டுமல்ல, இளவரசன். நான் தவறு செய்தால் தட்டிக் கேட்க என்னைப் பெற்றெடுத்த என் அன்புத்தாய், என்றும் என்மீது அக்கறையுள்ள மாமா, வழிபாட்டுக் குருவாக நான் மதிக்கும் ரிஷிதேவர் ஆகிய நீங்கள் மூவர்தான் இருக்கிறீர்கள்.

இருந்தாலும் உங்களையும் மீறிப் பல நாட்டு மன்னர்களையும் போல் பல வைப்பாட்டிகளை வைத்துக்கொள்வது எல்லாம் எனக்கு ஏற்புடையதன்று. எனக்கு என்று என் வெண்முத்து திருவெள்ளறையில் காத்திருக்கிறாள். அவளை எப்படியாவது அடைந்தே தீருவேன். அவளுக்கு எந்த நேரத்திலும் துரோகம் இழைக்க மாட்டேன். விருத்தத்தை எனக்கு மிகவும் பிடிக்கிறது. அதுதான் எனக்குப் பாதகமாக இருக்கிறது. அதில் எந்தவித ஐயமும்

இல்லை. ஒருவேளை என் வெண்முத்துவைச் சந்திப்பதற்கு முன் இவளை நான் சந்தித்திருந்தால்... நிலைமை தலைகீழாய் மாறி இருக்கலாம்.

எனக்கு என்று எவ்வளவு கடமைகள் காத்திருக்கின்றன? என்னை நம்பி எத்தனை ஆயிரம் குடிமக்கள் வாழ்கிறார்கள்? முடிசூட்டும் முன் புதிய அரண்மனை கட்ட வேண்டும். செங்கோடனைப் பழி வாங்கத் திட்டம் வகுத்திடவேண்டும். கடந்த சில ஆண்டுகளாகக் கஷ்டப்பட்ட என் தேசத்து மக்களுக்கு அமைதியான நல்வாழ்வைக் கொடுக்கவேண்டும்.

மாமா ஒரு கரத்தை இழந்த செய்தியை அறிந்தவுடன் வருத்தத்தின் உச்சத்துக்குப் போகப்போகும் என் தாயின் கனத்த இதயத்திற்கு என்ன மருந்து தடவித் தேற்றிடப்போகிறேன். இந்த மனநிலையில் நான் போகும்போது, விருத்தம் நம்மோடு வரவேண்டாம்'' என்று சொல்லி மாமாவின் பக்கம் திரும்பி,

''அவளுக்கு வேறு எந்த விதத்தில் உதவிடலாம் என்று யோசியுங்கள். நான் மனப்பூர்வமாகச் செய்கிறேன். என்னைப் புரிந்துகொள்ளுங்கள் மாமா!" என்று சொன்னவற்றையெல்லாம் கேட்டு அருந்தவராயருக்குக் கண்கள் குளமாகின. கண்ணீர் பொல பொலவென்று கன்னத்தில் வழிந்தோடியது.

'என் மருமகன் எப்படியெல்லாம் தொலைநோக்குப் பார்வையோடு புத்திசாலியாக யோசிக்கிறான்? என்னைப் போலல்லாது எவ்வாறான ஒழுக்கச் சீலனாக இருக்கிறான்?' என்று நினைத்து,

"திருமேனி! கவலைப் படாதே! உன் பேச்சைக் கேட்டு எனக்குப் பெருமையாக இருக்கிறது! என் வளர்ப்பு சோடை போகவில்லை. வா போகலாம்... புறப்படு... ராஜா புறப்படு.." என்று கன்னத்தைத் துடைத்துக்கொண்டு உற்சாகமூட்டி ஒற்றைக் கரத்தைத் தூக்கினார்.

கனத்த இதயத்தோடு 'என்றாவது ஒருநாள் என்னைத் தேடி நீங்கள் வருவீர்கள்' என்று நினைத்த விருத்தம், குதிரை வண்டி போன திசையையே பார்த்துக்கொண்டு ஏங்கியவாறு நின்றாள்.

20

செம்பியனுக்கு வரவேற்பும், தாயின் சூளுரையும்

கொள்ளிடம், காவிரியைக் கடந்து, குடமுரட்டி ஆறு, வெட்டாற்றைத் தாண்டி ரதம் போகப் போக மக்கள் கூட்டம் கொஞ்சம் கொஞ்சமாகச் சேர்ந்து வரத் தொடங்கியது. வெண்ணாற்றங்கரை சென்றவுடன் மக்கள் கூட்டம் இன்னும் கொஞ்சம் கூடியது. 'வாழ்க' கோஷம் போட்டுக்கொண்டு வண்டியுடனேயே அன்பான மக்கள், பாசமான மக்கள் ஓடி வந்து குதூகலித்தார்கள்.

ஆனால் இரண்டு ஆண்டுகளுக்கு முன் இதேபோல் மக்கள் கூடிநின்று வரவேற்றதை இப்போது நினைத்துப் பார்த்தான் திருமேனி. மன்னன் செம்பியன் திருவேல் கொல்லப்பட்டபின் பத்து ஆண்டுகள் சென்று கல்வராயன் மலைக்குகையில் வளர்ந்து கல்வி அறிவு பெற்று, மருத்துவம் தெரிந்து, போர்ப்பயிற்சி கற்று அப்போது வந்தான். அருந்தவராயருடனும், ராணி வடிவுடைதேவியுடனும் அழகும் இளமையும் கலந்த வாட்ட சாட்டமான இருபது வயது இளவரசனாக வரும்போது சொந்த நாட்டு மக்கள் கொடுத்த அன்றைய வரவேற்பைத் திருமேனியால் மறக்க முடியவில்லை. அந்த அளவுக்கு மக்கள் பிரியத்துடனும், மரியாதையுடனும் வரவேற்ற காட்சி இப்போதும் நெஞ்சில் நிழலாடியது.

அப்போது, கொள்ளிடக் கரையிலிருந்து ஆரம்பித்த மக்கள் வெள்ளம் வெண்ணாற்றங்கரை ராஜபாட்டைக்கு வரும்போது பல ஆயிரக்கணக்கில் கூடிவிட்டது. கொடுங்கோலன் தப்பித்து ஓடிவிட்டான் என்ற மகிழ்ச்சிவேறு மக்களுக்கு. வறுமை குறையவேண்டும், தொற்றுநோய் ஒழியவேண்டும் அதற்கான ஆபத்பாந்தவனாக, அநாதரட்சகனாக எங்கள் நாட்டு இளவரசர்

வந்துவிட்டார் என்ற குரல்கள் பேரொலிகளாய் எழத்தொடங்கியது. மக்கள் நிம்மதிப் பெருமூச்சு விட்டுச் சுதந்திரக் காற்றைச் சுவாசிக்கத் தொடங்கினார்கள்.

பறை, சங்கு, முழவு, கொம்பு, துந்தினா, பஞ்சமுகம் முதலிய இசைக் கருவிகள் முழங்க வரவேற்றனர்.

தலைநகரை நெருங்க நெருங்கக் கரகம், கோலாட்டம், கும்மி, தேவராட்டம் போன்ற நடனங்களை ஆண் கலைஞர்களும் விறலிகளும் செய்துகாட்டி ஆடிப்பாடி மகிழ்ந்தனர்.

ஆய்ச்சியர் குரவை, வங்கியம், முரசு, ஆகியவற்றின் இசைநாதங்கள் அரண்மனையிலிருந்து ஒலித்தன. அவற்றுடன் இணைந்து பாணர்கள் இளவரசனை வரவேற்றுப் பாடிக்கொண்டே இருந்தனர்.

அழகிய பெண்கள் பாட்டுப் பாடி அங்க அசைவுகளுடன் கரங்களில் தீபம் பிடித்து, ஆரத்தி எடுத்து, வீரத் திலகமிட்டு அரண்மனைக்குள் அழைத்துச் சென்றனர்.

இப்போது இளவரசன் நினைத்துப் பார்க்கிறான். இன்று அதைப்போன்ற பெரிதான விழாக்கோலம் பூணவேண்டாமென்று கட்டளை பிறப்பித்துவிட்டான். திருமேனிக்கு அரண்மனையை நெருங்க நெருங்க தாயைப் பார்க்கப் போகிறோம், மாமுனிவரை உடன் அழைத்து வருகிறோம் என்ற மகிழ்ச்சி ஒருபுறம் எழுந்தாலும், மறுபுறம் செங்கோடனைக் கொல்லாமல் வருகிறோமே; மாமாவின் வலது கரத்தைப் பறிகொடுத்துவிட்டோமே? இதற்கெல்லாம் என்ன பதில்களைச் சொல்லித் தாயைச் சமாதானப்படுத்துவது என்ற மனக் குழப்பத்துடனே சென்றான்.

மருமகனின் பொறுப்புணர்ச்சியையும், கடமை உணர்வையும், இடையில் எந்தச் சபலங்களுக்கும் இடம் கொடுக்கக்கூடாதென்கிற கட்டுப்பாட்டையும், அவனிடம் தென்பட்ட வயதுக்கு மீறிய அறிவார்ந்த சிந்தனைகளையும் அருந்தவராயர் மெச்சிக்கொண்டே வந்தாலும், விருத்தத்தை விட்டுவிட்டு வந்துவிட்டோமே என்ற வருத்தம் ஒரு புறம் அவருக்கு இருந்தது. எதையோ இழந்துவிட்டு வந்த உணர்வு அவருடைய உள்ளத்தின் ஓரத்தில் அரும்பியவண்ணம் இருந்தது.

எப்படியாவது திருமேனி கண்களில் படாமல் விருத்தத்தை அழைத்து வந்து வடிவுடையாள் பொறுப்பில், அந்தப்புரத்திலேயே வைத்துக்கொள்ள முடியுமா என்று மாமா சிந்தித்தார்.

அடுத்த கணம் தான் கை இழந்ததை இப்போதுதான் தமக்கை அறியப் போகிறாள்; என்ன சொல்லப் போகிறாளோ என்றும் நினைத்து வருந்தத் தொடங்கினார்.

அரண்மனையின் உப்பரிகை நிலா மாடத்தில் இருந்தபடி, ரதம் வருவதை மகாராணி பார்த்துக்கொண்டே நின்றார். எல்லைக்குள் நுழைந்தவுடன் கீழிறங்கி நுழைவாயிலுக்கு வேகமாக வந்தார்.

அருந்தவராயர் வெட்டுப்பட்ட கையை மேலங்கியால் மறைத் திருந்ததால் தேவியால் முதலில் குறையைக் கண்டுபிடிக்க முடிய வில்லை.

திருமேனி தாயின் அடிதொட்டு வணங்கி நின்றான். மகனைக் கட்டியணைத்துத் தாய் உச்சிமுகர்ந்தார். வடிவுடையாள் தேவி ஐங்குறு மாமுனிவரிடம் சென்று அவருடைய பாதம் பார்த்து நமஸ்கரித்து நின்றார்.

உடனே முனிவரும் ராணியின் சிரம் மீது கை வைத்து ஆசீர்வாதம் வழங்கினார்.

ராணி தனது தம்பியை அணைத்து நலம் விசாரித்தார். அபோதுதான் கை குறைபாட்டைக் கண்டுபிடித்தார். அவசரமாகத் தம்பியின் கரம் போர்த்திய துணியகற்றிப் பார்த்தார். மெய்நடுங்கி அதிர்ந்த ராணி,

"என்ன ஆனது?" என்று கண்கலங்கிக் கேட்டார்.

தம்பியிடமிருந்து மௌனமே பதிலாக வந்ததால், மகனைத் திரும்பிப் பார்த்து,

"திருமேனி! உண்மையைச் சொல். இதனால்தான் திரும்பி வர இத்தனை நாட்கள் ஆகி விட்டனவா? இடையில் என்ன நடந்தது?"

திருமேனியின் தலை குனிவைப் பார்த்துப் பயந்துபோன ராணியார் மீண்டும்,

"இப்போது சொல்லப்போகிறாயா, இல்லையா?" என்று எழுப்பிய குரலொலி அரண்மனை முழுதும் எதிரொலித்தது. அங்குக் கூடியிருந்தவர்கள் அனைவரும் திரும்பிப் பார்த்தனர். ஏதோ

அசம்பாவிதம் நிகழ்ந்துள்ளது என்பதை அறிந்து, சிலர் அருகில் ஓடிவந்து விசாரித்தனர். சிலர் விஷயம் அறிந்து துடிதுடித்துப் போனார்கள்.

"திருமேனி! உன்னிடம்தான் கேட்கிறேன்! உன்னிடம் பதில் இருக்கிறதா இல்லையா? உன் காது செவிடாகிப் போய்விட்டதா? உன் அமைதியைப் பார்த்தால் நீயே எதாவது என் தம்பிக்குச் செய்துவிட்டாயா?" என்று சொல்லி மகனை நெருங்கிச் சென்று அவன் தோளைப் பிடித்து உலுக்கிக் கேட்டார்.

"ஐயோ தாயே! என் தாய்மாமனுக்கு நானா அப்படிச் செய்வேன்..?"

அதற்குமேலும் சொல்லாமலிருத்தல் உசிதமாக இருக்காதென்று எண்ணி, கடைக்கண்களால் மாமாவைப் பார்த்து 'நீங்களே சொல்லுங்கள்' என்று இளவரசன் ஜாடை காட்டினான். அதைக் கவனித்த அருந்தவராயர் அந்த ஜாடையை உள்வாங்கி, அப்படியே ஐங்குறு மாமுனிவரிடம் அனுப்பி 'நீங்கள் சொல்லுங்கள்! நீங்கள் சொன்னால்தான் தமக்கை சற்றுப் பொறுமையாகக் கேட்பார்' என்ற பொருள்பட சைகை காட்டினார்.

அதற்குள் ராஜகுல உறுப்பினர்களும் நிர்வாகிகளும் ஒருவருக் கொருவர் பேசலானார்கள்; முணு முணுக்கத் தொடங்கினர்.

நடந்துகொண்டிருந்த சூழலைக் கவனித்த முனிவர், 'தான் சொன்னால்தான் சரியாக இருக்கும்' என்று எண்ணி, ''எல்லோரும் அமைதியாக இருங்கள்!'' என்று சொன்னவுடன் அனைவரும் அமைதி காத்தனர்.

பின்னர் எல்லோருக்கும் நன்கு கேட்பதுபோல், திருவெள்ளறை இளவரசன் இளந்திரைக்கோ முடிசூட்டிக்கொண்டபோது, அருந்தவராயர் அவனைச் சந்தித்ததையும், செம்பியன் திருவேலைச் செங்கோட்டாதவன் நயவஞ்சகமாகக் கொன்றதைச் சொன்னபோதும் மன்னன் அதை ஏற்றுக்கொள்ளவில்லை. அங்கு நடந்த சம்பாஷணைகளை அறிந்துகொண்ட செங்கோடன், தந்திரமாக, நாடு திரும்பிய அருந்தவராயரையும், இளவரசரையும் ஆள் வைத்து இடைமறித்துக் கொல்ல முயன்றான். அப்போது நடந்த சண்டையில் தங்கள் தம்பியின் கை வெட்டப்பட்டதையும் மற்றும் நடந்த விவரங்களையெல்லாம் தனக்குத் தெரிந்தவற்றை ஒன்று விடாது சொன்னார்.

முனிவர் சொல்லச் சொல்ல வடிவுடையாள் கண்களில் நீர் சொரிந்து வழிந்துகொண்டே இருந்தது... ஆத்திரத்தில் கண்கள் சிவந்துவிட்டன.

"திருமேனி! அந்தநேரத்தில் நீ என்ன செய்துகொண்டிருந்தாய்?" என்று கத்தினார்.

அதற்கு மேலும் அருந்தவராயர் மௌனம் காக்காமல்,

"தமக்கையாரே! சற்றுப் பொறுமையாக இருங்கள். அந்த நேரத்தில் செங்கோடன் தன் வீரர்களுக்குக் கொடுத்தனுப்பிய சதித்திட்டம் திருமேனியைக் குறிவைத்துக் கொல்வதுதான். திருமேனி தன்னைக் காத்துக்கொள்வானா? என்னைக் காப்பானா? நீங்கள் சொல்வதுபோல் எனக்கு முக்கியத்துவம் கொடுத்து என்னைக் காக்கப் போரிட்டிருந்தால் பின்புறமாக வந்து இளவரசனை அந்தச் சண்டாளர்கள் கொன்றிருப்பார்கள். அப்படி நடந்திருந்தால் இந்நேரம் நீங்கள் பிள்ளையில்லாத் தாயாகப் பட்ட மரமாய் நின்றுகொண்டிருப்பீர்கள்!

என் கை போனால் போகிறது. நல்லவேளை இளவரசன், என்னையும் காத்துத் தன்னையும் காத்துப் போரிட்டதோடு அந்த ஐந்து குதிரைப்படை வீரர்களையும் தன்னந்தனியாகக் களத்தில் எதிர்த்து நின்றான். நமது இளவரசன் சுழற்றிச் சுழற்றி வீசிய வாள்வீச்சுச் சமரில் மூவரைக் கொன்றதோடு, ஒருவன் குற்றுயிராய்க் களத்தில் கிடக்க, ஒரேயொரு தடியன் மட்டும் வெட்டுக் காயங்களுடன், துண்டிக்கப்பட்டுக் கிடந்த என் கரத்தைத் தூக்கிகொண்டு ரத்தம் சொட்டச் சொட்ட ஓடிவிட்டான். அப்படி அவர்களைத் துரத்தித் துரத்தி, நீங்கள் பெற்ற புலிக்குட்டி அடித்திருக்கிறான். மாமுனிவர் பயிற்றுவித்த போர்ப் பயிற்சி சோடைபோகவில்லை. அந்த இடத்தில் மட்டும் தங்கள் மகன் இல்லாமல் வேறு ஒருவராக இருந்திருந்தால் செங்கோடனின் ஆட்கள், எங்கள் இருவரையும் எளிதில் கொன்று புதைத்திருப்பார்கள். அப்படி ஆக்ரோஷமாகப் போரிடாமல் இருந்திருந்தால், இன்று இளவரசனையும் நாம் இழந்திருப்போம்" என்று சொல்லச் சொல்ல ராணியார் அழுதுகொண்டே ஓடிப்போய் இளவரசனைக் கட்டிப்பிடித்து முத்தமிட்டுச் சமாதானமடைந்தார்.

"மகனே! தம்பியின் ஒரு கரம் பறிபோன அதிர்ச்சித் துயரத்தில், உன்னைக் குறைவாக எண்ணிவிட்டேன். நீ நேருக்கு நேர்நின்று வாளுயர்த்தி எதிரிகளைத் துவம்ஸம் செய்திருக்கிறாய்! புறமுதுகை

காட்டாமல், எதிரிகளின் மேல் விட்டெறிந்த உன் வாளுக்கு இரையாகிப் போன நயவஞ்சகத் துரோகிகளின் கதையைக் கேட்டுப் பூரித்துப் போகிறேன். உன்னைப் பெற்றெடுத்த என் வயிறு குளிர்கிறது மகனே! பிழைத்து வந்து என் வயிற்றில் பால்வார்த்துவிட்டாய். இந்த நாட்டைக் காப்பாற்றிவிட்டாய்!

மகனுக்குமுன் தன் நீண்ட கரிய அழகிய முடியை அவிழ்த்து விட்டு,

"இருந்தாலும் என்ன செய்வாயோ? ஏது செய்வாயோ! எனக்குத் தெரியாது, உடனே நீ படைதிரட்டிச் சென்று அந்தச் செங்கோடனைக் கொன்று போட்டால்தான் நீ என் மகன். அதுவரை இப்போது அவிழ்த்து விடுகிற என் இந்தக் கூந்தலை அள்ளிச் செருக மாட்டேன். இது சத்தியம்!" என்று சூளுரைத்து ஆணையிட்டார்.

அமைதியாகக் கவனித்துக்கொண்டிருந்த ஐங்குறு மாமுனிவர்,

"ராணியாரே அவசரப்படாதீர்கள். உங்கள் ஆத்திரத்தையும், உங்கள் மகனின் திறமை மீது கொண்டிருக்கும் நம்பிக்கையையும் அறிகிறேன். பழிதீர்ப்பதில் எடுத்தேன், கவிழ்த்தேன் என்பது விவேகமான செயலன்று. நேரிடையாகப் போரிட்டுச் செங்கோடனைத் தீர்த்துக் கட்டவேண்டும். இதுவே ஒரு வீரனுக்கு அழகாகும். அதற்கான சூழலை எதிர்பார்த்துக் காத்திருப்போம்; அல்லது அப்படியான ஒரு சூழலை உருவாக்குவோம்" என்றார்.

நேரம் பார்த்து, சூழல் பார்த்து சமயோஜிதமாகத் திட்டத்தை நிறைவேற்றிடவேண்டும். இந்த முறை நாம் போடும் திட்டம் தோல்வியடைந்துவிடக்கூடாது. ஒன்றே செய்தாலும் அதை நன்றே திருந்தச் செய்யவேண்டும். அர்ச்சுனன் அம்புபோல் குறி வைத்துக் களம் கண்டு மாங்காயை விழவைக்க வேண்டும்'' என்றார் அருந்தவராயர்.

"ஒன்று செய்யலாம். நாம் ஒரு முடிவுக்கு வருவதற்குமுன் மீண்டும் ஒருமுறை இளவரசன் மாறு வேடத்துடன் சென்று அந்த நாட்டின் அரசியல் சூழல், செங்கோடனின் நிலையைத் தெரிந்து வந்தபின் ஒரு முடிவெடுப்போம்'' என்று முனிவர் சொன்ன ஆலோசனையை எல்லோரும் ஆமோதித்து மௌனமாக இருந்தார்கள்.

"அதற்கு முன் நாட்டில், நிர்வாகத்தில் செய்யவேண்டிய நியமனங்களையும், சீர்திருத்தங்களையும் செய்தாக வேண்டும்'' என்றான் திருமேனி.

"அப்படியானால் உனக்கு முடி சூட்டிவிடலாம். அப்போதுதான் உன் செயல்களுக்கு அங்கீகாரம் இருக்கும்'' என்றார் அருந்தவராயர்.

ஆனால், செம்பியனோ உடன்படவில்லை.

"என் தாய் எப்போது கூந்தலை அள்ளி முடிகிறார்களோ அப்போது முடிசூட்டல் வைபவத்தையெல்லாம் வைத்துக்கொள்ளலாம். அதற்கிடையில் நமது பணிகளை அன்னை மகாராணியார் பெயரில் செய்து முடிப்போம்'' என்றான் இளவரசன்.

அதுவும் சரிதான் என்று எல்லோரும் தலையசைத்தனர்.

21

நற்றிணையும் வெண்முத்துவும் குதிரைப் பயணம்

இன்று திருவெள்ளறை அரண்மனைக் குதிரைகளுக்கு நீராட்டும் நாள். குறிப்பாக மன்னன், இளவரசி, தோழி வெண்முத்து, படைத் தளபதிகள் செல்லும் ரதத்தின் குதிரைகளுக்கு முடி வெட்டுதல், அழுக்குத் தேய்த்துக் குளிப்பாட்டுதல் நடக்கும்.

இதைப் பார்ப்பதற்கு நற்றிணையும், வெண்முத்துவும் இணைந்து சென்று அவ்விடத்திற்கு எதிரே நிலாமாடத்தில் நின்று பேசிக்கொண்டார்கள். அப்போது,

"அக்கா! இந்தக் குதிரைகள் மட்டும் தோற்றத்தில் வித்தியாசமாகவே தோன்றுகின்றனவே? எப்படி அக்கா?" என்று கேட்டாள் வெண்முத்து.

"மாம்பழங்களில் சுவை மற்றும் அளவுக்கேற்ப தரம் பிரிப்பதுபோல் குதிரைகளிலும் தரம் பிரிப்பார்கள். குதிரைகளுக்கும் தாய், தந்தை, முன்னோர் என்ற வரலாறும், ஜாதகமும் உண்டு. தலைமுறையின் கொடிபிடித்துக் கணக்கிடுவார்கள். அதற்கு ஏற்றார்போல்தான் தேர்ந்தெடுத்த உயர்ஜாதிப் புரவிகள், உயரம், கட்டுடல், கம்பீரநடை, நான்குகால் பாய்ச்சல், எஜமானை நாய்போல் காப்பாற்றல் முதலியவற்றில் சிறப்பாகச் செயல்படும். நாம் சிரித்தால் அது சிரிக்கும்; அழுதால் அதுவும் அழும்; தோழமையுடன் விளங்கும். அந்த உயர்ஜாதிக் குதிரைகளின் அறிவுக்கூர்மை மனிதர்களுக்குக்கூட இருக்காது என்பர்."

"அப்படியா? இவ்வளவு விஷயங்கள் இருக்கின்றனவா? சரியக்கா! இன்று மாலை நாம் நம் குதிரைகளில் கொஞ்ச தூரம் வெளியில் போய்ச் சவாரி செய்துவிட்டு வரலாமா? நாம் இப்படிப்போய் நீண்ட நாட்களாகின்றன."

“ஓ போகலாமே! நானும் நினைத்துக்கொண்டுதான் இருந்தேன். நான் கேள்விப்பட்டு வைத்திருக்கும் கண்ணபுரத்துக் கொற்றவளை அப்படியே தரிசித்துவிட்டு வரலாமே.''

“போவோம் அக்கா! அங்கே என்ன விசேஷம் என்று கேள்விப்பட்டீர்கள்?”

“சங்ககாலப் புறநானூற்றுப் புலவன் வெண்ணிக்குயத்தியாரால் பாடப்பட்டவன், சோழ சாம்ராஜ்ஜியத்தின் முன்தோன்றிய மூத்த சோழர்குடிப் பேரரசன் இளஞ்சேட் சென்னியின் மகன்தான் கரிகால் பெருவளத்தான். அவனுடைய புகழ்பாடும் தமிழ் இலக்கியம் பொருநராற்றுப்படையும் பட்டினப்பாலையும்.

“அக்காலத்தில் அந்தத் திருமாவளவனுக்கு யாரும் ஒப்பாரும் இலர்; மிக்காரும் இலர் என்று போற்றிப் புகழ்பாடப்பட்டவன். உழவுத்தொழில்; நீர்ப்பாசனம் என்று சொல்லப்போந்தால் கரிகாற் சோழன் கட்டிய கல்லணையைத் தவிர்த்து யாராலும் சிந்திக்க முடியாதாம்.''

“எதற்காக இதைச் சொல்கிறீர்கள்?”

“சொல்கிறேன் கேள்! வெண்ணிப்போருக்குப் பிறகு நாட்டில் அமைதி உருவாக வேண்டும் என்பதற்காகவே கொள்ளிடத்திற்கு வடபுறம் வெட்டப்பட்ட ‘பெருவள வாய்க்காலின்’ கரையில் அமைந்துள்ளதுதான் கண்ணபுரம். அவ்வூரில் இருக்கும் பெண் தெய்வமாகிய கண்ணபுரத்தாள் மக்களுக்கு விசேஷமாக அருள்பாலிக்கிறாள் என்று எல்லாராலும் பேசப்பட்டு வருகிறது. இன்னொன்றையும் சொல்வார்கள். அது உண்மையோ பொய்யோ தெரியவில்லை. கரிகாலனின் பெருந்தேவி நாங்கூர் வேளிர் நினைவாக உருவானதுதான் கொற்றவை வழிபாடு என்றும் சிலர் பகர்வர். தாய்த் தெய்வ வழிபாட்டைத் தொடர்புபடுத்திய தெய்வம் கொற்றவை குடியிருக்கும் கண்ணபுரத்தில் வீற்றிருப்பவளே கண்ணபுரத்தாள்.

“அக்கா! அந்தக் கொற்றவைக் குடில் எவ்வளவு தூரம் இருக்கும்?”

“எனக்கும் சரியாகத் தெரியவில்லை. நமக்குத் தெற்கே உறையூருக்கும் முன்னால் இருக்கிறது என்று மட்டும் தெரியும். எதற்கும் நமது தளபதியைக் கேட்போம்” என்று நற்றிணை பதில் சொல்லிவிட்டு, திரும்பிப்பார்த்து அங்கிருந்த சேடியரைக் கூப்பிட்டு,

“நீ போய் அரண்மனைத் தளபதியை அழைத்து வா’’ என்றாள்.

“இன்றே போய் நமது நாட்டின் ஸ்திரத்தன்மையும், பாதுகாப்பும் மேம்பட்டு அமைதி நிலவ பிரார்த்தனை செய்துவிட்டு வருவோம் அக்கா.’’

“அப்படியே செய்வோம். நீ சொன்னதுபோல் நாமும் வெளியில் போய் பல நாட்கள் ஆகிவிட்டன’’ என்று சொல்லிக்கொண்டிருக்கும் போதே தளபதி வந்தார். அவரைப் பார்த்து,

“தளபதியாரே! நாங்கள் இருவரும் இன்று மாலை கண்ணபுரம் செல்ல ஏற்பாடு செய்யுங்கள். வண்டி வேண்டாம். எங்கள் குதிரைகளிலேயே செல்கிறோம். எவ்வளவு தூரம் இருக்கும்? எவ்வளவு நேரமாகும்?”

“இங்கிருந்து ஒருகாத தூரத்திற்கும் சற்றுக் கூடுதலாக இருக்கும். போய்வர நான்கைந்து நாழிகைகள் பிடிக்கும். மன்னரிடம் சொல்லிவிட்டு அவர் அனுமதியுடன் ஏற்பாடுகளைச் செய்கிறேன். இதைப் போர்ப்படைத் தளபதி செங்கோடனிடம் சொல்லவா? சொன்னால் ஒருவேளை அவரும் உடன்வர விழையலாம்.’’

“வேண்டாம்! நாங்களிருவரும் கொஞ்சம் சுதந்திரமாகச் சென்று வர விரும்புகிறோம்.’’

“உத்தரவு இளவரசி!” என்று சொல்லிவிட்டு வேகமாகச் சென்றுவிட்டார்.

“வெண்முத்து நீ போய்ப் புறப்படுவதற்கான ஏற்பாடுகளைக் கவனி” என்று சொல்லிவிட்டுத் திரும்பி அறைக்குள் சென்றாள் இளவரசி.

பிற்பகல் நேரம்.

அலங்கரிக்கப்பட்ட அவர்களுடைய உயர்ஜாதிப் புரவிகள் இரண்டும் ராஜ ஸ்திரீகளுக்குரிய முத்துவிதானம் கட்டிய தந்தச் சேணம் பூட்டப்பட்டுக் கடிவாளத்துடன் வந்து நின்றன. இளவரசி, வெண்முத்துவின் குதிரைகளுக்கு, முன்னால் இரண்டு குதிரை வீரர்கள், பின்னால் இரண்டு குதிரை வீரர்கள் உடைவாட்களுடன் நின்றனர்.

இளவரசி தன் தோழியுடன் இறங்கி வந்தாள். அவரவர் அழகுக் கம்பீர வெண்குதிரைகளில் அநாயாசமாக ஏறி அமர்ந்துகொண்டனர். வெண்முத்து ஏறும்போது, அன்று திருமேனி ஏறிய அழகை நினைத்துக்கொண்டு ஏறிக் கம்பீரமும் அழகும் மிளிர அமர்ந்தாள்.

பின்னால் நின்ற இரு வீரர்களையும் பார்த்து,

"முன்னால் போகும் பரிகள் மட்டும் போதும். பின்னால் தேவையில்லை... நீங்கள் போகலாம்!"

என்று இளவரசி சொன்னதைக் கவனித்த தளபதியார் அருகில் வந்து,

"அரசரின் உத்தரவு இளவரசி! இன்னொன்று இளவரசியாரே! சூரியன் மறைவிற்குள் அரண்மனைக்குத் திரும்பிவிட வேண்டும் என்றும் மன்னர் சொன்னார்."

"பரவாயில்லை. நான் சொன்னேன் என்று அண்ணனிடம் சொல்லிவிடுங்கள். அரசர் சொன்னபடி நாங்கள் விளக்கேற்றும் நேரத்திற்குள் திரும்பிவிடுவோம் என்று சொல்லிவிடுங்கள். ம்.... புறப்படலாம்..." என்று சொல்லிவிட்டுக் கடிவாளத்தைப் பிடித்துக் குதிரையைக் கால்களால் தட்டினாள். குதிரைகள் இரண்டும் மெதுவாக நடைபோட ஆரம்பித்தன.

நகரைத் தாண்டும் வரையில் மெதுவாகவும், தாண்டியவுடன் நான்குகால் பாய்ச்சலில் பரிகள் ஓடின.

சற்றுத்தூரத்தில் நின்று பார்த்தால், வானத்திலிருந்து இறங்கிவந்த பெண் தேவதைகள் போல் இருவரும் குதிரைகளின் ஓட்டத்திற்கு ஏற்றார்போல் எம்பி எம்பித் தங்கள் உடல் வாகை அமைத்துக்கொண்டு ஓடிய அழகையும், அவர்கள் கூந்தலும், மேலங்கியின் நுனிப்பாகங்கள் காற்றில் பறந்த அழகையும், அந்த எட்டுக் குளம்புகளின் ஒத்திசைச் சத்தத்தையும், பழக்கியதுபோல் ஒற்றுமையுடன் கால்தூக்கி ஓடும் லாவக அழகையும், குதிரைகளுக்குப் பின்னால் எழும் புழுதி மண்டலக் காட்சிகளையும் காணக் கண்கோடி வேண்டும்.

அப்போது வெண்முத்து கேட்டாள்.

"அக்கா! பின்னால் வரவிருந்த வீரர்களை ஏன் வேண்டாம் என்றீர்கள்?"

"அண்ட சராசரத்திலும் இயங்கிக்கொண்டிருக்கும் ஆதிசக்தி முத்தம்மாளை உத்தராயண மாதத்தில் வழிபடச் செல்கிறோம். நாம் அதே நினைவிலேவா செல்ல முடியும்? அதுவல்லாது நாம் சுதந்திரமாகப் பேசிப் பழகிச் சிரித்து மகிழ்வோம். பின்னால் இருவர் நம்மைக் கவனித்துக்கொண்டு வருகிறார்கள் என்றாலே நம்முடைய சுதந்திரம் போய் நமது மனநிலையும், கட்டுப்பாட்டுக்குள்

கலைமகள்-23

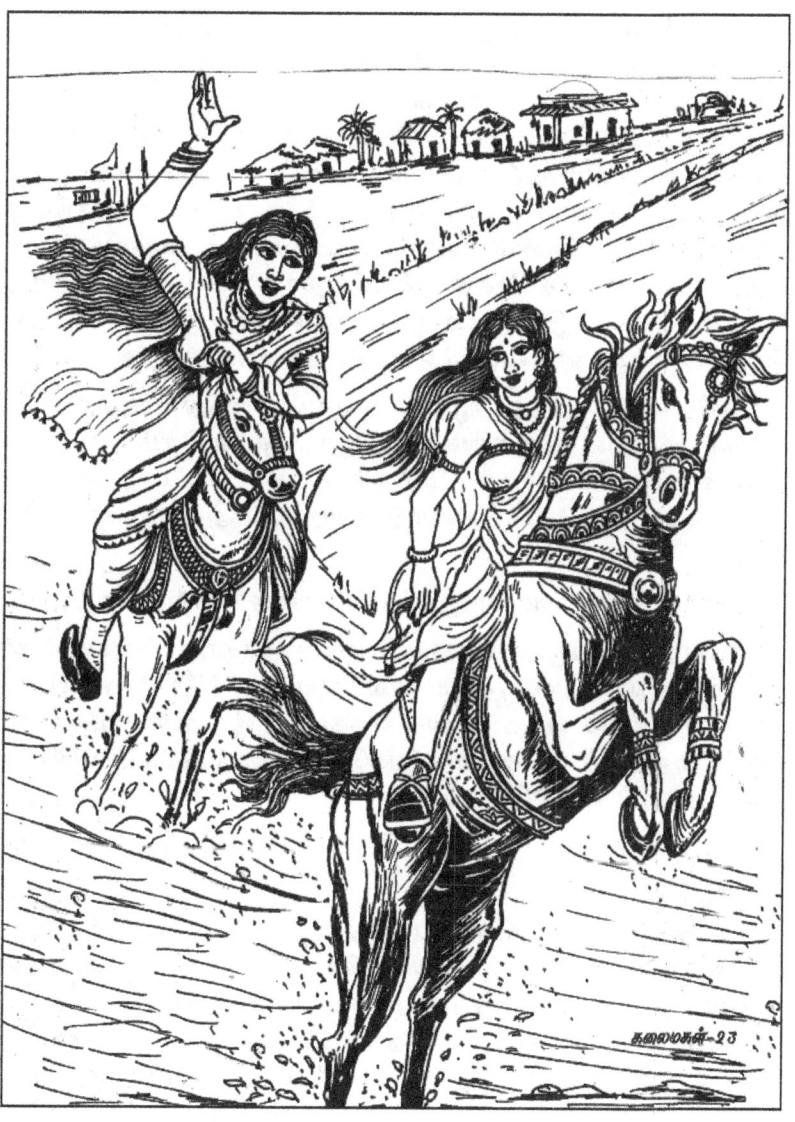

வந்துவிடும். அதிலிருந்து விடுபடுவதற்காகத்தான்...” என்றாள் இளவரசி.

போகிற வழியில் மண்ணச்சநல்லூரையடுத்து, சிறுநதியொன்று ஓடிக்கொண்டிருந்தது. ஓரிடத்தில் அந்த ஓடை அருவிபோல் ஏற்றத்திலிருந்து வழிந்தது. மேற்கே கதிரவன் இறங்கத் தொடங்கும் நேரம். சூரியனின் பொற்கிரணங்கள் படிய நீரின் பிரவாகமானது பொன் உருகி வெள்ளமாய்ப் பெருக்கெடுத்துப் பொற்கொல்லர் உலைச் சட்டியில் ஓடுவதுபோல உள்ள காட்சி ஓடை நீரில் அப்படியே பிரதிபலித்தது. வைரமும் வைடூரிய நவரத்தினக் கற்களும் பிரவாகத்தின்மீது உருட்டிவிடப்பட்டு ஓடிவருவதுபோல் அந்தக் காட்சி கண்களுக்கினியதாக இருக்கிறதென்று பேசிக்கொண்டே இருவரும் குதிரைகளிலிருந்து இறங்கி ஓரத்தில் நின்று ஆசையுடன் ஓடைநீர் ஓட்டத்தைக் கண்டுகளித்தார்கள்.

சிறிது நேரம் அந்த அழகை ரசித்துப் பார்த்து முடித்த பின், வெண்முத்துவை நற்றிணை அழைத்தும், அவள் திரும்பவில்லை. வைத்த கண் வாங்காமல் மேற்குத் திசை நீரோட்டத்தின் மீதே பார்வையைச் செலுத்தியவாறு நின்றாள். அதைக் கவனித்த இளவரசி,

“என்ன முத்து? என்ன ஆழ்ந்த யோசனை?” என்று கேட்டாள்.

“பல நாட்களாக எனக்கொரு பேராசை அக்கா! நாம் புகாருக்குச் சென்றபோதுகூட அங்கு ஓடிய காவிரியைப் பார்த்தோம் அல்லவா? அந்த நேரத்தில் அந்த ஆசை வந்தது. இத்தனை நாட்களாய் அதை மனத்தில் பூட்டி வைத்துக்கொண்டிருந்தேன். இப்போது கேட்டதனால் சொல்கிறேன்.''

“சரி அதிகம் பீடிகை போடாதே. உன் பேராசை என்னவென்று சொல்.''

“சிரிக்கக்கூடாது.. இது கற்பனைதான்... தற்போது ஓடும் எல்லா ஆறுகளும் நெளிந்து வளைந்து செல்கிறது. எங்கேயாவது ஓரிடத்தில் குறைந்தது ஐந்தாறு கல் தூரம், அதாவது கண்ணுக்கெட்டிய தூரம் வளைவு நெளிவு இல்லாமல் நேராக இருந்து, இரு புறங்களிலும் படிக்கட்டுகளுடன்கூடிய கல்லணை போன்று கற்சுவர் எழுப்பி, மருங்கில் பழமரங்களையும் பூச்செடிகளையும் உண்டாக்கிப் பொதுமக்கள் பயன்பாட்டுக்கு விட்டால் எப்படி இருக்கும்? கண்கொள்ளாக் காட்சியாக இருக்குமல்லவா?”

“நிச்சயம் இருக்கும் வெண்முத்து! உன் காதலன் அவன் நாட்டுக்கு மன்னனாகப் போகிறான். அவனிடம் சொல்! நிச்சயம் நிறைவேறும்... இன்றைய உன் கனவு, நாளை நனவாகிடலாம்.''

“இப்படிச் சொன்ன உங்களை, மேகத்துக்கே போய் நீரை எடுத்து வந்து அந்தப் புனித நீரால் அபிஷேகம் செய்யவேண்டும் என்று எனக்கு ஆசை வருகிறது. அதெல்லாம் நிறைவேறவா போகிறது?”

“கனவு கண்டதெல்லாம் போதும். வா போகலாம்! ஆமாம்... உன் அம்மா வீடு இந்தப் பக்கம்தானே இருக்கிறது?”

“ஆமாம்! அதற்கென்ன இப்போது?”

வெண்முத்து! வா! போய்ப் பார்த்துவிட்டு வருவோம். அம்மாவையும் பார்த்து நீண்ட நாட்களாகின்றன. இப்போதெல்லாம் அரண்மனைப் பக்கம் முன்புபோல் அடிக்கடி வருவதில்லை.''

“ஆமாம்! நான் தான் வரவேண்டாம் என்று சொல்லி வைத்துள்ளேன்.''

“ஏண்டி? ஏன்? என்ன ஆனது உனக்கு?”

“ஆமாம் எப்போது வந்தாலும், ‘கலியாணம் ஏன் இன்னும் பண்ணிக்கொள்ளவில்லை? எனக்கொரு பெயரனை எப்போது பெற்றுக்கொடுக்கப் போகிறாய்? நம்மைப்போன்ற ஏழைகளுக்கு ராஜ சகவாசம் எல்லாம் ஒத்து வராதும்மா! ஊருக்கு வந்துவிடு. நம்மை ஒத்த தச்சுவேலை செய்கிற பையனைக் கட்டிக்கொண்டு குடும்பம் நடத்துகிற வழியைப் பார்! உன்னைப் பெற்றதற்கு ஒரு ஆண்மகனைப் பெற்றிருந்தால் போருக்குச் செல்லும் வீரன் ஆகியிருப்பான்' என்று எப்போதும் அம்மா வாயிலிருந்து பழைய நெடுநல்வாடையே வீசும். பரவாயில்லையா?.''

“பரவாயில்லை. அம்மா பார்வையிலிருந்து யோசித்துப் பார். சரியாகத்தான் இருக்கும். ..சரி.. சரி..வா போகலாம்” என்று கூப்பிட்டவுடன் வெண்முத்து வந்து ஏறிக்கொண்டாள். குதிரைகள் வெண்முத்து பிறந்த ஊராகிய ‘கூத்தூர்’ நோக்கித் திரும்பியது. பரிகளின் ஓட்டம் மீண்டும் வேகமெடுத்தன. இவர்கள் போகும் வழியிலிருந்து இடது பக்கம் சிறிது தூரம் உள்ளே சென்று திரும்ப வேண்டும். அவ்வளவுதான்.

கொஞ்ச நேரத்திலேயே வெண்முத்துவின் வீட்டை அடைந்து விட்டார்கள். குதிரைகளைக் கண்டவுடன் ஏதோ கை வேலையாக இருந்த தாய், அப்படியே போட்டுவிட்டு ஓடிவந்தாள்.

குதிரைகளிலிருந்து இறங்கிய வெண்முத்துவையும் நற்றிணையையும் கட்டியணைத்து 'ஏதோ சொல்ல வாயெடுத்தார்'. உடனே தாய் வாயைப் பொத்தி, "நீ பழையபடி ஆரம்பித்துவிடாதே! நீ என்னவெல்லாம் பேசுவாய் என்று இப்போதுதான் அக்காவிடம் சொல்லிக்கொண்டு வந்தேன்'' என்றாள்.

அதைப் பார்த்த நற்றிணை,

"அம்மா! நீங்க கொஞ்சமும் கவலைப்படாதீர்கள். நீங்கள் அழகான ஒரு பெண்ணை பெற்றெடுத்துள்ளீர்கள்" என்று சொல்லிவிட்டு உடன் வந்து நின்றுகொண்டிருந்த இரண்டு குதிரை வீரர்களையும் சற்று விலகிச் சென்று நிற்கச் சொல்லிவிட்டு, மெல்லிய குரலில்,

"உங்கள் மகள் அழகிலே ஒரு ராஜகுமாரனே மயங்கிவிட்டான். விரைவிலே ஒரு நாட்டுக்கு ராணியாகப் போகிறாள். அப்புறம் என்னம்மா உங்களுக்கு?"

"இளவரசியாரே! விளையாட்டுக்குத்தானே சொல்கிறீர்கள்?" என்று கேட்டார் தாய்.

"இல்லை அம்மா! நிஜமாகத்தான் சொல்கிறேன். நீங்கதான் கூடவே இருந்து பிரசவம் பார்க்கவேண்டும். உங்கள் பெயரன் எதிர்கால மன்னன். அவனை நீங்கள்தான் வளர்த்தெடுக்க வேண்டும்" என்று சொன்ன நற்றிணையைப் பார்த்து,

"எனக்குத் தெரியும். என்னைச் சமாதானப்படுத்துவதற்காக, நான் சந்தோஷப்படுவேன் என்றுதானே சொல்கிறீர்கள்!. எங்களுக்கெல்லாம் அந்தக் கொடுப்பினை ஏது?" என்று சொல்லி ஒரு பெருமூச்சு விட்டு மகளைக் கட்டியணைத்து முத்தமிட்டார். வெட்கம் மேவிட வெண்முத்து தாயைப் பார்த்து,

"அம்மா! அப்பா எங்கே?"

"இவள் எப்ப வந்தாலும் என்னைக் கேட்கமாட்டாள். அப்பாவைத்தான் கேட்பாள்" என்று நற்றிணையைப் பார்த்துச் சொல்லிவிட்டு, மகளிடம்,

"அவர் காட்டுக்குப் போனார். வரவேண்டிய நேரம்தான். இருங்கள் எல்லோரும் கம்பங்களி கிண்டுகிறேன். சாப்பிட்டுவிட்டுப் போகலாம்" என்றாள் தாய் மிகுந்த ஆசையுடனும் பாசத்துடனும்.

"இல்லை அம்மா! சூரியன் மறைவதற்குள் அரண்மனைக்குத் திரும்பிவிட வேண்டும் என்று ராஜா சொல்லி அனுப்பியுள்ளார்.

எங்களுக்கு விடைகொடுங்கள்! எங்களுக்கு இன்னொரு வேலையும் இருக்கிறது, புறப்படுகிறோம். நீங்களும் அரண்மனைக்கே வந்துவிடுங்கள் தாயே!" என்று கூறிக்கொண்டே குதிரையில் ஏறினாள் நற்றிணை.

தாயின் காலைத் தொட்டு வணங்கிவிட்டு "அக்கா சொல்கிறார்களென்று இப்போது அரண்மனை பக்கம் வந்துவிடாதே! நான் சொல்கிறேன்... அப்போது வரலாம்" என்று சொல்லிக் கொண்டே வெண்முத்துவும் குதிரையிலேறினாள்.

குதிரைகள் புறப்பட்டு வேகமாக நடந்தன.

வழியில் பார்த்த மக்கள் தங்களுக்குள், 'நமது நாட்டு இளவரசி எப்படி குதிரையேற்றத்தையெல்லாம் கற்றுக்கொண்டிருக்கிறார். விட்டால் நாளைக்குப் போர் வந்தால் களத்துக்கும் சென்று விடுவார்கள்போல் தெரிகிறது. தோழியுடன் போகும் அழகே அழகு' என அவர்களிருவரும் செய்த குதிரைச்சவாரியை அந்த மக்கள் கண்டு பேசி வியந்தனர்; அவர்களைப் பார்த்துத் திருஷ்டி சுற்றிக் கைகளால் சொடுக்கி மகிழ்ந்தனர்.

கொஞ்ச நேரத்தில் கண்ணபுரம் வந்து சேர்ந்தார்கள். இளவரசி வருகிறார் என்றவுடன், சற்று முன்கூட்டியே கற்றூண் நந்தா விளக்குகள் வெளிப்புறத்தில் ஏற்றி வைக்கப்பட்டன.

முதலில் வீரர்களில் ஒருவன் இறங்கிக் கோவிலுக்குள்ளே சென்று பார்த்துவிட்டு இளவரசியை 'வரலாம்' என்று தலைகுனிந்து கையால் சமிக்ஞை காட்டினான்.

இருவரும் கொற்றவை கோவில் குடிலுக்குள் நுழைந்தனர். பலிபீடம், கொற்றவையின் துவஜ்தம்பம் ஆகியவற்றைக் கடந்து போனபோது, எதிர்கொண்டு, பட்டையாகத் திருநீறு பூசிய நெற்றியில் பெரிய குங்குமத் திலகமிட்ட ஒரு வயதான பெரியவர் வரவேற்றார். அவரிடம் 'இளவரசி வருகிறார்' என்று சொல்லப்பட்டுவிட்டதால் முறையான உபசரிப்பு இருந்தது.

பெரியவரைப் பார்த்து, "பெரியவரே! இக்கொற்றவை தெய்வத்தின் மகிமை என்னவென்று சொல்ல முடியுமா?'' என்று கேட்டதும்,

"இலக்கியம் சொல்லும் 'கானமார் செல்வி', 'காடமார் செல்வி' ஆகிய பழங்குடி மக்கள் இவளை வணங்கி எழுந்ததால் இவள் "பழையோள்" என்றும், 'மூத்த அம்மா', 'முத்தம்மா', 'ஆத்தாள்'

என்றெல்லாம் அழைக்கப்படுகிறாள். இந்தச் சக்திவாய்ந்த இஷ்டத் தெய்வம் கொற்றவையை வந்து வழிபட்டால் பிரச்சினைகள் மறைந்து நாட்டில் அமைதியும், மக்களிடையே மகிழ்ச்சியும் ஏற்படும் என்பதுதான் பிரதான ஐதீகம். அண்மையில் ஒரு பாண்டிய மன்னர் வந்து சென்றார். சென்ற திங்கள் ஒரு தொண்டைநாட்டு மன்னன் சார்பில் அமைச்சர் ஒருவர் வந்து பூஜித்துவிட்டுச் சென்றார்'' என்றார் பவ்வியமாக.

"அவர்களெல்லாரும் வந்து போகட்டும்... மகிழ்ச்சிதான்! முத்தம்மா வீற்றிருப்பது நமது திருவெள்ளறை நாட்டுக்கு உட்பட்ட பிரதேசத்தில். அதனால் கொற்றவை குடியிருக்கும் இந்த நாட்டின் பாதுகாப்பு பலப்படவேண்டும். நாடுகளுக்கிடையே சண்டை சச்சரவுகள் வரக்கூடாது. நாம் யார்மீதும் போர் தொடுக்கக் கூடாது. நம் மீதும் பிற மன்னர்கள் படை திரட்டி வரக்கூடாது. அதனால் உயிர், பொருட் சேதங்கள் நிறைய ஏற்படுகின்றன. நாட்டின் வளங்கள் பாதிக்கப்படுகின்றன. மக்கள் மகிழ்ச்சியை இழந்து நிம்மதியின்றி அலைக்கழிக்கப்படுகிறார்கள். அதனால் நமது நாட்டு அரசர் இளந்திரைக்கோ சார்பில் எங்கள் வேண்டுதல் நிறைவேறுவதற்கான பூஜையைத் தொடங்குங்கள்'' என்றாள் இளவரசி.

சம்மணப் பலகை இரண்டு கொண்டுவந்து வைத்து அதன்மேல் நெல்மணிகளையும், அருகம் புல்லையும், உதிரி மாவிலை, வேப்பிலைகளையும் பரப்பினார். அதன்மீது இருவரையும் பெரியவர் அமர வைத்தார். அந்தக் கொட்டகையின் உச்சியில் ஒரு துவாரம் இருந்தது. அதன் வழி சூரிய வெளிச்சம் வந்து தெய்வத்தின்மீது விழுமாம். குங்குமம், மஞ்சள் துகள்களால் பூசப்பட்ட அழகிய பாறாங்கல் ஒன்று, புற்றுபோல் உள்ள மண்ணெழுப்பிகளின் ஊடே தலையெடுத்து நின்றது. அதற்குப் பலநிறத் துணிகள் சுற்றப்பட்டிருந்தன. அதன் நாற்புறமும் பலவகையான புஷ்ப மாலைகள் சூட்டப்பட்டிருந்ததோடு, முளைப்பாரிகள் அடுக்கடுக்காய் வைக்கப்பட்டு இருந்தன.

இருவரையும் ''கண்களை மூடிக்கொண்டு, மனம் நெகிழுமாறு நாட்டு நலன் வேண்டிப் பிரார்த்தனை செய்துகொள்ளுங்கள்'' என்று பெரியவர் சொன்னார். சற்றுத் தூரத்திலிருந்து உடுக்கைச் சத்தம், மணிச் சத்தம் மெல்லிய ஓசையில் கேட்டது. அகில் புகை எழுப்பப்பட்டது. கற்பூர வாசனையும் உடன் வந்தது.

சிறிதுநேர அமைதிக்குப் பின் பெரியவர் அமைதியைக் கலைத்தார்.

அவர்களிடம் நெருங்கி அண்ணாந்து மேற்கூரையின் துவாரவழி மேலே பார்க்கச் சொன்னார். பின்னர் இளவரசியின் கையில் ஒரு முளைப்பாரியை எடுத்துக்கொடுத்து,

“இதைக் கொண்டுபோய் அரண்மனையின் அந்தப்புரத்தில் வைத்துத் தினமும் நீர் தெளித்து வாருங்கள். அரைமண்டலம் கழித்து அதன் இலைகளை மட்டும் கொய்து அரண்மனைச் சமையலில் சேர்த்துக்கொள்ளவும். நமது மகாராஜாவுடன் நீங்களும் அமர்ந்து அதை உண்ண வேண்டும். நம்பிக்கையுடன் இருங்கள். நமது கொற்றவை உங்கள் வேண்டுதல்கள் அனைத்தையும் நிறைவேற்றுவாள்” என்று சொன்னார்.

வெளியில் வந்து இளவரசியை வணங்கி வழியனுப்பி வைக்கும்போது,

“தேவிகளே! திரும்புகிற வழியில், ஓரிடத்தில் ஆந்தைகளும் கோட்டான்களும் சத்தங்களை எழுப்பும். அங்கேதான் பிரசித்தமான மாகாளி இருக்கிறாள். அவள் தனது துஷ்ட ஆவிகொண்டு, மாந்த்ரீகத்தினால் ஆபத்து விளவிப்பதாகச் சொல்கிறார்கள். நமது மகாராஜா தடை ஆணையிட்டும் அதற்கு மாறாக அங்கு ‘சாக்தர்’ ‘கபாலிகர்’ ஆகியோருக்கு நரபலி கேட்பதாகச் சொல்கிறார்கள். கொஞ்சம் ஜாக்கிரதையாகச் செல்லுங்கள்” என்று சொன்ன பெரியவரைப் பார்த்து,

“இன்று கிருஷ்ண பட்சத்து முன்னிரவு. எங்களைக் கண்டால் பத்ரகாளி ஒதுங்கிப் பதுங்கி வழிவிடுவாள்” என்று பதிலளித்துவிட்டு, அலட்சியமாகப் புன்னகையைச் சிந்திவிட்டுப் புறப்பட்டார் இளவரசி.

22

விருத்தத்தைப் பற்றி ராணியிடம் அருந்தவராயர் சொல்லுதல்

சிலநாட்கள் கழித்துப் புதிதாக ஒரு தலைமைப் படைத் தளபதியைத் தேர்ந்தெடுக்கத் திருமேனி விரும்பினான். எல்லாத் தளபதிகளையும் முக்கியமான நிர்வாகிகளையும் இளவரசன் செம்பியன் திருமேனி அழைத்து ஒன்றுகூடச் செய்தான். அவர்களில் ஒருவனை மனத்திற்குள் தேர்வு செய்துகொண்டான். உடனே முடிவைச் சொல்லவில்லை.

எல்லாரிடமும் எதிர்காலத் திட்டங்கள் குறித்துக் கலந்து ஆலோசித்தான்.

ஒவ்வொரு நாளும் ஒரு துறையென்று தொடர்புடையவர்களைக் கூட்டி, குறிப்பாகக் குதிரைப் படையையும், காலாட் படையையும் எவ்வாறு விரிவாக்கிப் பலப்படுத்துவது, ஒற்றர் படையை எப்படித் திறனாளர்களாக்குவது, வெண்ணாற்றங்கரையில் புதிய வெண்ணாகர அரண்மனைக் கோட்டை அகழியுடன் எந்த இடத்தில்; எந்த வடிவில் கட்டுவது, மக்களை வறுமையினின்று எப்படிக் காப்பது, ஏற்கெனவே வந்து பல ஆயிரக்கணக்கான மக்களைச் சாகடித்ததுபோல் மீண்டும் அதைப் போன்ற தொற்றுநோய் ஏதும் வராமல் வருமுன் காப்பது எப்படி என்பதைப் பற்றியெல்லாம் தீவிரமாகப் பேசி முடிவெடுத்தான்.

வரிகளை எளிமையாக்குவது, நிலுவையில் நிற்காமல் வரி வசூலிப்பது, புதிய முறையில் போர்க் கருவிகளைத் தயாரிப்பது, பழுது பார்க்க பட்டறைகளை உருவாக்குவது, அந்தப்புரம் உட்பட அரண்மனையைப் பாதுகாத்து நிர்வாகத்தை எப்படி ஒழுங்குற நிர்வகிப்பது, யானை குதிரைகளுக்கு நல்ல போஷாக்குகளைக்

கொடுத்து எங்கே எங்ஙனம் பேணுவது, என்பன பற்றியெல்லாம் விவாதித்தார்கள்.

இதைப்போன்று முடிவெடுக்கும் நேரங்களில் அகம்பன் எனும் ஒரு தளபதியிடமிருந்து நல்ல பல ஆலோசனைகள் வந்தன.

அகம்பனின் யோசனையின் பேரில், கரிகாலன் பயன்படுத்திய நமது எல்லைக்குட்பட்ட புகார் துறைமுகத்தைச் சீர் செய்து பயன்பாட்டுக்குக் கொண்டுவரத் திட்டமிட்டான். அங்கிருந்து லங்காபுரி, கலிங்கா, பல்லவ, பர்மா, வங்காளம், சீனா போன்ற நாடுகளுடன் நமது நாடு நெல்மணிகளையும், தானியங்களையும், வெல்லங்களையும் கொடுத்து, பண்டமாற்று அடிப்படையில், அவர்களிடமிருந்து நமக்குத் தேவையான பொருள்களைப் பெறும் வணிகத்தை எவ்வாறு கண்டறிவது, எதிர்காலத்தில் சோழ சாம்ராஜ்ஜியத்தைப் பேரரசாக ஆக்குவதற்கு இப்போதிலிருந்தே எப்படித் திட்டங்களை முன்வைப்பது, இதைப்போல் பல நாட்கள் நடந்த கலந்துரையாடல்களுக்குப் பின் சிலவற்றை இளவரசன் உடனே நடைமுறைப்படுத்தத் தொடங்கினான். நாட்டின்மீது இளவரசன் கொண்டிருக்கும் அளவில்லாப் பற்றையும், அக்கறையையும், எதிர்காலக் கனவுகளையும் பெரிதாகச் சிலாகித்து மக்கள் பேசிக்கொண்டார்கள்.

❖

ஒருநாள் ராணியுடன் அமர்ந்திருந்த அருந்தவராயர் இளமைக் கால நினைவுகளையும், அண்மைக்கால நினைவுகளையும் பேசிக் கொண்டிருந்தார்.

அப்போது,

“தம்பி! நீ ஒரு கையை இழந்துவிட்டாய்... அதுவும் வலது கரம். இப்போதாவது புண் ஆறிவிட்டது. புண் ஆறாமல் இருந்தபோது நீ மிகவும் கஷ்டப்பட்டிருப்பாயே! உதவிக்கு யாரும் இருந்தார்களா? இல்லை திருமேனிதான் உதவினானா?” என்று அன்போடும் அனுசரணையோடும் கேட்டார் ராணியார்.

“ஆமாம் அக்கா! அப்போது நாங்கள் திருமானூர் வழியாக வரலாம் என்று எண்ணினோம். ஆனால் உங்களுக்கு விஷயம் தெரிந்தால் மனம் வருந்துவீர்கள் என்று நினைத்து, வழியில் உள்ள நமது திருமழபாடி பரிசல் அரண்மனைக்குத் திரும்பி அங்குத் தங்கிவிட்டோம்.’’

"அவ்வளவு நெருங்கி வந்த நீங்கள் இங்கேயே வந்திருக்கலாம். நானே உடனிருந்து உதவி செய்திருப்பேனே?.''

"ஆமாம்! தங்களுக்குச் செய்தியை யாரும் அனுப்பக்கூடாதென்று திருமேனி ஆணை பிறப்பித்துவிட்டான். மிகைப்படுத்தி நான் சொல்லவில்லை அக்கா! உங்கள் மகன் ..."

"உன் மருமகன்..."

"ஆமாம், என் மருமகன் வாள்வீச்சில் வல்லவனாகவே இருக்கிறான். நான் பெயரிலேதான் வல்லவராயன் என்கிற அருந்தவராயன். சுழன்று சுழன்று வாளெடுத்து வீசி மூன்று பேரை அதே இடத்தில் கொன்றுவிட்டான். எதிர்கொண்டு வந்த ஐவர் ஒவ்வொருத்தனும் இரண்டு ஆளுக்குச் சமம். அந்த அளவு கனத்த உருவங்கள். என் கரம் வெட்டுப்பட்டு விழுந்தவுடன் திருமேனி துடிதுடித்துவிட்டான். மூர்ச்சையாகிக் கிடந்த என்னை வாரி அள்ளிப் பத்திரமாகக் குதிரையின் மீது வைத்து அணைத்துப் பிடித்தவாறு உட்காரவைத்து அலுங்காமல் குலுங்காமல் என்னைத் திருமழபாடிக்குக் கொண்டு வந்துவிட்டான்.''

"திருமேனிக்குத்தான் வைத்தியம் தெரியுமே பின் ஏன் கல்வராயன் மலைக்கு உன்னை அழைத்துப் போனான்? அவ்வளவு தூரம் குதிரையில் சென்றால் உன் உடம்புக்குச் சிரமமாக இருந்திருக்குமே?"

"இல்லை அக்கா! ரதம் ஒன்றை அங்குள்ள கொடு முடியிடம் சொல்லி ஏற்பாடு செய்து அதிலல்லவா சென்றோம்.'' இதைச் சொல்லும்போது அருந்தவராயர் அக்கம் பக்கம் பார்த்து விட்டுத் தாழ்ந்த குரலில், யாருடைய செவியிலும் விழாதவாறு,

"எனக்கு உதவியாகக் கொடுமுடியினுடைய மகள் விருத்தம்பாள்; நாங்கள் எல்லோரும் 'விருத்தம்...விருத்தம்' என்று அழைப்போம். மிக அற்புதமான பெண். என்ன குணம்... என்ன அன்பு...என்ன பொறுப்பு! அக்கா நமது குடும்பங்களில்கூட அப்படியொரு பெண்ணைப் பார்க்க முடியாது.''

"அதுசரி.. ஏன் இப்படித் தாழ்ந்த குரலில் அந்தப் பக்கம்... இந்தப் பக்கம் பார்த்துவிட்டுச் சொல்லுகிறாய்?"

"அதில் ஒரு கதையே இருக்கிறது அக்கா! நாம் பேசிக்கொள்வது உங்கள் மகனுக்குத் தெரியக்கூடாது.''

"உங்கள் மருமகன்.."

"ஆமாம்! என் மருமகன்தான். இப்போது அதுவா முக்கியம்?

"ஏன்... திருமேனி அவளை விரும்புகிறானா?"

"அக்கா! அப்படி விரும்பவில்லையே என்பதுதானே என் ஆதங்கமும் பிரச்சினையும். நமது முனிவர்கூட அவள் முகத்திலே 'பூமாதேவிக் களை' இருக்கிறதென்று சொன்னார். பார்ப்பதற்கு அப்படியொரு அழகு... ஒரு முற்றும் துறந்த முனிவரே அப்படிச் சொன்னார் என்றால் நீங்கள் கற்பனை செய்துகொள்ளுங்களேன். நீங்கள் பார்த்தால், ஒரு பெண்ணையே ஒரு பெண் விரும்பும் அளவுக்கு லட்சுமி கடாட்சம் கொண்ட பெண். எனக்கு மட்டும் வயது குறைவாக இருந்தால் நானே அவளை மணம் செய்துகொள்வேன்.''

"இப்போதும் கெட்டுப்போகவில்லை. ஏழைப் பெண்தானே அவள். அவளுக்கு விருப்பம் இருந்தால் அவளுக்கு வாழ்க்கை கொடு! நான் ஏற்பாடு செய்கிறேன்.''

"அய்யோ அக்கா.. இப்படியெல்லாம் சொல்லி என் மனத்தைக் கெடுத்துவிடாதீர்கள். நான் சுத்தமான பிரம்மச்சரியத்தைக் கடைப்பிடித்து வருகிறேன்... நான் சொல்ல வருவது அதுவல்ல. அவள் உங்களுக்கு ஒரு மருமகளாக வந்தால் எப்படி இருக்கும் என்று நான் கற்பனை செய்து பார்க்கிறேன்... உங்களைத் தாங்கு தாங்கு என்று தாங்குவாள். நம்பிக்கையுள்ள பெண்.''

"நீ சொல்லும்போதே அவளை நான் பார்க்க வேண்டும்போல் தோன்றுகிறது. பின் ஏன் திருமேனி மறுக்கிறான்?"

"அங்கேதானே விஷயம் இருக்கிறது. அக்கா! நான் சொன்னேன் என்று அவனிடம் சொல்லிவிடாதீர்கள். நீருக்குள் குமிழ் நிற்காது. எப்படியும் உங்களிடம் சொல்ல வருவான். நீங்கள் தெரியாததுபோல் கேட்டுக்கொள்ளுங்கள். சும்மா சொல்லக் கூடாது... உங்கள் மகன்...''

"இல்லை... உங்கள் மருமகன்!''

"ஆமாம்! என் மருமகன். ஒரு பத்தரை மாற்றுத் தங்கம். தான் விரும்பும் பெண்ணைத் தவிர மற்ற எந்தப் பெண்ணையும் பார்த்துப் பழகக்கூட மாட்டேன் என்கிறான்.''

"என்ன ஆனது அவனுக்கு?"

"அங்கேதானே விஷயம் இருக்கிறது.''

"சரி இப்போது இங்கே விஷயத்திற்கு வா.''

"வெள்ளறைக்குச் சென்ற இடத்தில் ராஜ வைத்தியரின் உதவியாளனாக அரண்மனைக்குள் சென்ற திருமேனி அங்கே உள்ள இளவரசியின் தோழிமீது மையல் கொண்டுவிட்டான். அவளும் அழகாகத்தான் இருந்தாள்... உண்மைதான்... இளவரசியைப் பிடித்திருந்தால்கூட ஒருவகையில் 'இளவரசன் - இளவரசி' பொருத்தமாக இருக்கும்! போயும் போயும் அவள் தோழியை விரும்புகிறான்.''

"தம்பி உன் கருத்து முன்னுக்குப்பின் முரணாக இருக்கிறதே? அங்குத் தோழிக்குப் பதில் இளவரசியாக இருந்தால் பொருத்தமாக இருக்கும்; கௌரவமாக இருக்கும் என்கிறாய். இப்போது நீயே ஒரு வேலைக்காரி விருத்தத்தைத் திருமேனி விரும்பவில்லையென்று ஆதங்கப்படுகிறாய்!"

"அக்கா! நீங்க சொல்வதும் சரிதான்.. எனக்கு அந்த வெண்முத்துவைக் கண்டாலே பிடிக்கவில்லை. அதன் வெளிப் பாட்டில்தான் சொல்லிவிட்டேன்.''

"பார் தம்பி! என் மகனாக இருந்தாலும் அவன் நாட்டுக்கு ராஜாவாகி விட்டால் அவனுடைய சொந்த விஷயத்தில், அன்னையாக இருந்தால்கூடத் தலையிட முடியாது. நான்கு வைப் பாட்டிகளை வைத்துக்கொண்டாலும் நாம் தலையிட முடியாது. இதெல்லாம் ராஜ தர்மம் என்பார்கள்; ராஜ கௌரவம் என்பார்கள். ஆனால் நீ சொல்வதைப் பார்த்தால் எனக்கு அந்தக் கொடுமுடியின் மகளைப் பார்க்கவேண்டும் போல் தோன்றுகிறது.''

"அப்படி வாருங்கள் வழிக்கு... நீங்கள் ஒரு முறை பார்த்து விட்டால் போதும். எப்படியாவது உங்கள் மகனைச் சரிகட்டி விடுவீர்கள் என்ற நம்பிக்கை எனக்கிருக்கிறது.''

23
காதலை திருமேனி வெளிப்படுத்துதல்

இரண்டு நாட்களாக நாட்டைச் சுற்றிப் பார்த்து மக்களின் குறைகளை இளவரசன் கேட்டறிந்துவிட்டு தலைநகர் திரும்பிய செம்பியன், நேராகத் தன் தாயைப் பார்க்க, தளபதி 'அகம்பனு'டன் சென்றான்.

தாய், மாமுனிவருடன் அளவளாவிக்கொண்டிருந்தார். அன்னையின் அள்ளி முடியாத தலைவிரி கோலத்தைக் கண்ட மகனுக்கு, அது எதையெதையோ மீண்டும் நினைவுக்குக் கொண்டு வந்தது. ஒரு விழிப்புணர்வை உள்ளத்தில் தாங்கிக்கொண்டு,

அன்னையின் கால்தொட்டும், முனிவரின் பாதம் பணிந்தும் நமஸ்காரம் செய்துவிட்டுப் புதிய தளபதியாகிய அகம்பனைக் காட்டி,

"நமது படைக்குப் புதிதாக ஒரு தளபதியைத் தேர்ந்தெடுத் துள்ளேன். தாயே! உங்கள் அனுமதியுடன் நியமித்துக்கொள்கிறேன். அகம்பன் மிகவும் போர் அனுபவமும், புத்திக்கூர்மையும் உடைய வீரனாவார். பலநாள் தேடலுக்குப் பிறகு இவரைத் தெரிவு செய்தேன்" என்றவுடன் அனைவரும் அகம்பனுக்கு வாழ்த்துத் தெரிவித்துப் பாராட்டினார்கள்.

தளபதி அகம்பன், அங்கிருந்த எல்லோரையும் வணங்கி வாழ்த்துகளைப் பெற்றபின் நின்றுகொண்டிருக்க, இளவரசன் அமர்ந்தான்.

"திருமேனி! இரண்டு நாட்களாக எந்தெந்த ஊர்களுக்குச் சென்றாய்?" என்று அன்போடும், தன் மகன் நாட்டுப் பரிபாலனத்தில் அக்கறை கொண்டு செயல்படுகிறான் என்ற பெருமையோடும் கேட்டார்.

"தளபதி அகம்பனுடன் கடந்த சில நாட்களாக, குருங்களூர், வெண்ணலோடை, சீராளூர், திவ்யதேசம், எடக்குடி, கொத்தங்குடி, உதாரமங்கலம், வடகால் போன்ற அருகில் உள்ள கிராமங்களுக்குச் சென்றேன். ஆரூர், மரைக்காடு, வடுவூர் போன்ற சற்றுத் தூரமான இடங்களுக்கு அடுத்த மாதம் போகத் திட்டமிட்டுள்ளேன். நான் அங்குப் போவதற்குமுன் அகம்பனை அவ்வூர்களுக்குச் சென்றுவரச் சொல்லியிருந்தேன். போன இடங்களில் அங்கங்கே தேவையான மராமத்து வேலைகளைச் செய்ய ஆணைகளைப் பிறப்பித்தேன். சிவனாலய அன்ன சத்திரத்திற்கு எதிரே வெண்ணாற்றங்கரைப் படித்துறையிலிருந்து தாத்தா காலத்துப் பாதாள குகை ஒன்று இருந்ததை ஊர் மக்கள் காட்டினார்கள். பயன்படாமல் பாழடைந்து கிடந்த அப்பாதாளக்குகையை மூடும்படி கட்டளையிட்டுள்ளேன்" என்று திருமேனி பதிலளித்தவுடன், அருந்தவராயர் குறுக்கிட்டு,

"செம்பியா! ஏன் அந்தப் பாதாளப் பாதையைப் பழுதுபார்க்கச் சொல்லியிருக்கலாமே? நாளை நமக்கும் பயன்படுமே?" என்றார்.

"மாமா! அந்த ஊர் மக்களும் அதையேதான் சொன்னார்கள். நாளைக்கு ஏதேனும் நாட்டில் பிரச்சினையென்றால் ஒளிவதற்கு அல்லது யாருக்கும் தெரியாமல் வெளியேறுவதற்குப் பயன்படுமே என்று..."

"நானும் அதற்காகத்தான் சொன்னேன்" என்று சொன்ன மாமாவை மறித்து,

"மன்னிக்கவும்! நம் எதிர்கால வாழ்வில், எதிர்கால என் ஆட்சியில் அப்படிப்பட்ட ஒரு நிலையே வரக்கூடாது. அப்படியொரு வழி இருக்கிறது என்று என் மனத்தில் படிந்துவிட்டால், தப்பிக்கும் 'அந்த வழி' என் நினைவில் இருந்துகொண்டே இருக்கும். அது என் உள்ளத்தைப் பாதித்து என் நம்பிக்கையைத் தளர்த்தி விடும். மாற்றுச் சிந்தனை எனக்கு வராமல் போய்விடும். அதனால்தான் மூடச் சொன்னேன்" என்றான்.

"ஆமாம்! போர் என்று வந்துவிட்டால் வாழ்வா, சாவா என்று களத்தில் நின்று எதிரியை எதிர்கொண்டு வெற்றிகொள்ள வேண்டுமே தவிர, புறமுதுகுக்கே இடமில்லை; ஓடக்கூடாது; ஒளியக்கூடாது. உன் எண்ணம் சரியானதுதான்!" என்று பக்கத்திலிருந்த முனிவர் சொல்லி அவனை ஆதரித்துப் பாராட்டினார்.

அருகில் அமர்ந்திருந்த ராணியைப் பார்த்து,

"தாயே! நீங்கள் உங்கள் மகனைக் கோழையாகவும் பெற்றெடுக்க வில்லை; புறமுதுகைக் காட்டும் பயந்தாங்கொள்ளியாகவும் வளர்த்தெடுக்கவில்லை என்று பெருமைப்பட்டுக்கொள்ளும் அளவிற்கு நான் நடந்துகொள்வேன்."

"சபாஷ் மகனே! அப்படிப்பட்ட உன் மனத்திடத்தையும் உறுதியையும் பாராட்டுகிறேன்" என்று ராணி சொன்னவுடன் மாமாவுக்குச் சிறிது சங்கடமாக ஆகிவிட்டது. அவர் ஒரு கள்ளச் சிரிப்புடன் எழுந்து போய்விட்டார். உடனே சாமியார் வெற்றிப் புன்னகையுடன்,

"திருமேனி! அப்படியானால், உன்னையும் உன் தாயையும் உன் மாமா கல்வராயன் மலைக்கு அழைத்துக்கொண்டு வந்து தப்பியிராவிட்டால்? உனக்கு இந்த வீரமும், தைரியமும் எங்கிருந்து வந்திருக்கும்?" என்று சொன்னதைக் கேட்டவுடன்,

"தேவே! தாங்கள் தவறாக எடுத்துக்கொள்ளக்கூடாது" என்றான் தலை குனிந்தவாறு. அவனே தொடர்ந்தான்.

"உங்கள் பங்கு இருப்பதை என் வாழ்நாளில் மறக்கவும் முடியாது; மறைக்கவும் முடியாது. அன்று உங்களிடம் நாங்கள் வந்திராவிட்டால் எங்கேயோ எப்படியோ 'ஒரு கதவு மூடினால், இன்னொரு கதவு திறந்திருக்கும் குருதேவா! சந்தர்ப்பமும் சூழலும் ஒருவனுக்கு மற்றுமொரு பாதையைக் காட்டிக்கொடுத்துவிடும்!" என்றான்.

"சபாஷ் செம்பியா! எங்கே எனக்காக உன் கருத்தை மாற்றிப் பதிலளித்துவிடுவாயோ என்று பயந்தேன். அப்படியே இரு! நீ, நீயாகவே இரு! அதுதான் உண்மையான தத்துவம்!"

"நன்றி தேவே! பாதம் பணிகிறேன்" என்று சொன்ன திருமேனியைப் பார்த்துக்கொண்டிருந்த தாய் பெருமைபொங்கப் பூரித்துப் போய்விட்டாள்.

எல்லோருக்கும் நன்றி சொல்லிவிட்டுத் தளபதி அகம்பன் அங்கிருந்து புறப்பட்டான்.

'இப்போது அன்னை சந்தோஷமாக இருக்கிறார். நல்லவேளை மாமா இங்கில்லை. இந்தச் சந்தர்ப்பத்தைப் பயன்படுத்தி

முனிவர் உடன் இருக்கும்போதே வெண்முத்துவைப் பற்றிச் சொல்லிவிடலாம் என்று செம்பியன் ஒரு முடிவுக்கு வரலானான்.

"அன்னையே! தங்களிடம் என் எதிர்கால வாழ்க்கையை ஒட்டிய ஒரு சமாச்சாரத்தைச் சொல்லி உங்கள் அனுமதியைப் பெற ஆசைப்படுகிறேன்'' என்று மகன் பீடிகை போடும்போதே அருந்தவராயர் ஏற்கெனவே சொன்னது ராணியின் நினைவுக்கு வந்தது. சரி அவனாகச் சொல்லட்டுமே என்று ஒன்றும் தெரியாதவராய் இருந்துவிட்டார்.

"மகனே எதுவானாலும் என்னிடம் மறைக்காதே!''

"திருவெள்ளறையில் அந்த நாட்டு இளவரசன், மன்னனாக முடிசூட்டும் நிகழ்ச்சிக்கு நானும் மாமாவும் சென்றோமல்லவா? முதலில் நடன நிகழ்வு. இரண்டு பெண்கள் நடனமாடினார்கள். அவர்கள் இளவரசியும் அவளுடைய தோழியும்தான் என்று எனக்கு முதலில் உண்மையிலேயே தெரியாது.

ஆடிய அவர்களில் ஒருத்தியை என் மனம் விரும்பியது. என் கண்களுக்கு அவள் மிகவும் அழகாக இருந்தாள். பார்த்த மாத்திரத்திலேயே அவள்மீது காதலாகிப் போய்விட்டேன் தாயே! பின்னர்தான் தெரிந்தது, அவள் தோழியென்றும் மற்றவள் இளவரசி என்றும். அதற்காக, என் காதலை மாற்றிக்கொள்ள முடியவில்லை. மாமா போன்ற சிலர் அபிப்பிராயப்படுவதுபோல், இளவரசன் இளவரசியைத்தான் திருமணம் செய்துகொள்ள வேண்டுமென்று ஏதாவது விதி இருக்கிறதா என்ன?"

"மகனே! அப்படியொன்றும் விதியில்லை. நடைமுறையில் உள்ளதைச் சொல்லியிருப்பார்கள். அதைவிடு. அவள் பெயரென்ன?"

"வெண்முத்து"

"வெண்முத்து... உண்மையிலேயே உன்னை விரும்புகிறாளா?"

"ஆமாம் தாயே.''

"வெண்முத்துவை அடைவதில் உள்ள நடைமுறைச் சிக்கல்களை அறிவாய் அல்லவா? அந்நாடு நமக்கு நட்பு நாடல்ல. நம்மைப் பழிவாங்கிய எதிரி நாடு. நாமும் அவர்களைப் பழிவாங்கவேண்டுமென்ற எண்ணத்தில் இருக்கிறோம். நமது

படைப்பலத்தைப் பெருக்கிக்கொள். நாளைக்கு இதன் காரணமாக யுத்தம் நேர்ந்தாலும் பரவாயில்லை, அவளைப்போய்த் தூக்கிக் கொண்டாவது வந்துவிடு. என்ன மாமுனியே நீங்கள் என்ன அபிப்பிராயப்படுகிறீர்கள்?"

"இளவரசனுக்கு ஓர் இளவரசியாக இருந்தால் கௌரவமாகத்தான் இருக்கும்; பொருத்தமாகவும் இருக்கும். இருந்தாலும், விரும்பியது கிடைக்காவிட்டால், கிடைத்ததை விரும்பிக்கொள்வது இயலாமையின் அடையாளம். விரும்பியதை அடைந்தே தீருவது ஆண்மையின் அடையாளம்; ஒரு வீரனின் அடையாளம். உன்னைப் பற்றிய என் அபிப்பிராயம் ஒன்றுண்டு. நீ நன்கு சிந்தித்துத்தான் முடிவெடுப்பாய். முடிவிலே உறுதியாய் இருப்பாய். அதனால் வெண்முத்துவேதான் உன் மனைவி. உன் இதயராணி; நாளை இந்த நாட்டின் மகாராணி. அதற்கான திட்டத்தை மனத்திற்கொண்டு மெதுவாகத் திட்டமிடு. எதற்கும் அவசரப்பட்டுவிடாதே!" என்று முனிவர் சொன்னதும் மூவரும் ஒருவரையொருவர் முகம் பார்த்துத் தங்களது மகிழ்ச்சியைப் பகிர்ந்துகொண்டார்கள்.

"மாமாவுக்குத் தெரியுமா?"

"தெரியும் தாயே. அவரும் வெண்முத்துவைப் பார்த்திருக்கிறார்" என்று மகன் சொல்லும்போது அருந்தவராயருக்கு இருக்கும் இன்னொரு எண்ணத்தை நினைத்து ராணியார் மனத்துள் சிரித்துக்கொண்டார். இருந்தாலும் இடையில் அந்தத் திருமழபாடிக் கொடுமுடியின் மகள் விருத்தத்தைப் பார்க்க வேண்டுமென்கிற ஆசை ராணிக்கு வந்துவிட்டதை மாற்றிக்கொள்ள முடியவில்லை.

24

பொன்னமராவதி அரண்மனையில் ஆலோசனை

'பொன்னமராவதி' - பாண்டிய மன்னனின் நாடு. அந்நாடு சோழநாட்டின் முந்திய தலைநகரான உறையூருக்குத் தெற்கே வெள்ளாற்றுக்கும் தெற்குப் பகுதியில் பாண்டிய நாட்டுக்குள் அமைந்த குறுநிலப்பகுதியாகும். அம்மன்னன் பெயர் பொன்மான் வழுதி. படைபலம் மிகக்கொண்டவன். தன் நாட்டு மக்களைச் சுபிட்ஷமாக வைத்துக்கொண்டிருப்பவன்.

வலிமை பொருந்தியவனாக இருந்தாலும் காரணம் இல்லாமல் யார்மீதும் போர்தொடுக்கும் செருக்கான எண்ணமோ பேராசையோ இல்லாதவன். நாட்டு மக்களால் போற்றப்படும் சிறந்ததொரு மன்னனாகக் கடந்த பதினான்கு ஆண்டுகளாகத் தொடர்ந்து ஆட்சி செய்து வருகிறான்.

இடையில் ஒருநாள் முக்கியமான செய்தி ஒற்றர் மூலம் வந்ததை அடுத்து, அமைச்சர்கள், போர்ப்படைத் தளபதிகள் அடங்கிய அரசவையை, மன்னன் கூட்டினான்.

"நமது வட எல்லைப் பிரதேசமான வெள்ளாற்றின் கரையோரத்தில் உள்ள செல்லாண்டியம்மன் கோவிலை ஒட்டியுள்ள கோட்டைச் சுவர்களைத், திருவெள்ளறை நாட்டுப் போர்ப்படைத் தளபதி செங்கோடன் என்பவன் தனது படைகளுடன் வந்திறங்கி இடித்துத் தள்ளிவிட்டு, அம்மன் கோவிலில் இருந்த விக்கிரகங்களையும், ஆபரணங்களையும் கவர்ந்து சென்றதோடு சில கிராமத்து ஆடுமாடுகளையும் ஓட்டிச் சென்றுவிட்டான். ஊர்மக்கள் அடைந்த சொல்லொணாத் துயரத்தால் நமக்குத் தாக்கீது அனுப்பியுள்ளார்கள். மன்னர் வந்து தங்களைக் காப்பாற்றுவார்; எதிரியைப் பழிக்குப் பழி வாங்குவார் என்று நம்பிக் காத்திருக்கின்றனர்" என்ற ஒற்றர் கொண்டு வந்த செய்தியைப் படித்தார். இன்றைய அரசவையைக் கூட்டியதன் மூல நோக்கமும் அதுதானென்று மன்னன் பொன்மான் விளக்கினான்.

கலைமகள்-23

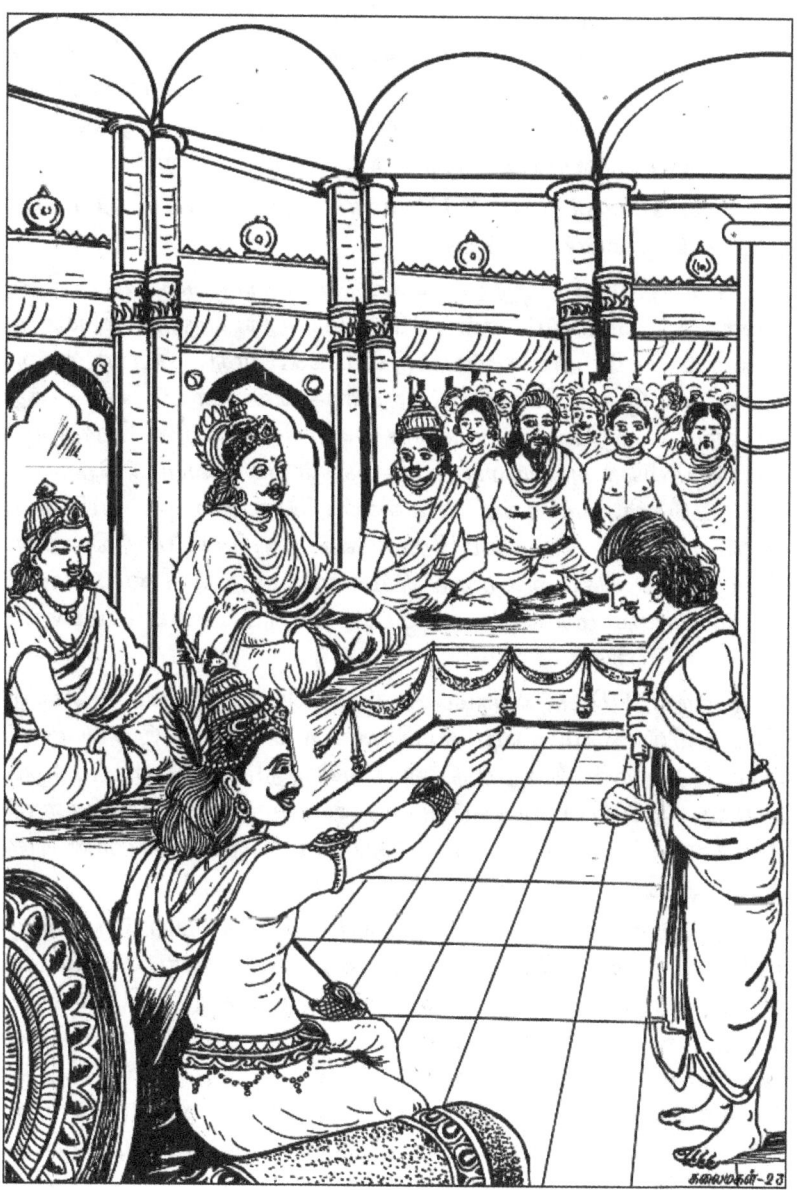

“என்ன கொடுமை அரசே! இதை நாம் விளையாட்டாக எண்ணாமல் உடனே திருவெள்ளறை நாட்டின்மீது படையெடுக்க வேண்டும். நமது படைதான் இன்றுள்ள குறுநில மன்னர்களின் படைகளுள் படைபலம் மிக்கது என்று மற்ற நாட்டவரும் ஒப்புக்கொள்கிறார்கள். அப்படி இருக்கையில் நாம் எதற்கும் தயங்கவேண்டியதில்லை. மானமும் கௌரவமும்தான் முக்கியம்!'' என்று ஆக்கிரஷோமாக எழுந்து ஒரு தளபதி கூறினார்.

அமைதியாகக் கேட்டுக்கொண்டிருந்த அரசர், சிறிது நேர ஆழ்ந்த சிந்தனைக்குப் பிறகு,

“தளபதியாரே இந்தக் கொடிய செயலுக்கு ஒரு தீர்வு கண்டாக வேண்டும் என்பதிலே மாற்றுக் கருத்து இல்லை. ஆனால் நாம் அவசரப்பட்டுவிடக்கூடாது. போர் ஒன்று மூண்டால் இரு புறங்களிலும் ஆயிரக்கணக்கான வீரர்கள் செத்து மடிவார்கள். குதிரைகள், யானைகள் உயிரிழக்கின்றன. போருக்குச் சம்பந்தமில்லா அப்பாவிப் பொதுமக்கள் கொல்லப்படுகிறார்கள். கட்டடங்கள், வீடுகள், பாலங்கள், கோவில்கள், பயிர்கள், ஆடுமாடுகள், செல்லப்பிராணிகள் அழிக்கப்படுகின்றன. போருக்குப் பின் அவற்றை நிர்மாணிப்பதற்கு நீண்ட காலம் எடுப்பதோடு, மக்களின் உழைப்பு, பெருஞ்செல்வம் மீண்டும் தேவைப்படுகிறது.

இன்று நம்மிடம் பெரும்படை இருக்கிறது என்பதனால் வெற்றி பெற்றுவிடுவோம் என்ற நம்பிக்கை உங்களிடம் இருப்பதைப் பாராட்டுகிறேன். வெற்றி நிச்சயம் என்று நம்பிப் போரிட்டாலும் முடிவு, அப்போதைக்கப்போது உருவாகின்ற சூழல்களால் தீர்மானிக்கப்படுகிறது. போருக்குப் போகிறோம் என்றால் நான் உட்படத் திரும்பி வந்தால்தான் நிச்சயம்.

பல அரச பரம்பரைகள் கௌரவம் பார்த்தே போரில் ஈடுபட்டு விடுகிறார்கள். எதிரிகளின் பலத்தை எடைபோடவேண்டும். படையெடுப்பின் நோக்கத்தை எதிரிக்குத் தெளிவாக எடுத்துரைக்க வேண்டும். போருக்குப் புறப்படுவற்குமுன் ஆயிரம்முறை யோசித்துக் காலை எடுத்து முன் வைக்க வேண்டும். புறப்பட்டுவிட்டால் எதிரி சரணடையும்வரை களத்தில் நிற்கவேண்டும். எடுத்தோம் கவிழ்த்தோம் என்பது புத்திசாலித்தனத்திற்கு அழகன்று.

“அதனால்,

தீர விசாரிக்க வேண்டும். அதன் பிறகு செங்கோடன் ஏன், எதற்காகச் செய்தான் என்பதை முதலில் அறிய வேண்டும்" என்று சொல்லிவிட்டு, மற்றொரு தளபதியைப் பார்த்து,

"தளபதியாரே! நீங்கள் உடனே நேரில் நமது ஆட்சிக்கு உட்பட்ட வெள்ளாற்றங்கரைக்கு இப்போதே சென்று அத்துமீறலை முழுமையாக விசாரித்து வாருங்கள்" என்றார்.

"உத்தரவு மன்னா!" என்று அந்தத் தளபதி எழுந்து வெளியேறினார்.

முதலில் பேசிய தளபதியைப் பார்த்து, "அந்தத் தளபதியின் விசாரணை முடிவு வந்தவுடன், குற்றச்சாட்டு உண்மையாக இருக்குமாயின், நீங்கள் உடனே திருவெள்ளறை மன்னருக்கு ஓலை அனுப்புங்கள். அதில் இருக்க வேண்டிய ஷரத்துக்கள்:

"உங்கள் தளபதி செங்கோட்டாதவனின் அத்துமீறல் உங்கள் கவனத்திற்குத் தெரிந்துதான் செய்யப்பட்டுள்ளதா? அதற்கான பரிகாரத்தை மூன்று அமாவாசைக்குள், முழுமையாகச் செய்தாக வேண்டும். உங்கள் செயல்களைப் பார்த்து, என் நாட்டு மக்கள் நிம்மதிப் பெருமூச்சு விட்டு மகிழ வேண்டும். எனக்குப் போர் தொடுக்கவேண்டும் என்ற ஆசை இல்லை. நீங்கள் அவ்வாறு சரி செய்யவில்லையென்றால் அதற்கடுத்த பௌர்ணமியன்று எங்கள் படை தங்கள் நாட்டுக்குள் நுழைவதை என்னால் தவிர்க்க முடியாது. திருவெள்ளறையை முற்றுகையிட்டுக் கைப்பற்றுவோம்."

இவ்வாறு அந்த ஓலையில் குறிப்பிடுங்கள் என்று பொன்மான் நிதானமாக எடுத்துச் சொன்னான்.

"தளபதிகளே! போருக்கு எதற்கும் ஆயத்தமாக இருங்கள்! எல்லாப் படை வீரர்களையும் உஷார் நிலையில் வைத்திருங்கள்! போர்க் கருவிகளைச் சரி பாருங்கள்! ஒற்றர்படைக்கு உத்தரவிட்டு, உடனுக்குடன் தகவல்களைக் கொண்டு வரச் செய்யுங்கள்! குதிரைகளையும் யானைகளையும் நன்கு பராமரியுங்கள்! போர் நேரத்திற்குத் தேவையான உணவு, உடைகளைச் சேமியுங்கள். பாதிக்கப்பட்ட அந்தப் பகுதிக்குச் சென்று, மக்களிடம் 'அச்சமற்று இருங்கள்; மன்னர் உங்கள் நலனைப் பாதுகாப்பார் எனப் பறையறிவியுங்கள்!" என்று அவையில் பகிரங்கமாக பொன்மான் வழுதி அறிவித்தான்.

◆ 25

வீரர்களிடம் செம்பியன் உரையாற்றுதல்

வெண்ணாகரம்

ஒருநாடு எப்போதும், எந்த நேரத்திலும் போர் வரும் என்று எதிர்பார்த்தே இருக்க வேண்டும். போர் என்று ஒன்று வந்துவிட்டால் போருக்கான முன்னேற்பாடுகளைத் திடீரென உருவாக்க முடியாது.

எதிர்த்துப் போரிட்டு வெற்றிபெறும் அளவுக்குப் புதிய காலாட் படையையும், குதிரை, யானைப் படைகளையும் செம்பியன் திருமேனி உருவாக்கினான். புதிய அனைத்துப் போர்ப்படைகளையும் தளபதி அகம்பனின் தலைமையில் மாற்றியமைத்தான்.

ஒருநாள், முன் அறிவிப்புடன் சென்று, திருமேனி பார்வை யிட்டான். ஆயிரக்கணக்கான போர் வீரர்கள் அணியணியாகப் பிரிந்து நின்று இளவரசனுக்கு வரவேற்புக் கொடுத்தார்கள். திருமேனி பெருமகிழ்ச்சி அடைந்தான். அணிவகுத்து நின்ற அனைத்துப் போர் வீரர்களுக்கு மத்தியில் பேசினான்.

"நமது தளபதி அகம்பனின் முயற்சியால், புதியவர்களும், இளைஞர்களும் பெருமளவு படைக்ளில் இணைந்துள்ளதைப் பார்ப்பது எனக்குப் பெருமையாகவும் மகிழ்ச்சியாகவும் இருக்கிறது. நீங்கள் இல்லாமல் நானில்லை. உங்களுக்கு வேண்டிய அனைத்தையும் நான் கவனித்துக்கொள்கிறேன். முதலில் நீங்கள் ஒவ்வொருவரும் நாட்டுப் பற்றுடையவர்களாக மாறவேண்டும். இந்த வெண்ணாகரத்துக்கு ஒரு பாதிப்பு என்றால் உயிரைக் கொடுத்து வீரத்துடன் போரில் இறங்கவேண்டும். போர் இல்லாத நேரத்தில் நாட்டின் காவலுக்காகவும், நாட்டில் குற்றங்கள் நடைபெறாவண்ணம் முன்னெச்சரிக்கை நடவடிக்கை

எடுப்பதற்காகவும், அரண்மனைப் பாதுகாப்பிற்காகவும், ஆறுகளில் வெள்ளம் ஏற்பட்டால் மக்களுக்கு உதவி புரிவதற்காகவும் உங்கள் எண்ணங்களும் செயல்களும் அமைந்திடவேண்டும். அனைத்துப் பார்வைகளிலும் உங்கள் உழைப்பு வெண்ணாகர மக்களின் நன்மைக்காக இருக்கவேண்டும்.

"நம்மீது சுமத்தப்பட்ட கடமைகளுக்கும், பொறுப்புகளுக்கும் நாமே தீர்வுகாண வேண்டும். எனக்கு முந்திய ராஜாக்கள் சிலர் சோழநாட்டின் பெருமைகளை மட்டுமே கனவு கண்டார்கள். நானோ ஒட்டுமொத்த மனித இனத்தின் பெருமை குறித்தே கனவு காண்கிறேன்.

"புண்ணிய பூமியாகிய இந்தப் பரதகண்டம் வடநாடு தென்னாடு என்று இருந்தாலும், வடநாட்டு மன்னர்களே பிரசித்தியம் அடைந்திருக்கிறார்கள். சந்திரகுப்தன், அசோகன், ஹர்ஷன் போன்ற சக்ரவர்த்திகளின் தேச விஸ்தீரணம் இருநூறு காத தூரம். ஆனால், நமது தென்னாட்டில் பத்துகாத தூரம் போவதற்குள் இரண்டு மூன்று ராஜ்ஜியங்களைத் தாண்ட வேண்டிய நிலையை உணர வேண்டும்.

"எதிர்காலத்தில் மூவேந்தர்களையும் உள்ளடக்கிய ஒன்றுபட்ட நாட்டை உருவாக்கிடவேண்டுமென கனவு காண்கிறேன். என்னால் முடியும். வினைமுடிக்கும் வேந்தனாக மாறினால் வெற்றி நம் காலடியில் தஞ்சம் புகும். குறிக்கோள் இல்லாத அரசனுக்குக் குறுகியகால வாழ்க்கைதான்.

"எனக்கு ஆயுள் நூறு என்பது தீர்மானிக்கப்பட்ட ஒன்று. சோழநாட்டின் அனைத்துக் குறுநில மன்னர்களையும் வாகை சூடிய பின்பு, சேரர்களையும், பாண்டியர்களையும் வென்று நமது முப்பாட்டன் கரிகால் பெருவளத்தான் போல் அடுத்த சோழ சாம்ராஜ்யத்துக்கு வெண்ணாகரம் தலைநகராக அமையவேண்டும்" என்று சொன்னவுடன், அகம்பன் உணர்ச்சி வயப்பட்டு,

"ஜெய ஜெய செம்பியச் சோழா!

ஜெய ஜெய செம்பியச் சோழா!"

என்று வாட்களைத் தூக்கிப் பிடித்துச் சொல்ல, சிவந்த கண்களையுடைய வீரர்கள் உணர்ச்சி பொங்க எழுப்பிய பின்கோஷங்கள் விண்ணைப் பிளந்தன.

“உங்கள் கூடவே நானிருப்பேன்; உங்களில் ஒருவனாக இருப்பேன்; உங்களுக்கு எதேனும் குறையிருந்தால் என்னிடம் நேராக வரலாம். எறும்புக் கடியையும், கொசுக்கடியையும் விரல்களால் துடைத்துவிட்டு, கொட்டவரும் தேளைக் காலால் எட்டி உதைத்துவிட்டு, தீண்டவரும் நாகப்பாம்பைத் தந்திரமாகப் பிடித்தெறிந்துவிட்டு, எதிர்கொள்ளும் சிங்கத்தின் பிடரியைப் பிடித்து ஆட்டித் துவம்ஸம் செய்து மடக்கிடவேண்டும். எதிரிகளைத் தூள் தூளாக்கி விடுவதே வெற்றி என்றால் - அவ்வெற்றியைப் பெறுவதற்கு, நாம் வெறிபிடித்தவர்களாக மாறி நிற்க வேண்டும்!”

“உங்கள் ஆட்காட்டி விரலின் ஆணைக்குக் கட்டுப்படுகிறோம் இளவரசே! எள்ளைக் கேட்டால் எண்ணெயாய் வந்து நிற்போம் வெண்ணாகரத்து வெற்றிவேந்தன் செம்பியத் திருமகனே! உன் பின்னால் அணிவகுத்து நிற்கிறோம்” என்றனர் அகம்பனும் வீரர்களும்.

வீர முழக்கங்களைக் கேட்டு, தூரத்தில் நின்று பார்த்துக் கொண்டிருந்த வடிவுடை தேவியின் கண்களில் வெண்ணாற்றின் கிளை நதி உருவாகிக் கன்னத்தில் அருவியானது.

உடன் வந்திருந்த ஐங்குறு மாமுனிவர் அங்கிருந்தபடியே, இரு கரங்களைத் தூக்கி ஆசீர்வாதம் செய்து, உள்ளம் மகிழ்ந்து உவகை பூத்து நின்றார். அருந்தவராயர் ஒற்றைக் கரத்தைத் தூக்கியவாறு ஓடோடி வந்து திருமேனியை ஆரத் தழுவி உச்சிமோந்து உணர்ச்சி பிரவாகமாய் மாறிவிட்டார்.

மாமாவின் வெட்டுப்பட்ட வலது கரத்தைத் தூக்கிக் காட்டி, “பழிக்குப் பழி வாங்கியே தீருவோம் எனச் சபதம் எடுப்போம்!” என்றான் இளவரசன்.

வீரர்களின் வாழ்த்துக் கோஷங்களுக்கிடையில் மாதாவும் குருவும் நின்ற இடத்தைத் தேடி சிங்கநடைபோட்ட செம்பியன், தன் பருத்த புஜத்தில் பெருத்த வாளேந்திச் சென்று இருவரின் பாதங்கள் பணிந்து மண்டியிட்டு நின்றான்.

“திருமேனி! உன்னைப் பெற்றெடுத்த என் வயிற்றை உன் வாள்முனையால் கோடுபோட்டு வணங்கு. இப்பிறவியெடுத்த பயனை இன்று நான் அடைந்துவிட்டேன் மகனே! உன்னை

மகனாய்ப் பெற்றெடுத்ததற்கு என்ன தவம் செய்தேனோ யானறியேன்!" என்றார் ராணியார்.

"அதிகம் உணர்ச்சிவயப்படவேண்டாம் தேவி! இதோடு முடிவதல்ல... இதுதான் இளவரசனுக்கு ஆரம்பம்!" என்று முனிவர் சொல்லிவிட்டு இளவரசனைப் பார்த்து,

"செம்பியத்தேவனே! உன் பாதையில் கல்லும் முள்ளும் அகன்று வழிவிடட்டும்! மேடுபள்ளம் சமவெளியாகட்டும்! மழைபொழிந்து உன்நாடு குளிர்ந்து செழிக்கட்டும்! ஆற்றில் வெள்ளம் பெருக்கெடுத்து ஓடி நாட்டின் தாகம் தீர்க்கட்டும். வெப்பம் தாக்காது மேகம் குடை பிடிக்கட்டும்! செல்லும் இடமெல்லாம் வெற்றி உனதாகட்டும்!" என்று வாழ்த்தினார் ஐங்குறு மாமுனிவர்.

இத்தனையையும் கண்குளிரப் பார்த்த அருந்தவராயர், மனம் மகிழ, நா தழுதழுக்க,

"மருமகனே! என்ன சொல்லி நான் பெருமிதம் அடைய? இக்கணத்திலேயே என் உயிர் என் உடலைவிட்டுப் பிரிந்து உன்னை வாழ்த்திக்கொண்டே மேலே செல்லவேண்டும்போல் தோன்றுகிறது இளவரசே!" என்று சொன்னவுடன்,

"ஏன் எல்லோரும் சூடான உணர்ச்சித் தடாகத்தில் நீந்துகிறீர்கள்? மேக மழையில் குளிப்போம் வாருங்கள்!" என்று எல்லோரையும் அமைதிப்படுத்தினான் திருமேனி.

"திருமேனி! நீ திருவெள்ளறைக்கு மாறு வேஷத்தில் சென்று நிலைமை எவ்வாறு இருக்கிறது என்று பார்த்துவிட்டு வா! செங்கோடனுக்கெதிரான பழிவாங்கும் படலத்துக்குத் திட்டத்தை வகு! அதுதான் உன் முதற்கடமை!" என்றார் தேவி வடிவுடையாள்.

"இப்போது இல்லை அன்னையே! அடுத்த பௌர்ணமிக்கும் முதல்நாள் புறப்படுகிறேன்" என்றான்.

26
செங்கோடனே பாண்டியனின் ஓலைக்குப் பதிலுரைத்தல்

திருவெள்ளறை

அன்றையதினம் பாண்டிய நாட்டுத் தூதன் ஒருவன் கையில் ஓலையுடன் வேகமாக அரண்மனையை நோக்கிக் குதிரையில் வந்துகொண்டிருந்தான். அவனைத் தடுத்து, அரண்மனை வீரர் விவரம் கேட்டான்.

அதைத் தூரத்திலிருந்து பார்த்துக்கொண்டிருந்த போர்ப்படைத் தளபதி செங்கோடன், தன்னிடம் அவனை அனுப்புமாறு சைகை காட்டினான்.

அருகில் வந்த அந்தத் தூதுவனிடம் விவரம் அனைத்தையும் கேட்டறிந்து ஓலையைத் தரும்படி கேட்டான்.

"மகாராஜாவிடம் நேரில் இதைக் கொடுக்க எனக்கு உத்தரவு தளபதியாரே!"

"கொடு! நானே நேரில் கொண்டுபோய்க் கொடுத்துவிட்டுப் பதிலுரையுடன் வருகிறேன்.''

"இல்லை, நானே..." என்றவனை மிரட்டுவதுபோல் கண்களை உருட்டிப் பார்த்தான். வேறு வழியின்றிக் கொடுத்துவிட்டான். அங்கே அமரும்படி சொல்லிவிட்டு ஓலையுடன் உள்ளே போனான் செங்கோடன். தூதுவன் உட்காராமல் நின்றுகொண்டே இருந்தான்.

சிறிது நேரத்தில் திரும்பி வந்த தளபதி பதிலோலையை அங்கே நின்ற தூதுவனிடம் கொடுத்தனுப்பினான்.

ஏற்கெனவே உள்ளே சென்ற செங்கோடன், பாண்டிய மன்னனின் குற்றச்சாட்டுக்கு தானே ஒரு பதிலுரையை எழுதி, மன்னனுக்காக என்று குறிப்பிட்டு, தானே கையெழுத்திட்டுக் கொடுத்தனுப்பிவிட்டான்.

27
வெள்ளாறு எமக்கே சொந்தமென்றுரைக்கும் பாண்டியன்

பொன்னமராவதி மன்னன், திருவெள்ளறைக்கு அனுப்பிய ஓலைக்குப் பதில் வந்தது. ஆனால், மன்னனுக்குப் பதிலாக செங்கோட்டாதவன் கையொப்பமிட்ட பதில் ஓலை அது. அதில்,

"எங்கள் நாட்டின் பெயர் வெள்ளறை. நீங்கள் உரிமை கொண்டாடும் ஆற்றின் பெயரோ வெள்ளாறு. அப்படியானால் அது எங்களுக்குத்தானே சொந்தம். ஆகையினால் ஆற்றின் இருமருங்கும் எங்களுக்கே சொந்தம். தேவையில்லாமல் பயமுறுத்த வேண்டாம். நீதியை நிலைநாட்ட எங்கள் மகாராஜா எதற்கும் தயார்!" என்று குறிப்பிடப்பட்டிருந்தது.

தூதுவன் கொண்டுவந்த ஓலை கிடைத்தவுடன் முன்பு போலவே முதல் தளபதி பொங்கி எழுந்தார்.

அவரைப் பார்த்து மன்னர், கையை அமர்த்தி,

"உட்காருங்கள்! செங்கோட்டாதவனுக்கு மீண்டும் பதில் அனுப்புங்கள். தளபதியாரே! நானே கையொப்பமிடுகிறேன். அதில் இவ்வாறு எழுதுங்கள்...

"திருவெள்ளறை மன்னர் அவர்களுக்கு, பொன்னமராவதி மன்னர் பொன்மான் வழுதி எழுதும் திருமுகம். ஏற்கெனவே நான் எழுதிய மடலுக்கு உங்கள் தளபதியாரே பதில் அளித்தல்தான் உங்கள் நாட்டுப் பண்பாடா? என்று அறிய விரும்புகிறேன்.

வெள்ளா றதுவடக்கா மேற்குப் பெருவழியாம்
தெள்ளார் புனற்கன்னி தெற்காகும் - உள்ளார
ஆண்ட கடல்கிழக்காம் ஐம்பதறு காதம்
பாண்டிநாட் டெல்லைப் பதி

"மதுக்கரை பட்டயத்தில் உள்ளபடியும், இவ்வாறு எம்பெரும் புலவர் எப்போதோ குறிப்பிட்டுள்ளபடியும் வட எல்லையில் வெள்ளாறு எமது பாண்டிய நாட்டின் ஆளுகைக்கு ஆண்டாண்டு காலமாக உட்பட்டது. அப்பிரதேசத்தில் சொந்தம் கொண்டாட யாருக்கும் உரிமையில்லை. உங்கள் தளபதியார், உங்கள் கவனத்துக்குத் தெரிந்துதான் பதில் அளித்தாரா? தெரியாமல் இந்தப் பதிலைத் தயாரித்து அனுப்பினாரா? எமக்குத் தெரிய வில்லை. தங்கள் தளபதி செங்கோடன் எங்கள் எல்லைக்குள் அத்துமீறி நடந்துகொண்டிருக்கிறார் என்பதை முந்திய மடலில் குறிப்பிட்டிருக்கிறேன். அவர் செய்த அட்டூழியங்களுக்குப் போதிய ஆதாரம் எங்களிடம் உள்ளது. இதற்கான பரிகாரம் தாங்கள் உடனடியாகச் செய்யாவிட்டால் திருவெள்ளறைமீது போர் தொடுப்பதைத் தவிர எங்களுக்கு வேறு வழியில்லை. - இப்படிக்கு, பொன்மான் வழுதி" என்று எழுதுங்கள். மடல் மன்னர் கைக்குக் கிடைக்கவேண்டும் என்று சொல்லிக் கொடுத்தனுப்புங்கள். இதற்கான பதில் வரட்டும். அப்புறம் போர் தொடுப்பதைப் பற்றி யோசிப்போம்!" என்றார்.

"ஆமாம் அரசே! தாங்கள் மிகவும் பொறுமைசாலிதான். அந்நாட்டு அரசருக்குத் தெரியாமல்கூடச் செங்கோடனே இந்தத் திமிரான பதில் விளையாட்டைச் செய்திருக்கிறார் என்று எனக்கும் தோன்றுகிறது. அப்படியானால் என் கையாலேயே அந்தச் செங்கோடனின் தலையைக் கொய்திடவேண்டுமென ஆத்திரம் வருகிறது. எதற்கும் நமது படைகளை உஷார்படுத்திக் கொள்கிறேன்" என்றார் சேனாதிபதி.

"சேனாதிபதியாரே! ஒன்று செய்யுங்கள். நமது ஒற்றனை அழைத்து, அவனிடம் இக்கடிதத்தை வழக்கம்போல் திருமுக உறையில் போட்டுக்கொடுக்காமல், மடல்துணியை மடித்து உடுப்புக்குள் மறைத்து எடுத்துச் செல்லச் சொல்லுங்கள். அந்நாட்டு மன்னனைத் தவிர யாரிடமும் கடிதத்தைக் காட்டக் கூடாதென்று கண்டிப்புடன் உத்தரவிடுங்கள்!" என்று பொன்மான் சொன்னான்.

"உத்தரவு மகாராஜா! அப்படியே செய்கிறேன்" என்றார் சேனாதிபதியார்.

◆ 28

செம்பியன் தரித்த ஜோசியன் வேஷம்

முழு பௌர்ணமி நாள். செம்பியன் திருமேனி ஆரூடம் பார்ப்பவனாக வேஷம் தரித்து, திருவெள்ளறையின் புறநகர் கிராமம் ஒன்றில் மாலை நேரத்தில் வந்து தங்கிக்கொண்டான். இடம்கொடுத்த அந்த ஊர்ப் பெரியவர் ஒரு திண்ணைப்பள்ளிக்கூட ஆசான். அவரிடம் பேச்சுக்கொடுத்துப் பல விஷயங்களை வாங்கிக்கொண்டான்.

இங்குள்ள மலை வெண்மை நிறத்தில் இருப்பதால் வெள்ளறை எனப் பெயர் பெற்றதாம். அடைமொழியும் சேர்த்துத் திருவெள்ளறை என வழங்கப்பட்டு வருகிறது. பல ஆண்டுகளுக்கு முன்பு சிபிச் சக்கரவர்த்தியால் கட்டப்பட்ட கோவில் என்றும், ஊரின் நடுவே இடம்பெற்றிருக்கும் அக்கோவிலில் செந்தாமரைக் கண்ணன் வீற்றிருப்பதாகவும், பதினாறு தூண்களையுடைய கோவிலெனப் பட்டினப்பாலை பாடல் வழி அறியலாம் என்றார்.

இந்திரனோடு பிரமன் ஈசன் இமையவர் எல்லாம்
மந்திர மாமலர்கொண்டு மறைந்து உவராய் வந்து நின்றார்
சந்திரன் மாளிகை சேரும் சதுரர்கள் "வெள்ளறை" நின்றாய்
அந்தியம் போது இதுவாகும் அழகனே காப்பிட வாராய்

என்கிறது பெரியாழ்வாரின் 192ஆவது காப்பிடல் பாசுரப்பாடல். 'பல்லாண்டு வாழ்க' என்று பெருமாளை ஏற்றிப்பாடுவதே காப்பிடல் பாடலாகும்.

12 ஆழ்வார்களில் பெரியாழ்வாரும் ஒருவர். 108 திவ்வியப் பிரபந்த ஸ்தலங்களில் தேவி நாச்சியாருக்குரிய ஸ்தலமாக திருவெள்ளறை விளங்குவதாக ஒரு செய்தியும் உண்டு.

கோவிலின் அமைப்பைச் சொல்லும்படி செம்பியன் கேட்டுக்கொண்டதன் பேரில் இன்னும் விளக்கமாகச் சொன்னர் அந்த வயதான ஆசான்.

ஆடி முதல் மார்கழிவரையிலான காலங்களில் தட்சிணாயன வாயில் வழியாகவும், தை முதல் ஆனி மாதம்வரை உத்தராயன வாயில் வழியாகவும் கோவிலுக்குள் நுழைந்து தரிசனம் செய்தல் உத்தமம் என்று வழிவழி மக்கள் நம்புவதாகச் சொன்னார் அவர்.

அப்போது குறுக்கிட்ட செம்பியன்,

"ஆசானே! அங்கு ஒரு சக்கரக் குளம் இருக்கிறதாம். அதில் திவ்விய தீர்த்தம், வராக தீர்த்தம், குசஹஸ்தி தீர்த்தம், சந்திர புஷ்கரணி தீர்த்தம், பத்ம புஷ்கரணி தீர்த்தம், புஷ்கல புஷ்கரணி தீர்த்தம், மணிகர்ணிகா தீர்த்தம் ஆகிய ஏழு தீர்த்தங்களோடு லட்சுமி தங்கியிருந்த பூங்கிணற்றுத் தீர்த்தத்தையும் சேர்த்து எட்டுத் தீர்த்தங்களிலும் மூழ்கி எழுந்தால் எனக்கு மோட்ஷம் கிடைக்கும் என்று திருமானூரில் சொன்னார்கள் உண்மையா குருவே?" என்றான்.

"அப்படித்தான் சொல்கிறார்கள். சரி உன் நம்பிக்கையை நான் ஏன் கெடுப்பானேன்? ஆனால் ஒன்று மட்டும் சொல்வேன். உன் இளமையையும், திடகாத்திரத்தையும் பார்த்தால் நீ அகவை நூறை அநாயசமாகக் கடப்பாய் என்றே தோன்றுகிறது. உனக்கு நல்ல மனமாற்றத்தை எங்கள் ஊர்க் கருணைக்கடலான செந்தாமரைக் கண்ணன் தருவார் என்று பூரணமாக நம்புகிறேன்; வாழ்த்துகிறேன்!'' என்று சொன்னார்.

"ஆசானே! நன்றி! உங்கள் ஆசீர்வாதம் பலிக்கட்டும்!"

"எங்களூர்ப் பெருமையைத் தாராளமாகச் சொல்கிறேன் கேள்! திருவெள்ளறை வளாகத்தின் குடவரையை அடுத்து உள்ள மாடக்கோயிலுக்குப் பின்புறம், அதாவது கோவில் மதிற்சுவருக்கு மேல்புறம், சற்றுத் தள்ளி, பல்லவக் கலையம்சத்தில் அண்மையில் வெட்டப்பட்டுக் கட்டப்பட்ட 'மறைசுவர்ப் பொய்கை' ஒன்று உள்ளது.

"நான்கு புறமும் இறங்கப் படித்துறைகள். ஒவ்வொரு துறைக்கும், ஐம்பத்திரண்டு படிகள் வீதம் மூன்று நிலைகளைக் கொண்ட பதினைந்து கோல் ஆழ நான்கு முனைத் தென்னூர்க்

கிணற்றுக் குளம் உள்ளது. ஒரு பகுதியில் குளிப்பவர்களை இன்னொரு பகுதியில் குளிப்பவர்கள் பார்க்க முடியாதவாறு உலகத்திலேயே வித்தியாசமான முறையில் அமைக்கப்பட்ட அழகிய குளியற்குளம். கம்பனறையான் என்பவனால் வடிவமைத்துக் கட்டப்பட்ட அற்புதமான தனித்துவம் வாய்ந்த திருநீர்த் தடாகம்.''

திருமேனி தன்னிடமிருந்து ஆசிரியருக்குப் பொற்காசு ஒன்றைக் கொடுத்தான். பெரியவருக்கு ஒரே வியப்பும் ஆனந்தமும்.

“நீ யாரப்பா? பொற்காசெல்லாம் கொடுக்கிறாய்?”

“குருவே! நான் ஆரூடம் பார்ப்பவன். எனக்குப் புனித கோவில்களுக்குச் சென்று ஆண்டவனை வழிபட்டு மோட்ஷம் போகக்கூடிய வழியைத் தேடி வந்திருப்பவன்” என்றான்.

“என்ன மகனே... இந்த வயதிலேயேவா?''

“என்னுடைய ஜாதகத்தைப் பார்த்த ஜோசியர், எனக்கு அற்ப ஆயுசாம். அதற்குள் தேசம் பாராது எல்லாக் கோவில்களுக்கும் சென்று ஆண்டவனை மனமுருகி வழிபடச் சொன்னார்” என்று சொல்லிப் பெரியவரிடம் ஆசியை எதிர்பார்த்து நின்றான் இளவரசன்.

அதற்குச் சரியான பதிலுரையாக,

“சேர மன்னன் நெடுஞ்சேரலாதனின் ஜோசியன் என்ன சொன்னான்? இளையவன் தான் முடிசூடுவான் என்றான். என்ன ஆனது? ஜோசியத்தைப் பொய்யாக்கிய இளங்கோவடிகளைப்போல் நீ புரட்சி செய்து மாற்றம் காணாமல் முட்டாள்தனமாக இந்த வயதில் இப்படி ஊர் ஊராகச் சுற்றுகிறாயே? மோட்ஷமாம்; நரகமாம்! பைத்தியக்காரர்கள்!” என்றார் அலட்சியமாகவும் ஏளனமாகவும்.

அதைக் கேட்டவுடன் திருமேனி உள்ளுக்குள் ஏற்பட்ட சிரிப்பையும் மகிழ்ச்சியையும் மறைத்துக்கொண்டான்.

“உனக்கென்றே கிணற்றுச் சுவரில் கம்பனறையானே ஒரு பாடலைச் செதுக்கி வைத்துள்ளான்.

‘நிலையாமை’யைச் சொல்லிவிட்டு, ‘ஜாதகப் பலன்களைப் பார்த்து வருந்தி நொந்து போகாதீர்கள்; ஈட்டியதில் எஞ்சியதைப்

பிறருக்கு அளியுங்கள்' என்ற பொருளுடைய பாடலது. இதைப் படித்தாலாவது திருந்த மாட்டாயா?

கண்டார் காணா உலகத்திற் காதற்செய்து நில்லாதேய்
பண்டெய்ப் பரமன் படைத்தநாள் பார்த்து நின்று நையாதேய்
தண்டால் மூப்பு வந்து உன்னைத் தளரச்செய்து நில்லாமுன்
உண்டேல் உண்டு மிக்கது உலகமறிய வைம்மினேய்!

இவ்வாறு அந்தக் கல்வெட்டுப் பாடல் பகர்கிறது. "அக்கிணற்றின் அமைப்பானது மங்கலக் குறியீடு; வெற்றிக் குறியீடாகிய ஆசீவகச் சின்னமான 'சுழற்குறி' நினைவாக வடிவமைக்கப்பட்டது.''

'நாற்பிடுகு பெருங்கிணறு' என்று அழைக்கப்படும் அக்கிணற்றின் பக்கச் சுவர்கள் கருங்கற்களால் நேர்த்தியாக அடுக்கி வைக்கப்பட்டு இறுக்கமாகப் பிணைக்கப்பட்டுள்ளன. இதை 'மாப்பிடுகு பெருங்குளம்' என்றும் சொல்வர். தரைமட்டத்தில் சற்றுத் தூரத்திலிருந்து யாரும் பார்த்தால் கிணறு கண்களுக்குத் தெரியாது.''

"அப்படியா? எனக்கு மிகவும் பயனுடையதாக இருக்கும்.''

"என்னப்பா சொல்கிறாய்?"

"இல்லை குருவே! நான் குளித்து நான்கு நாட்கள் ஆகின்றன. துணிகள் எல்லாவற்றையும் களைந்து நன்கு அழுக்குத் தேய்த்துக் குளிக்க வேண்டும் என்று எண்ணுவதால் அப்படிச் சொன்னேன்.''

"உன்னிடம் நெருங்கிப் பார்த்தால் அப்படியான மணம் வீசவதாகத் தெரியவில்லையே! சரி விடு! ஒவ்வொரு நிலைகளிலும் மூன்று நிலைப்படிகள் குறுக்காக இருபுறங்களையும் இணைக்கப்பட்டு அமைக்கப்பட்டிருக்கின்றன. கிழக்குப் புற இறங்கு படிக்கட்டு நுழைவாயிலின் மேலே முதல் நிலைப்படியில் நரசிம்மச் சிற்பம் செதுக்கப்பட்டுள்ளது. சில படிகள் இறங்கியவுடன் இரண்டாம் நிலையில் அய்யனார் பூர்ணாம்பிகையுடன் காட்சியளிக்கும் சிற்பம். மூன்றாம் நிலையில் அன்னப்பட்சிகள் பறக்கும் நிலையில் உள்ளன.

"வலது புறம் நகர்ந்து வடபுறம் சென்று இறங்கினால், முதல் நிலைக் குறுக்கு நிலைப்படியில் சப்த மாதர்கள் வீற்றிருக்கிறார்கள்.

இரண்டாம் நிலையில் மானும் சிங்கமும் இருபுறங்களிலும் நிற்க, கொற்றவை என்னும் துர்க்கை நின்று அருள் பாலிப்பார். மூன்றாம் நிலையில் இருபுறமும் அடியார்கள் பறக்க நடுவில் யானை முகத்தார் இருக்கிறார்.

மேற்குப்புற, இறங்கு துறைக்குள் நுழைந்தால், முதல் நிலைப்படியில் அசுரவதம் செய்யும் கிருஷ்ணரும், இரண்டாம் நிலைப்படியில் சீதேவி, பூதேவி சகிதம் விஷ்ணு வீற்றிருப்பார். மூன்றாம் நிலைப்படியில் இரு மகரத்தூரணம் செதுக்கப்பட்டுள்ளன.

"வடக்குப்புற இறங்கு துறையின் முதல்நிலைப் படியில், தேவர்கள் சூழ, பார்வதியுடன் சிவன் வீற்றிருக்கிறார். இரண்டாம் நிலையில், ஸதாகதி முனிவர்கள் அருகிலிருக்க தெட்சணாமூர்த்தி அமர்ந்திருக்கிறார். மூன்றாம் நிலைப்படியில் இருபுறமும் யானைகள் இருக்க மத்தியில் மகரச் சிற்பம் அழகுறச் செதுக்கப்பட்டுள்ளது. மற்றவற்றை நீதான் நேரில் பார்க்கப்போகிறாயே!'' என்று சொல்லி, ''நீ இந்தப் பொற்காசைத் திரும்பப் பெற்றுக்கொள். நான் காசுக்காக இந்த உதவியைச் செய்பவன் அல்லேன்'' என்றார்.

அதைத் திரும்ப வாங்கிக்கொள்ளாமல்,

"குருவே, அந்தக் காசை நீங்களே வைத்துக்கொள்ளுங்கள். இன்னும் சில நாட்களில் என்னைப் படைத்தவன் திரும்ப அழைத்துக்கொள்ளப் போகிறான். நான் அந்தக் காசை வைத்துக்கொண்டு என்ன செய்யப்போகிறேன்? நீங்கள் சொல்லியதுபோல் எனக்குப் பூரண ஆயுசு என்றால் மறுபடியும் நாளை காலை உங்களிடம் வருவேன். நான் அந்தத் தீர்த்தங்களில் ஸ்நானம் செய்து பெருமாளைச் சிந்தையிலேற்றி முழுக்குப் போட்டுவிட்டுத் திரும்பி வரும்வரையில் என் குதிரையை உங்கள் கொல்லைப்புறத்தில் கட்டி வைத்துக்கொள்ளுங்கள். ஓர் இரவு குதிரையைப் பாதுகாப்பதற்கு வாடகைதான் அந்தக் காசு என்றுகூட வைத்துக்கொள்ளுங்களேன். அப்படி நான் வராவிட்டால் நீங்கள் யாருக்காவது குதிரையையும் பொற்காசையும் தானம் செய்துவிடுங்கள்!"

"என்னப்பா? பெரிய பெரிய செய்திகளையெல்லாம் சொல்கிறாய்... இந்தக் குதிரையைப் பார்த்தால் ராஜகம்பீரமாகத் தெரிகிறது. நீ உண்மையாகத்தான் என்னுடன் உரையாடுகிறயா?"

"சரி ஆசானே! எனக்கான நேரம் வந்துவிட்டது, எனக்கு விடைகொடுங்கள்!"

"என்ன இளைஞனே! எங்கே போகப்போகிறாய்?"

"ம்... உங்கள் நாட்டு இளவரசியைத் தூக்கிவந்து உங்கள் இல்லத்தில் வைத்து மணமுடிக்கப் போகிறேன்... (சிரித்துவிட்டு) விடுங்கள் பெரியவரே! உங்கள் ஆசீர்வாதத்துடன் நான் என் பயணத்தை மேற்கொள்கிறேன். நான் முதலில் மோட்சத்திற்குப் போவேன்; தங்களை எனக்கு மிகவும் பிடித்திருக்கிறது. அதனால் உங்களையும் அங்கு அழைத்துக்கொள்கிறேன்" என்று சிரித்துக் கொண்டே சொல்லிவிட்டுப் புறப்பட்டான் செம்பியன்.

பெரியவரும் வாய்விட்டுச் சிரித்துக்கொண்டு 'நல்ல அரைப் பைத்தியம்' என்று மனத்துள் சொல்லிக்கொண்டே அவன் போன வழியைப் பார்த்துக்கொண்டு நின்றார்.

29

விருத்தத்தைப் பார்க்க தேவி திருமழபாடி புறப்படுதல்

எவரையும் துணைக்கு அழைத்துக்கொள்ளாமல் திரு வெள்ளறைக்குத் திருமேனி தனியாகவே புறப்பட்டுப் போய்விட்டான். அதன்பிறகு, வெண்ணாகரத்தில் ஐங்குறு மாமுனிவர் தற்செயலாக ராணியாரைப் பார்த்துச் சொன்னார்,

“தேவி! இந்த மாத பௌர்ணமி மிகவும் விசேஷமானது. அப்பௌர்ணமியானது மகோதய புண்ணியக் காலம் சேர்ந்தது. அத்துடன் அன்று சந்திர கிரகணம் வேறு. சம்பூர்ண கிரகணச் சங்கமத்தில் சமுத்ரா ஸ்நானம் செய்தால் பித்ரு தோஷம் முற்றிலுமாகத் தீர்ந்து நன்மை பயக்கக்கூடியதாக அமையும்'' என்றார்.

“கடலுக்குப் பதில் புனிதமான பொன்னியில் மூழ்கியெழுந்தால் கூடுதல் விசேஷம் கிடைக்குமல்லவா?'' என்று கேட்டார் தேவியார்.

“நமது வெண்ணாறு காவிரியின் கிளைநதிதான். அதனால் எல்லாம் ஒன்றுதான். தேவி பிரியப்பட்டால் அப்படியும் செய்யலாம்” என்றார் முனிவர்.

விருத்தத்தைப் பற்றி அருந்தவராயர் உயர்வாகச் சொன்னதிலிருந்து அவளைப் பார்க்கவேண்டுமென்ற எண்ணம் சில நாட்களாகவே வடிவுடைதேவியின் உள்ளத்தில் கனன்றுகொண்டிருந்தது. திருமேனிக்குத் தெரியாமல் அவளை அரண்மனைக்கு வரவழைக்க விரும்பிக்கொண்டிருந்தார். இந்த நேரத்தில், முனிவர் சொன்னதற்குப் பிறகு தேவியாருக்குத் திருமழபாடி சென்று விருத்தத்தைத் துணைக்கு அழைத்துக்கொண்டு ஐயாறுக்கு வந்து காவிரி ஸ்நானம் செய்யலாம் என்று ஒரு திட்டத்தை வகுத்துக் கொண்டார்.

அருந்தவராயரைக் கலந்துகொண்டு, அவருடைய ஆலோசனையின் பேரில் மூவரும் நான்கு குதிரைகள் பூட்டிய தேரில் திருமழபாடிக்குப் புறப்பட்டார்கள்.

திருமழபாடிக்கு ரதம் வந்ததைப் பார்த்தவுடன் கொடுமுடிக்குக் கையும் ஓடவில்லை; காலும் ஓடவில்லை. அவர்களை வரவேற்று உபசரித்தான். தேவியாரின் கண்கள் 'அவளை'த்தான் தேடிக்கொண்டிருந்தன. எதற்காக ராணியார் வந்திருக்கிறார்கள் என்ற விவரத்தை அறிந்து, அவர்கள் காவிரிக் கரைக்குச் சென்று குளிப்பதற்கான ஏற்பாடுகளைச் செய்ய முற்பட்டான். அதற்குமுன் ராணிக்குக் காலை உணவாக முடக்கத்தான் அடையும், பொரிமா வெல்லமும் தயார்செய்தான். பின்னர் காவிரியின் கரைக்கு அழைத்துச் செல்கிறேன் என்று கொடுமுடி சொல்லியிருந்தான்.

அதற்கு முனிவர், "நதிக்குளியல் காலையில் இல்லை. மாலை நேரத்து நிலவொளியில் காய்ந்துகொண்டே பொன்னித்தாய் மடியில் நீராடவேண்டும்'' என்று சொன்னார்.

விருத்தத்தைப் பார்க்கத்தான் வந்திருக்கிறோம் என்ற உண்மையைச் சொல்லி அவளுக்கு அவ்வளவு முக்கியத்துவம் கொடுக்க ராணிக்கு விருப்பமும் இல்லை. காரணம் திருமேனிக்குத் தெரியாமல் புறப்பட்ட பயணம் இது.

அருந்தவராயர் கொடுமுடியிடம்,

"கொடுமுடி! ராணியார் நதியின் படிக்கட்டில் இறங்கும்போது துணைக்கு நமக்குத் தெரிந்த நம்பிக்கையான ஒரு பெண் இருந்தால் தேவலாம்'' என்றார்.

'இதற்காகத்தானே காத்திருந்தேன்...' என உள்ளுக்குள் எண்ணிக்கொண்டு, "அதற்கென்ன உடனே ஏற்பாடு செய்கிறேன்" என்று சொல்லிவிட்டு, ஓடிப்போய்த் தன் மகளைச் சிறிதுநேரத்தில் கொடுமுடி அழைத்துக்கொண்டு வந்தான்.

தூரத்தில் விருத்தம், மயில்போல் அசைந்து அழகுத் தேர்போல் நடைபோட்டு வந்ததைப் பார்த்தவுடன் மூக்கின்மீது விரல் வைக்காத குறையாக அவளையே பார்த்துக்கொண்டு இருந்தார் தேவி. தம்பி சொன்னது முற்றிலும் சரிதான் என்ற முடிவுக்கு வந்தார். 'இவளிடம் ஏதோ ஒரு வசியம் இருக்கிறது' என்று மட்டும் உறுதியாக நம்பினார்.

காலை உணவை விருத்தம்தான் பரிமாற இருக்கிறாள் என்பதை அறிந்துகொண்ட முனிவர், "இன்று நான் நோன்பில் இருக்கிறேன்" என்று அறிவித்துவிட்டார். அதைச் செவியுற்ற அருந்தவராயர் கேட்டார்,

"மாமுனியே! நாங்கள்..." என்று இழுத்தார்.

"உங்களுக்குப் பகல் விரதம் இல்லை... முனிவர்களுக்குத்தான்" என்று அவர்களுக்குச் சொல்லிவிட்டுத் தனியே அங்கே இருந்த அரசமரத்தடி மேடையில் அமர்ந்து கண்மூடித் தியானத்தில் மூழ்கினார்.

பின்மாலைப் பொழுது, பூரணச்சந்திரன் இரவைப் பகலாக்கும் வெளிச்சத்தைத் தந்துகொண்டிருந்தது. அருகில் ரோகிணி நட்சத்திரமும் தன் பங்கிற்குப் பிரகாசித்துக்கொண்டிருந்தது. எல்லோரும் கொள்ளிடம் தாண்டிக் காவிரிக்கரைக்குப் புறப் பட்டுப்போய்ச் சேர்ந்தார்கள். கரையோரப் படிக்கட்டுகளுக்கருகில் சென்றவுடன் முனிவர் மட்டும்,

"நீங்கள் இங்கே நீராடுங்கள், நான் அந்தப் பக்கம் போகிறேன்" என்று சொல்லிவிட்டுப் பெண்கள் இருக்கும் இடத்தைத் தவிர்த்துவிட்டு நகர்ந்து போய்விட்டார். பெண்கள் கொஞ்சம் சுதந்திரமாகக் குளிக்கட்டுமே என்று நினைத்து முனிவருடன் அருந்தவராயரும் சென்றுவிட்டார். போகும்போது விருத்தத்திடம்,

"விருத்தம்! உன்னை ஓர் ஆண்பிள்ளையாக நினைத்து மகாராணியை உன்னோடு விட்டுவிட்டுப் போகிறேன். ஜாக்கிரதை! இன்னும் கொஞ்ச நேரத்தில் கிரகணம் தோன்றிவிடும். அப்போது இருள் படர்ந்து வெளிச்சம் மங்கிவிடும். அந்த நேரம் நீ இன்னும் ஜாக்கிரதையாக இருக்க வேண்டும். வேண்டுமானால் சற்றுத் தூரத்தில் படைவீரர்கள் கைவிளக்குகளுடன் நிற்பார்கள். தேவையிருப்பின் கைத் தட்டி அழைத்தால் ஓடி வந்துவிடுவார்கள். சரியா? அத்துடன், அதோ சற்றுத் தூரத்தில் ஒரு படகு கரையோரம் கட்டி வைக்கப்பட்டுள்ளது. அதில் நீச்சல் தெரிந்த வீரர்கள் மூவர் அவசர உதவிக்கென்றே தயாராய் இருக்கிறார்கள்" என்றார்.

"மகாபிரபு! நான் கவனித்துக்கொள்கிறேன். நீங்கள் எதற்கும் கவலைப்படவேண்டாம். இவ்விடம் எனக்குப் பழக்கப்பட்ட இடம். ஆற்றில் நீர் கரைபுரண்டோடும் வேகத்தில்கூட அக்கரைக்கு

நீந்திச் செல்லும் ஆற்றல் உள்ளவள் நான். என்னை மீறி இங்கு எதுவும் நடக்காது" என்று சொல்லி அவரை அங்கிருந்து அனுப்பிவைத்துவிட்டாள். 'இப்போது தோரணையாகப் பேசு. அன்று ஒட்டியத்தாற்றில் பரிசல் விபத்தில் விழும்போது இந்த நீச்சலெல்லாம் எங்கே போனது?' என்று எண்ணிக்கொண்டே சென்றார் அருந்தவராயர்.

ராணியை விருத்தம் கெட்டியாகப் பிடித்துக்கொண்டாள். பாதுகாப்பாகப் படிக்கட்டுகளில் மெல்ல மெல்ல அடியெடுத்து வைத்து இறங்கிட உதவினாள். காலையிலும், மதியமும் உணவு பரிமாறுதலில் அவ்வளவு பவ்வியமாக நடந்துகொண்டதனால் அரசியாரின் மனம் கவர்ந்தவளாகிவிட்டாள். சுவையான உணவு தயாரிப்பில் விருத்தம் கவனம் செலுத்தியதைத் தேவி அறிந்துகொண்டார். குறிப்பறிந்து சேவை செய்ததனால் ராணிக்கு இன்னும் நெருக்கமாகிவிட்டாள்.

காவிரி நீரோட்டத்தில் தட்டுத் தடுமாறிவிடாமல் பாதுகாப்பாக நின்று புனித நீரில் மூழ்கியெழ விருத்தம் பெரிதும் துணையாய் நின்றாள். மெல்ல இருள் படர்ந்தது. ராணியார் ஒருமுறை திரும்பி, 'கரைமேல் அருந்தவராயர் நிற்கிறாரா' என்று பார்த்தார். அப்போது சற்றும் எதிர்பாராதவிதமாகக் கால் இடறுவதைக் கவனித்த விருத்தம், தேவியின் கரங்களை உறுதியாகப் பற்றிப் பாதுகாத்தார். ஆற்றுத் தண்ணீர் இழுத்துக்கொண்டு போக எத்தனித்தபோதே விருத்தம் நொடியும் தாமதிக்காது செயல்பட்டதை அரசியார் கவனித்து வைத்துக்கொண்டார்.

குறுகிய அந்த நேரத்தில் ஒரு சிறிய போராட்டமே நடந்து விருத்தத்தின் மனத்தில் ஒரு களேபரமே நிகழ்ந்துவிட்டது. பிறகு தேவியார் நிதானமாக ஒவ்வொருமுறையும் நீருக்கு வெளியே தலையெடுத்தபோதெல்லாம் முழு கிரகண நிலவைப் பார்த்து வேண்டிக்கொண்டு மீண்டும் மீண்டும் மூழ்கினார்.

தனக்கு உதவியாக நின்ற விருத்தம், நீரில் முறைப்படி மூழ்கி எழாமல் இருப்பதைக் கவனித்த அரசியார்,

"நீ ஏம்மா முழுகாமல் நிற்கிறாய்? உனக்கு ஆண்டவனின் புண்ணியம் வேண்டாமா?"

"ஏழைக்கெல்லாம் ஏதும்மா ஆண்டவன்..? எதுக்கும்மா புண்ணியம்? நீங்கள் கால் தவறி வழுக்கியபோது அந்த ஆண்டவன் என்னம்மா செய்துகொண்டிருந்தான்?"

"ம்... அந்த ஆண்டவன் உன் ரூபத்தில் வந்து என்னைக் காப்பாற்றினான் தெரியுமா? சரி... சரி... அப்படியெல்லாம் என் மகனைப்போல் பேசாதே!"

அதைக் கேட்டவுடன் 'களுக்' என்று கீழே குனிந்துகொண்டு கன்னத்தில் குழிவிழச் சிரித்துவிட்டாள். அந்த அழகு முகத்தை நிலவொளியில் கவனித்த அரசியார், 'திருமேனி போலவே விருத்தமும் சிந்திக்கிறாள். இவள்தான் தன் மகனுக்கு ஏற்ற ஜோடி' என்று யோசித்துக்கொண்டிருக்கையில், மீண்டும் விருத்தமே தொடர்ந்தாள்.

"உங்களுக்குப் புண்ணியம் கிடைத்தால் நாட்டுக்கே கிடைத்தாற்போன்று. புண்ணியம் பெற இருக்கிறவங்களுக்கு உதவி செய்தாலே எனக்குப் புண்ணியம் தானாக வந்து சேர்ந்துவிடும்மா'' என்று ஒரு புது வியாக்கியானம் செய்தாள்.

"புத்திசாலித்தனமாகப் பேசுகிறாயே! நீயும் எங்கள் ராஜவம்ஸத்தைச் சேர்ந்த பெண் என்று நினைத்து, நீ 'எண்ணியதெல்லாம் நிறைவேறவேண்டும்' என வேண்டிக் கொண்டு ஆற்று நீரில் மூழ்கி எழு" என்று அரசியார் சொல்லியும் தயங்கி நின்ற விருத்தத்தை, உரிமையுடன்,

"நான் சொல்லுகிறேன், இப்போது மூழ்கி எழுந்து ராகு கவ்விய சந்திரப் பிம்பத்தைப் பார்க்கப் போகிறாயா இல்லையா?" என்று கொஞ்சம் அழுத்தமாக அதட்டிச் சொன்னார். சொன்னவுடன் கீழ்ப்படிந்துவிட்டாள் விருத்தம். ராணிக்கு ஏகப்பட்ட சந்தோஷம்.

ராணியார் குளிக்கப்போகிறார்கள் என்பதனால் அருகில் எந்தப் பெண்களும் குளிப்பதற்கு அனுமதிக்கப்படவில்லை. காதில் விழாத தூரத்தில் குளிக்கும் அந்த ஊர்ப்பெண்கள் விருத்தத்தைப் பார்த்துப் பொறாமைகொண்டு ஏளனமாக,

"ம்... இவள் நமது இளவரசனுக்கு வாழ்க்கைப் படப்போகிறாள். அதனால்தான் இப்போதே அரசியாருடன் சம்பந்தம் கொண்டாடி வருகிறாள்" என்று நையாண்டிச் சிரிப்பை எடுத்துவிட்டார்கள்.

செம்பியன் திருமேனி

சடங்கு, சம்பிரதாயங்கள் முடிந்து கரையேறிய அரசியாருடன் உடல் ஒட்டிய நனைந்த துணியுடன் நடந்து வந்த விருத்தத்தை, அந்த வழியே சென்ற சில ஆடவர்கள், மங்கிய வெளிச்சத்தில் உற்று உற்று அவளைப் பார்த்தவாறே போனார்கள்.

இரவு எல்லோரும் திருமழபாடி திரும்பி, பரிசல் அரண்மனையில் ஒன்றுகூடி உணவுண்ண ஆயத்தமானார்கள். அப்போது, ஆற்றில் கால்தவறியதையும், விருத்தம் காப்பாற்றியதையும் எல்லோருக்கும் விவரித்தார் ராணியார்.

"ஏதாவது நடந்திருந்தால் இளவரசனுக்கு யார் பதில் சொல்வது? என்ன சொல்லிச் சமாளிப்பது? நல்லவேளை விருத்தம் காப்பாற்றிவிட்டாள்" என்று அருந்தவராயர் சொல்ல, முனிவரும் அதை ஆமோதித்தார்.

விடியலில் வெண்ணாகரத்துக்குப் புறப்படத் திட்டமிடப்பட்டது.

பக்கத்தில் நின்ற விருத்தத்தைக் காட்டி,

"இவளை நான் நம்மோடு அழைத்துச் செல்லலாம் என்று முடிவெடுத்துள்ளேன். நீங்கள் என்ன நினைக்கிறீர்கள்?" என்று முனிவரின் முகம் பார்த்துத் தேவியார் கேட்டார்.

"அரசி முடிவெடுத்தபின் அபிப்பிராயம் கேட்பதன் பொருள்?" என்று முனிவர் கேட்டார் சிறிய புன்னகையுடன்.

அருந்தவராயருக்கு ஏகப்பட்ட மகிழ்ச்சி.

"நான் நினைத்தேன்... அதை நீங்கள் செய்கிறீர்கள். உங்களால்தான் இது சாத்தியமாகும் என்று எனக்குத் தெரியும்" என்றார் அருந்தவராயர்.

"குருதேவா! என் முடிவு ஏற்புடையதில்லையா?"

"என் அபிப்பிராயம் ஏற்கப்படுமானால் சொல்லலாம். இல்லையென்றால் வீணாக எதற்கு என யோசிக்கிறேன்" என்றார் முனிவர்.

"பரவாயில்லை சொல்லுங்கள். முடிவை மாற்றிக்கொள்ள முடியுமானால் மாற்றிக்கொள்கிறேன்" என்று அரசியார் சொல்லி முடித்தவுடன், முனிவர் விருத்தத்தைப் பார்த்துக் கொஞ்சம் உள்ளே போகுமாறு செய்கையால் பணித்தார். அதன் பிறகு சொன்னார்,

"என் அபிப்பிராயம் இங்கு முக்கியமல்ல. இளவரசர் அபிப்பிராயத்திற்கு மாறாக நாம் நடக்க வேண்டாமே என்றுதான் நினைத்தேன். இது தொடர்பாக ஏற்கெனவே அருந்தவராயர் கேட்டுத் தோல்வியடைந்துவிட்டார். அதனால்தான் தங்களுக்கு நினைவூட்டுகிறேன்.''

இதை முனிவர் சொல்லும்போது தனக்குள் 'இது திருமேனியின் எண்ணம் மட்டுமல்ல; என் எண்ணமும்தான்' என்று நினைத்துக்கொண்டார்.

"தெரியும் தேவே! விருத்தத்தைத் திருமேனியின் கண்களில் படாமல் வைத்திருந்தாலே அவனுக்கு ஏதும் பிரச்சினை இருக்க வாய்ப்பில்லை. சரிதானே தம்பி?" என்று கேட்டவுடன் அருந்தவராயரும் 'ஆமாம்' என்று தலையசைத்தார்.

"எப்படியோ பொறுப்பை நீங்கள் இருவரும் ஏற்பீர்களேயானால் எனக்கு ஆட்சேபணையில்லை" என்றார் முனிவர்.

"இப்போது நான் ஒன்றும் சொல்லவில்லை. மகாராணிதான் அழைத்து வருகிறார்கள்'' என்றார் அருந்தவராயர்.

"நான் பார்த்துக்கொள்கிறேன்... விருத்தம் இங்கே வாம்மா!" என்று உரக்கச் சொல்லி அழைத்தார். அருகில் வந்த விருத்தத்தைப் பார்த்து,

"நாளை நாம் வெண்ணாகரம் புறப்படுகிறோம். அங்கு வந்த பின் உனக்கு என் அறையிலும், அந்தப்புரத்திலும் எனக்கு மெய்க்காப்பாளியாய் இருந்து, எனக்கான பணிவிடைகளைச் செய்வதே உன் பணி.

மற்றும் ஒரு கட்டளை, எக்காரணத்தைக் கொண்டும் இளவரசன் கண்களில் நீ பட்டுவிடக்கூடாது. அப்படிப்பட்டு ஏதேனும் பிரச்சினை என்றால் உடனே உன் தந்தையை வரச் சொல்லி இங்கு உன்னைத் திருப்பி அனுப்பி விடுவேன்" இதைக்கேட்டு அதிர்ந்துபோன விருத்தம்,

"என்மீது இளவரசருக்கு என்ன வெறுப்பா? ஏன் நான் அவரைப் பார்க்கக்கூடாது? கல்வராயன் மலை ஆற்றில் தவறி விழுந்தபோது, இளவரசர்தானே என்னைத் தொட்டுத் தூக்கிக் கரைசேர்த்துக் காப்பாற்றினார்'' என்று ஒன்றும் தெரியாத அப்பாவிப் பெண் கேட்பதுபோல் தன் ஐயங்களைக் கேட்டுக்கொண்டாள்.

"அது இல்லை விருத்தம், 'இளவரசர் கண்களில் பெண்கள் யாரும் படக்கூடாது. பட்டால் இளவரசருக்கு ஆபத்து வருமாம்' என்று இப்போது ஒரு ஜோசியர் சொல்லி இருக்கிறார்.

"அப்படியானால், அரசியாரே! நீங்களும் ஒரு பெண்தானே? உங்களையும் பார்க்க மாட்டாரா?"

"நான் அவருக்குத் தாய். எனக்கு விதிவிலக்கு உண்டு. மணமாகாத இளம் பெண்களைத்தான் ஜோசியர் சொல்லியுள்ளார். உன் தந்தையிடம் அனுமதி பெற்றுத் தயாராய் இரு!'' என்று ராணியார் சொன்னார்.

30

வெண்முத்துவுக்குத் தண்ணீரில் கண்டம்

ஜோசியர் வேடம், ஒட்டிக்கொண்ட தாடி மீசை, தலையின் பின்னே ஒரு முனை நீட்டித் தொங்கவிட்ட முண்டாசு, நெற்றியில் நாமம், கையில் ஒரு மந்திரக்கோல், நீள அங்கி, தோளில் தொங்கும் ஒரு துணிப்பை இத்தியாதியாகச் செம்பியன் புறப்பட்டுத் திருவெள்ளறை நகருக்குள் நுழைந்தான். முதலில் நாற்பிடுகுப் பெருங்கிணறு எங்கிருக்கிறதென்று, அரண்மனைக்கு எதிரில் இருக்கும் இடத்தைப் பார்த்து வைத்துக்கொண்டான். அதன்பிறகு கோவிலுக்குள் சென்று எல்லா இடங்களையும் சுற்றிப் பார்த்தான். சூரிய அஸ்தமனம் ஆகும் வரையில் கோவில் வளாகத்திற்குள்ளேயே இருந்தான்.

"ஜோசியம் பார்க்கலையோ... ஜோசியம் பார்க்கலையோ... ஜோசியம்..." என்று கத்திக்கொண்டே இளவரசன் முதலில் கோவில் பிரகாரத்தில் அங்குமிங்கும் நோட்டமிட்டான். சுற்றிச் சுற்றி வந்தான்.

ஏற்கெனவே கோவிலுக்கு வந்திருந்தாலும் இப்போது பார்க்கும் பார்வை வேறாக இருந்தது. வயதான ஆசான் கூறிய பிரகாரம் கோவிலின் அமைப்பு இருக்கிறதா என்பதைக் கவனித்துக்கொண்டான். அவர் சொன்ன நாற்பிடுகு பெருங்கிணறு கோவில் வளாகத்திற்குள் இல்லை என்பதைத் தெரிந்துகொண்டான். உள்ளே இருக்கும் சிறு சிறு கிணறுகளுக்குள் நீர் நிரம்பி இருக்கிறதா என்பதை உற்றுப் பார்த்தான்.

சூரியன் மெல்ல மெல்ல மறைந்துகொண்டிருந்தான். கீழ்வானத்தில் தங்கத் தாம்பாளமாய்ச் சந்திரன் தகதகவென்று எழுந்தான். சூரிய வெளிச்சம் சமவெளியில் போய் மொட்டைக்

கோபுரத்தின் உச்சி மற்றும் தட்சிணாயன, உத்திராயன நுழைவாயிற் கோபுரத்தின் உச்சிகளில் மட்டும் தெரிந்துகொண்டிருந்த கொஞ்ச வெயிலும் சிறிது நேரத்தில் மங்கியது.

மக்கள் நடமாட்டம் அதிகரித்துக்கொண்டே வந்தது. அவரவர்கள் அர்ச்சனை, பூஜை, வேண்டுதல், அங்க பிரதிஷ்டைகளில் சுறு சுறுப்பாய் இயங்கினர். ஒருபுறம் பெருமாளின் பிரசாதத்தை அண்டாக்களில் கொண்டுவந்து வாயில்களின் உட்புறத்தில் நின்றுகொண்டு இலையில் வைத்துப் பக்தர்களுக்குக் கொடுக்க ஆரம்பித்தனர். ஆங்காங்கே நடமாடும் வணிகர்கள் குழல், ஊதல் போன்ற இசைக் கருவிகளையும், தின்பண்டங்களையும், விளையாட்டு, வேடிக்கைப் பொருட்களையும் நுழைவாயில்களுக்கு அருகில் நின்று விற்றுக்கொண்டிருந்தனர்.

இன்று விசேஷமான பௌர்ணமி தினம். அதனால் மக்கள் பெரிதாகக்கூடுவர். இவ்வளவு கூட்ட நெரிசலில் காதலி வெண்முத்து இன்று வருவாளா? உடன் ராஜ மெய்க்காப்பாளர்கள் வருவார்களா? அப்படியே வந்தாலும் தனிமையில் சந்தித்துப் பேச முடியுமா? போன்ற ஐயங்கள் அவன் மனத்தில் உதித்தவண்ணம் இருந்தன. ஓரிருவர் மாறுவேடத்திலிருந்த இளவரசனிடம் காசுகொடுத்து ஆரூடம் பார்த்தார்கள். இவனும் ‘நீங்கள் நினைத்தது நடக்கும்; இப்போது உங்களுக்கு நேரம் சரியில்லை; இன்னும் மூன்று திங்களில் எல்லாம் சரியாகிவிடும்; உங்களுடைய கிரகம் சரியில்லை; இப்படியாகத் தனக்குத் தெரிந்தது, தெரியாதது என்று ஒன்றுக்குப் பலவாகத் புளுகித் தள்ளினான். அந்த நேரத்தில் எது தோன்றுகிறதோ அந்தக் கோவில் பெயரைச் சொல்லி, அங்குப் போகச் செய்வது... இப்படியாகத்தான் ஜோசியம் பார்த்தான்.

ஒருவருக்கு ஆரூடம் பார்த்துக்கொண்டிருந்த நேரத்தில் திடீரென்று கொம்பு ஊதி, தப்பு அடிக்கப்பட்டது. சங்கம், துந்துபி முழங்கப்பட்டன. கொஞ்சம் பரபரப்பாக மக்கள் காணப்பட்டனர். ஜோசியம் கேட்டுக் கொண்டிருந்தவரிடம், “ஏதாவது விசேஷமா?” என்று கேட்டான் இளவரசன்.

“நீ என்னப்பா ஊருக்குப் புதிதா? இளவரசி ஒவ்வொரு பௌர்ணமியன்றும் வரும்போது இப்படித்தான் ஒலியெழுப்பு வார்கள். இன்று புது மன்னரும் உடன் வருகிறாராம்'' என்று பதிலளித்தார்.

'நம் திட்டமெல்லாம் பாழ். மன்னன் உடன் இருக்கையில் வெண்முத்துவை எப்படிப் பார்ப்பது?' என்று திருமேனி மனம் கலங்க ஆரம்பித்தான். தேரில் மன்னன் இளந்திரைக்கோ, இளவரசி நற்றிணை, தோழி வெண்முத்து ஆகியோர் அமர்ந்திருக்க மக்களுடைய இனிய வரவேற்பை ஏற்றுக்கொண்டு மகிழ்ச்சியுடன் வந்து வடபுறப் பிரதான வாயிலில் இறங்கினர்.

இவர்கள் கோவிலுக்கு வருவதற்குத் ரதம் தேவையில்லை. நடந்தே வந்துவிடலாம். இருந்தாலும் மன்னர் என்ற ராஜதர்பார் வருகையைக் காட்டிடவே தேரில் வந்தார்கள்.

நேராக மூல விக்கிரகம், தாயார் செண்பகவல்லி வீற்றிருந்த இடத்துக்கு நடந்து போனார்கள். கூடவே ஸ்வாமி தரிசனத்துக்குத் தேவையான பொருட்களைத் தூக்கிக்கொண்டு பெண்கள் சென்ற அணிவகுப்பையும், அவர்களுக்கிடையில் வெண்முத்து அசைந்து நடந்த அழகையும் திருமேனி கண்கொட்டாது ரசித்த வண்ணம் நின்றான்.

இன்றைய வருகை வீணாகிவிடுமோ என்று அச்சமுற்றான். இதயதாகம் கூடியது. இன்று அவளைச் சந்திப்பதற்கான சந்தர்ப்பம் கிடைக்காவிட்டால், மீண்டும் வெண்முத்துவைப் பார்க்க ஒருமாதம் காத்திருக்க வேண்டுமா?

ஆனால், தாயாரைத் தரிசித்து முடிந்தவுடன் தங்கையிடம் விடைபெற்றுக்கொண்டு அரசர் புறப்பட்டுவிட்டார். செம்பியன் வயிற்றில் பால் வார்த்தது போலிருந்தது.

இளவரசியும், வெண்முத்துவும் சேர்ந்து பிரகாரத்தைச் சுற்றத் தொடங்கினார்கள்.

இதற்கிடையில் ஏழ்மையான ஒரு பெண், ஜோசியம் பார்க்க விரும்பி,

"ஆரூடம் பார்க்க எவ்வளவு கேட்கிறாய்?" என்று வினவினாள்.

கேட்டவள் முகத்தில் ஒரு சோர்வு தெரிந்தது. ஏதோ ஒரு பிரச்சினையில் அவள் இருக்கிறாள் என்பதை அறிந்துகொண்ட இளவரசன்,

"உனக்கு நான் இலவசமாக ஜோசியம் பார்க்கிறேன். அதற்குப் பதில் நீ எனக்கு ஓர் உதவி செய்ய வேண்டும்'' என்றான்.

கலைமகள்-23

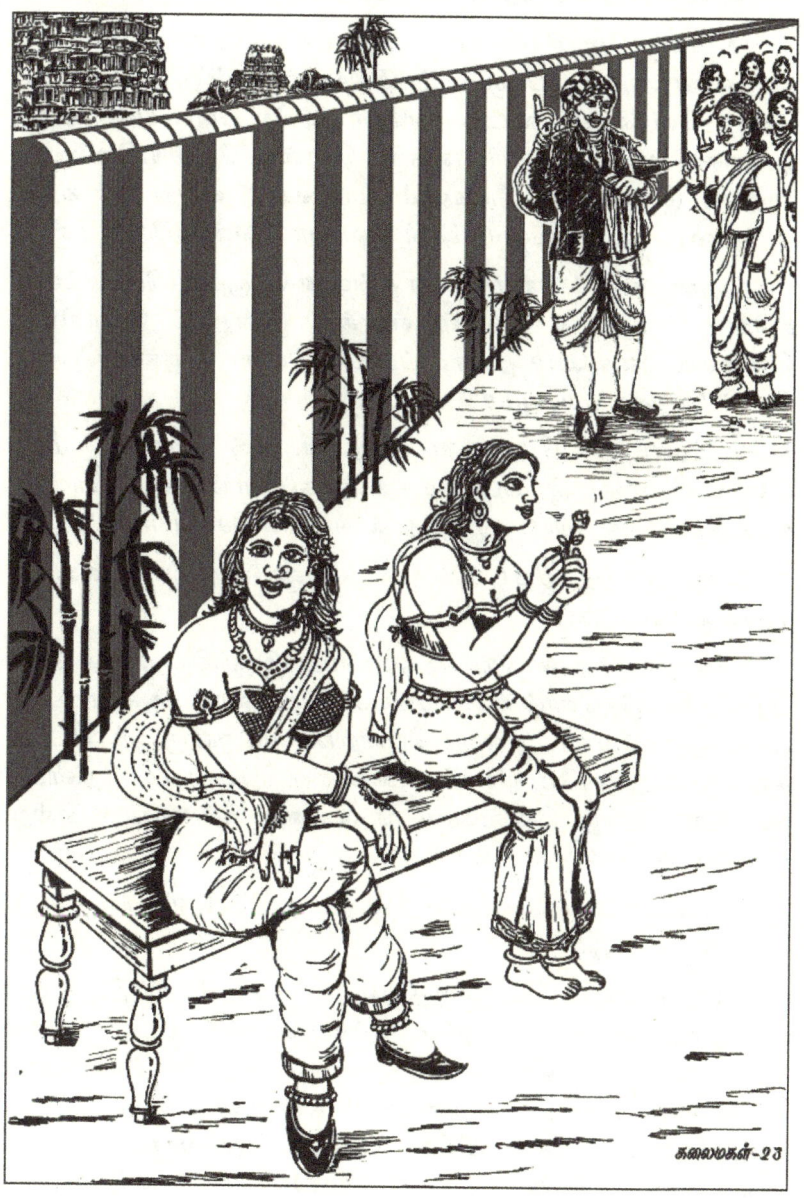

என்ன உதவி என்று வாயால் கேட்காமல் கண்களால் கேட்டாள்.

அதற்குப் பதிலளித்தான் செம்பியன்.

"உனக்கு ஜோசியம் பார்த்து முடித்தவுடன், நீ இளவரசி நற்றிணை அமரப்போகும் இடத்திற்குச் சென்று அவருடைய தோழி வெண்முத்துவிடம் 'அதோ நிற்கிற ஜோசியன்' என்று என்னைக் காட்டி, 'அவர் எனக்குச் சொன்ன ஜோசியமெல்லாம் சரியாய் இருக்கிறது, நீங்களும் பாருங்கள்' என்று என்னைப் பரிந்துரை செய்ய வேண்டும். செய்வாயா?" என்று கேட்டான்.

"அரண்மனைக்காரர்களுடன் என்னை நெருங்க விடமாட்டார்களே? அத்துடன் நீங்கள் எனக்கு இன்னும் ஜோசியம் சொல்லவில்லையே? நான் எப்படிச் சரியாய் இருக்கிறதென்று பொய் சொல்ல முடியும்?"

"அம்மா! நீங்க ரொம்ப சமர்த்துதான். நான் பொய் கூறுமாறு சொல்லவில்லை. இப்போது உங்களுக்குப் பார்க்கிறேன். பார்த்து நான் சொன்னது சரியாக இருந்தால் சிபாரிசு செய்யுங்கள்!"

"அது ஏன் தோழியிடம் சொல்லவேண்டும்? இளவரசியிடம் சொல்லக்கூடாதா?"

"தோழிக்குத் தண்ணீரில் ஒரு கண்டம் இருக்கிறது. அதற்கான பரிகாரத்தைச் சொல்லிச் செய்யச் சொன்னால் அவள் உயிர் பிழைத்துவிடுவாள். இல்லையென்றால் அவளுக்கு ஓர் ஆபத்து காத்திருக்கிறது தாயே! ஒரு பெண்ணை ஒரு பெண் காப்பாற்றிவிடக் கூடாதா?" என்று சொன்னவுடன் அவளும் 'அப்படியா' என்று இரக்கம் காட்டிச் 'சரி' என்றாள்.

செம்பியன் திருமேனியின் நாடகம், காட்சிக்குப் பின் காட்சி சரியாக நகர்ந்தது.

நற்றிணையும் வெண்முத்துவும் பிரகாரம் சுற்றிவிட்டுக் கோட்டைபோல் அமைக்கப்பட்டுள்ள கோவில் உட்பிரகாரத்தின் தென்மேற்குப் பகுதியில் உள்ள கற்குகை அறைகள் பக்கம் போய் நின்று வாய்குவித்து, உள்ளங்கையைக் கன்னத்தருகில் வைத்து ஒலி எழுப்பினார்கள். அதன் எதிரொலி எங்கும் தெளிவாகக் கேட்டது. அதன்பின் அங்கேயே உட்காரக் கோவில் பணியாளர்கள் மரப் பலகையைக் கொண்டு வந்து போட்டார்கள்.

ஏற்பாடு செய்த அந்த ஏழைப் பெண்ணுக்கு ஆரூடம் பார்த்தான்.

"உன் குடும்பத்துள் பிரச்சினையொன்று ஓடிக்கொண்டிருக்கிறது. அது தீர்ந்தால்தான் குடும்பத்தில் அமைதி நிலவும். அது தீருமா? தீராதா? என்ற கவலை சில நாட்களாகவே மனத்தைக் குழப்பிக்கொண்டே இருக்கிறது. உண்மையா தாயி?" என்று கேட்டவுடன் அவளும்

"ஆமாம்" என்று சொல்லிவிட்டு, "எப்போது தீரும்?" என்று கேட்டாள்.

அதைக்கேட்டவுடன் திருமேனிக்கு ஆறுதலாயிருந்தது.

"ஒண்ணும் இல்லை தாயே! ஒவ்வொரு சோம வாரமும், அழுந்தலைப்பூர் கோவிலுக்குச் சென்று, சூரியோதயத்துக்கு முன்பு அவ்வூர்த் தீர்த்தக்குளத்தின் குளிர்ந்த நீரில் மூழ்கி எழுந்து, நீங்கள் அங்குள்ள அருணாச்சலேஸ்வரரை ஐந்து கிழமைகள் தொழுது வந்தால், சரியாக ஒரு மண்டலத்திற்குள் பூரண சித்தம் உண்டாகும். எல்லாம் சரியாகும். என் ஜோசியத்தை நம்புங்கள் தாயே!"

தனக்கு ஒரு பிரச்சினை இருக்கிறதென்று ஓர் உண்மையைச் சொன்னதாலேயே அவளுக்குத் திருப்தி கிடைத்துவிட்டது. அதனால் சொன்னவாறு தயங்கித் தயங்கி வெண்முத்துவிடம் சென்றாள். அவன் சொல்லிக்கொடுத்தபடி சொன்னாள். வெண்முத்து நற்றிணையைப் பார்த்து அனுமதி பெற்றபின்பு, ''வரச் சொல்'' என்றாள்.

அருகே சென்ற செம்பியன், வெண்முத்துவிடம்,

"கொஞ்சம் நகர்ந்து தள்ளி வந்து உட்காருங்கள் இளவரசி!"

"நான் இளவரசியன்று... தோழிதான்.''

"தோழியாக இருந்தாலும் நீங்களும் ஒருநேரத்தில் ராணியாகக்கூடிய ராசி இருக்கிறது. உங்கள் ஜாதகத்தில் 'தண்ணீரில் கண்டம்' இருக்கிறது. தனிமையில் யாருக்கும் கேட்காதவாறு 'அதற்கான பரிகாரத்தைச் சொல்ல வேண்டும்' என்றான். அவளும் பயந்துகொண்டு நற்றிணையிடமிருந்து தள்ளி வந்து உட்கார்ந்தாள்.

"என் ஜாதகம் எப்படித் தங்களுக்குக் கிடைத்தது?"

"எனக்கு மூன்று விதத்தில் ஜாதகம் பார்க்கத் தெரியும் தேவி! ஒன்று, பிறந்த திகதி நேரத்தை அடிப்படையாக வைத்துப் பார்ப்பது. இன்னொன்று, கைரேகை மூலம் பார்ப்பது. மூன்றாவது, அங்கலக்ஷணப்படி பார்ப்பது. தூரத்தில் நீங்கள் நடந்துவந்த பாணியை வைத்து, உடல் உறுப்புகளின் அமைப்பை வைத்து, முகத்தை வைத்தே அங்கலக்ஷண ஜாதகம் சொல்லிவிடுவேன். நீங்கள் ஒரு நாட்டின் அரசியாகப் போகக்கூடிய உச்ச ஜாதகம். இடையிலே இந்தத் தண்ணீரிலேதான் ஒரு கண்டம் வந்து கெடுக்கிறது... ஆம் தாயே!''

"நான் ராணியாகப் போவேன் என்று எனக்கே தெரியும். ஏதோ கண்டம் என்று பயமுறுத்துகிறாயே, அதைப் போக்க வேண்டுமென்றால் நான் என்ன செய்யவேண்டும்?" என்று முகம் மலர்ந்து வெண்முத்து கேட்டாள்.

"கோவிலுக்கு வெளியே மேற்குப்புறத்தில் இருக்கும் மறை சுவர்ப் பொய்கைக்கு நீங்கள் வரவேண்டும்.''

"இளவரசியை விட்டுவிட்டா?"

"ஆமாம். அந்தப் பரிகாரத்தைத் தனியாகத்தான் செய்தாக வேண்டும்.''

"என்னால் முடியாது. வேண்டுமென்றால் இளவரசியையும் அழைத்துக்கொண்டு வருகிறேன்'' என்றாள். அவனுக்கு வேறு வழியில்லை.

"என்னைப் பாருங்கள்... நன்றாகப் பாருங்கள்... நான்தான் செம்பியன் திருமேனி! நாற்பிடுகு பெருங்கிணற்றில் உங்களுக் காகக் காத்திருப்பேன்'' என்று சொல்லிவிட்டு இளவரசன் எழுந்து நடந்தான்.

வெண்முத்துவுக்கு இன்ப அதிர்ச்சி! அவளையே அவள் நம்பவில்லை. தன் கரத்தைத் தானே கிள்ளிப் பார்த்துக்கொண்டாள். அவன் நடந்துபோன அழகை ரசித்து மலைத்துப் போய் உட்கார்ந்து விட்டாள். 'அவன்தான்... அவனேதான்...' தீர்மானித்துக்கொண்டாள். 'இந்த மரமண்டைக்குத் திருமேனியின் குரலைக்கூட அடையாளம் காணமுடியவில்லை' என்று தன் தலையைத் தன் கையால் குட்டித் தன்னையே நொந்துகொண்டாள்.

31

வெண்முத்து, திருமேனி கிணற்றுக்குள் காதல் விளையாட்டு!

சற்று நேரத்தில் வெண்முத்து மட்டும் தனியாக நடந்து வந்ததைப் பார்த்தவுடன், தான் நினைத்து வந்த காரியம் நிறைவாகி வருவதைச் செம்பியன் தனக்குள் எண்ணிக் குதூகலித்து மகிழ்ந்தான். அருகில் வரும்வரை பொறுமையாகக் காத்திருந்தான். சூரிய வெளிச்சம் என்றால் தூரத்திலேயே, கிணற்றுக்குள் வருமாறு சைகை காட்டிவிட்டுக் கீழே இறங்கி இருக்கலாம். நிலாவொளி மங்கலாக இருந்ததனால் கிணற்றின் எந்த முனையில் இறங்குகிறோம் என்று அவளுக்குத் தெரியாமல் போய்விடக்கூடாது என்பதற்காக நின்றுகொண்டிருந்தான். மக்கள் நடமாட்டம் வேறு பெரிய இடைஞ்சலாக இருந்தது. அருகில் வந்தவுடன்,

"வெளிச்சம் மங்கலாக இருந்தது. இப்போது வெளிச்சம் வந்துவிட்டது..." என்றான்.

"அண்ணாந்து பாருங்கள் மேகமூட்டமாக இருக்கிறது. வெளிச்சம் இன்னும் மங்கலாகிப் போய்க்கொண்டே இருக்கிறது."

"சந்திரமுகப் பிம்பமே அருகில் வந்துவிட்டதல்லவா? அது வெளிச்சத்தைக் கொண்டு வந்துதானே ஆக வேண்டும்?"

"போங்கள்... நீங்கள் பெரிய குறும்புக்காரர். இளவரசன், வைத்தியர், ஆரூட வேஷதாரி மட்டும்தான் என்று நினைத்திருந்தேன். இப்போதுதான் தெரிகிறது நீங்கள் ஒரு புலவராகவும் இருக்கிறீர்கள் என்று!"

இருவரும் முன்பின்னாக நடந்து, மேற்குப்புற, இறங்கு துறைக்குள் நுழைந்தார்கள். முதல் நிலைப்படியில் அசுரவதம்

செய்யும் கிருஷ்ணரைப் பார்த்துக்கொண்டே படிகளில் இறங்கினார்கள். இவர்களுக்குத் தோதாக வெண்முத்து சொல்லியதுபோல் உண்மையிலேயே மேகம் நிலவை மறைத்து நின்றது. அது இவர்களுக்குச் சாதகமாக அமைந்துவிட்டது. இல்லையென்றால் குளிக்க வரும் மக்களில் யாராவது அடையாளம் கண்டு விடுவார்கள். அதனால்தான் இருவரும் விரும்பினாலும் கைகளைக் கோத்துக்கொள்ளவில்லை. மெதுவாக இரண்டாம் நிலைப்படியில் சீதேவி, பூதேவி சகிதம் விஷ்ணு வீற்றிருந்ததை அவள் சுட்டிக் காட்டினாள்.

அதற்கு அவன்,

"தவறாக மேற்கில் இறங்கிவிட்டோம். நாம் வடக்குத் துறையில் இறங்கி இருந்தால் சிவன், பார்வதியுடன் இருக்கும் காட்சியை நான் சுட்டிக் காட்டியிருப்பேன்" என்று உள் அர்த்தம் வைத்து மெல்லிய குரலில் சொல்லிக்கொண்டு சிரித்தான்.

"எனக்கு அதனால்தான் விஷ்ணுவையும், வள்ளி, தெய்வானையுடன் இருக்கும் முருகனையும் பிடிக்கும்" என்று பதிலுக்குப் பொடிவைத்துச் சொல்லிக்கொண்டே மூன்றாம் நிலைப்படியில் செதுக்கப்பட்டிருந்த மகரத்தோரணத்தின் ஐம்பத்து இரண்டு படிகளையும் கடந்து கால்மட்ட தண்ணீருக்குள் இறங்கிப் படியில் நின்று கவனித்தார்கள்.

சுற்று முற்றும் பார்த்துக்கொண்டு ஒரு பக்கமாகச் சாய்ந்து உட்கார்ந்துகொண்டார்கள். இப்போது தங்களை யாரும் பார்க்க வாய்ப்பில்லை என்பதை உறுதி செய்துகொண்டபின் இருவரும் கரத்தோடு கரம் இணைத்து முகத்தோடு முகம் நெருக்கமாக வைத்துக்கொண்டு ஒருவரையொருவர் கண்டு உண்டு மகிழ்ந்தார்கள்.

வெண்முத்துவுக்குத் திருமேனியின் இந்த ஜோசியர் வேஷம் பிடிக்கவில்லை.

"வேஷத்தைக் கலையுங்கள். உண்மையான 'என் திருமேனி'யை நான் பார்த்து மகிழவேண்டும்" என்றாள். உடனே தன் ஒட்டு மீசை, தாடியைப் பிய்த்தான். முண்டாசு உள்பட இருந்த துணிமணிகளைக் களைந்து அங்கிருந்த மாடத்தில் வைத்தான்.

இப்போது அவனுடைய கட்டுமஸ்தான அழகைக் கண்டவுடன் நெருங்கிப் போய்க் கட்டிப் பிடித்து அவனுடைய முகம் மட்டுமல்ல, மார்பு, புஜம், வயிறு என்று கண்ட இடங்களிலெல்லாம் ஆசைதீர முத்த மழை பொழிந்தாள். இத்தனை நாட்களாகத் தேக்கி வைத்திருந்த மோக மூட்டையை அவிழ்த்துக் கொட்டினாள். அவன் உடலோடு உடல் ஒட்டி ஐக்கியமானாள்.

"நாம் இன்னும் நெருங்குவதற்கு உன் துகில் இடைஞ்சலாக இருக்கிறது" என்றான்.

"இதற்கு மேலும் ஆசைப்படக்கூடாது அய்யனே! பொறுமை காக்க. அது சரி. எங்கள் நாட்டுக்குள் வர உங்களுக்கு எப்படி இப்படியொரு தைரியம் வந்தது?"

"நான் இளவரசன்!"

"அது உங்கள் நாட்டில்..."

"அப்படியா? உன்னை மணக்கப்போகும் இந்த நாட்டு மருமகனுக்குத் தைரியம் வரலாமல்லவா?"

"இந்தக் கோவிலில் செதுக்கப்பட்டுள்ள கல்வெட்டுக்களைப் படித்தீர்களா?"

"ஒருசிலவற்றைப் படித்தேன். அதற்கென்ன இப்போது?"

"அறம் சார்ந்தும், தர்மம் சார்ந்தும் மக்கள் வாழவேண்டுமென்று இங்குள்ள கல்வெட்டில் செதுக்கப்பட்டுள்ளது. நம் சந்திப்பு அதைச் சிதைப்பதாக இல்லையா?" என்று கிண்டலாக அவன் கன்னத்தைக் கிள்ளியவாறு சிரித்துக்கொண்டே வெண்முத்து மெதுவாகக் கேட்டாள்.

"காதலிப்பவளைத் திருமணம் செய்யாமல் கைவிட்டால்தான்; அல்லது ஏமாற்றினால்தான் அறம் சிதையும்; தர்மம் கொல்லப்படும்" என்றான் செம்பியன். அவள் தோளில் சாய்ந்து அவளுடைய மெல்லிய செவியிறக்கத்தைச் செல்லக்கடி கடித்துச் சுவைத்தான். அவள் அணிந்திருந்த தொங்கட்டான் அவனுடைய உதட்டில் மெல்லக் குத்திவிட, பாதிக்கப்பட்ட உதட்டை அவள் தோள்மீது தேய்த்தான்.

பின்னர், தண்ணீரில் பாதிக்கு மேல் இறங்கி மூழ்கியவாறு ஒருவரையொருவர் கட்டியணைத்துக்கொண்டு இருக்கையில்,

கீழே தொடையிலும், கால்களிலும் மீன்குஞ்சுகள் கடிக்க 'அய்யோ' என்று கத்தியவாறு துள்ளிக்குதித்தாள் வெண்முத்து.

'என்ன?' என்று அவளை அலக்காகத் தூக்கித் தன் சிரம்மீது வைத்துச் சுற்றும் முற்றும் பார்த்து 'யாரது' என்று கண்ணோட்டமிட்டான்.

"இளவரசரே! ஒரு கெண்டைக் குஞ்சு என் தொடையைக் கடித்ததற்காகவா இந்தச் சிரமேற்படலம்?"

"அந்த மீன் குஞ்சை விடமாட்டேன். எனக்குப் போட்டியாக அதற்கும் உன் தொடைமீது என்ன ஈர்ப்பு வேண்டிக்கிடக்கிறது?"

"சரி சரி... முந்திய பௌர்ணமியன்றே உங்களை எதிர்பார்த்தேன். ஏன் என்னைப் பார்க்க வரவில்லை?"

"வெண்முத்து! உனக்குத் தெரியுமா? உங்கள் தளபதியார் எங்களைத் தீர்த்துக்கட்ட தன் வீரர்களை அனுப்பி வைத்தார். அந்த முரட்டு வீரர்கள் மறைந்திருந்து தாக்கியதில், என்னையும் காத்து என் மாமாவையும் பாதுகாக்க வேண்டியதாயிற்று. இருந்தாலும் என் மாமாவின் கையை வாளால் ஒரு வீரன் இமைக்கும் நேரத்தில் வெட்டிவிட்டான். வெட்டுப்பட்டுவிட்ட அந்த ஒற்றைக் கரத்துக்கு இத்தனை நாட்களும் உடன் இருந்து வைத்தியம் செய்யவேண்டியதாகிவிட்டது.''

"உங்களைக் கொல்ல ஆள் அனுப்பிய தளபதி நாசமாய்ப் போய்த் தொலையவேண்டும். நீங்கள் ஒரே ஆள் ஐந்து பேரைச் சமாளித்தீர்களே! அடேயப்பா, நீங்க பெரிய வீரர்தான். நல்லவேளை உங்களுக்கு ஒன்றும் ஆகவில்லை. உங்களைக் காப்பாற்றிய அந்தக் கொற்றவைக்குத்தான் நன்றி சொல்லவேண்டும்"

என்று சொன்னவுடன் திருமேனி, சிரித்துக்கொண்டே,

"அதைவிடு. உங்கள் நாட்டில் அரசியல் நிலை எவ்வாறு உள்ளது?"

"கொஞ்சம் கஷ்டமாகத்தான் இருக்கிறது. நாட்டுக்கு நாடு பிரச்சினை எழக் காரணமாய் இருக்கும் எங்கள் தளபதி செங்கோடன்தான் எங்கள் நாட்டுக்கு எதிரி. ஒருபுறம் இஷ்டமே இல்லாத எங்கள் இளவரசியை மணமுடிக்கத் துடிக்கிறார். மறுபுறம், எங்கள் மன்னனுக்குத் தெரியாமல் பொன்னமராவதிப்

பாண்டியனைச் சீண்டிவிட்டிருக்கிறார். வழக்கம்போல் எங்கள் நாட்டு மன்னர் மெல்லவும் முடியாமல், விழுங்கவும் முடியாமல் விழிக்கிறார். அவருடைய குணாதிசயம் அப்படி இருக்கிறது. ஒரு மன்னருக்குப் புத்திமதி சொல்லும் இடத்தில் நான் இல்லை!''

"ஏன்? அவர் மன்னர்தானே? ஓர் ஆணை பிறப்பித்துத் தளபதி ஸ்தானத்திலிருந்து செங்கோடனை நீக்க வேண்டியதுதானே?"

"அதுதான் மன்னரால் முடியவில்லை. அவர் எப்போதும் கொஞ்சம் வழவழா... கொழகொழாதான். வெட்டொன்று துண்டிரண்டாகப் பேசும் தைரியமில்லாதவர். எதையும் அலசி ஆய்ந்து சிந்திப்பார். ஆனால் தாமதமாகத்தான் முடிவெடுத்துச் செயல்படுத்துவார் அல்லது அப்போதே செயல்படுத்தாமல் விட்டுவிட்டேனே என்று பின்னால் வருந்துவார். அத்துடன் எதையும் பெரிதாக எடுத்துக்கொள்ளும் சுபாவமும் இல்லாத சோம்பல் குணம் கொண்டவர்.

"உங்கள் தந்தையைக் கொன்றதுபோல், இந்தத் தளபதி நாளை எங்கள் மன்னனைக் கொலை செய்துவிட்டு ஆட்சியைப் பிடித்துவிட்டாலும் வியப்பில்லை. அந்த அளவுக்குச் செங்கோடன் கொடூரமானவர். பொன்னமராவதியிலிருந்து அரசனுக்கு வந்த ஓலையை இடைமறித்து இவரே பதில் எழுதி அனுப்பிவிட்டார் என்றால் பார்த்துக்கொள்ளுங்களேன். பலமிக்க மன்னன் பொன்மானுக்கு எதிராக இங்கேயும் படைகளைத் தயார் செய்துகொண்டுதான் இருக்கிறார்கள். இருந்தாலும் எங்கே... சண்டை மூளுமோ என்று பயம் எங்களை ஆட்டிப்படைக்கிறது. அப்படி ஏதேனும் ஒன்று என்றால் நீங்கள் என்னை வந்து கடத்திக்கொண்டு போய்விடுங்கள்."

"நான் அதைப் பார்த்துக்கொள்கிறேன்... இப்போதைக்கு ஏன் அந்தப் பிரச்சினையெல்லாம்? நீ எப்படி என்னுடன் வரப்போகிறாய்? திட்டம் ஏதேனும் வைத்திருக்கிறாயா?"

"அவசரப்படாதீர்கள் இளவரசே! என் அக்கா, பாவம் நற்றிணையை விட்டுவிட்டு வரமுடியாது. நாங்கள் எங்களுக்குள் கலியாணத்திலும்கூட இணை பிரியக் கூடாதென்று சத்தியம் செய்துகொண்டுள்ளோம்.''

“நீங்களிருவரும் ஒருவருக்கொருவர் நல்ல தோழிகளாக இருங்கள் எனக்கு எந்த ஆட்சேபனையும் இல்லை. ஆனால் இருவருக்கும் ஒரே கணவன் என்பதைத்தான் என்னால் ஜீரணிக்க முடியவில்லை. அல்லது ஒன்று செய்யுங்கள், செங்கோடனை மணம் செய்துகொண்டு இந்த நாட்டின் ராணிகளாக இருவரும் இங்கேயே ஆட்சி செய்யுங்கள்” என்று ஏகடியம் செய்து அவள் முகத்தையே பார்த்தான் திருமேனி.

சோர்ந்துவிட்ட வெண்முத்துவின் முகத்தை நிமிர்த்தி, “நீ இல்லாமல் என்னால் வாழமுடியாது. இது சத்தியம்!” என்று சொல்லி அவள் தலைமீது தன் கையால் அடித்துச் சூளுரைத்து, அவளை அணைத்துக்கொண்டான். அவன் உடம்பு இப்போது நீரின் குளுமையையும் தாண்டி வெப்பமாக இருந்ததை வெண்முத்து உணர்ந்தாள்.

“ஒன்று செய்யுங்கள். நான் உங்களுக்கு வேண்டுமானால் என் தோழி இளவரசியையும் சேர்த்துத் தூக்கிக்கொண்டு செல்லுங்கள். அக்காவும் உங்களை விரும்புகிறாள்.''

“வேடிக்கையாகவும் விநோதமாகவும் இருக்கிறது! ஏதாவது நடக்கிற காரியமாகச் சொல்.''

“ஏன் முடியாது? நமக்கு முன்னோடிகளாகப் பலர் இருக்கிறார்கள். விஷ்ணுவும், முருகனும்தான் நமது வழிகாட்டிக் கடவுள்கள்!''

“ஒரே மனைவியுடன் வாழ்ந்த கடவுள் ராமன்தான் எனக்கு இஷ்ட தெய்வம்!”

“அதற்கு வாய்ப்பே இல்லை.''

“அப்படி என்றால் காதலுக்கு முன்னுரிமையா? நட்புக்கு முன்னுரிமையா?”

“இரண்டுக்கும்தான்!”

“ஆசைப்படுவது வேறு, நடைமுறை சாத்தியமானது வேறு.''

“ஓர் அறிவுசால் மன்னன், தன் காதலியின் இரண்டையும் சாத்தியமாக்க வேண்டும்!''

“எனக்கு என் காதல் மட்டும் போதும்.''

"எனக்கு நீங்கள் வேண்டும். உங்களுக்கு நான் வேண்டும். அது நிறைவேற ஒரே வழி செங்கோடனிடமிருந்து எங்களிருவரையும் காப்பாற்றுங்கள். ஒருக்கால் எங்கள் தளபதி செங்கோடன் எங்கள் இளவரசியைக் கட்டாயத் திருமணம் செய்துவிட்டால், என் அக்கா நிச்சயம் செத்துவிடுவாள். எங்கள் உடன்பாட்டின்படி என்னாலும் அதற்குமேல் உயிர்வாழ முடியாது..." என்று சொன்னவளின் வாயைத் தன் விரல்களால் பொத்தினான். அப்போது அவளுடைய ஆத்திரம் நிறைந்த சிவந்த கண்களை உற்றுப் பார்த்தான். அவற்றில் உறுதியும் வைராக்கியமும் தெரிந்தது.

"ஏய்! உண்மையாகத்தான் பேசுகிறாயா?"

"என் தாய்மீது சத்தியமாகத்தான் பேசுகிறேன்!" என்று சொல்லிக் கண்கலங்கினாள்.

சற்றுநேர அதிர்ச்சிக்குப் பின்,

"இது என்ன கொடுமை? நான் ஏன் உன்னை விரும்பினேன்? இந்தத் தண்டனை எனக்குத் தேவையா? உன் அக்காவுக்குச் செங்கோடனைப் பிடிக்கவில்லையென்றால் வேறு ஒரு நாட்டு இளவரசனைப் பார்க்கவேண்டியதுதானே? அதை விட்டுவிட்டு உன் கழுத்தைச் சுற்றிக்கொள்வதில் என்ன நியாயம் இருக்கிறது. உன்னைக் காதலித்ததற்கு எனக்கு நீ தரும் தண்டனையா? எனக்கு ஒன்றுமே புரியவில்லை வெண்முத்து."

"நீங்கள் கஷ்டப்படவேண்டாம். என்னை விட்டுவிடுங்கள். நாங்கள் இருவரும் இல்வாழ்க்கையில் ஈடுபாடு கொள்ளாமலே இருந்துவிடுகிறோம். இன்று உங்களுடன் இருந்த இந்த மகிழ்ச்சியான தருணங்களே என் வாழ்நாளில் முதலும் கடைசியுமாக இருக்கட்டும்" அவள் வார்த்தைகளில் சோகமும் விரக்தியும் கலந்திருந்தன. கண்ணீர் சுரந்திருக்கும், மங்கிய வெளிச்சத்தில் தெரியவில்லை.

சிறிது நேரம் அமைதி காத்து யோசித்தபின்,

"வெண்முத்து கவலைப்படாதே! அடுத்த பௌர்ணமிவரை காத்திரு! வரும் மாதம் இதே நாளில் இதே இடத்தில் நற்றிணையுடன் உன்னைச் சந்திக்கிறேன்! உன்னை என் வாழ்க்கையிலிருந்து யாராலும் பிரிக்க முடியாது. யாருக்கும் அந்தச் சக்தியில்லை. எல்லோரையும்போல் 'என் உயிர் போனாலும்'

என்று சொல்லமாட்டேன்; என் உயிர் என் நாட்டு மக்களுக்குத் தேவை. அதனால் என் உயிரையும் காத்து உன்னையும் என்னோடு இணைத்துக் காப்பேன். ஒரு திட்டத்தோடு வருகிறேன். இது சத்தியம். நான் இப்போதைக்குப் புறப்படுகிறேன். சிரித்த முகத்தோடு என்னை வழியனுப்பி வை!"

அவனை இறுகக் கட்டிப் பிடித்துக்கொண்டு விம்மி விம்மி அழுதாள். அழுத கண்ணீர் கிணற்றுத் தண்ணீரோடு கலந்து நீர்த்தளத்தின் உயரத்தைக் கூட்டியது.

அவளைத் தன்னிடமிருந்து விலக்கிப் பிரியா விடைபெற விரும்பினான் திருமேனி. ஆனால், அவளைத் தன்னிலிருந்து பிரிக்க முடியாமல் தவித்தான். அணைத்திருந்த அவளுடைய இரு கரங்களைத் தன் கரங்களால் பிரித்தெடுக்கச் செய்த முயற்சியெல்லாம் வீணானது. உடனே அவளைக் கட்டியணைத்தவாறே நீருக்குள் மூழ்கினான். அவளுக்கு மூச்சுத் திணறி அணைத்திருந்த பிடியிலிருந்து கைகள் தளர்ந்தன. அதைப் பயன்படுத்தி மேலெழுந்தான். விலகியிருந்த அவளுடைய ஆடைகளைச் சரி செய்து கொடுத்தான். அவள் முகத்தில் இச்.. இச்.. என்று முத்தம் கொடுத்துவிட்டு, தன்னைச் சமாளித்துக்கொண்டு படியேறிப் புறப்பட்டான்.

32

பாண்டியனின் ஒற்றனை செங்கோடன் சிறையிலடைத்தல்

பாண்டியன் பொன்மான் வழுதியின் தூதோலையைக் கொண்டு வந்த ஒற்றனைத் தடுத்து வாயிற்காப்போன் விசாரித்தான். அதற்கு அந்த ஒற்றன், 'நான் மன்னரை நேரில் சந்தித்துச் செய்தியைச் சொல்லவேண்டும்' என்று சொன்னானே தவிர மறைத்து வைத்திருந்த கடிதத்தைப் பற்றி வாய் திறக்கவில்லை.

"தூதோலை இருந்தால் காட்டு. உள்ளே அனுப்புகிறேன். இல்லையென்றால் எங்கள் தளபதியாரின் அனுமதியில்லாமல் மன்னரிடம் அனுப்ப எனக்கு அதிகாரம் இல்லை" என்று காப்போன் சொன்னவுடன்,

"ஏற்கெனவே ஒரு முறை மடல் ஒன்றைக் கொண்டு வந்தேன். உங்கள் தளபதியார் வாங்கிக்கொண்டு உங்கள் மன்னருக்குத் தெரியாமல் இவரே பதில் எழுதிக் கொடுத்துவிட்டார். அதனால் எங்கள் நாட்டு மன்னர் என்னை மிகவும் கடுமையாகக் கடிந்து கொண்டார். இம்முறை மன்னரை நேரில் சந்தித்துச் செய்தியைச் சொல்லிவிட்டு வா என்றுதான் எனக்கு ஆணை பிறப்பித்துள்ளார். அதனால் என்னை உள்ளே விடு!" என்று அடம் பிடித்தான்.

தூரத்தில் நின்றுகொண்டிருந்த தனக்கும் மேலே பதவி வகிக்கும் இன்னொரு தலைமைப் பாதுகாப்பு வீரரைக் கூப்பிட்டுத் தகவலைச் சொன்னான் அந்த வாயிற்காப்போன்.

தலைமை வீரர் செங்கோடனின் ஆள். அதனால் 'மன்னரிடம் போகலாம் வா' என்று சொல்லி ஒற்றனை அழைத்துக்கொண்டுபோய் நேராகச் செங்கோடனிடம் விட்டுவிட்டான்.

"என்ன ஒற்றரே! ஓலை கொண்டுவரவில்லையோ?"

"இம்முறை நேரில் பார்த்துச் சொல்லிவிட்டு வரத்தான் எனக்கு ஆணை.''

"அப்படியா! மன்னரிடம் என்ன சொல்லப் போகிறாய்?"

"என்னை மன்னித்துக்கொள்ளுங்கள் பிரபு. அதை மகாராஜாவிடம்தான் சொல்லுவேன். எனக்கிடப்பட்ட பணியை, நான் சொல்லியனுப்பியபடிச் செய்யாவிட்டால் எங்கள் நாட்டு அரசர் என்னைச் சிறையில் போட்டுவிடுவார்..!"

"நீ இப்போது என்னிடம் சொல்லாவிட்டால் எங்கள் நாட்டுச் சிறையிலிருக்க வேண்டியிருக்கும் பரவாயில்லையா?"

"பிரபு! உங்கள் மன்னரை நேரில் பார்த்துச் செய்தியைச் சொல்லாமல் எங்கள் நாட்டுக்குத் திரும்பினால், அங்கு எனக்குக் கிடைக்கப்போகிற தண்டனையைத்தானே தரப்போகிறீர்கள்? எனக்கு இரண்டும் ஒன்றுதான்..!"

இதைக் கேட்டவுடன் சினமுற்ற செங்கோடன், ஒற்றனின் முகத்தில் ஓங்கி ஓர் அறை விட்டான். ஒற்றன் வலிதாங்க முடியாமல் மயங்கிச் சுருண்டு விழுந்துவிட்டான். உடனே அங்கிருந்தவனை அழைத்து,

"இவனை நமது காராக்கிரகத்தில் கொண்டுபோய்ப் போடு" என்று சொல்லிவிட்டுச் சென்றுவிட்டான் செங்கோடன்.

33

பொன்னமராவதி மன்னனின் போர்ப் பிரகடனம்

பொன்னமராவதி

திருவெள்ளறைக்குப்போன ஒற்றன் திரும்பி வரவில்லை. என்ன நடந்தது என்று யாருக்கும் தெரியாமல் விழித்தார்கள். ஏதோ நடக்கக்கூடாத ஒன்று நடந்திருக்க வேண்டும் என்று ஐயமுற்றார்கள். அப்படி ஏதேனும் நடந்திருந்தால் அது செங்கோடனின் மோசடி வேலையாகத்தான் இருக்கும் என்ற முடிவுக்கு வந்தான் அந்நாட்டு மன்னன்.

வெள்ளறையிலிருந்து பதிலேதும் மீண்டும் வராததனாலும், அல்லது வெள்ளாற்றங்கரையில் மறு சீரமைப்புகளைச் செய்து தராததாலும் அல்லது குறைந்தது ஒரு மன்னிப்பையாவது கேட்காததாலும் வேறு வழியின்றி மன்னன் பொன்மான்வழுதி அரசவையைக் கூட்டிப் 'போர் தொடுப்பது' என்று முடிவெடுத்து விட்டான். அதற்கான போர்த் திகதியாகப் பௌர்ணமியைக் குறித்தான். அரசவையைக் கூட்டி இறுதியாக மன்னன் முடிவெடுத்து விட்டான்.

ஆயத்தப் பணிகளைப் பல முனைகளிலிருந்தும் முடுக்கி விட்டான். திருவெள்ளறைக்கே சென்று முற்றுகையிட்டு ஒற்றனைச் செங்கோடனிடமிருந்து மீட்டெடுப்பது என்றும் முடிவுக்கு மன்னன் வந்துவிட்டான்.

அந்தத் திகதியில் நமது படை வெள்ளாற்றங்கரையின் வடபக்கம் அமைந்துள்ள நமணசமுத்திரம், சிவபுரத்திலிருந்து புறப்படுமாறு வரையறுத்துக்கொள்ளுங்கள். முடிந்தால் திராணி

இருந்தால் நம்மை அங்கே தடுத்துப் பார்க்கட்டும். அங்கு யாரும் வராவிட்டால் நாம் உறையூர், மண்ணச்சநல்லூர் தாண்டிச் சென்று வெள்ளறையை முற்றுகை இடுவோம். இளந்திரைக்கோ வீரனாக இருந்தால் அவன் இடத்திலேயே சமர்செய்து மடியட்டும். கோழையாக இருந்தால் வந்து சரணடைந்து போகட்டும்!'' என்று மன்னர், படை வீரர்களுக்குப் போர்ப் பிரகடனம் செய்தார்.

34

இருதாரக் கலியாணத்துக்கு
திருமேனி தாயிடம் அனுமதி கோரல்

சாமத்தில் குதிரையின் கனைக்கும் சத்தம் கேட்டு எழுந்துவந்த மூத்த ஆசான், வீட்டின் பின் பக்கம் போய், குதிரையைப் பார்த்தார். அது கட்டப்பட்ட இடத்திலேயே படுக்காமல் நின்றுகொண்டிருந்தது.

வானத்தை அண்ணாந்து பார்த்தார். பூரணச் சந்திரன் உச்சியைத் தாண்டி மேற்குப் பக்கம் மெல்ல இறங்கிக்கொண்டிருந்தது. அதனூடே வானவெளி முழுவதிலும் கோடிக்கணக்கான வைரங்களை வாரி இறைத்தாற்போன்று விண்மீன்கள் மினுக்கிக் கொண்டு பொறிந்து கிடந்தன.

முன் பக்கம் வந்தார். திண்ணையோரம் திருமேனி படுத்து ஆழ்ந்த நித்திரையில் இருந்தான். எழுப்பித் தொந்தரவு செய்ய வேண்டாம் என்று எண்ணி விட்டுவிட்டு உள்ளே சென்றுவிட்டார்.

சூரியோதயத்துக்கு முன்பே எழுந்துவிட்ட திருமேனி, புறப்படுவதற்கு ஏதுவாகக் குதிரையைத் தயார்செய்து முன்பக்கம் கொண்டுவந்து நிறுத்தியிருந்தான். மீண்டும் குதிரைச் சத்தம் கேட்டு அந்த ஆசான் கண்களைத் தன் துண்டால் ஒத்திக்கொண்டே வெளியே வந்தார். அவர் வந்துவிட்டார் என்பதை அறிந்தவுடன்,

குதிரையேற்றத்தில் தனிப் பாணியைக் கொண்டுள்ள செம்பியன், குதிரையில் ஏறிக் கம்பீரமாக அமர்ந்தான்.

"குருவே! உங்கள் ஆசீர்வாதம் பலித்துவிட்டது. சொர்க்கத்துக்குப் போகாமல் மீண்டு வந்துவிட்டேன். கருக்கலில் புறப்பட்டுவிடலாம் என்று நினைத்தேன். இருந்தாலும் தங்களிடம் சொல்லாமல்

போய்விட்டால் நான் நன்றி மறந்தவனாவேன். தாங்கள் பிரதிபலன் பாராது செய்த உதவிக்கு மிக்க நன்றி பெரியவரே! நான் என் வழியில் புறப்படுகிறேன். விடைகொடுங்கள்" என்றான்.

"எங்கே என்னிடம் பொற்காசைக் கொடுத்துவிட்டு, பிரதிபலன் பாராதவன் என்று என்னைக் குத்திக் காண்பிக்கிறாயா? இரு... உன் பொற்காசை எடுத்து வருகிறேன்..." என்று சொல்லிவிட்டுத் திரும்பிய கிழவரைத் தடுத்து,

"வேண்டாம் பெரியவரே! நீங்களே அதை வைத்துக் கொள்ளுங்கள்! நான் புறப்படுகிறேன்".

"என்னையும் மோட்ஷத்துக்கு அழைத்துப்போகிறேன் என்று சொல்லிவிட்டு அங்கே போகாமல் திரும்பி வந்துவிட்டாயே. அப்படியென்றால் எங்கள் நாட்டு இளவரசியையே கடத்திக் கொண்டு போவதற்காகத்தான் திரும்பி வந்துவிட்டாயோ? எங்கள் இளவரசி நற்றிணை உன்னுடன் வர மறுத்துவிட்டாரா? அல்லது சீதாபிராட்டியை ராவணேஸ்வரன் புஷ்பக விமானத்தில் தூக்கிக் கொண்டு பறந்தானே அதுபோல் திட்டம் ஏதும் உள்ளதா?"

"புஷ்பக விமானம் எங்கே இருக்கிறது அய்யா?"

"குபேரனுக்குப் பிரம்மதேவர் வடித்தளித்ததே அந்தப் புஷ்பக விமானம். குபேரனிடமிருந்து ராவணன் அதை அபகரித்து, சீதையைத் தூக்கிச் செல்லப் பயன்படுத்தினான். பின்னர் லங்காபுரிமீது படையெடுத்த ராமன் அந்த விமானத்தைக் கைப்பற்றிவிட்டான். இறுதியில் ராமர் தன் பட்டாபிஷேகம் முடிந்தபின் குபேரனுக்கே அதைத் திருப்பிக் கொடுத்துவிட்டாராம்!"

"அப்படியானால் இப்போது நான் குபேரனைத் தேடித்தான் போகப்போகிறேன். விமானம் கிடைத்தவுடன் மீண்டும் வருவேன்" என்று சொல்லி குதிரையின் வயிற்றைக் கால்களால் தட்டினான்.

குதிரை கடும் வேகத்தில் பறந்தது.

'இன்னும் இவனுக்குப் பைத்தியம் தெளியவில்லை' பாவம்... பையன் இளமையாகவும் அழகாகவும் இருக்கிறான். இவனுக்குப் போய் இப்படி பித்தம் பிடித்துவிட்டதே' என்றெல்லாம் நினைத்துக்கொண்டே அவன் போன திசையைப் பார்த்துக்கொண்டே ஆசான் நின்றார்.

கட்டப்பட்டிருந்த லாடங்கள் கழன்று விழுந்துவிடுமோ என்று நினைக்கும் வேகத்தில் குதிரையின் குளம்புகள் நான்கும் மண்ணைக் கிளப்பிக்கொண்டு, ஆங்காங்கே இருந்த குடிசை, மண் வீடுகள், காடுகள், மரஞ்செடி கொடிகளைக் கடந்து, திருமானூர் நோக்கி குதிரை ஓடிக்கொண்டிருந்தது.

❖

மாலை நேரம். திருமழபாடியைக் கடக்கும்போது, பரிசல் அரண்மனையில் சற்று ஓய்வெடுத்துவிட்டுச் செல்லலாம் என்று நினைத்தான் திருமேனி. ஆனால், அங்கே ஒருவேளை 'விருத்தத்தைப் பார்க்க நேரிட்டால்...' என்று எண்ணி அவளுக்குப் பயந்துகொண்டு இறங்காமல் வெண்ணாகரத்துக்கு நேராகச் சென்றான்.

வழியில் ஐயாறு பகுதியிலிருந்து குதிரை வீரர்கள் சிலரும் சேர்ந்துகொண்டனர். நேராகப் புதிய அரண்மனை கட்டும் இடத்துக்குச் சென்று ஆய்வு செய்து, வேண்டிய திருத்தங்களைச் சொல்லியதோடு பணியை வேகப்படுத்த தளபதி அகம்பனிடம் ஆணையிட்டுவிட்டு வெண்ணாகரப் பழைய அரண்மனையை அடைந்தான் செம்பியன்.

இளவரசன் நுழைகிறான் என்பதை அரண்மனையில் நின்றுகொண்டிருந்த விருத்தம் அறிந்தவுடன் உள்ளே ஓடி ஒளிந்து கொண்டாள்.

வளாகத்தில் அரசியார் அவர்கள், முனிவர் மற்றும் அருந்தவராயருடன் அமர்ந்திருந்தபோது உள்ளே சோர்வுடன் சென்றடைந்தான் இளவரசன்.

திருமேனி ஏதோ பேச முற்படுகிறான் என்பதை அறிந்துகொண்ட தாய்,

"மகனே! களைப்பாய் இருக்கிறாய். ஓய்வெடுத்துக்கொள். நாளை நாம் பேசலாம்" என்றார்.

"கடமையும் பொறுப்பும் இருக்கும்போது, ஓய்வுக்கு வேலையில்லை. தீர்வு ஒன்று கண்டாகக்கூடிய நெருக்கடியான சூழலில் எனக்கு எப்படி உறக்கம் வரும் தாயே? சுடச் சுட உங்களிடம் பேசி விவாதிக்கவேண்டும்."

"அப்படியானால் சொல்! நீ போய் உன் வெண்முத்துவைப் பார்த்தாயா?"

"பார்த்தேன் அன்னையே! அந்நாட்டு அரசன் தன் தங்கையைச் செங்கோடனுக்குத் திருமணம் செய்து கொடுக்காவிட்டால் படுபாதகச் செயலுக்குச் சிறிதும் அஞ்சாத செங்கோடன் தனக்கு ஏதாவது செய்துவிடுவானோ என்று மன்னன் இளந்திரைக்கோ கொஞ்சம் பயப்படுவானோ என வெண்முத்துவின் பேச்சிலிருந்து யூகிக்கிறேன். செங்கோடனை மணப்பதில் இளவரசிக்கோ விருப்பம் இல்லை. அந்நாட்டு மன்னனின் கவனத்துக்குச் செல்லாமலே நிர்வாகத்தில் சில ரகசியக் காரியங்களைத் தளபதி செய்துகொண்டு வருகிறான்.

பெரும் படையை வைத்திருக்கும் பொன்னமராவதி மன்னனிடம் வெள்ளாறு தங்களுக்கே சொந்தம் என்று செங்கோடன் வம்புக்குச் சென்றதனால் ஆத்திரம் அடைந்த அந்நாட்டு மன்னன் போருக்குத் தயாராகிவிட்டான்.

வெண்முத்துவும் இளவரசி நற்றிணையும் மனமொத்த இணைபிரியாத தோழிகளாய் இருப்பதால் என்னுடையவளை மட்டும் பிரித்துக் கொணரும் திட்டம் நிறைவேறாதோவென்று கவலைப்படுகிறேன். வேண்டுமானால் இளவரசியையும் சேர்த்துக்கொண்டு வரத்தயாராய் வெண்முத்து இருக்கிறாள். "எங்கள் இருவரையும் முடிந்தால் முறைப்படி ராஜ அனுமதியுடனோ, அல்லது கடத்திக்கொண்டு போயாவது மணந்துகொள்ளுங்கள் என்று மன்றாடுகிறாள்" என்று சொல்லியதோடு, மற்றும் அங்குத் தனக்குக் கிடைத்த அனைத்துச் செய்திகளையும் சுருக்கமாக ராஜகுமாரன் சொல்லிவிட்டுத் தன் ஆசனத்துக்குச் சென்று அமர்ந்தான்.

சிறிது நேர அமைதிக்குப்பின், அரசியார் தன் மகனைப் பார்த்து,

"மகனே நீ என்ன நினைக்கிறாய்?"

"எதைப் பற்றி?"

"உன் திருமணத்தைப் பற்றி"

"என்னால் முடிவு எடுக்க முடியாததால்தான் உங்களிடம் தஞ்சமடைகிறேன்."

கலைமகள்-23

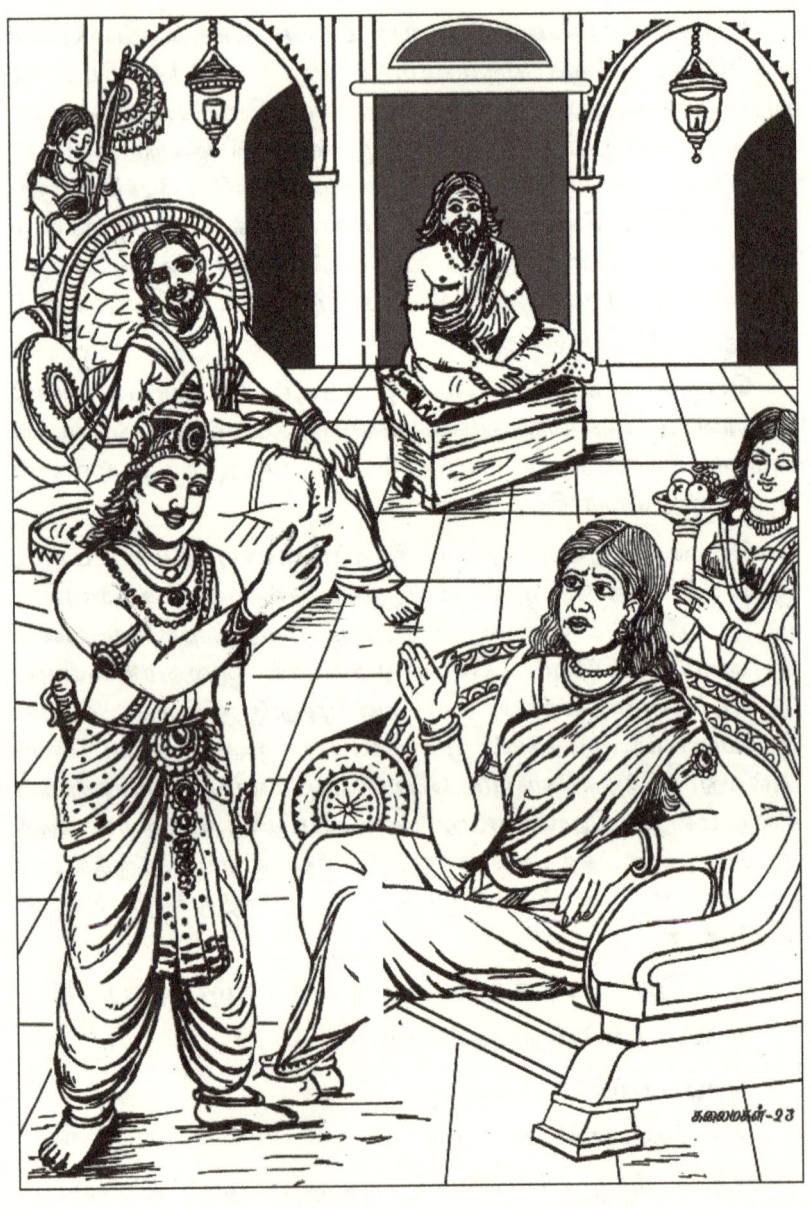

"உன்னால் வெண்முத்துவை மறந்துவிடமுடியுமானால், வேறு ஒரு நல்ல குணமான, புத்திசாலித்தனமான, அழகான பெண்ணைப் பார்த்து வைத்திருக்கிறேன். உனக்கு விவாகம் செய்துவைக்க என்னால் முடியும். உன் வாழ்க்கை சிறப்பாக இருக்கும் என்று நான் உறுதியளிக்கிறேன்" என்ற தாயை மறித்து, மாமாவைக் கடைக்கண்ணால் பார்த்துக்கொண்டே கூறினான்...

"மன்னிக்க வேண்டும் தாயே! வெண்முத்துவை மறந்து இன்னொருத்தியோடு என்னால் வாழமுடியாது. எனக்கொரு மனைவி வேண்டுமென்று நான் ஒன்றும் பெண்பித்துப் பிடித்து அலையவில்லை. அவளை மறந்தால் என் விவாகத்தையே நான் மறந்துவிடுகிறேன். எனக்குப் பிறகு வெண்ணாகர இராஜ்ஜியம் அரசனின்றி அஸ்தமனம் ஆகிவிட வேண்டியதுதான். அல்லது ஒரு வாரிசைத் தத்து எடுக்க வேண்டியதுதான். அதெல்லாம் எப்படிப்போய் முடியப்போகிறதோ, காலம்தான் பதில் சொல்லப்போகிறது. அதைப் பார்க்க நீங்கள் யாரும் இருக்கப் போவதில்லை. அதனால் கவலையை விடுங்கள்'' என்றான். மகனின் விரக்தி மிகுந்த வார்த்தைகளைக் கேட்டுக் கண்கலங்கிய தாய்,

"அதை என்னால் ஏற்றுக்கொள்ள முடியாது" என்றாள் அழுத்தமாக.

"அதுதான் ஒரு தமிழ்த்தாய்" என்றார் புன்னகையுடன் முனிவர். கேட்டுக்கொண்டிருந்த அருந்தவராயர்,

"இளவரசனே! உன்னிடம் சில எதிர்பாராத மாற்றங்களைக் காணுகிறேன். ஒரு சாதாரணத் தோழி வெண்முத்துவின் மீதுள்ள தீவிரக் காதலின் நிமித்தமாக, அவளுடைய நாட்டுத் தளபதியைப் பழிவாங்குவதிலிருந்து தடம் மாறிச் செல்கிறாயோ? எங்கே உன்னுடைய பிரதான நோக்கம் சிதைந்துகொண்டிருக்கிறதோ என ஐயுறுகிறேன்!"

"மாமா! நீங்கள் எங்கே சுற்றிக்கொண்டு வருகிறீர்கள் என்று என்னால் யூகிக்க முடிகிறது. அழுத்தமாகச் சொல்கிறேன்! எனக்குக் காதல் முக்கியம் இல்லை. எனக்கு முக்கியம், அவிழ்த்துவிடப்பட்ட என் தாயின் கூந்தல் அள்ளி முடியப்பட வேண்டும்; என் நாட்டு மக்களுக்கு உண்மையாக உழைக்க வேண்டும். அதற்காக நான்

காதல் உள்பட எந்தத் தியாகத்தையும் செய்யத் தயார்!''

"பிரமாதம்! இப்போதுதான் நீ என் மருமகன்! பொன்னமராவதி, திருவெள்ளறைமீது படையெடுக்கட்டும். நாமும் அந்தப் பாண்டியனுக்குப் போரில் உதவி செய்யலாம்..."

என்ற மாமாவின் கருத்தை மறுத்த ஐங்குறு மாமுனிவர்,

"அப்படிச் செய்தால் திருமேனியின் காதல் நிறைவேற வாய்ப்பில்லாமல் போய்விடலாம். நமக்கு இளவரசன் எதிர்பார்க்கும், அவன் விரும்பும் குடும்ப வாழ்க்கை! ஒரு கல்லில் இரண்டு மாங்காய் விழவேண்டும். வெண்முத்து இந்த நாட்டின் இளவரசியாக வேண்டும்; செங்கோடன் கொல்லப்படவேண்டும். இவ்விரண்டின் அடிப்படையில் ஆட்டத்தில் நாம் காயை நகர்த்துவதே நமது திட்டமாக இருக்கவேண்டும்" என்ற முனிவரின் முடிவான விளக்கத்தை எல்லோரும் ஏற்றுக்கொண்டார்கள்.

"அதற்கு நாம் என்ன செய்யலாம் என்று நினைக்கிறீர்கள்" என்ற தேவியின் கேள்விக்கு,

"மன்னன் இளந்திரையை முதலில் நட்பாக்கிக் கொள்வோம்" என்றார் முனிவர். அக்கருத்துக்கு ஏற்ப இளவரசன் தலையசைத்து விட்டு,

"ஆமாம் அதுவும் சரிதான். பாண்டியன் படையெடுக்கும்போது நாம் திருவெள்ளறைக்குக் கை கொடுக்கலாமா என்று யோசிப் பதுவும் ஒரு ராஜதந்திர பார்வைதான்'' என்றான் திருமேனி.

"அப்படியானால் செங்கோடனைக் கொல்வது எப்படி?" என்று கேட்டார் அருந்தவராயர்.

"முள்ளை முள்ளால்தான் எடுக்க வேண்டும். அதற்கான ஒரு திட்டத்தை யோசித்து வைத்துள்ளேன். பிறகு சொல்கிறேன்..." என்ற முனிவரின் திட்டத்தை ஏற்பதற்குச் சம்மதமாய் எல்லோரும் மௌனமாக இருந்தார்கள்.

அரசியார் எழுந்து "சரி! நாளைக்கு ஒரு முடிவை எடுத்து விடுவோம். இப்போது திருமேனி உறங்கி ஓய்வெடுக்கட்டும்'' என்று வடிவுடையாள் மகனிடம் சென்று அவன் தலையைப் பாசமாகக் கோதிவிட்டு அவனைப் படுக்கை அறைக்கு அனுப்பி வைத்தார்.

35
வெண்முத்துமீது மன்னனும் ஆசை கொள்ளுதல்

திருவெள்ளறை அரண்மனையின் அந்தப்புரம். முதல்நாள் பௌர்ணமியன்று கண்விழித்து நோன்பு இருந்ததால் மறுநாள் மாலைநேரம்வரை நற்றிணையும் வெண்முத்துவும் உறங்கி ஓய்வெடுத்தார்கள்.

நற்றிணை விழித்து நேரமாகியும், வெண்முத்து படுக்கையை விட்டு எழவில்லை. 'சாதாரணமாக எனக்கு முன் எழுந்து விடுவாளே? இன்று என்ன ஆயிற்று இவளுக்கு?' என்று எண்ணிக் கொண்டு அருகில் சென்று எழுப்பினாள். அசந்து தூங்குகிறாள் என்று எண்ணியவள் விட்டுவிட்டுச் சென்றுவிட்டாள். கொஞ்ச நேரம் சென்றது. அதற்கு அப்புறமும் எழாததால் வெண்முத்துவைத் தொட்டு எழுப்பினாள்.

தொட்டால் ஜுரம். உடல் கொதிக்கிறது. பயந்துபோன நற்றிணை உடனே அரண்மனை வைத்தியரை அழைத்துவர ஆணையிட்டாள்.

அதே வயதான வைத்தியர் வந்தார். படுத்திருந்த வெண்முத்துவின் கையைப் பிடித்து நாடியோட்டத்தைக் கணக்கிட்டுப் பார்த்தார். பின்னர் நெற்றியைப் புறங்கையால் தொட்டுப் பார்த்தார். நகக் கண்களைக் கவனித்தபின், "கொஞ்சம் நாக்கை நீட்டுங்கள் தாயே!" என்று சொன்ன வைத்தியர் குரல் கேட்டு வெண்முத்து விழித்தாள். அவரைப் பார்த்தவுடன் வெண்முத்து வெடுக்கென்று எழுந்து உட்கார்ந்தாள்.

"வைத்தியரே! நீங்க மட்டும்தானே வந்திருக்கிறீர்கள்?"

"ஆமாம் தாயே! பயப்பட வேண்டாம். இனி அந்தத் துரோகி என்னோடு வரமாட்டான். எனக்கும் அவனுக்கும் எந்தவிதச்

சம்பந்தமும் இல்லையம்மா'' என்று பதிலளித்துவிட்டு, இளவரசி பக்கம் திரும்பி,

"தங்கள் தோழி நேற்று நெடுநேரம் மழையில் நனைந்தார்களோ? அதனால் தடிமன் பிடித்துள்ளது. உடனே உடம்பைத் துடைத்துத் தலையைத் துவட்டியிருந்தால் இந்த அளவு பாதிப்பு இருந்திருக்காது. ஜலதோஷத்தினால்தான் தலைவலியும் ஜுரமும் கண்டிருக்கிறது. நான் இப்போது தயாரித்துத் தரப்போகும் கஷாயத்தைக் குடித்தால் எல்லாம் சரியாகிவிடும். ஜலதோஷம் மட்டும் இன்னும் குறைந்தது மூன்று நாட்கள் நீடிக்கலாம். அதனால் ஏற்பட்ட தொண்டைப்புண் நாளை மாறிவிடும். தொடர்ந்து ஓரிரு நாட்கள் இருமல் கொஞ்சம் வந்துபோகும். வேறு ஒன்றும் பயம் இல்லை. ஆனால் இளவரசியே நீங்கள் தோழியிடமிருந்து சற்றுத் தள்ளியே இருத்தல் நல்லது" என்று சொல்லிவிட்டுக் கஷாயம் தயாரிக்கும் பணியில் ஈடுபடத் துவங்கினார்.

அதைக் கேட்டவுடன் "நான் எப்படி அவளிடமிருந்துத் தள்ளி இருக்க முடியும்? என்னையும் 'சளிபகவான்' பிடித்தால் பிடிக்கட்டும். எனக்கும் சேர்த்தே கஷாயம் தயாரியுங்கள்'' என்றார் இளவரசி.

புன்னகைத்துக்கொண்டே வைத்தியர் தன் வேலையில் மும்முரமாக இருந்தார்.

மறுநாள் ஓரளவு சரியானவுடன் இருவரும், மன்னன் வெளியே உலா போயிருந்த நேரத்தில், அரண்மனையில் இருபெண்களும் அமர்ந்து சொக்கட்டான் ஆடிக்கொண்டிருந்தார்கள். ஆட்டத்திற் கிடையே நற்றிணை கேட்டாள்,

"நேற்றிரவு ஏதோ ஒரு ஜோசியன் உன்னிடம் வந்தான். பேசிக்கொண்டிருந்தாய். பிறகு மறைசுவர் பொய்கைக்குப் போனாய். நெடுநேரம் கழித்துத் தண்ணீர் சொட்டச் சொட்ட வந்தாய். அதற்கப்புறம் என்னிடம் எதுவும் பேசாமல் மௌனம் காத்தாய். என்ன நடந்தது என்று இப்போதாவது சொல்வாயா?"

அதைக் கேட்டவுடன் வெட்கமுற்று, சுற்று முற்றும் பார்த்தபின் மெல்லிய குரலில்,

"அக்கா! அவர் ஜோசியர் இல்லை. வெண்ணாகரத்து இளவரசர் செம்பியன் திருமேனி. மாறுவேடத்தில் நம்மைச் சந்திக்க வந்திருந்தார்" என்று சொன்னாள் வெண்முத்து.

"ஏனடி சொல்லியிருந்தால் நானும் வந்திருப்பேன் அல்லவா?"

"அக்கா! நீங்கள் அவரைப் பார்ப்பதற்கு முன்பு, அவரைக் கொஞ்சம் சரி செய்ய வேண்டி இருந்தது. அவரிடம் சொல்லிவிட்டேன்."

"என்னென்ன சொன்னாய்?"

செம்பியன் திருமேனிக்கும், வெண்முத்துவுக்கும் இடையில் நேற்று நடந்த சம்பாஷணைகள் அனைத்தையும் சொக்கட்டான் ஆடிக்கொண்டே நற்றிணைக்கு ஒன்றுவிடாமல் விளக்கமாகச் சொல்லிப் புரிய வைத்தாள். கேட்டுக்கொண்டிருந்த நற்றிணைக்கு மகிழ்ச்சி தலைக்கேறியது.

அப்போது, வெளியே போயிருந்த மன்னர் இளந்திரைக்கோ குதிரையிலிருந்து இறங்கி உள்ளே வந்தார்.

தங்கையும் அவள் தோழியும் சொக்கட்டான் ஆடிக் கொண்டிருப்பதைப் பார்த்தவுடன், அவரும் அருகில் வந்து அமர்ந்தார். மரியாதை நிமித்தம் எழுந்த வெண்முத்துவை,

"தங்கையின் தோழி எனக்கும் தோழிதான். பரவாயில்லை, நீயும் எங்களுடன் உட்கார்!" என்று, எப்படி கர்ணன் துரியோதனனின் மனைவி பானுமதியின் மேகலையைப் பிடித்து இழுத்து அமரவைக்க முற்பட்டானோ அதேபோல் வெண்முத்துவின் கரம்பற்றி அமரவைத்தான். ஆனால், கர்ணன் நோக்கம் வேறு; இளந்திரைக்கோ எண்ணம் வேறு. மன்னர் பற்றியவுடன் வெண்முத்து கொஞ்சம் வெலவெலத்துப் போனாள். ஏதோ ஒரு பய உணர்வு மேலிட, மன்னர் பார்வையில் சிறிது வித்தியாசம் இருப்பதாகவும் உணர்ந்தாள். தன்னைச் செம்பியன் தொட்டபோது பெற்ற மகிழ்ச்சியான அனுபவம் வேறு; இவர் தொட்டபோது கிடைத்த அந்நிய உணர்வு வேறாகப்பட்டது. இருந்தாலும் இந்த நேரத்தைப் பயன்படுத்தித் தங்கள் இருவருடைய நிலைகளையும் மன்னருக்கு வெளிப்படுத்திவிடலாம் என்று நினைத்து வெண்முத்துவும் சகித்துக்கொண்டு உடன் அமர்ந்தாள்.

"நானும் உங்கள் ஆட்டத்தில் சேர்ந்துகொள்ளலாமா?"

"அண்ணா! இது என்ன கேள்வி? உட்காருங்கள் அண்ணா!"

"உன்தோழி இதயத்திலும் இடம் கிடைத்தால் நன்றாக இருக்கும்" என்று மன்னர் இளந்திரைக்கோ சொன்னவுடன் வெண்முத்துவுக்கு 'மன்னர் எங்கே ஜாடையாக வருகிறார்' என்று புரியத் தொடங்கியது.

"மன்னா! உங்கள் தங்கையும் நானும் சகோதரிகள். இறுதிவரை பிரியப்போவதில்லை. அத்துடன் நானும் உங்கள் தங்கையும், திருமணம் உட்பட்ட எதிர்கால வாழ்க்கையில் இணைபிரியாமாட்டோம் என்று ஒருவருக்கொருவர் சத்தியம் செய்துகொண்டோம்.''

"ஒரு நல்ல மங்கலகரமான செயலுக்காகச் சத்தியத்தை மீறலாம் வெண்முத்து!"

இதற்கு மேலும் தாமதம் செய்ய விரும்பாமல், உடனே இளவரசி குறுக்கிட்டு,

"மன்னிக்கவேண்டும் அண்ணா! வெண்முத்து சொன்னவை யெல்லாம் உண்மைதான். தொடக்கத்திலேயே உங்கள் எண்ணமும் எதிர்பார்ப்பும் இப்படி என்று தெரிந்திருந்தால் வாய்க்காலின் நீரோட்டத்தை மிக எளிதாக மடைமாற்றி இருப்பேன். என் தோழி இதே நாட்டின் அரசியாக வந்தால் என்னைவிட யார் பெரிதாக மகிழ முடியும்? உங்கள் ஆசையின் தாமதமான வெளிப்பாட்டுக்காக வருந்துகிறேன். இப்படியொரு எண்ணம் இருக்கிறதென்று கொஞ்சம் முன்கூட்டியே ஜாடை காட்டியிருக்கக்கூடாதா?"

"உண்மைதான். தாமதமான வெளிப்பாடுதான். உங்களிரு வரையும் காவிரிப்பூம்பட்டினத்துக்கு நடனம் கற்க அனுப்பிய நாளில் நான் என் ஆசையை வெளிப்படுத்தியிருக்க வேண்டும். தவறவிட்டு விட்டேன். அல்லது எனது முடிசூட்டும் விழாவன்று உன்னுடன் நடனமாடிய வெண்முத்துவைப் பிரித்து ரசித்துப் பார்த்த அன்றே மேடையில் சொல்லியிருக்க வேண்டும். தாமதம் என்பது எவ்வளவு பெரிய தாக்கத்தை விளைவிக்கிறது பார்த்தாயா? அதுவே என் குணமாகிவிட்டது" என்று சொல்லி, தன் இரு கைகளையும் தலையில் வைத்து அழுத்தியவாறு, தன்னையே நொந்துகொண்டான்.

வெண்முத்து யாரையோ விரும்புகிறாள் போலும்'' என்று நற்றிணை அழுத்தமாக மன்னரின் செவியில் நன்கு விழுவதுபோல் சொன்னாள்.

"கையில் கிடைக்கிற நெய்யை விட்டுவிட்டு, வெண்ணையைத் தேடி எங்கேயோ போய் அலைகிறாள்? அவளுக்கென்ன பைத்தியமா பிடித்துவிட்டது?" என்று நிமிர்ந்து பார்த்துச் சொன்னார்.

"ஆமாம்! தகுதியான, பொருத்தமான ஒருவன்மீது பைத்தியமாகத்தான் இருக்கிறாள். இனி அவள் மனத்தை மாற்றிடலரிது. நானும் சரியென்று சொல்லிவிட்டேன்."

"யார் அந்த அதிருஷ்டக்காரன்?"

"நேரம் வரும்போது சொல்கிறேன்.''

"நமது தந்தையார் செங்கோடனுக்குக் கொடுத்த உறுதி மொழியைப் பற்றித்தான் யோசிக்கிறேன். உன்னுடைய எதிர்கால வாழ்வும் அதில் அடங்கி இருக்கிறதல்லவா?"

"உறுதிமொழியைக் கொடுத்தவர் அந்த நேரத்தில் அப்போது தளபதியாரின் குணங்களை வைத்துக்கொண்டு சொல்லியிருப்பார். நானும் பரவாயில்லை என்றுதான் எண்ணி இருந்தேன். ஆனால் இப்போது அவருடைய குணம் தலைகீழாக மாறிவிட்ட நிலையில் என் மனமும் மாறிவிட்டது. தந்தையார் செத்துப்போனதுபோல அந்த உறுதிமொழியும் செத்துவிட்டதாக நினைத்துக்கொள்ளுங்கள். என் இஷ்டத்திற்கு மாறாக எதுவும் நடக்காமல், பாதுகாக்க வேண்டியது ஓர் அன்புத் தமையனாரின் கடமை என்று நினைக்கிறேன்.

"சரி விடு நற்றிணை! இணைபிரிய மாட்டோம் என்று சொன்னாயே! அதன் பொருளென்ன?"

"அதன் பொருள் அப்படித்தான் நீங்களும் புரிந்துகொள்ள வேண்டும்" அந்த நேரத்தில் வெண்முத்து வெட்கப்பட்டுக்கொண்டு, தலை குனிந்துகொண்டதோடு, பெருங்கால் விரலால் தரையில் கோடு போட்டுக்கொண்டிருந்தாள். நற்றிணையே தொடர்ந்தாள்,

"அண்ணா! அத்துடன் பொன்னமராவதி மன்னன் நம்மீது படையெடுக்க முடிவெடுத்துவிட்டான் என்ற செய்தி

வந்துகொண்டிருக்கிறது. தங்களுக்குத் தெரியாமல் தளபதி பல கீழறுப்பு வேலைகளைச் செய்துகொண்டிருக்கிறாராம். உங்களுக்கே அது ஆபத்தாக முடிந்துவிடாமல் பார்த்துக்கொள்ளுங்கள்!"

"பொன்னமராவதியின் ஒற்றன் ஒருவன் நமது சிறையிலிருக்கிறான். அவன் ஒரு வீரர் மூலம் மடல் ஒன்றை அனுப்பியிருந்தான். அதற்குப் பிறகுதான் எல்லா செய்திகளும் தெரியவந்து. செங்கோடனை அழைத்துக் கடிந்துகொண்டேன். எதற்கும் நாம் போருக்குத் தயாராய் இருக்க வேண்டியதுதான். சரி, நற்றிணை நீங்கள் உள்ளே செல்லுங்கள்."

சிறிய அமைதிக்குப்பின் ஒற்றர்படைத் தளபதியை மன்னர் அழைத்துவரச் சொன்னார்.

சற்று நேரத்தில் அவர் வந்தார்.

"என்ன தளபதியாரே! பொன்னமராவதி மன்னன் நம்மீது படையெடுக்கத் தயாராகி வருவதாகச் செய்தி வருகிறதே? அந்நாட்டு ஒற்றன் நமது சிறையில் இருந்தானே, அதுபற்றி உங்களுக்குத் தெரியாதா? அது பற்றிய மேற்கொண்டு செய்திகள் யாதேனும் உண்டா?

"இருக்கிறது மன்னா! நம் தளபதி செங்கோடனின் தவறான செயல்களால் இப்படிப்பட்ட நிலை உருவாகியுள்ளதோ என்ற ஐயம் எழுகிறது" இதைச் சொல்லிவிட்டு மன்னனின் காதோரம் சென்று மெதுவாக,

"பாண்டியனின் ஒற்றன் ஒருவனைச் செங்கோடன் ஒளித்து வைத்திருந்த செய்தி எனக்குத் தெரியும் மன்னா! ஆனால் தங்களிடம் சொல்லக்கூடாதென்ற செங்கோடனின் உத்தரவை எங்களால் மீற முடியவில்லை.''

"செங்கோடன்மீது குற்றம் சொல்வதை விட்டுவிடுங்கள். எதை எப்போது செய்ய வேண்டுமோ அதை நான் பார்த்துக்கொள்கிறேன். மற்றதைச் சொல்லுங்கள். நீங்கள் மன்னனைப் பார்ப்பீர்களா? மந்திரியைப் பார்ப்பீர்களா?''

"மன்னிக்கவும் அரசே! பொன்னமராவதியின் படை நம்மைவிடப் பெரிதென்று செய்தி. அவன் முழுபலத்தை நம்மிடம் காட்டினால் நாம் எதிர்கொள்வது கஷ்டம் என்றுதான்

நடுநிலையானவர்கள் கணிக்கின்றனர். அதனால் ஏதாவது சமரச பேச்சில் ஈடுபடலாம் என்கின்றனர்.''

"நம் கௌரவத்தைக் காற்றில் பறக்கவிடச் சொல்கிறீர்களா? ஒரு மன்னன் நம்மீது படையெடுக்க இருக்கிறான் என்ற செய்தி கேட்டும் வெறுமனே வாளா இருக்கிறீர்கள். இப்படியொரு கோழைத்தனம் உங்களிடம் இருக்கிறதென்று தெரிந்திருந்தால் உம்மைத் தளபதியாய் ஆக்கி இருக்கமாட்டேன்.''

"அரசே! தங்களின் முடிவுக்கு நாங்கள் கட்டுப்படுகிறோம். பாண்டியன் பொன்மான் மிக நல்லவன்; நியாயவான் என்று சொல்கிறார்கள்.''

"அப்படியென்றால் நான் நியாயமற்றவனா? என்ன சொல்கிறீர்கள் தளபதியாரே?"

"மகாராஜாவே! உங்களை யாரும் அப்படிச் சொல்லவில்லை. நீங்கள் அப்படிப்பட்டவரும் இல்லை. நீங்களே அன்றொருநாள் ஒரு வழக்கு தங்களிடம் வந்தபோது, கொலை செய்தவனுக்குக் கொடுத்த தண்டனைக்கு ஈடாகக் கொலை செய்தவனுக்குத் துணையாக இருந்தவனுக்கும் வழங்கி தர்மத்தை நிலைநாட்டினீர்கள். நினைவிருக்கும் என்று நம்புகிறேன். நமது தளபதியார் தெரிந்தோ தெரியாமலோ செய்துவிட்ட தவறுகளுக்கு மகாராஜாதானே பொறுப்பு. அதை ஒரே நாளில் சரிசெய்திருக்கலாம். தும்பை விட்டுவிட்டு இப்போது வாலைப் பிடிக்கிறோம்.

நாட்டின் யதார்த்த நிலைமையை எடுத்துச் சொல்ல வேண்டியது என் கடமை மகாராஜா! ஓர் உண்மைக்காக; நன்மைக்காக இடித்து உரைக்கக்கூடியவர் இல்லாவிட்டால் மன்னன் தன்னை எதிரியிடமிருந்து காத்துக்கொள்ள முடியாது என்று நமது குறள் இலக்கியம் சொல்கிறது வேந்தே!

நமது அடிமை நாடான வெண்ணாகரம் தன்னைத் தனிநாடாக அங்கீகரிக்க வேண்டுமென்றும், கப்பம் கட்ட முடியாதென்றும் சொல்லி வருகிறது. போர்ச்சூழல் ஏற்பட்டுவரும் இந்த நேரத்தில் செம்பியனும் நமக்கு இடைஞ்சல் செய்ய முற்பட்டால்... தீவிரமாக யோசிக்க வேண்டும் அரசே! தாங்கள் விரும்பினால் நமது அரசியல் ஆலோசகர் குருமகாதேவருடன் கலந்து ஆலோசிக்கலாம் மகாராஜா!

நம்மீது நியாயம் இருந்தால், அந்தத் தர்மத்தை நிலைநாட்ட என் உயிரை இந்த நாட்டுக்காக விடத்தயார். இது என் தாய்மீது ஆணை அரசே! நியாயம் இல்லாவிட்டாலும் மகாராஜாவின் ஆணையை என் சிரமேற்கொண்டு போரிட்டுச் சாகத் தயார்" என்று சொல்லிவிட்டுப் புறப்பட்ட தளபதியிடம்,

"குருமகாதேவரை வரவழையுங்கள்" என்று மன்னர் சொன்னார்.

தளபதி போன பின்பு மகாராஜா ஆழ்ந்து சிந்தித்துக் கொண்டிருந்தார். 'நம் படையின் பலம் போதாது' என்று சொன்னதைக் கேட்டு அரசரும் அச்சமுற்றார். 'இந்தச் செங்கோடனால்தான் இத்தனை இடர்களையும் எதிர்நோக்குகிறோம் என்ற அரசியல் ராஜதந்திரச் சிந்தனை, காதலைப் போலவே காலம் கடந்து எனக்கு வருகிறதோ! இதை அவசரப்பட்டு செங்கோடனிடம் கேட்டு, ஒன்றுகிடக்க, வேறொன்று நடந்துவிடக்கூடாது. இதைத் தந்திரமாகவே சமாளிக்க வேண்டும்' என்ற முடிவுக்கு வந்தான்.

மன்னர் தன் அரசியல் ஆலோசகர் குருதேவர் வந்த பின்பு, அவருடன் நீண்ட நேரம் தற்போதைய அரசியல் நிலைமை குறித்தும் எதிர்காலத் திட்டங்கள் குறித்தும் விவாதித்து ஒரு முடிவுக்கு வந்தார்.

36

வெள்ளறையிலிருந்து வெண்ணாகரத்துக்கு வந்த ரகசியத் தகவல்

வெண்ணாகரத்து, மக்கள் குறைகேட்கும் மண்டபத்தில் தளபதி அகம்பன் ஒரு வழக்கைத் தீர விசாரித்துவிட்டு இறுதித் தீர்ப்புக்காக இளவரசனிடம் கொண்டுவந்திருந்தான். திருமேனி அதற்கான தீர்ப்பை வழங்கிவிட்டு அரண்மனைக்குள் நுழைந்தான்.

அங்கு ஏற்கெனவே அமர்ந்திருந்த வடிவுடை தேவி, அருந்த வராயர், ஐங்குறு மாமுனிவர் முன்பு போய் இளவரசன் அமர்ந்த வுடன்,

“நேற்று நாம் கலந்து பேசினோம் அல்லவா? மகரிஷி! அது தொடர்பாக ஏதேனும் புதிய யோசனை தோன்றியதா?” என்று கேட்டான்.

“நட்பு ரீதியில் காரியத்தை எப்படிச் சாதிப்பது என்றுதான் யோசிக்கிறேன்” என்று முனிவர் சொன்னார்.

எல்லோரும் அமைதி காத்துக்கொண்டிருந்தபோது, திருவெள்ளறையின் ஒற்றனொருவன் ஓடி வந்தான்.

அவன் கொண்டுவந்த ஓலையை அவசரமாகப் பிரித்தான்.

“செம்பியன் திருமேனி! வெண்ணாகரத்துக்கு விடுதலை கேட்டால் அதைப்பற்றி யோசிக்கிறேன்... இப்படிக்கு இளந்திரைக்கோ'' என்று உரக்கப் படித்தான்.

கொண்டுவந்த ஒற்றனிடம்,

“நான் சிறிது நேரத்துக்குப் பின்னர் பதில் தருகிறேன். நீ போய் வெளியில் காத்திரு” என்று அவனை அனுப்பினான்.

இந்தச் செய்தியைச் சற்றும் யாரும் எதிர்பார்க்கவில்லை.

முகத்தில் மகிழ்ச்சி பொங்க, "மாமுனிவரே! இப்பொது என்ன நினைக்கிறீர்கள்?" என்று கேட்ட இளவரசனை இடைமறித்த அருந்தவராயர்,

"வெள்ளறைக்கு நாம் படையுடன் வந்து உதவுகிறோம் என்று தூது அனுப்பலாமா என்று யோசித்துக்கொண்டிருக்கும் இந்தத் தருணத்தில் வந்திருக்கும் இப்படியான ஒரு செய்தியை நாம் எப்படி எடுத்துக்கொள்வது? இதில் சூழ்ச்சி ஏதேனும் இருக்குமா? போர் என வந்துவிட்டதால் தோல்வியைத் தழுவிவிடுவோமோ என்ற பயத்தில் நம்மிடம் இறங்கி வருகிறானா?" என்று அருந்தவராயர் தன் சந்தேகப் பார்வையை நுழைத்துக் கேட்டார்.

கேட்டுக்கொண்டிருந்த ஐங்குறு முனிவர்,

"ராயரே! இதை ஒரு நல்ல சமிக்ஞையாக எடுத்துக்கொள்வோம். மகிழ்ச்சியான செய்தி வந்திருக்கிறது. நமது பயணம் இனி எதுவானாலும் வெற்றியில்தான் கொண்டுபோய்விடும். குறிப்பாக திருமேனியின் காதல் நிறைவேற அறிகுறி தெரிகிறது. இளந்திரைக்கோ ஒரு படி இறங்கி வந்துவிட்டான். அவனிடம் ஒரு மாற்றம் தெரியத் தொடங்கிவிட்டது. அந்த மன்னன் எந்தத் தந்திரத்தை இனி உபயோகித்தாலும் சரி. இறுதி வெற்றி நமக்குத்தான் கிடைக்கப்போகிறது. இளவரசன், வெண்முத்து விவாகம் உறுதியாகிவிட்டது. அடுத்துச் செங்கோடனின் கதையை எப்படி முடிப்பது? என்பதுதான் நம் முன் நிற்கும் கேள்வி " என்று சொல்லிவிட்டு, இளவரசனை நோக்கி,

"திருவெள்ளறைக்கு எழுதப்போகும் மடலுக்கான சில வாசகங்களைச் சொல்ல ஆரம்பித்தார். அதன்படி இளவரசன் எழுதி அதே ஒற்றனிடம் கொடுத்துத் திருப்பி அனுப்பி வைத்தான்.

அதன்பிறகு இரவு உணவின்போது திருமேனி தன் தாயுடன் தனியாக மனம்விட்டுப் பேசிக்கொண்டிருந்தான்.

◆ 37

செம்பியன், வெண்முத்து, நற்றிணை சந்திப்பு

அடுத்த பௌர்ணமி தினம். ஏற்கெனவே இதேபோல் சென்றுள்ளதால் குழப்பம் ஏதுமில்லாமல் நேரடியாகவே செம்பியன் திருமேனி வெண்முத்துவிடம் சொல்லியபடி திருவெள்ளறைக்குச் சென்றுவிட்டான். முந்திய முறை புறநகர் கிராமத்தில் ஒரு பெரியவரை அணுகியதுபோல் மீண்டும் அவரை அணுகாமல் வேறொரு இடத்தில் குதிரையை விட்டுவிட்டுக் குறிப்பிட்ட நேரத்தில் பெருமாள் கோவிலுக்கு மேல்புறம் உள்ள மாற்பிடுகு பெருங்கிணற்றுக் கரையோரம் வந்தான். பின்னர் மறைசுவர்ப் பொய்கையினுள் இறங்கி கடைசிப் படிக்கட்டில் காத்திருந்தான்.

வெண்ணாகரத்து இளவரசன் வருவானோ, ஏதாவது பிரச்சினை ஏற்பட்டு வராமலிருந்துவிடுவானோ என்று இரண்டும் கெட்டான் நிலையில் ஒருவகைக் குழப்பத்துடன் வெண்முத்து, இளவரசியுடன் தயாராய்க் கல்மண்டபத்தில் அமர்ந்திருந்தாள். முன்கூட்டிப் போய்.. அவன் வரத் தாமதமானால்... காத்திருக்க நேரிடுமோ என்று எண்ணிச் சற்றுத் தாமதித்துப் போகலாம் என முடிவெடுத்திருந்தாள்.

வெண்முத்துவைவிட, இன்று இளவரசி நற்றிணை பெருத்த ஆவலுடன் எதிர்பார்த்துக் காத்திருந்தாள். அவளுக்கு இது ஒரு புது அனுபவம். அதனால் இதயம் படபடவென்று அடித்துக்கொண்டிருந்தது. ஒரு நிலையில் இல்லாமல் இதயம் அலைபாய்ந்தது.

தாம் நடத்தப் போகிற இந்த ரகசியச் சந்திப்பு நியாயமானதா? அரச நீதிக்குப் புறம்பானதா? ஒருவேளை செங்கோடன்

பார்த்துவிட்டால் என்ன செய்வான்? தன்னை ஏதாவது செய்தாலும் பரவாயில்லை, திருமேனிக்கு எதுவும் ஆகிவிடக்கூடாதே என்று கவலையுற்றாள். இருந்தாலும் நற்றிணையின் உள்ளுணர்வு அவளை உறுத்திக்கொண்டே இருந்தது.

அதேநேரத்தில் எடுத்துவைத்த காலை இனிப் பின்வாங்கக் கூடாதென்றும் நினைக்கிறாள். ஆசை ஒருபுறம்; பயம் மறுபுறம்.

வியப்பு, மகிழ்ச்சி, பயம், ஆவல், எதிர்பார்ப்பு, விரக்தி, இப்படியான ஒன்றுக்கொன்று மாறுபட்ட உணர்ச்சிகள் ஒன்றோடொன்று கலந்து இளவரசியின் உள்ளத்துள் போராடிச் சூறாவளியாய்ச் சுழன்றன. எல்லாவற்றிற்கும் மேலாகப் பரபரப்பு விஞ்சி நின்றது.

அறிவு - 'சந்திப்பைத் தவிர்த்துவிடு' என்கிறது. உணர்ச்சி - 'வெண்ணாகரத்து இளவரசனைச் சந்தித்துவிடு' என்கிறது. எல்லோருக்கும் பெரும்பாலும் நடப்பதுபோல் கடைசியில் உணர்ச்சியே வென்றது.

சிறிது நேரம் கழித்து,

"அக்கா! என்ன யோசனை..? பயமாக இருக்கிறதா? சில வரலாற்றுச் சாதனைகளை நிகழ்த்த நினைக்கும்போது இக்கட்டான இடர்ப்பாடுகளையும் சோதனைகளையும் சந்தித்துத்தான் ஆகவேண்டும். இல்லையெனில் செங்கோடனிடம் மாட்டிக் கொண்டு வாழ்க்கையே சீரழிந்துவிடும்'' என்றாள் வெண்முத்து.

"ஆமாம் வெண்முத்து! எல்லாவற்றையும் நம் செந்தாமரைக் கண்ணனும், தாயாரும் பார்த்துக்கொள்வார்கள்.''

"அக்கா! ஆண்டவன் காட்டுவானே தவிர, ஊட்ட மாட்டான். நாம்தான் முயற்சி செய்ய வேண்டும். நமக்கான கதவு திறக்கப்பட்டுவிட்டது. கடந்து நுழைய வேண்டியது நமது புத்திசாலித்தனம்.''

"இருந்தாலும் இளவரசிக்கு இந்த ஆசை வரலாமா? அது தேவைதானா?" என்று நற்றிணை தன்னையே கேட்டுக்கொண்டாள்.

"அக்கா! நீங்கள் உங்கள் அண்ணனைப்போல் யோசிக்கக்கூடாது. கால்வாயைத் தாண்ட கால் இல்லாதவன்கூட, கடலைத் தாண்ட ஆசைப்படுகிற மனிதர்களைக் கண்கூடாகப் பார்த்து வருகிறோம்.

நீங்கள் ஓர் இளவரசி. உங்களுக்கு இந்தச் சாத்தியமான ஆசை வரக்கூடாதா?" என்று கேட்டு ஊக்கம் கொடுத்தாள் வெண்முத்து.

"உன்னிடம் வாயைக் கொடுத்தால் அவ்வளவுதான், சரி வா போகலாம். வெண்முத்து இன்று அவன் வராமற்போனால்கூட நல்லது என்று ஒருபுறம் தோன்றுகிறது" என்றாள்.

எப்படியோ அக்காவைச் சமாதானப்படுத்தி, மெதுவாகப் புறப்பட்டு மேற்குக் கோபுர வாயிலைக் கடந்து நான்கு மூலைக் கேணி என்னும் மாற்பிடுகு பெருங்கிணற்றின் மேற்குப் பக்கப் படித்துறைக்கு அழைத்துச் சென்றாள்.

ஒவ்வொரு படியிலும் கால்வைத்து இறங்கும்போது, நரகலோகத்துக்குள் அடி வைத்து நகர்வதுபோல் நற்றிணை உணர்ந்தாள். வெண்முத்துவும் நற்றிணைக்குச் சமாதானமும் தைரியமும் சொல்லிக்கொண்டு வந்தாளே தவிர, ஒவ்வொரு நிலைகளையும் தாண்டி இறங்கும்போதும் இவள் மனத்திலும் இனம் தெரியாத கலவரம் குடியிருந்துகொண்டுதான் இருந்தது. செம்பியன் ஏற்கெனவே வந்திருப்பானா? இனிமேல்தான் வருவானா? அல்லது வராமற்போய்விடுவானா? என்ற வினாக்கள் அவள் இதயத்தைத் துளைத்துக்கொண்டிருந்தன.

ஐம்பத்திரண்டாவது இறுதிப் படிக்கட்டை அடையும் முன் அங்கே தண்ணீரில் காலை நனைத்தவாறு திருமேனி அமர்ந்திருந்தான். இந்த முறை பெரிதாக வேஷம் போடாமல் தலையில் பிரிமணைபோல் கனமான முண்டாசு கட்டி, ஒரு நீள அங்கி அணிந்திருந்தான். முன் அனுபவத்தினால் வெண்முத்து எளிதில் அடையாளம் கண்டுகொண்டாள். மகிழ்ச்சியில் நற்றிணையின் இரு கரங்களையும் தன்னிரு கரங்களால் பிடித்து ஆலோலம் போட்டாள். தனக்குள் ஆனந்தம் இருந்தாலும், அதைக் காட்டிக்கொள்ளாமல் வெண்முத்துவைப் பார்த்து, 'கொஞ்சம் அடக்கமாக நடந்துகொள்' என இளவரசி சைகை காட்டினாள்.

என்னதான் செம்பியனும் ஒரு நாட்டு இளவரசனாக இருந்தாலும் இது திருவெள்ளறை நாடு அல்லவா? அதனால் எழுந்து நின்று முறைப்படி இந்த நாட்டு இளவரசிக்கு முகமன் கூறினான். அருகில் நெருங்கியவுடன் வெண்முத்துவின் கரத்தைப் பற்றித் தன்னுடன் நெருக்கமாக நிற்கவைத்துக்கொண்டு

அந்த நிலவொளியில் இளவரசியின் முகத்தை தன் நாட்டுக்கு இளவரசியாக வரவிருப்பவள் என்கிற கோணத்தில் இன்று நேரடியாக நோக்கினான்.

ஒரு படி மேலேயே நின்ற இளவரசி இறங்கிவர திருமேனி தன் ஒற்றைக் கரத்தை நீட்டினான். அவளும் மனமுவந்து அவன் கரம் பிடித்து நீருக்குள் இறங்கினாள். இளவரசன் கரம் தொட்டவுடன் தன்னை மறந்து இறங்கினாள். கரம்பிடித்து இறங்கியதைப் பார்த்த வெண்முத்துவின் கண்களில் ஆனந்தக் கண்ணீர் மல்கியது.

"இளவரசரே! உங்களைச் சந்திப்பதில் மகிழ்ச்சி அடைகிறேன். இப்படியொரு வாய்ப்பு எனக்குக் கிடைக்கும் என்று கனவிலும் நினைத்ததில்லை. சென்ற பௌர்ணமியன்று தங்களுடன் பேசிக்கொண்ட அனைத்து விவரங்களையும் வெண்முத்து சொன்னாள்.''

"இளவரசி! வெண்முத்து சொன்னவற்றில் உங்களுக்கு ஆட்சேபனை ஏதும் இல்லையே?"

"இல்லை" என்று நற்றிணை வெட்கம் பிடுங்கித் தின்னச் சொன்னதைக் கேட்டவுடன் வெண்முத்துக்கு ஏகப்பட்ட மகிழ்ச்சி. தான் கொடுத்த திட்டத்தை ஏற்றுக்கொண்டான் என்பதை எண்ணி வெண்முத்துக்கு இரட்டிப்பு மகிழ்ச்சி. அதற்காக நன்றி சொல்லும் முகத்தான், வெண்முத்து அவன் கையைத் தூக்கிப் புறங்கையில் முத்தமிட்டாள். இதுவே இளவரசி இல்லாத நேரமாக இருந்தால்... ஒன்றுக்கு நூறாகக் கொடுக்க வேண்டிய இடத்தில் கொடுத்திருப்பாள். நாளைக்கு இளவரசியும் அவனுக்கு மனைவியாகப் போகிறவள் அல்லவா? பேதமில்லா மனங்களைக் கொண்டவர்கள். ஆனாலும் அக்கா சொன்னதுபோல் அடக்கி வாசிப்பது நல்லது என்றும் வெண்முத்து நினைத்துத் தன் உணர்ச்சிகளைக் கட்டுப்படுத்திக்கொண்டாள்.

"நான் மனம் திறந்து உண்மையைப் பேசுகிறேன். சென்ற முறை வெண்முத்துவைப் பார்த்துவிட்டுப் போன பின்பு இந்தச் சம்பந்தம் நடைபெறாமல் போய்விடுமோ, எனக்கு வெண்முத்து கிடைக்காமல் போய்விடுவாளோ என்று அஞ்சினேன். இன்றைய தினம் நான் இங்கு வருவேனா என்ற சந்தேகமும் வந்துவிட்டது. உங்களையும் வெண்முத்துவையும் பிரிக்க விரும்பவில்லை. என்

தாயாரிடம் இந்தப் பிரச்சினைக்குத் தீர்வு கேட்டேன். எங்களுக்குள் நடந்த பல விவாதங்களுக்குப் பிறகு 'சரி இருவரையும் ஏற்றுக்கொள். ஆனால் அது சண்டை சச்சரவுகள் மூலம் இல்லாது, நட்பு முறையில் அமைந்தால் நல்லது' என்றார்கள். அதாவது உங்கள் மன்னரின் அனுமதியோடு திருமணம் நடைபெறவேண்டும் என்று என்னை வற்புறுத்தி, அதற்கான வழியை முதலில் கண்டுபிடி என்றார் என் தாயார்."

"மகாராணியின் சம்மதத்தோடு என்று நீங்கள் சொன்னது பெரிய ஆறுதலாக இருக்கிறது" என்றாள் நற்றிணை.

"நட்பு முறையில் இந்தக் கலியாணம் நடைபெறவேண்டும் என நம் மாமியார் கூறியதைக் கேட்கும்போது மனத்திற்கு இதமாக இருக்கிறது" என்றாள் வெண்முத்து.

"என் அன்னையிடம், 'செங்கோடன் இருக்கும்வரை அதற்கான சாத்தியக் கூறுகள் இல்லை' என்றேன். 'அதற்கு என்ன வழியென்றும் யோசி' என்று பதில் அளித்தார். அதற்கும் சில வழிகளைச் சிந்தித்து வருகிறோம். அதுவரை நம் இந்தச் சந்திப்பையும் எதிர்காலத் திட்டங்களையும் யாருக்கும் தெரியப்படுத்தவேண்டாம். ஏனெனில் அது நம் எதிர்கால இணைப்பைப் பாதிக்கலாம்."

"ஆமாம் இளவரசே! செங்கோடன் இருக்கும் வரையில் என்னை அவர் உங்களுடன் சேரவிடமாட்டார்."

"தெரியும்" என்றான் திருமேனி. கேட்டுக்கொண்டிருந்த வெண்முத்து,

"இளவரசே! நாங்கள் எங்கள் மன்னரிடமும் திருமணம் தொடர்பாகப் பேசியுள்ளோம். அதேநேரத்தில் நீங்கள்தான் எங்கள்நாட்டு மாப்பிள்ளை என்று எங்கள் மன்னர் யூகித்திருக்கலாம்" என்றவளை இடைமறித்த நற்றிணை,

"உங்களுக்கு ஒரு புதிய செய்தி. என் அண்ணனும் வெண்முத்துவை மணம் முடிக்க விரும்பி இருந்திருக்கிறார். அது எங்களுக்குத் தெரியாமல் போய்விட்டது. முன்கூட்டியே தெரிந்திருந்தால் வெண்முத்து தங்களுக்குக் கிடைத்திருக்கமாட்டாள். என் அண்ணன் எப்போதும் இப்படித்தான். அவர் ஒரு பெண்ணாகப் பிறக்க வேண்டியவர். எல்லாவற்றிலும் பின் புத்தி!" என்று சொன்னவுடன், வெண்முத்து இளவரசனைப் பார்த்து,

"பார்த்தீர்களா இளவரசே! எனக்கு எவ்வளவு கிராக்கி இருக்கிறது. நான் இந்த நாட்டு ராணியாக வேண்டிய அதிருஷ்டம் இருந்தும் உங்களிடம் மனத்தைப் பறிகொடுத்துவிட்டேன் என்கிற ஒரே காரணத்தால் இப்போது உங்களைத் தேடி வந்திருக்கிறேன். நீங்கள் இப்போது என்னை வேண்டாம் என்று சொல்லுங்கள். நான் எங்கள் நாட்டிலேயே அரசியாகிவிடுகிறேன்.''

"தாயே! தாராளமாக அரசி ஆகிக்கொள்ளுங்கள். எனக்கு எந்த ஆட்சேபனையும் இல்லை. ஆனால் உங்களுக்குள் போட்டுக்கொண்ட சத்தியப் பிரமாண உடன்படிக்கை என்னாவது? செந்தாமரைக் கண்ணன் உங்களைத் தண்டிக்க மாட்டாரா?" என்றான் ஒரு குறும்புப் பார்வையுடன்.

"நான் எங்கள் கண்ணபெருமானை ஒரு கண்ஜாடையில் சரிகட்டிக்கொள்கிறேன். நான் இதயம் இல்லாமல் எங்கள் மன்னனுடன் எப்படி வாழ்க்கை நடத்த முடியும்? திருடி எடுத்துக்கொண்ட என் இதயத்தைத் திருப்பித் தாருங்கள். நான் கூடுவிட்டுக் கூடு பாய்ந்துகொள்கிறேன்" என்று வெண்முத்து சொன்னவுடன் அனைவரும் வாய்விட்டுச் சிரித்தார்கள்.

"நான் திருடிய அந்த இதயம் என்னுள் கரைந்து ரத்தத்தோடு ரத்தமாகக் கலந்துவிட்டது. ஒன்று செய்யுங்கள் உங்கள் நாட்டில் அன்னப் பறவை இருந்தால், கொண்டுவாருங்கள். அது பிரித்தெடுத்துக் கொடுக்குமா என்று பார்க்கலாம்.''

"தண்ணீரையும் பாலையும் மட்டும்தான் அன்னத்தால் பிரித்தெடுக்கத் தெரியும் என்கிற விவரம், எல்லாம் தெரிந்த நமது இளவரசருக்குத் தெரியாதோ?"

இவர்களின் கிண்டலான விவாதங்களை இளவரசி கேட்டு ரசித்துக்கொண்டிருந்தாள். அந்தநேரத்தில் யாரோ ஒரு ஆண்மகன் இவர்கள் இருந்த படித்துறை வழியில் இறங்கினான். இரண்டு பெண்களும் தங்கள் மேலாடையை இழுத்துப் போர்த்தித் தங்கள் முகத்தை ஒரு பக்கமாகத் திருப்பி மறைத்துக்கொண்டார்கள். வந்தவனும் பெண்கள் பகுதிபோலும் என்று நினைத்துக்கொண்டு திரும்பிப் போய்விட்டான்.

"அடுத்த பௌர்ணமியன்று எங்கள் நாட்டின்மீது பொன்னமரா வதிப் பாண்டியன் படையெடுக்க முடிவெடுத்துவிட்டதாகத்

தெரிகிறது. அப்படிப் பெரும் படையுடன் வெள்ளாற்றைத் தாண்டி உறையூரையும் கடந்து எங்கள் தலைநகரிடம் நெருங்கிவிட்டான் என்றால் நீங்கள் வந்து எங்கள் இருவரையும் கடத்திச் சென்று விடுங்கள்" என்றாள் இளவரசி.

"நீங்கள் கவலைப்படவேண்டாம். அந்த அளவுக்கு உங்கள் தலைநகரை நெருங்க மாட்டார்கள் என்று நினைக்கிறேன்."

"எதை ஆதாரமாக வைத்துச் சொல்கிறீர்கள்?"

"கூடிய விரைவில் நம் இரு ராஜாங்கங்களுக்குள் நட்பு பாராட்டும் காலம் வரலாம். நாங்களே உங்களுக்காகப் போரில் உதவி செய்யலாம். காத்திருந்து பாருங்கள்."

"இதைக் கேட்பதற்கு எவ்வளவு சந்தோஷமாக இருக்கிறது தெரியுமா? இளவரசே! ஒன்று சொல்கிறேன். நன்றாகக் கேட்டுக்கொள்ளுங்கள். நம் திருமணம் நடந்து முடிந்தபின் முதலில் வெண்முத்துவுக்குக் குழந்தை பிறக்கும் வரையில் எனக்குக் குழந்தை பாக்கியம் வேண்டாம். என் படுக்கை அறை பக்கம் நீங்கள் வரக்கூடாது. இது வெண்ணாகரத்து ராணியின் கடும் உத்தரவு" என்ற நற்றிணையை மறுத்து,

"அக்கா...!" என்று கதறிச் சத்தம் போட ஆரம்பித்த வெண்முத்துவை, அவளிடம் கொண்டிருந்த அன்பால், உரிமையால்,

"நிறுத்து! போர் சூழும் நெருக்கடியான நேரத்திலிருக்கிறோம்... ஒன்றும் பேசாதே! ராணி உத்தரவை மீறினால் கடும் விளைவுகளை நீ சந்திக்க நேரிடும் என்று எச்சரிக்கிறேன்" என்றாள் நற்றிணை.

"அக்கா! அப்படியென்றால் நானும் அந்த நாட்டு ராணிதானே? உங்களை எதிர்ப்பதால் எனக்குச் சிறைவாசம் கொடுங்கள். நான் சிறையிலேயே கிடந்தால் எனக்கு 'முதலில் குழந்தை பாக்கியம்' கிடைக்காதல்லவா? அல்லது தூக்குத் தண்டனைகூடக் கொடுங்கள். பரவாயில்லை. என்ன சொன்னாலும் இதற்கு நான் ஒப்புக்கொள்ள மாட்டேன். நமது உடன்பாட்டை மறந்துவிட்டுப் பேசும் உங்களுக்குத்தான் தண்டனை கொடுக்கவேண்டும்" என்று இருவரும் பேசிக்கொண்டதைக் கேட்டு திருமேனி சிரித்துக்கொண்டே,

"அது அதற்கான நேரம் வரும்போது பேசிக்கொள்வோம். உங்கள் மொழியின்படி, யாருக்கு முதல் பிள்ளை பிறக்க வேண்டும் என்பதை உங்கள் செந்தாமரைக் கண்ணனிடம் விட்டுவிடுங்கள். முதலில் திருமணம் நடக்கட்டும். அதற்குள் பிள்ளைக்குப் பேர் வைப்பதுபற்றிப் பேசுகிறீர்கள்?"

"அக்கா! சரி, ஒரு ஒப்பந்தத்துக்கு வருவோம்! யாருக்குப் பேறு பாக்கியம் என்பதை இளவரசர் சொன்னதுபோல் இறைவன் பார்த்துக்கொள்ளட்டும்.''

"ஆமாம்... ஆமாம்... நான் பிரம்மச்சரியத்தில் போய்விட்டால்... பேறு பாக்கியத்தை உங்கள் மடியில் கொண்டுவந்து இறைவன் கொடுத்துவிடுவானா?"

"நாங்கள் குந்திதேவிகளாக மாறினோம் என்றால், அந்தச் சூரிய பகவான், ஒரு கர்ணன் இல்லை... ஓராயிரக் கர்ணன்களைக் கொண்டுவந்து கொடுப்பான்..!"

"சரி... சரி... எதற்கு வெட்டிப் பேச்சு? அதைவிடுங்கள். மேலே வாருங்கள்'' என்று அவன் கூறியபின், மூவரும் படியேறினார்கள்.

38

திருவெள்ளறைக்கு வெண்ணாகரம் உதவ முன்வருதல்

பொன்னமராவதி, திருவெள்ளறைமீது போர் தொடுக்க முடிவெடுத்துத் திகதி குறித்தாகிவிட்டது. அதற்கு ஏற்றார்போல் விரைந்து பாண்டியன் ஆயத்தமாகும் செய்தியைக் கேட்ட மன்னர் இளந்திரைக்கோ அதிர்ச்சியடைந்தார். தலைக்குமேல் முற்றிப்போன பிரச்சினையாக மாறிவிட்டதையறிந்து வேதனையடைந்தான். ஏற்கெனவே ஒருமுறை ஒற்றர்படைத் தளபதி சொன்னதுபோல் பொன்னமராவதியுடன் சமரசம் பேசி எளிதாகத் தீர்த்திருக்கலாம். 'வழக்கம்போல் இதிலேயும் கோட்டைவிட்டுவிட்டேனே' என்று வருந்தினான். 'என் புத்தி ஏன் இப்படி வேலை செய்கிறது' என்று தன்னையே கேட்டுக்கொண்டான்.

அதற்கிடையில் வெண்ணாகரத்திலிருந்து அண்மையில் வந்த கடிதத்தை மீண்டும் ஒருமுறை படித்துப் பார்த்துக்கொண்டான்.

"நீங்கள் எங்களுக்கு விடுதலை கொடுக்க வேண்டாம். நீங்கள் தருவதாகச் சொல்லும் அந்த விடுதலையை நாங்களே எடுத்துக்கொண்டோம். செங்கோடன் எங்கள் நாட்டைவிட்டுப் போகும்போது தொடர்ந்து வரி செலுத்தி வரவேண்டுமென உத்தரவு போட்டுவிட்டுத்தான் தப்பித்து வந்தார். ஆனால் இது வரையில் நாங்கள் கப்பம் கட்டவில்லை. இனியும் கட்டமாட்டோம்! இருந்தாலும் தங்களுடைய மன மாற்றத்துக்கு எங்களது வரவேற்பும் நன்றியும்!

இப்போது எங்கள் வெண்ணாகரப் போர்ப்படையை விரிவாக்கிப் பலம் மிக்கதாக ஆக்கிவிட்டதால், யாரை வேண்டுமானாலும் எதிர்த்துப் போரிட்டு வெற்றிபெற முடியும் என்கிற அளவுக்குத் துணிவும், தைரியமும், நம்பிக்கையும் வந்துவிட்டன.

இந்தநேரத்தில் உங்கள்மீது போர் தொடுக்க பொன்னமராவதி முற்படுவதாக அறிகிறோம். என்னதான் இருந்தாலும் நீங்களும் ஒரு

சோழ மன்னன். ஒருநேரத்தில் எங்களை ஆண்ட அரசு. உங்களுக்கு ஒரு தோல்வி என்று வந்துவிட்டால், அதைச் சோழநாட்டின் தோல்வியாகத்தான் மற்றவர்கள் எடுத்துக்கொள்வார்கள். ஒரு பாண்டியன் நம் நாட்டில் வந்து வென்றிடக்கூடாது. அதனால் நாங்கள் எங்களது பெரும் படையுடன் உங்களுக்கு உதவத் தயார். -இப்படிக்கு, செம்பியன் திருமேனி."

இதைப் படித்தவுடன் இளந்திரைக்கோவுக்குச் சிறிய வருத்தம் இருந்தாலும் மொத்தத்தில் மகிழ்ச்சியடைந்தான். தன் தளபதிகளுடன் கலந்தாலோசித்தான். செங்கோடன் மட்டும், செம்பியனின் கர்வம் கொண்ட கருத்துக்குத் தன் கண்டனத்தைத் தெரிவித்தான்.

"நம்மிடம் தோற்று அடிமைப்பட்டுக் கிடந்த நாடு இன்று இவ்வளவு திமிருடன் தூதோலை எழுதி அனுப்பியிருப்பதை என்னால் சகித்துக்கொள்ள முடியவில்லை. செம்பியனைக் கொஞ்சம் அடக்கி வைக்க வேண்டும். அரசே! உத்தரவு இடுங்கள். என்னிடம் அந்தப் பொறுப்பைக் கொடுங்கள். உண்டா இல்லையா என்று பார்த்துவிடுகிறேன்'' என்றான் செங்கோடன்.

செங்கோடனின் இந்த வெற்றுச் சவடால் பேச்சை மன்னர் உள்பட யாரும் ரசிக்கவில்லை. ஒரு பொருட்டாகவும் கருதவில்லை. மற்றத் தளபதிகள் எல்லோரும் சினமாகினர். இத்தனை நெருக்கடிகளும் ஏற்படுவதற்கு மூல காரணமாக இருந்துவிட்டு இன்று செங்கோடன் வீர வசனம் பேசுகிறான். ஏற்கெனவே கொடுத்த வெண்ணாகரத்தின் ஆட்சிப் பொறுப்பை என்ன செய்தான்? ஏன் ஓடி வந்தான்? இப்போது காற்றில் கத்தியைச் சுழற்றுகிறான். இருந்தாலும் மன்னரின் அபிப்பிராயத்துக்குக் காத்திருந்தனர்.

மன்னர் மற்றவர்களைப் பார்த்து,

"நீங்கள் இதைப் பற்றி என்ன நினைக்கிறீர்கள்?" என்று கேட்டார்.

எல்லோரும் அமைதியாக இருந்தார்கள். அதன் பொருளை உணர்ந்துகொண்ட மன்னர்,

"உங்கள் அமைதி எதிர்பார்த்ததுதான். போர்ப்படைத் தளபதி செங்கோடன் எங்கள் ராஜகுடும்பத்தைச் சேர்ந்தவர்தான். என் தங்கையைத் திருமணம் செய்து கொடுக்கப்போகிறேன் என்பதிலே ஐயமில்லை. இருந்தாலும் இன்று எழுந்திருக்கிற

போர்ச் சூழல் அசாதாரணமானது. இது மிகவும் சோதனையான காலம். உண்மையைச் சொல்லப்போனால் நாம், வாழ்வா? சாவா? என்கிற நிலைக்குத் தள்ளப்பட்டுவிட்டோம். அதனால் போர் அபாயத்தின் தட்பவெப்ப யதார்த்த நிலையை உணர்ந்து, மனந்திறந்து உங்கள் அபிப்பிராயத்தை வெளிப்படுத்துங்கள்" என்று சொல்லி ஊக்கப்படுத்தினார் மன்னர்.

"மதிப்பும் மரியாதையும் பொருந்திய மன்னர் அவர்களே! உங்கள் தனிப்பட்ட உறவையும் ராஜதந்திரத்தையும் ஒன்றோடொன்று கலக்கவில்லையென்றால் நாங்கள் கருத்துச் சொல்லலாம். இல்லையென்றால் எப்போதும் போல் அமைதி காத்துக்கொள்கிறோம்.''

"தளபதியார்களே! வாழ்வா சாவா என்ற கத்தி முனையில் நிற்கிற பிரச்சினையில் இருக்கிறோம் என்று நான் சொன்ன பிறகும் ஏன் அமைதி காக்க வேண்டும்... பரவாயில்லை! மனத்தில் தோன்றியதை வெளிப்படையாகச் சொல்லுங்கள்..."

"அப்படியானால் சொல்கிறோம்... அரசே! வெண்ணாகரம் நம்முடன் நெருங்கி வருவதை நாம் நமக்குச் சாதகமாகவே எடுத்துக்கொள்ளலாம்" - ஒருவர்.

"அவர்களுக்கு விடுதலை கொடுக்கலாம் என்ற முடிவுக்கு நாம் வந்துவிட்டோம். பின் ஏன் கௌரவம் பார்க்க வேண்டும்? நம்மீது பொன்னமராவதி படையெடுக்கும் இந்நேரத்தில் பக்கத்து நாட்டோடு பகைமை வேண்டாமே" - இரண்டாமவர்.

இந்த நேரத்தில் செங்கோடனுக்குச் சினம் தலைக்கேறியது. 'இதுநாள் வரையில் வாயைப் பொத்திக்கொண்டு பணியாற்றிய தலைகள் எல்லாம் இன்று வாலாட்டுகின்றன. எல்லாம் இந்த மன்னர் கொடுக்கும் இடம்' என்றெல்லாம் எண்ணிக்கொண்டிருந்தான்.

தன் தங்கையைத் தனக்குக் கலியாணம் செய்து வைப்பதாக இருக்கும் மன்னரை எதிர்த்து இப்போது எதுவும் பேச விரும்பவில்லை. காரணம், மனம் ஒப்பாமல் இருக்கும் நற்றிணையை மன்னரால் மட்டும்தான் வலியுறுத்தித் தனக்கு மணம் செய்துவைக்க முடியும் என்று பூரணமாகச் செங்கோடன் நம்புகிறான்.

"மாமன்னரே! வெண்ணாகரம் தற்போது படைபலத்தைப் பெருக்கிக் கொண்டுவிட்டார்கள் என்ற செய்தி வந்துகொண்டிருக்

கிறது உண்மைதான். அதனால் அவர்களின் படையை இங்கு வரச்சொல்லி நம்மோடு சேர்த்துக்கொண்டால் பொன்மான் வழுதியை விஞ்சிய படைகள் நமக்குக் கிடைத்துவிடும். பயம் இல்லாமல் களத்தில் இறங்கினால் நாம் போரில் எளிதாக வென்றிட முடியும். வெண்ணாகரம் நமக்கு உதவிட முன் வந்ததை வரவேற்று, தாமதிக்காமல் இன்றே ஒரு தகவல் அனுப்பிவிடுங்கள். அரசே! பொன்மானைத் தடுத்துவிட்டால் பின்னர் வேண்டுமானால் செங்கோடனார் சொன்னதுபோல் வெண்ணாகரத்தை, மட்டம் தட்டி கைக்குள் வைத்துக்கொள்வோம். அப்புறம் என்ன செய்துவிடுவான் அந்தப் பொடியன் செம்பியன்? நிலைமைக்குத் தகுந்தாற்போல் அப்போது கூடி ஒரு முடிவு எடுத்துக்கொள்ளலாம்" என்றார் இன்னொருவர்.

"தளபதி செங்கோடன்! நீங்கள் இப்போது என்ன சொல்கிறீர்கள்?" என்று கேட்டார் இளந்திரைக்கோ.

"என்னவோ செய்யுங்கள். இனி இவர்களோடு என்னால் தலைமைப் பொறுப்பேற்றுப் போர்க்களத்துக்கு வர என் கௌரவம் இடம் கொடுக்கவில்லை" என்றான் செங்கோடன்.

"ஏன் அப்படி எடுத்துக்கொள்கிறீர்கள் தளபதியாரே! தனிப்பட்டவர்களைவிட நாடுதான் நமக்கு முக்கியம் என்று எண்ணித்தான் எங்கள் அபிப்பிராயங்களைத் தெரிவித்தோம். வாருங்கள் எப்போதும்போல் நாம் சேர்ந்து பணியாற்றி வாகை சூடி முதலில் நாட்டைக் காப்பாற்றுவோம். சுவர் இருந்தால்தான் சித்திரம் வரைய முடியும்!'' என்றார் மீண்டும் அதே தளபதி.

"மைத்துனர் தளபதியாரே வருந்தற்க! நீங்கள் இல்லாத போரா? என்னால் கற்பனை செய்து பார்க்க முடியவில்லை. உங்கள் அனுபவம் நமக்குத் தேவை. 'என்னைவிட நாடுதான் முக்கியம்' என்று நானே நினைப்பேன். நீங்களும் அப்படித்தான் நினைப்பீர்கள் என்று நினைக்கிறேன். போரில் உங்கள் பங்கு என்ன என்பதைப் பிறகு தீர்மானித்துக்கொள்வோம்" என்று அரசர் சொல்லிவிட்டு, எல்லோரும் தெரிவித்த கருத்துக்களை மனத்தில் ஊறப்போட்டு, வெண்ணாகரத்துக்கு மீண்டும் ஒரு பதில் செய்தி அனுப்பினான்.

39
வெண்ணாகரத்துடன் நட்புப் பாராட்டிய இளந்திரைக்கோ

வெண்ணாகர இளவரசன் செம்பியன் திருமேனிக்கு திருவெள்ளறையிடமிருந்து மடல் வந்தது. சபையின்முன் இளவரசன் வாங்கி விரித்து உரக்கப் படித்தான்.

"வெண்ணாகர நாட்டின் இளவரசர் செம்பியன் திருமேனிக்கு நமஸ்காரங்கள்! எங்கள் வெள்ளறை செய்த சில விரும்பத்தகாத காரியங்களையும் மறந்து சங்கப் புலவன் செப்பியதுபோல், உடுக்கை இழந்தகாலை உதவிடும் கரம்போல் என் இடுக்கண் களைய எனக்குத் தோழமையுடன் கை கொடுக்க முன்வந்தமைக்கு மிக்க நன்றி உரித்தாகட்டும்!

கர்ணன் துரியோதனனுக்கிடையே குடிகொண்ட நட்புபோல் நமக்குள் மலர்ந்த இக்கேண்மை நிலைத்திருக்க எம்பெருமான் செந்தாமரைக் கண்ணன் எமக்கருள் புரியட்டும்!

உறையூர் சங்ககால மன்னன் கோப்பெருஞ்சோழனுக்கும், 'யாண்டு பலவாக நரையில வாகுதல்' பாடிப் புகழ்பெற்ற பாண்டியநாட்டுப் புலவன் பிசிராந்தையாருக்கிடையே மலர்ந்த நட்பனைய நம் நட்பு தொடங்கட்டும்! வெண்ணாகரத்தின் தங்கள் பெரும் சைன்யங்களுடன் போருக்கு முந்திய தினம் திருவெள்ளறை பக்கம் வரவாய்ப்பிருக்கிறதா? அல்லது எந்த வகையில் உதவிடப் போகிறீர்கள் என்பதை அறிய விரும்பிக் காத்திருக்கிறேன் - இளந்திரைக்கோ."

கேட்டுக்கொண்டிருந்த எல்லார் முகத்திலும் புன்னகை அரும்பியது.

"இதில் சூழ்ச்சியேதுமிருக்காது என்றே தோன்றுகிறது. பாவம் தோல்வி அடைந்துவிடுவோமோ என்ற மரணபயம் அவனுக்குள்

முளைவிட்டிருக்கலாம். எது எப்படியோ நம் விடியலுக்குமுன் கீழ்வானில் காரிக்கும் வெள்ளிபோல் இத்திருமுகம் ஒரு வெளிச்சத்தையும் நம்பிக்கையையும் கொடுத்திருக்கிறது'' என்று அருந்தவராயரை ஓரக்கண்ணால் பார்த்துக்கொண்டே முனிவர் சொன்னார்.

"என்ன சொன்னாலும் செங்கோடனுடன் இளந்திரைக் கோவையும் சேர்த்தே காவு வாங்க வேண்டும்போல் தோன்றுகிறது. அவனுக்குத் தோல்வி பயமில்லாவிட்டால் நம்மிடம் வந்திருப்பானா?" என்று கண்கள் சிவக்க, பற்களை நரநரவென்று இறுக்கிக் கடித்துக்கொண்டே அருந்தவராயர் சொன்னார்.

"கவலைப்படாதே தம்பி! அதற்கெல்லாம் ஒரு காலம் வரும். எதை எங்கே எப்படி வினையாற்றுவதென்ற கலையை முனிவரிடமிருந்து அறிந்தவன் என் மகன். உன் எண்ணம் ஈடேறும் நாட்கள் தொலைவில் இல்லையென்று என் உள்மனம் சொல்லுகிறது" என்றார் வடிவுடையாள்.

அமைதியாக எல்லார் கருத்துகளையும் செம்பியன் திருமேனி கேட்டுவிட்டுத் தன் திட்டத்தைச் சொன்னான். மேற்கொண்டும் மற்றவர்களையும் கலந்து ஆலோசித்துவிட்டுப் பதில் ஒன்றை மீண்டும் திருவெள்ளறைக்கு அனுப்பினான்.

◆ 40
வெண்ணாகரத்துக்குச் செங்கோடனை அழைத்தல்

திருவெள்ளறை அரண்மனை

வெண்ணாகரத்திடமிருந்து ஒற்றர் கொணர்ந்த ஓலையை வாங்கி எல்லோருக்கும் கேட்குமாறு படித்தார் மன்னர் இளந்திரைக்கோ.

"எங்கள் படைகளை உங்கள் இடத்துக்குக் கொண்டு வந்து அங்கிருந்து தங்களுக்கு உதவியாகப் போரிடுவதைவிடப் பொன்னமராவதி நாட்டின் வடகிழக்குப்புறமாகக் காந்தர்வ கோட்டைக்கு எங்கள் அனைத்துப் படைகளையும் இரண்டு நாட்களுக்கு முன்பாகவே கொண்டுபோய்ச் சேர்த்து வைத்து விடுகிறோம். அங்கிருந்து புறப்பட்டு, செங்கமாரி வழியாகச் சென்று, வெள்ளாற்றைக் கடந்து பாண்டிய நாட்டின் பச்சலூர், கோங்குடி, முக்குடியை ஆக்கிரமித்துப் படையைப் பொன்னமராவதி நோக்கி முன்னெடுத்து நடத்திச் செல்கிறோம். பொன்னமராவதி தன் படைகளை இரண்டாகப் பிரிக்கவேண்டிய நிலையை உருவாக்குவோம். ஒரு பிரிவு வந்து எங்களைச் சந்திக்கட்டும். அவன் படை என்னை நோக்கி வந்தால் சின்னாபின்னமாக்கி வெற்றிக்கொடியை நாட்டுவேன். ஆளுக்கொரு முனையில் இருந்து நாம் போர்புரிவோம். அதனால் அவன் பலம் குறைந்துவிடும். எளிதில் நமது வெற்றியை உறுதிப்படுத்திக் கொள்ளலாம்.

ஆனால், அதற்கு நான்கு நிபந்தனைகள்.

ஒன்று: நாங்கள் போர் அனுபவம் இல்லாதவர்கள். இருந்தாலும், தற்போது பெரும் படையை உருவாக்கிவிட்டோம். எங்கள்

வீரர்களை ஒழுங்குசெய்து, ஒருமுகப்படுத்தி வழிநடத்த ஒரு தளபதி வேண்டும். அதனால் உங்கள் படையில் அனுபவமும் திறமையும் படைத்த போர்ப்படைத் தளபதி செங்கோட்டாதவன் என்கிற தனிப்பெரும் வீரரை மட்டும் எங்களுக்கு அனுப்பி வைக்கவும். அவருடைய வழிகாட்டுதலில் வெற்றிக்கனியைக் கொண்டுவந்து தங்களிடம் தருகிறோம்.

இரண்டாவது: திருவெள்ளறையின் வெற்றிக்கு வெண்ணாகரம் உதவி புரிவதால் எங்கள் சுய அதிகாரத்தை அங்கீகரித்துத் தாங்களே நேரில் வந்து எனக்கு முடிசூட்டி வைத்து ஆசீர்வாதம் வழங்க வேண்டும்.

மூன்றாவது: உங்கள் தங்கை இளவரசி நற்றிணையின் கலியாண வைபவத்தில் நான் கலந்துகொள்ள வேண்டும். அன்று தங்கள் தங்கையின் தோழி வெண்முத்துவை எனக்குப் பெண்கேட்போம். நீங்கள் அவளைப் பரிசம் போட்டு எங்களுடன் அனுப்பவேண்டும். அன்றிலிருந்து நாம் நமது புது நட்பை உருவாக்கி நமக்குள் பரஸ்பர நல்லெண்ணத்தை நடைமுறைப்படுத்திக்கொள்ளவேண்டும்.

நான்காவது: நாம் வெற்றிபெற்றவுடன், போர்க்களத்தில் அதைச் செங்கோடனிடம் நேரில் சொல்கிறேன்.

- இப்படிக்கு, செம்பியன் திருமேனி''

படித்தவுடன் மகாராஜா மகிழ்ந்து திருமேனியின் 'பிரிந்து நின்று போராடும் திட்டத்தை' அமோகமாக வரவேற்றார். "நமக்குத் தோன்றாத தனி உத்தி அவனுக்குத் தோன்றியிருக்கிறது" என்று சொல்லி எல்லார் முன்னிலையில் அறிவித்துப் பாராட்டினான்.

இந்த நேரத்தில் செங்கோடனுக்கு ஆறுதலான செய்திகள் வந்ததையடுத்து அவன் ஓரளவு சமாதானமடைந்தான். தனக்கும் நற்றிணைக்கும் நடக்க இருக்கும் திருமணத்தில் செம்பியன் கலந்துகொள்ள விழைகிறான். தாராளமாகக் கலந்துகொள்ளட்டும். இப்படியான தனக்குச் சாதகமான செய்தியும் அந்தக் கடிதத்துக்குள் இருந்ததை அறிந்து ஒருவகையில் மகிழ்ச்சி அடைந்துகொண்டான்.

இரண்டாவதாக, இதுவரை தன் சொல்கேட்டு இணைந்து பணியாற்றிய மற்ற படைத் தலைவர்கள் தன்னை மீறிச் செயல்படுவதால் இனியும் அவர்களுடன் எப்படி இணைந்து பணியாற்றுவது என்ற கௌரவப் பிரச்சினையில்

உழன்றுகொண்டிருந்த செங்கோடனுக்கு இம்மடல் ஒரு வழியைக் காட்டி மன நிறைவைக் கொடுத்தது. கூட இருந்தே துரோகிகளாக மாறிவிட்டவர்களுடன் இணைந்து போர்க்களத்தில் குதிப்பதைவிட எதிரிகளுடன் சென்று போர்க்களத்தில் போரிடுவது சாலச் சிறந்ததென்ற முடிவுக்கு வந்துவிட்டான்.

"அருமையான திட்டம். ஒற்றர்களே! என் வரவேற்பையும், மகிழ்ச்சியையும், நன்றியையும் போய் வெண்ணாகரத்துக்குத் தெரிவியுங்கள்! என் கவலையும் பயமும் ஒழிந்துவிட்டன. என் நாட்டைக் காப்பாற்றிவிட்டேன் என்ற நம்பிக்கை கண்முன் பிரகாசமாய் ஒளிர்கிறது!" என்று இளந்திரைக்கோ, தன்னிரு கைகளையும் உயர்த்திச் சத்தம்போட்டு அறிவித்தார்.

"எல்லோரும் கவனமாகக் கேளுங்கள். போர்மேகம் சூழத் தொடங்கிவிட்டது. நம்மீது போர் தொடுக்கப் பாண்டியன் பொன்மான் வழுதி அனைத்து முஸ்தீபுகளையும் எடுத்து விட்டான். பௌர்ணமியன்று போர் என்று நாள் குறித்து அனுப்பி விட்டான். நம்மை எதிர்கொள்ள அழைத்திருக்கிறான். எவ்வளவு பெரிய படையை வைத்திருந்தாலும் அவனுக்கு என்ன தைரியம் இருந்தால் நம் வெள்ளறையை முற்றுகையிடப் போகிறேனென்று கொக்கரிக்கிறான். நடக்கிற காரியமா? அவனை வெள்ளாற் றங்கரையிலேயே தடுத்து நிறுத்திவிடவேண்டும். மாறாக நமது படை வெள்ளாற்றையும் தாண்டிப் பொன்னமராவதி நோக்கிச் செல்லவேண்டும். அதற்கு ஏற்றார்போல் வியூகம் தீட்டி நமது அத்தனை சக்திகளையும் ஒருமுகப்படுத்துங்கள். யானை, குதிரை, காலாட்படைகளை உஷார் படுத்துங்கள். பௌர்ணமிக்கு இன்னும் ஐந்து நாட்களே இருக்கின்றன. இரண்டு நாட்களில் நமது படையை, உறையூரைத் தாண்டி நிறுத்தி வைக்கவேண்டும்."

மன்னரே தொடர்ந்தார்.

"பொன்மான்வழுதியின் படை பலத்தை இரண்டாகப் பிரிப்பதன் மூலம் நம்மை வெற்றிபெற வைக்கும் அத்திட்டத்துக்கு, நான் சரியென்று உங்கள் சம்மதத்துடன் சொல்லி அனுப்பிவிடுகிறேன். அதாவது பாண்டியனின் வடகிழக்குப் பிரதேசத்துக்குள் வெண்ணாகரப் படைகள் பிரவேசிக்கட்டும்!

இதைச் சற்றும் எதிர்பார்க்காத பொன்மான் வேறு வழியின்றிப் பாதிச் சேனையை வடகிழக்கே வெண்ணாகரத்தின்

படையெடுப்பைத் தடுப்பதற்கும், பாதிப்படையை நம்மை எதிர்கொள்ள என்று தன் படைகளை இரண்டாகப் பிரித்து அனுப்பிவிடுவான்.

போரில் வெண்ணாகரத்துக்கு முன் அனுபவம் இல்லாததால் நமது போர்ப்படைத் தளபதி செங்கோடனை, வழிநடத்த அனுப்புமாறு கேட்டுள்ளார்கள்... நானும் சரியென்று சொல்லலாம் என்று நினைக்கிறேன். நீங்கள் எல்லோரும் என்ன நினைக்கிறீர்கள்?" என்றவுடன், செங்கோடனே எழுந்து,

"நான் இதற்குச் சம்மதிக்கிறேன். இன்றே அதற்கான என் பணி தொடங்கும். எதற்கும் என்னுடன் மெய்காப்பாளர் இருவரை அழைத்துக்கொண்டு விரைவில் வெண்ணாகரம் புறப்படுகிறேன். மகாராஜா ஏற்கெனவே பிரகடனப்படுத்தியதுபோல் என்னைவிட என் நாட்டைத்தான் நான் விரும்புகிறேன். நமது நாடு நம்மிடம் இருந்தால்தான் எனது திருமணம் இனிதே நிறைவேறும் என்பதை அறிவேன்" என்று செங்கோடன் அறிவித்தார்.

அனைத்துத் தளபதிகளும், அடுத்தடுத்த நிலையில் உள்ள படை நிர்வாகிகள் எல்லோரும் ஏகோபித்துக் கைதட்டி வரவேற்று,

"மன்னர் எடுத்த நல்ல முடிவையும், நமது போர்ப்படைத் தளபதி வெண்ணாகர வேண்டுகோளை ஏற்றுக்கொண்டதையும் வரவேற்கிறோம். நமது இணையற்ற மகாராஜா தலைமையில், பாண்டியனை வடபுலத்திலிருந்து, உறையூர் என்ன... சிவபுரத்தையே தாண்டவிடாமல் செய்வதோடு பாண்டிய நாட்டுக்குள் நுழைந்து விடுவோம். கொஞ்சம் பயந்துகொண்டிருந்த நமக்கு வெற்றி நம்பிக்கை வந்துவிட்டது. உறுதியுடன் உற்சாகமாகப் போரில் ஈடுபட வாய்ப்புக் கிடைத்துவிட்டது" என்றார் ஒரு தளபதி.

"நமது போர்ப்படைத் தளபதியின் வழிகாட்டுதல் வெண்ணாகரத்துக்குப் பயனுள்ளதாகவே இருக்கும்" என்று ஒரு தளபதி சொன்னவுடன், எல்லோரும் ஒரே குரலில் எழுந்து நின்று, வாளுயர்த்தி,

"எங்கள் மகாராஜா இளந்திரைக்கு ஈடு எவர் உண்டு? இப்படையை எதிர்க்க யாருக்குத் துணிவு வரும்? வெற்றி! வெற்றி! வீரவெற்றி!" என்று முழக்கமிட்டனர்.

மற்றத் தளபதிகளுக்குச் செங்கோடன், வெண்ணாகரம் செல்லப்போகிறான் என்றவுடன் நிம்மதிப் பெருமூச்சு விட்டார்கள்.

காரணம் அவன் இங்கு இருந்தால், தன்னை மன்னருக்கு உறவினன்; இளவரசியைக் கலியாணம் செய்யப்போகிறவன் என்ற உறவுத் தகுதியில் தன்னை முன்னிலைப் படுத்திக்கொண்டு, தங்களையெல்லாம் தாழ்வாக நடத்துவான். நல்லவேளை நாமெல்லாரும் சுதந்திரமாகச் செயல்பட முடியும் என்று நியாயமாக உணரத் தொடங்கிவிட்டனர்.

மன்னர் இளந்திரைக்கோ, பொன்னமராவதி மன்னனுக்கு,

'உங்கள் படையை எதிர்கொள்ளத் தயாராகிவிட்டோம். நீங்கள் குறிப்பிட்ட அதே பௌர்ணமியன்று காலை வெள்ளாற்றங்கரையில் சந்திப்போம்!' என்ற தகவலை அனுப்பி வைத்துவிட்டார்.

41
அருந்தவராயரிடம் கலியாணம் செய்ய வற்புறுத்தல்

வெண்ணாகர அரண்மனையில் அக்காவும் தம்பியும் அமர்ந்து செம்பியன் இல்லாத நேரத்தில் எதிர்காலத்தைப் பற்றி விவாதித்துக்கொண்டிருந்தார்கள். அப்போது முனிவரும் வந்து சேர்ந்துகொண்டார்.

"தேவியாரே! போர் முடியட்டும்! இளவரசி நற்றிணையும் தோழி வெண்முத்துவும் பிரியப்போவதில்லை என்று ஒருவருக்கொருவர் சங்கல்பம் செய்து கொண்டுள்ளார்கள். அந்தநேரத்தில் செங்கோடன் போய் பெண் கேட்பான். அதற்கப்புறம் பாருங்கள்! பூகம்பம் வெடித்துப் பிரளயமே ஏற்படப்போகிறது. குட்டை குழம்பி நிற்கும். நாம் சாமர்த்தியமாக நமக்குப் பிடித்தமான மீனைப் பிடித்துக்கொண்டு வரவேண்டியதுதானே?" என்றார் முனிவர்.

"செம்பியனுக்குப் பிடித்தமான வெண்முத்து மட்டும் நமக்குப் போதும்" என்றார் அருந்தவராயர்.

"ஏன் இளவரசியும் சேர்த்துக் கிடைத்தாலும் பரவாயில்லை. எத்தனையோ மன்னர்கள் பலதாரப் புருஷர்களாகத் தெரிந்தும் தெரியாமலும் வாழ்ந்திருக்கிறார்கள். அது ஒன்றும் ராஜ குடும்பங்களுக்குப் புதிது இல்லையே! அதிலே ஒரு கௌரவமும் ஒளிந்திருக்கிறது." என்றார் தேவி.

"ஆமாம்! திரௌபதி போன்ற ஒரே பத்தினி ஐந்து கணவன்மார்களைக் கட்டிக்கொண்டு வாழ்ந்திருக்கிறாள். அதையும் நாம் யோசிக்கவேண்டும். தசரதச் சக்கரவர்த்தி, கோசலை, சுமித்திரை, கைகேயி ஆகிய மூன்று மனைவிகளை மணந்து நான்கு பிள்ளைகளைப் பெற்றதாகவும் சொல்வார்கள். அறுபதாயிரம் மனைவிகளுக்கும் ஒரே உத்தமபுருஷரும் அவர்தான் என்றும்

சொல்வார்கள்" என்று சொன்னார் முனிவர் சிரித்துக்கொண்டே.

"அறுபதினாயிரம் மனைவிகள் என்பது சாத்தியமானதா ரிஷி?" என்று கேட்டார் அருந்தவராயர்.

"புராணம் அப்படித்தான் சொல்கிறது. இதிகாச, புராணக் கதைகளில் ஏதாவது மக்களுக்கு ஒரு போதனையைச் சொல்ல வேண்டும் என்பதற்காகவே கதை கட்டுவார்கள். அதில் ஓர் அர்த்தம் இருக்கும் ராயரே!"

"அது சரி முனிவர் பெருமானே! உங்கள் லௌகீக வாழ்க்கை பற்றி ஒன்றும் சொல்லவில்லையே?" என்று அருந்தவராயர் கேட்டவுடன் முனிவர் எழுந்து நடைபோட ஆரம்பித்துவிட்டார்.

"நதி மூலத்தையும், ரிஷி மூலத்தையும் கேட்கக்கூடாது" என்ற மகாராணி, தன் தம்பியைப் பார்த்து 'சும்மா வாயை மூடிக்கொண்டு இரு' என்று சைகை புரிந்தார்.

முனிவரும் எதையோ தீவிரமாகச் சிந்தித்துக்கொண்டே அங்கும் இங்கும் மாடத்தில் உலவினார். பலகணி அருகே சென்று வெண்ணாற்றை நோக்கியவாறு நின்றார்.

அந்த நேரம் பார்த்து, விருத்தம் குடிப்பதற்குச் சுக்குப் பானகம் கொண்டுவந்து எல்லோருக்கும் பரிமாறினாள். தள்ளி நின்றுகொண்டிருந்த முனிவரிடமும் கொண்டுபோய்க் கொடுத்துவிட்டுப் போனாள்.

உள்ளே சென்ற அவளையே பார்த்துக்கொண்டிருந்த அருந்த வராயர் தன் பார்வையைத் திருப்பி, "அக்கா! விருத்தம் நம்மிடம் வந்த இதுநாள் வரையில் அவளுடைய பணிவிடை எப்படி இருந்தது? குணங்களில், பழக்கவழக்கங்களில், அவள்காட்டிய பண்பாட்டில் குறையேதும் உண்டா?" என்று அவள்மீதுள்ள பரிவில் கேட்டார் அருந்தவராயர்.

"ஏன் அப்படிக் கேட்கிறாய்? சொக்கத் தங்கம்! அவள் பணிவிடையிலும், அவள் நம்மீது காட்டும் அக்கறையிலும், உண்மையான விசுவாசத்திலும் எள்ளளவும் குறை சொன்னால் அந்த ஆண்டவனுக்கே அது பொறுக்காது!"

"அப்படியானால், விருத்தத்தின் எதிர்காலத்துக்கு என்ன செய்யப்போகிறீர்கள்? அவள் வாழ்க்கை அவ்வளவுதானா?

திருமேனியுடன் சேர்த்துவைக்க முயற்சி எடுக்க மாட்டீர்களா?"

"தம்பி! தலைக்குமேல் வெள்ளம் ஓடிக்கொண்டிருக்கிறது. போர் மேகம் சூழத் தொடங்கிவிட்டது. போர் முடிந்தவுடன் திருமேனி வெண்முத்துவைக் கலியாணம் செய்துகொள்ளப்போகிறான். இந்தப் பாதையில் ஏதேனும் தடங்கல் மாற்றம் இருந்தால் சொல்! மாற்றி யோசிப்போம். இப்போதைக்குத் திருமேனியையும், விருத்தத்தையும் இணைத்துப் பேசுவதில் பொருளில்லை. விருத்தம் அப்படிப்பட்ட ஆசையில் இருப்பதாகவும் எனக்குத் தெரியவில்லை."

"அக்கா, அவள் அப்படியாக இல்லாவிட்டால், நாம்தான் அந்த ஆசையை அவள் மனத்தில் உருவாக்க வேண்டும். யாரோ ஒருத்தி உன் மருமகளாக வந்து உட்கார்ந்து அதிகாரம் செலுத்துவதைவிட, தெரிந்த, பழகிய இவள் வந்து ராணியார் சிம்மாசனத்தில் உட்கார்ந்தால், உங்கள் அதிகாரம் மேலோங்கி நிற்கும். அப்படியாக இருந்தால் எவ்வளவு நன்றாக இருக்கும்? உங்கள் பேச்சைக் கேட்டு நடப்பாள். அது மிகவும் முக்கியம் அல்லவா?"

"நீ சொல்வது ஒருவகையில் பார்த்தால் மகிழ்ச்சியாகத்தான் இருக்கிறது. ஆனால், திருமேனி ஒத்துக்கொள்வான் என்ற நம்பிக்கை மறைந்துவிட்டது.''

"நீங்கள் இப்படி வேண்டுமானால் சொல்லலாம். 'எனக்கு மருமகள் இளவரசி நற்றிணை போதும், வெண்முத்து வேண்டாம். அல்லது வெண்முத்து மட்டும் போதும்' என்று பிரச்சினையை உருவாக்குங்கள். அடித்து மோதிக்கொள்ளட்டும். இரண்டும் கிடைக்காமல் போய்விட்டால் நமது திட்டத்தை கையில் எடுப்போம்.''

"தம்பி! நான் ஏற்கெனவே இருதாரத் திருமணத்துக்கு ஒப்புதல் அளித்து, அவர்களிடமும் இவன் போய்ச் சொல்லிவிட்டான். இப்போது மாற்றிப் பேசுதல் அறமோ? இருந்தாலும் உன் கனவு நிறைவேற என் ஆசிகள்! ஆனால், வேறுவிதமாகவும் பெற்றெடுத்த பாழும் தாய் மனது நினைக்கிறது, நமக்கு இளவரசனின் எதிர்பார்ப்பு, நோக்கம், பிரியம்தான் முக்கியமே தவிர, அவனுடைய அமைதியும் மகிழ்ச்சியும்தான் முக்கியமே தவிர 'விருத்தமா' முக்கியம்?"

"என்ன அக்கா நீங்களே இப்படித் தடம் மாறினால்..."

"நான் தடம் மாறவில்லை. நமது ஆசை வேறு; நிலை வேறு. எனக்கு மகன்தானே முக்கியம். அவன் மகிழ்ச்சியாய் இருந்தால்தானே நாடு நன்றாக இருக்கும். நமது ஆசையை அவனிடம் திணிக்க முடியுமா? அவன் இப்போது குழந்தைப் பருவத்திலா இருக்கிறான்? இருந்தாலும் போகிற நிலைமையில் மாற்றம் வந்தால் பின்னர்ப் பார்த்துக்கொள்வோம்.

"அதுசரி, விருத்தத்தின்மீது இவ்வளவு அக்கறை எடுத்துக் கொள்ளும் நீ, நமது திட்டம் சாத்தியப்படாத நிலையில், பேசாமல் நீயே விருத்தத்தைக் கலியாணம் செய்துகொள்ளேன்? பிரச்சினைகளுக்கெல்லாம் முற்றுப்புள்ளி வைத்ததுபோன்று ஆகிவிடும்" என்று தமக்கை சொன்னதைக் கேட்டு வாய்விட்டுச் சிரித்தார் அருந்தவராயர்.

அவருடைய சத்தமான சிரிப்பைக் கேட்டு முனிவர், தன் பார்வையை விட்டுவிட்டுத் திரும்பி அருகில் வந்துகொண்டிருந்தார். அதைப் பார்த்தவுடன் மெல்லிய குரலில் "அக்கா, முனிவருக்கு நாம் பேசிக்கொள்ளும் திட்டம் பிடிக்காது. அதனால் அடக்கியே வாசிப்போம்" என்றார்.

"ராயரே! என்ன பலமான சிரிப்பு?" என்று கேட்டார் முனிவர். அதற்கு அரசியார் சிரித்துக்கொண்டே,

"விருத்தம் நல்ல பெண்ணாக இருக்கிறாள். அதனால் நீயே விவாகம் செய்துகொள் என்றேன் அதற்குத்தான் தம்பி சிரிக்கிறார்.''

"இதில் சிரிப்பதற்கு என்ன இருக்கிறது? நல்ல யோசனைதானே?''

"போதும் தேவே போதும்! என் வயது என்ன? அவள் வயது என்ன? நான் பிரம்மச்சரிய வாழ்க்கையை ஏன் பின்பற்றினேன் தெரியுமா? இளமையில் சில பெண்களுடன் நெருக்கமான தொடர்புகளுடன் இருந்தேன் என்ற அவப்பெயர் எனக்குண்டு. என் அக்கா புருஷன்... அதாவது என் மைத்துனரான மன்னர் செம்பியன் திருவேல் இளவரசராக இருந்தபோது என் தமக்கையை விரும்பினார். ஆனால், என் தீய செயல் பொருட்டு அக்காவை மணந்துகொள்ளத் தயங்கினார்.

"என் அக்காவுக்குக் கிடைக்கவிருந்த மிகப்பெரிய பாக்கியமாகிய நாட்டின் 'மகாராணி' என்கிற அந்தஸ்து கிடைக்காமல் போய்விடுமோ

என்பதோடு, இளவரசர் தான் விரும்பியவளைக் கைப்பிடிக்க முடியாமலும் போய்விடுமோ என்று மனம் வருந்தினேன். 'இன்றுமுதல் நான் பிரம்மச்சரியத்தைக் கடைப்பிடிக்கப் போகிறேன்' என்று அன்று ஒரு முடிவை எடுத்தேன். அன்றிலிருந்து இன்றுவரை சுத்தமான பிரம்மசரியத்தை அனுஷ்டித்து வருகிறேன். இனிமேல்தான் நான் குடும்பஸ்தாராக மாறப்போகிறேனா?"

"மாறலாம் ராயரே! அப்போது பல பெண்களுடன் கள்ள உறவில் இருந்தீர்கள். அதனால் அறத்துக்கும் பண்பாட்டுக்கும் புறம்பானதாகக் கருதப்பட்டது. இப்போது முறையாகக் கலியாணம் செய்து ஒருத்தியுடன் இல்லற வாழ்க்கை நீங்கள் நடத்தலாம். அதிலேதும் குற்றமில்லை என்பது என் கருத்து."

"எனக்கு வெட்கமாக இருக்கிறது. வேறு எதையாவது பேசலாம். நாளை செங்கோடன் வெண்ணாகரம் வரப்போகிறானாம். வரவேற்கத் தயாராய் இருங்கள்!" என்று அருந்தவராயர் பகடியாகச் சொல்லித் திசை திருப்பி உரையாடலை முடித்து வைத்தார்.

42

செங்கோடன் வெண்ணாகர வீரர்களைச் சந்தித்தல்

திங்கள் வாரத்தன்றே முன் அறிவிப்புச் செய்துவிட்டு உடன் இரு மெய்காப்பாளர்களை அழைத்துக்கொண்டு, செங்கோடன் வெண்ணாகரம் வந்துவிட்டான். அவனைக் கண்டவுடன் முகம் மலர்ந்து செம்பியன் வரவேற்றான். தன் தாய்க்கும், அருந்தவராயருக்கும், ஐங்குறு மாமுனிவருக்கும் தளபதி அகம்பன் ஆகியோருக்கு அவனை அறிமுகப்படுத்தி வைத்தான்.

தாய் வடிவுடை தேவியினால் மட்டும் தன் மகிழ்ச்சியைக் காட்டிக்கொள்ள முடியவில்லை. அகம் மலரவில்லை அதனால் முகமும் மலரவில்லை.

அதைக் கவனித்த செங்கோடன்,

“தேவி மகாராணிக்கு என்மீது இன்னும் கோபம் தீரவில்லையென்று நினைக்கிறேன். பின்னே இருக்கத்தானே செய்யும். நாம் நடந்த பழையனவற்றை மறந்து நமக்குள் நட்புக் கரம் நீட்ட இணங்கியுள்ளோம். போர் சீக்கிரம் முடிவுற்றுவிடும் என்று எனக்குத் தெரியும். முடிந்தவுடன் இங்கு உங்கள் மகன் இளவரசன் மகாராஜாவாக வேண்டும். நான் விரும்பும் எங்கள் நாட்டு இளவரசியை எனக்கு மணமுடித்துக்கொடுக்கும் நிகழ்வுக்கு நீங்கள் அனைவரும் வருகை தந்து சிறப்பிக்க வேண்டும்” என்று சொல்லி வணங்கினான்.

முனிவர் ஆசீர்வாதம் செய்தார். அருந்தவராயரும் அவன் சிரசின்மேல் கைவைத்து வாழ்த்துத் தெரிவிக்க முற்படும்போது ‘அப்படியே ஒரு குறுவாளால் அவனது கழுத்தை அறுத்துத் தலையைத் துண்டித்துவிட்டால், என் நீண்டநாள் ஆசையெல்லாம் தீர்ந்துவிடும்’ என்று எண்ணி, உள்மனம் கனன்று நிற்க வெளியே

வேண்டாவெறுப்பாக வாழ்த்தினார். உள்ளொன்று இருக்கப் புறமொன்றாகச் சிரித்துக்கொண்டார்.

எதையும் கண்டுக்கொள்ளாத செம்பியன் திருமேனி, பின்னர் வீரர்கள் இருந்த பெருந்திடலுக்கு அவனை அழைத்துச் சென்றான். அங்கு இருந்த மேடையின்மீது இருவரும் ஏறி நின்றார்கள். செங்கோடன் வீரர்களைப் பார்த்து,

"சொக்கட்டானில் காய் நகர்த்துவதுபோல் திட்டமிட்டுத் தலைகளைக் கொய்திட வேண்டும், குதிரையில் நாம் அமர்ந்திருக்கும்போது எந்த நேரத்தில் குதித்து எதிரியை வெட்டி வீழ்த்திட வேண்டும் என்றெல்லாம் கணக்குப் போட்டுக்கொள்ளவேண்டும்.

களத்தில் எந்த நேரத்திலும் நம் கவனத்தைச் சிதையவிடக் கூடாது, யானை மீதமர்ந்து எவ்வளவு தூரத்தில் அம்பு எய்தால் எதிரியை வீழ்த்த முடியும் என்று கணக்கிட்டு எய்தவேண்டும். அம்பை எய்திடவேண்டுமென்ற அவசரத்தைக் காட்டிக்கொள்ளாமல் நமது அம்புக்குரிய தூரத்தைத் தாண்டி இருப்பவர்களுக்குக் குறி வைக்கக்கூடாது என்றெல்லாம் பேசியதோடு, கையிலிருந்த வாளை வைத்து ஒரு பாவனைப் பயிற்சிப் பட்டறையையே செய்தும் காட்டினான்.

பிறகு செம்பியனும் தன் பங்கிற்குப் போர் இலக்கணங்களை வீரர்களுக்குப் பாடமெடுத்து விவரித்து முடிக்கும்போது,

நாளை விடியலில் சூரியோதயத்திற்கு முன்பே படைகள் வெண்ணாற்றங்கரையிலிருந்து அணிவகுத்துப் புறப்பட வேண்டுமெனச் செம்பியன் உத்தரவு போட்டான்.

43

பாண்டியன்மீது இருபுறத் தாக்குதல்

பொன்னமராவதி

பொன்மான் வழுதியிடம் ஒற்றர்படைத் தலைவன் அவசரமாக வந்து,

"மகாராஜா! வெண்ணாகர நாட்டின் இளவரசன் செம்பியன் திருமேனி தன் படை பலத்தை வெகுவாகப் பெருக்கிவிட்டானாம். இந்த நேரத்தில் செங்கோடனை வெண்ணாகரத்துக்கு வரவழைத்து அவர்களின் படைவீரர்களுக்குப் பயிற்சி வகுப்பு எடுக்கிறானாம். ஏற்கெனவே அவனுக்குள்ள முன் அனுபவத்தின் அடிப்படையில், அந்த நாட்டிலுள்ள போர்வீரர்களுக்குப் பயிற்சி கொடுத்து வருகிறான் என்ற செய்தி வந்துள்ளது. செங்கோடன் இந்த நேரத்தில் அங்கு எதற்காகப் போனான் என்பதற்கான விவரம் தெரியவில்லை. ஒரே குழப்பமாக இருக்கிறது அரசே!" என்றான்.

'ஏதோ போர்த் தந்திரம் நடக்கப்போகிறது என்று மட்டும் தெளிவாகிறது' என்று மன்னன் சொன்னான். போருக்கான ஏற்பாடுகளையெல்லாம் மும்முரமாகச் செய்துகொண்டிருக்கும் அன்று மாலையில், திருவெள்ளறையிலிருந்து பொன்மானுக்கு மடலொன்று வந்தது. விரித்துப் படித்த பொன்மான் அதிர்ந்து போய்விட்டான்.

உடனே ஒற்றர்படைத் தலைவனை அழைத்து,

"நீர் சொன்னது சரிதான். வெண்ணாகரத்துச் சோழன் நமது நாட்டின் கிழக்குப் பக்கமாக வந்து, திருவெள்ளறைக்கு ஆதரவாக, நம்மீது அவனும் படை எடுத்து வரப்போகிறானாம். செங்கோடன் வழிகாட்டுதலில் கிழக்கே நமது பிரதேசமான வெள்ளாற்றின் கரையோர ஊர்களான பச்சாலூர் கோங்குடி முக்குடி பக்கம்

வருவேன் என்று ஊர்ப் பெயர்களையெல்லாம் குறிப்பிட்டுக் கடிதம் வந்துள்ளது" என்று பொன்மான் சொன்னான்.

"ஆமாம் அரசே! உண்மையாக இருக்கும் போல்தான் தெரிகிறது. திருவெள்ளறைப் படைகள் நம்மை நோக்கி வடக்கிருந்தும் புறப்படத் தயாராகிவிட்டதாம். சோழர்கள் இருவரும் சேர்ந்து நம்மை வீழ்த்தச் சதித் திட்டம் தீட்டிவிட்டார்கள்'' என்றார் படைத்தலைவர்.

"அப்படியானால் நமது படையைப் பெருக்குவோம். இங்கு அரண்மனையில் எந்த வீரர்களும் பாதுகாவலுக்குத் தேவையில்லை. எங்கெங்கு நமது வீரர்கள் இருக்கிறார்களோ அவர்களையெல்லாம் கொண்டு வாருங்கள். நமது பெரும் படையை இரு சமமாகப் பிரித்து வடக்கேயும், கிழக்கேயும் அனுப்புவோம். சபையைக் கூட்டி அதற்கான அனைத்து ஏற்பாடுகளையும் தாமதமின்றிச் செய்யுங்கள்" என்று பாண்டியன் ஆணை பிறப்பித்தான்.

44

மூன்று இடங்கள், மூன்று படைகள், இரண்டு களங்கள்

திருவெள்ளறையிலிருந்து இளந்திரைக்கோ தலைமையிலும், வெண்ணாகரத்திலிருந்து செம்பியன், செங்கோடன் ஆகிய இருவர் தலைமையிலும் பாண்டியனை எதிர்த்துச் சேனைகள் புறப்பட்டன. பொன்னமராவதியிலிருந்து சரிபாதிப் பிரிவுப் போர்ப்படைகள் கிழக்கு நோக்கியும், மறுபாதிப் பிரிவு, ஒரு தளபதி தலைமையில் வடக்கு நோக்கியும் புறப்பட்டன. மன்னன் பொன்மான்வழுதி கிழக்குப் புறப் படைக்குத் தலைமையேற்றான்.

"வெற்றிவேல்! வீரவேல்! வெற்றி! வெற்றி! வாகை சூடித் திரும்புவோம்!" என்ற கோஷங்களை எழுப்பிக்கொண்டே வீரர்கள் போருக்குப் புறப்பட்டுவிட்டார்கள். நாளை மறுநாள் பௌர்ணமி. அன்று ஒருநாட்டுப் படை இன்னொரு நாட்டு எல்லையைக் கடந்து ஒருவரோடு ஒருவர் போர்க்களத்தில் சந்திக்க இருக்கிறார்கள்.

அநீதியையும் அக்கிரமத்தையும் எதிர்த்து, திருவெள்ளறையை முற்றுகை இடுவதே முக்கியக் குறிக்கோளாகக் கொண்டு உருவான போர். 'திருவெள்ளறை இருக்கும் வடக்குத் திசை பக்கம் செல்லாமல் கீழ்ப்புறத்தைத் தேர்ந்தெடுத்து, ஏன் அதற்குத் தலைமை ஏற்றுள்ளீர்கள்?' என்று தளபதி ஒருவர் பொன்மானிடம் வினவியதற்கு,

"விரும்பத் தகாத இந்தப் போருக்கு மூலகாரணம் சேனாதிபதி செங்கோடன். அந்நாட்டு மன்னன் அப்பாவி இளந்திரைக்கோவைத் தவிர்த்துவிட்டு, என் கரத்தால் செங்கோடனைக் கொல்லவேண்டும் என்ற வைராக்கியத்தில் அவனை எதிர்கொள்ளச் செல்கிறேன்.

இன்னொரு காரணம், திருவெள்ளறையை எனக்கு எதிரி நாடாக்கிவிட்டான் செங்கோடன். அதனால் நான் ஒரு நியாயமான

காரணத்தை வைத்துக்கொண்டு படையெடுக்கிறேன். ஆனால் புதிதாக முளைத்த வெண்ணாகரன் இதில் ஏன் தலையிடவேண்டும்? எனக்கும் அவனுக்கும் பங்காளிப் பிரச்சினையா? எல்லைப் பிரச்சினையா? எதுவும் இல்லாத நேரத்தில் தேவையில்லாமல் இளந்திரைக்கோவுக்காக என் நாட்டுக்குள்ளே அவன் ஏன் வர வேண்டும்? அத்துமீறி நுழைய வரும் வெண்ணாகர இளவரசன் செம்பியன் திருமேனியின் தலையையும் என் வாளுக்கு இரையாக்கவே இந்தப் பக்கம் என் கவனத்தைத் திருப்புகிறேன்" என்று பொன்மான் சொல்லும் காரணங்கள் ஏற்புடையவையாகவே இருந்தன.

குதிரைகள் பூட்டிய ரதத்தில் இளவரசன் செம்பியன் ஏறும்முன் இடுப்பில் மஞ்சள் ஆடையும், மார்பில் போர்க்கவசமும் இடையில் உடைவாளும் தரித்தவனாய் அரண்மனையிலிருந்து வெளியே வந்தான். கோவிலுக்குச் சென்று குலதெய்வத்தை வணங்கிவிட்டு வந்த முனிவர் தன் கையில் ஏந்தி வந்த ஆத்தி மாலையை அவன் கழுத்தில் அணிவித்து உச்சிமோந்தார். அருகில் சேடிமார்கள் ஏந்திக்கொண்டு நின்ற மஞ்சள் நீரும், தீபமும் உள்ள ஒரு தட்டைத் தேவியார் வாங்கி இளவரசனுக்கு முன்னால் நின்று மூன்று முறை சுற்றித் திருஷ்டி கழித்துவிட்டு, ஒரு துளி மஞ்சள் நீரெடுத்து அவன் நெற்றியில் வெற்றித் திலகமிட்டு, "வெற்றியுடன் திரும்பி வா!" என்று சொல்லி மகிழ்ச்சி பொங்க வழியனுப்பி வைத்தாள்.

தளபதி அகம்பன் தலைமையில் ஒருபுறம் படைகள் தயாராயின. இதையெல்லாம் ரதத்தில் அமர்ந்தவாறு செங்கோடன் பார்த்துக்கொண்டிருந்தான். ஒருவேளை தனக்குக் கலியாணம் நடந்திருந்தால், 'இப்படித்தானே நற்றிணை எதிரே வந்து நின்று தனக்கு ஆரத்தியெடுத்திருப்பாள்; திலகமிட்டிருப்பாள்' என்று உருவகப்படுத்திக்கொண்டு ஏங்கினான்.

அருகில் நின்ற அந்தணர்கள், "ஜய விஜயீபவா... ஜய விஜயீபவா..." என்று கோஷங்களை உரக்க ஒலித்தார்கள்.

ஒளிந்து மறைந்து நின்ற விருத்தமும் தனக்குத் தெரிந்த வார்த்தைகளால் இளவரசன் வெற்றிபெற்றுத் திரும்ப வேண்டுமென்று மனத்தில் கண்மூடி வேண்டிக்கொண்டாள். 'இன்று முதல் ஒருபொழுது உணவும், 'வெற்றி' என்ற சொல் தன் செவிப்பறையில் ஒருவேளை விழாமல் 'தோல்வி' என்று விழுந்து

கலைமகள்-23

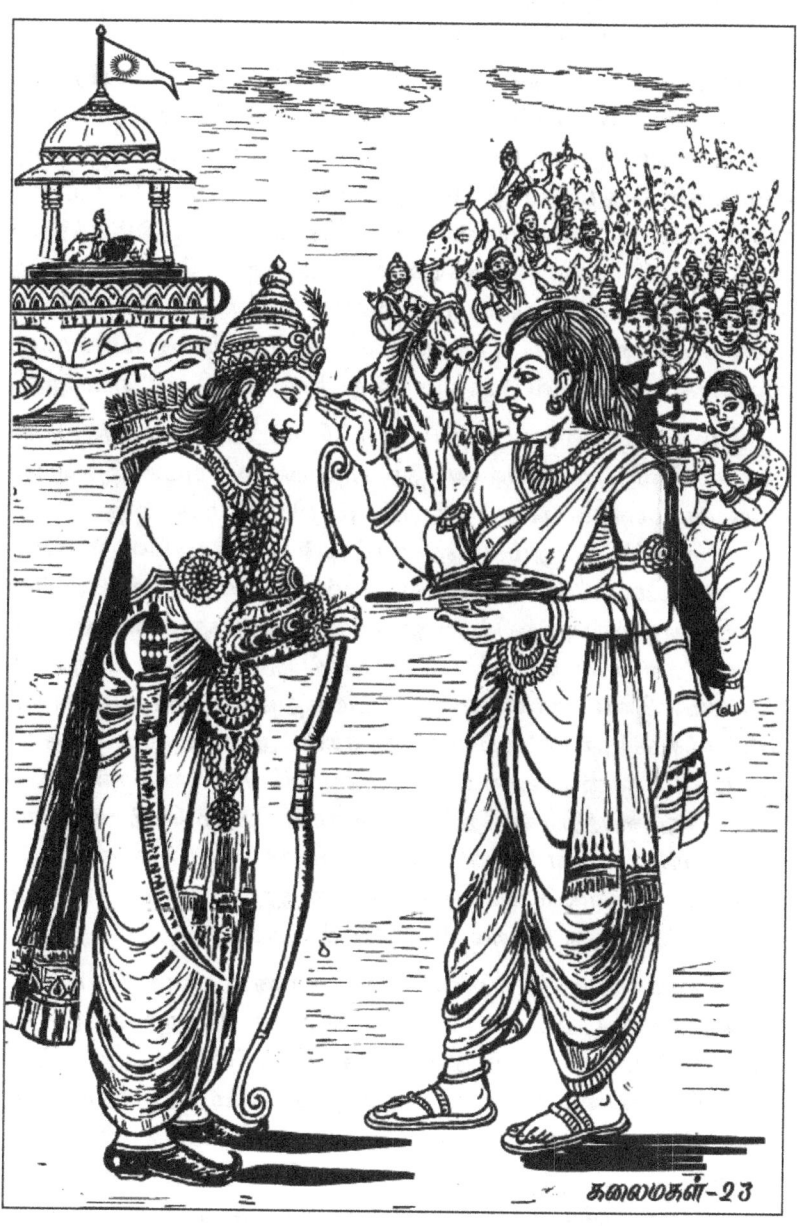

விட்டால் அன்றிலிருந்து முழு நோன்பிருந்தே என் உடல் செத்து அழியட்டும்' என்று தனக்குள் எழுந்த வேண்டுதலைச் சத்தியம் செய்து உறுதி எடுத்துக்கொண்டாள்.

'இவ்வளவு நடக்கின்றன. யாரேனும் என் அபிப்பிராயம் என்ன? என் அபிலாக்ஷை என்னவென கேட்டிருக்கிறார்களா? இல்லை! ஏழையாக இருந்தாலும் நானும் ஒரு பெண்தானே? எனக்கென ஒரு மனம் இருக்கிறது. என் தந்தையிடம் கேட்டால், 'நாமெல்லாம் அடிமைகள் போல். நாம் ராஜ குடும்பத்திலா பிறந்திருக்கிறோம்? நமக்கென ஆசையை வெளிப்படுத்த நாக்கும் இல்லை; தைரியமும் இல்லை. உன் அழகில் செம்பியன் மயங்கி உன்னை ராஜ குடும்பத்தில் எந்த உறவின் பெயரிலாவது வைத்துக்கொண்டால் போதும் என்று நினைக்கிறேன்' என்கிறார்.

இல்லை! இளவரசர் இந்தப் போரில் வெற்றிப்பெற்று வந்தவுடன் மகாராணி வற்புறுத்தலில் அருந்தவராயரின் ஆசியுடன் இளவரசர் என்னை மணக்கக்கூடிய சந்தர்ப்பம் பிரகாசமாக இருக்கிறது. அதன் மூலம் நானும் இந்த நாட்டின் அரசியாகிவிடுவேன். அவருடைய உள் மனத்தில் நான் இருக்கிறேன். அன்று ஒட்டியத்தாற்றில் பரிசலில் இருந்து நீரில் விழுந்தது உண்மைதான். ஆனால் மயக்கமுற்றுவிட்டதாக நடித்தேனே! அது யாருக்குத் தெரியும்? இளவரசர் என்னைக் கட்டித் தழுவித் தூக்கவேண்டும் என்பதற்காகத்தானே அப்படி நடித்தேன். அவர் தழுவலில் நான் அடைந்த சுகத்தை, ஊமை கண்ட கனவுபோல் எனக்குள்ளேயே பாதுகாத்து வைத்திருக்கிறேன். அதில் நான் வெற்றி பெற்றது போல் நாளையும் அவர் என்னை மணப்பதற்கானச் சூழல் உருவாகும்; உருவாக வேண்டும்' என்றெல்லாம் விருத்தம் கனவுகண்டுதான் வீர சபதம் எடுத்து விரதம் மேற்கொண்டாள்.

அங்கே திருவெள்ளறையில் அரண்மனைச் சேடிகள், வெண்முத்து புடைசூழ மலர்மாலைகள், மலர்த் தட்டுகள், ஆரத்தி விளக்குகள் ஏந்தி நின்றார்கள். நெற்றியில் பட்டம் கட்டி, உடல்மீது வண்ண ஆடை போர்த்தி, முதுகின்மீது அம்பாரி பீடம் பொருத்தி அலங்கரிக்கப்பட்ட யானை தயாராய்த் தன் சிறிய வாலை ஆட்டிக்கொண்டு நின்றது. எதிரே குதிரைப் படைகளும் காலாட்படை வீரர்களும் அணிவகுத்துக் கண்ணுக்கெட்டிய தூரம் உற்சாகமாக நின்றனர்.

தெய்வ வழிபாட்டுக்குப்பின் இளந்திரைக்கோ வாயிற்பக்கம் கம்பீரமாக வெற்றி நடைபோட்டு வந்தான். உடன் வந்த இளவரசி நற்றிணை, வெண்முத்துவிடமிருந்து வாங்கிய வெற்றிமாலையை அண்ணனுக்கு அணிவித்து வீரத் திலகமிட்டு யானைமீது ஏறிக்கொள்ளச் சொன்னாள்.

சுற்றி நின்றவர்கள் "வரலாற்று வெற்றியைப் பெறப்போகும் மகாராஜா வாழ்க! வெற்றி நமதே! எதிராளியை யானை காலால் இடறப்போகும் மன்னர் வாழ்க! திக்கெட்டும் உன் வெற்றிப் பரவட்டும்! திருவெள்ளறையின் புகழ் ஓங்குக! ஜெய ஜெயமே! இளந்திரைக்கோ ஜெய ஜெயமே! வாழ்க! வாழ்க!" எழுப்பிய ஒலிகள் வானைப் பிளந்தன.

வெண்ணாற்றங்கரையிலிருந்து புறப்பட்டுப் போர் முனைவரை செம்பியனும், செங்கோடனும், தளபதி அகம்பனும் ராஜ கம்பீரமாகக் குதிரைகளில் அமர்ந்தபடி போர்ப்படைகளுக்கிடையே பவனி சென்றார்கள்.

பொன்னமராவதியிலிருந்து பொன்மான் வழுதியினுடைய மனைவி மகாராணியார், மகள்கள் மற்றும் ராஜ குடும்பத்தினர் வாழ்த்தி, வீரத் திலகமிட்டார்கள். சிவபூஜை நடத்திக் கொண்டுவந்த பிரசாதத்தைப் பூசாரிகள் மன்னனை வணங்கி வாழ்த்தி அளித்தார்கள். விபூதி பூசி வில்வ இலை மாலையை அணிவித்தார்கள். மந்திரம் ஜெபிக்கத் தன் யானையின் முதுகில் அமைக்கப்பட்டிருந்த அம்பாரி பீடத்தில் ஏறி அமர்ந்து போர்க்களம் நோக்கி மன்னன் பொன்மான் மிடுக்காகவும், எடுப்பாகவும் பயணமானான். வழி நெடுக நின்ற தன் நாட்டு மக்களின் அன்பான வாழ்த்துகளுக்கு நன்றி தெரிவித்தவாறே முக மலர்ச்சியுடன் தன் பரிவாரங்களுடன் 'நிச்சயம் வெற்றி பெறப்போகிறோம்' என்ற நம்பிக்கையில் பாண்டியனும் தன் போர்ப் பயணத்தைத் தொடங்கினான்.

காலாட்படைகளும், குதிரைப் படைகளும், யானைப் படைகளும் முறையாக ஒன்றன் பின் ஒன்றாக அணிவகுத்து மூன்று இடங்களிலிருந்து புறப்படுவதைப் பார்த்த அந்தந்த ஊர்ப் பொதுமக்கள் உலகத்தில் ஏதோ பிரளயம் ஏற்படப்போவதாக எண்ணி உடலும் உள்ளமும் கலங்கிப்போய் நின்றனர். ஊரெல்லாம் இதே பேச்சு. மற்ற தேசங்களான சேர, பல்லவ, சாளுக்கிய,

தொண்டை நாட்டு மன்னர்கள் தங்கள் தங்கள் ஒற்றர்கள் மூலம் உன்னிப்பாகக் கவனிக்கத் தொடங்கி விட்டனர். எது நடந்தாலும், யார் கொல்லப்பட்டாலும் அவர்களுக்கு நல்ல செய்திதான்; சந்தோஷம்தான்.

அக்கா தங்கை தந்தைமார்கள் குழுமி நிற்க, அந்தந்தத் தாய்மார்கள் தங்கள் தங்கள் பிள்ளைகளுக்கு வீரத் திலகமிட்டுப் போருக்கு அனுப்பி வைக்கும் நெகிழ்ச்சி மிகுந்த காட்சிகள் அரங்கேறின. கண்ணீரை உகுத்துக்கொண்டே காதலிகள் தங்கள் காதலர்களுக்குப் பிரியாவிடை கொடுத்தனுப்பும் காட்சிகளும் ஆங்காங்கே காணப்பட்டன.

விடிய ஒரு சாமம் இருக்கும்போதே அந்தந்த நாட்டு அரண்மனைகளிலுள்ள பெரிய 'ரண பேரிகை' முழங்கத் தொடங்கியது.

"வயோதிகர், கர்ப்பிணிப் பெண்கள், சிறுவர்கள், நோயாளிகள், ஊனமானவர்கள் முதலியோர் போர்க்களப்பகுதிகளுக்கு வரவேண்டாம்... படையில் சேர்ந்து வருவதற்கு மீசை முளைத்த ஆண் பிள்ளைகள் எல்லோரும் வரலாம்... உடம்பில் நல்ல ரத்தம் ஓடும் அனைவரும் வரலாம்... நமது தேசத்தின் மானம் காக்கும் போர்... போரில் மரணம் அடைந்தால் அவர்களுக்குச் சொர்க்கவாசல் திறந்து வைக்கப்பட்டிருக்கிறது... வாருங்கள்... வாருங்கள்..." என்றெல்லாம் முதல்நாளே சம்பந்தப்பட்ட பகுதிகளைச் சுற்றிப் பறையறிவிப்பு மூலம் அந்தந்த நாட்டவர்களால் அறிவிக்கப்பட்டுவிட்டன.

எல்லோருக்கும் முன்னால் ரிஷபங்களின் முதுகில் முரசுகளைக் கட்டி, அதை இரண்டு வீரர்கள் இரு புறங்களிலும் நடந்தவாறு அடித்துக்கொண்டே போனார்கள். அவரவர் நாட்டுக் கொடிகளைப் பிடித்துக்கொண்டு சில வீரர்கள் முகம் திரும்பாமல் நேர்கொண்ட பார்வையில் அணிவகுத்துச் சென்றார்கள். வழியெங்கும் போர்முரசுகள் முழங்கிக்கொண்டே வந்தன.

"வெற்றிவேல்... வீரவேல்..! யுத்தம் வந்துவிட்டது... யுத்தம் வந்துவிட்டது..! தேசத்தைக் காப்போம்! ராஜாவைக் காப்போம்! மானம் காக்கும் யுத்தம் நம்மைத் தேடி வந்துவிட்டது... வீரத்தை நிரூபிக்கும் காலம் பிறந்துவிட்டது!"

இடையிடையே குதிரைகள் கனைக்கும் ஒலிகள், யுத்த வீரர்கள் ஒருவரையொருவர் கூவியழைக்கும் சத்தம், கேலி கிண்டல் உரையாடல்கள், வேல்களும் வாட்களும் ஒன்றோடொன்று உராயும் 'கண.. கண' ஒலிகள் எல்லாம் உலா வந்து எதிரொலித்தன.

போர்ப்பரணி பாடிச் செல்லும் அணிவகுப்புகளுக்கிடையில் தாரை, தப்பு, சங்கு, துடி, பம்பை, உடுமி, கொம்பு போன்ற கருவிகளின் ஒலிகள் காற்றில் பறந்து வந்து வீரர்களின் நாடி நரம்புகளை முறுக்கிவிட்டுக்கொண்டே வந்தன. சில வீரர்கள் ஆனந்தக் கூத்தாடி, தங்கள் தங்கள் இஷ்டப்படி பாட்டுக்கட்டிப் பாடிக்கொண்டே, கேடயத்தை ஒரு கரத்திலும், வாளை ஒருகரத்திலும் ஏந்தி, சந்த சைன்ய மிடுக்குடன் கால் தூக்கி வைத்து உற்சாகமாக நடந்தார்கள்.

போகிற வழியில் ஆங்காங்கே வீரர்களுக்கு கள், பதநீர், மோர், பழங்களைக் கொடுத்துப் பொதுமக்கள் தங்கள் ஆதரவைத் தெரிவித்துக்கொண்டனர்.

அணிவகுத்து வந்த படைகள் போர்க்களப் பகுதியை அடைந்தனர். ஆங்காங்கே கூடாரம் அமைத்து முதல்நாளே மல்லர்கள் தங்கிக்கொண்டு, தங்களைத் தயார்படுத்தத் தொடங்கினர்.

புதுமைத்தேனீ மா. அன்பழகன்

◆ 45

போர்... போர்... போர்!

பௌர்ணமி நாள் மங்கலகரமாகப் புலரத் தொடங்கியது. சேவல்கள் கூவின. காகங்கள் பறந்தபடி கரையத் தொடங்கின. கிழக்கு வெளுத்தது. கீழ்வானம் சிவந்தது. இன்னும் சிறிது நேரத்தில் சூரியன் உதயமாகப் போகிறது. களம் ரணகளமாகக் காத்திருக்கிறது. ஒவ்வொரு வீரரும் தங்கள் தங்கள் வாளுக்கு எத்தனை தலைகள் இன்று இரையாகப்போகின்றன? என இன்பக் கனவு கண்டுகொண்டிருந்தனர். வீரர்கள் யாரும் பயந்தவர்களாகக் காணப்படவில்லை. மாறாக உற்சாகம் பொங்கத் தொடையைத் தட்டி, புஜத்தைப் பிசைந்து துள்ளிக் குதித்துப் பயிற்சி எடுத்துத் தயாரானார்கள். யானைகளுக்கும், குதிரைகளுக்கும் தீனி வைத்துத் தட்டிக்கொடுத்துத் தங்களுடைய அன்பையும் நன்றியையும் தெரிவிக்கும் முகத்தான் முத்தமிட்டார்கள்.

மூன்று இடங்களிலும் அந்தந்தப் படைத் தளபதிகள் வந்து தங்கள் தங்கள் வீரர்களை ஒழுங்குபடுத்தி வேண்டிய ஆலோசனைகளையும் அறிவுரைகளையும் கொடுத்துக்கொண்டே உற்சாகமூட்டினர்.

சரியான நேரத்தில் மன்னர்கள், வீரர்களுக்கு மத்தியில் வந்து இறங்கியவுடன், முன்கள வீரர்கள் தங்கள் வாட்களை உயர்த்திப் பிடித்துக் கோஷங்களை எழுப்பி வரவேற்றனர்.

கதிரவன் தகதகவென எழ ஆரம்பித்தான்!

வெண்ணாகர வீரர்கள், "போர்!... போர்... போர்!" எனக் கத்திக்கொண்டே வெள்ளாற்றைக் கடந்தனர். அதேபோல் பாண்டியப் படைகளும் தங்கள் மன்னன் பொன்மான் வழுதி தலைமையில் சீறிக்கொண்டு பாய்ந்து செம்பியனின் சோழ

சேனைகளை எதிர்த்தன. எப்படியேனும் செங்கோடனையும், செம்பியனையும் போரில் தன் கரத்தால் வெட்டிச் சாய்க்கவேண்டும் என்ற வெறியுடன் வழுதி களத்தில் இறங்கினான்.

எதிரிகளைக் கலக்கமூட்டிக்கொண்டு எதிரும் புதிரும் போரிடத் தொடங்கினர். களத்தில் போர்ச் சத்தம். யார் குரல்? என்ன செய்தி எனத் தெரியாத அளவுக்குக் கூக்குரல்கள்.

தெளிந்த நீராக ஓடிக்கொண்டிருந்த வெள்ளாற்றின் தண்ணீர் சேறாகிக் குழம்பலாகக் காணப்பட்டது. இடையிடையே நீரின் நிறம் திட்டுத் திட்டாக சிவப்பு நிறத்தில் ஆங்காங்கே ஆற்றுத் தண்ணீர் நிறம் மாறியது. கீழ்ப்புறம் செம்பியன் திருமேனி தலைமையில் பச்சாலூர், கோங்குடிக்கு வெண்ணாகரப் படை முன்னேறியது. செங்கோடன் தலைமையில் இன்னொரு படை, பாண்டிய நாட்டின் கீழ்ப்புறத்திலுள்ள எல்லைக்கு உட்பட்ட மற்றொரு ஊராகிய காரமங்கலத்துக்குள் நுழைந்துவிட்டது.

பருந்துகளும் கோட்டான்களும் வானில் வட்டமிட வடபகுதியில் மகாராஜா இளந்திரைக்கோ தலைமையிலான படை நமணசமுத்திரத்தைத் தாண்டிப் பாண்டிய எல்லைக்குள் நுழைந்தது. இரண்டு பக்கமும் போர் வீரர்கள் கடுமையாகப் போரிட்டுத் தங்கள் வீரத்தைக் காட்டிக்கொண்டனர். அனுபவமும் திறமையும் பெற்ற பாண்டியச் சேனாதிபதிகள் வீராவேசமாகச் சோழர்களை எதிர்த்து வாட்களைச் சுழற்றினார்கள். மன்னன் இளந்திரைக்கோவை நெஞ்சிலே வாள்பாய்ச்சிச் சோழப் படையை வென்றுவிட்டோம் என்ற செய்தியைத் தங்கள் மன்னருக்கு அனுப்பி நற்சான்று வாங்கிவிடவேண்டுமென்று தளபதிகள் துடியாய்த் துடித்தனர். பனங்குலைகளை வெட்டிச் சாய்ப்பதுபோல் ஒருவரோடு ஒருவர் மோதி எதிராளிகளின் தலைகளை வெட்டிச் சாய்த்தார்கள்.

வடக்கே இளந்திரைக்கோ, பாண்டியப் படைவீரர்களின் வயிற்றை வாளால் கீறி, குடலை எடுத்து மாலையாய்ப் போட்டுக் களத்தில் எக்காளமிட்டான். இருபுற வீரர்களின் பாணங்கள் விண்ணில் பறந்து வந்து களத்து வீரர்களின் உடல்களைக் குத்திக் கிளறிச் சாய்த்தன.

இரண்டாம் நாளும் போர் நீண்டது. பாண்டியன் தாக்குப் பிடிக்க முடியாமல் விழித்தான். அதனால் ஆத்தங்குடி பக்கம் சோழப்படை முன்னேறியது. இரண்டாம் நாள் முதலே பாண்டியனின் படை எதிர்பாராதவிதமாக முன்னேற முடியாமல் திணறியது.

இப்படியாக ஐந்தாம் நாள் போர் இன்னும் உக்கிரமாக நடந்தது. கீழ்ப்புறத்துப் படைகள் இரண்டும் அதாவது செங்கோடனும், செம்பியனும் பின்னர் ஒன்றாகி நின்று போரிட்டார்கள். பல தலைகள் உருண்டன. பாண்டிய வீரர்களின் வெட்டுப்பட்டுப் பிதுங்கிய சதைகளும், கண்களும் சிதறிக் கிடந்தன. ஊடே பறந்துவந்த கழுகுகள் துண்டாடிய மனிதப் பாகங்களைக் கொத்தித் தூக்கிச் சென்றன. இருபக்கமும் சேதாரங்களைப் பெற்றிருந்தாலும், பாண்டியன் பக்கம் இழப்புகள் அதிகமாக இருந்தன. பாண்டிய நாட்டுக்குள் சோழப் படைகள் சற்று முன்னேறிச் சென்றன. இதனால் செம்பியனும், செங்கோடனும் மார்போடு மார்பு தழுவித் தங்களின் மகிழ்ச்சியைக் காட்டிக்கொண்டனர்.

ஏழாம் நாள் போரன்று மழைத் தூறல் சிறிய அளவில் மாலையில் தொடங்கியது. போர் வீரர்களுக்கிடையில் ஏற்பட்ட குழப்பமான சூழ்நிலையில், வேறொருவனிடம் செங்கோடன் சண்டையிட்டுக் கொண்டிருந்த நேரத்தில், பாண்டியனின் தளபதிகளில் ஒருவன் திடீரென்று செங்கோடனிடம் தாவிச் சென்று வாளை ஓங்கிக்கொண்டு நெருங்கினான். அதைக் கண்ணுற்ற இளவரசன் செம்பியன் கண்ணிமைக்கும் நேரத்தில் அப்படைத் தலைவனை வாளால் வெட்டி வீழ்த்தவே அவன் சுருண்டு விழுந்தான். பாண்டிய தளபதிகளில் முக்கியமானவனே வீழ்ந்துவிட்டான் என்று தெரிந்தவுடன் மற்ற வீரர்களுக்கு ஒருவிதத் தயக்கம் ஏற்பட்டு மன்னருக்குச் செய்தி பறந்தது.

தன்னைக் காத்த திருமேனிக்குச் செங்கோடன் தன் தலையைத் தாழ்த்தி அசைத்துக் கண்களால் நன்றி தெரிவித்தான். ஒரே கூச்சல், சத்தம் மேலிட்டுப் போர் வேகமெடுத்தது.

எட்டாம் நாள் போரில், பாண்டிய நாட்டின் கீழ்ப்புறம், வாள்தூக்கிச் செங்கோடன் அந்நாட்டுத் தளபதி உட்பட எதிரிகளைச் சுழன்று சுழன்று போரிட்டுக் கொன்று குவித்தான். அதனால் அப்படை முன்னேறிக்கொண்டே போனது.

அதேபோல் வடக்கே மகாராஜா இளந்திரைக்கோவும் அதீத வேகத்துடன் போரிட்டுப் பாண்டியன் படையை எதிர்த்து மாலையீடு எனும் ஊர் வரையில் முன்னேற்றிக்கொண்டு போனான்.

இருபுறமும் பாண்டியன் படைகள் தாக்குப் பிடிக்க முடியாமல் ஒன்பதாம் நாள் மாலை, பாண்டியன் பொன்மான் வழுதி வெள்ளைக்கொடி ஏந்திக் கைகளைத் தூக்கிச் செம்பியனின் முன் வந்து தன் உடைவாளைத் தரையில் போட்டான். அதேபோல் வடக்கேயும் பொன்னமராவதித் தளபதிகள் திருவெள்ளறை மன்னரிடம் சரணடைந்தார்கள்.

பரபரப்பான போர், பாண்டிய நாட்டுக்கு வடக்கேயும், கிழக்கேயும் ஓய்ந்து நின்றது. மறுநாள், வெற்றிப்பெற்ற இரண்டு தேச மன்னர்களும், இடைப்பட்ட ஊராகிய கடயப்பட்டியில் சந்தித்து ஆலோசித்தனர். பாண்டியன் பொன்மான் வழுதி அறநெறியுடன் ஆட்சி செய்பவன் என்பதாலும், சந்தர்ப்ப சூழ்நிலையால்தான் போருக்கு முஸ்தீபு காட்டவேண்டிய கட்டாயத்துக்குத் தள்ளப்பட்டான் என்பதாலும், செம்பியனின் பெருந்தன்மையான ஆலோசனையின்படி இளந்திரைக்கோ, பொன்மானைப் பொன்னமராவதி சென்று திரும்பவும் ஆட்சியைத் தொடரச் சொல்லி அனுமதித்து வாழ்த்தி அனுப்பி வைத்தான்.

46
செம்பியனின் நான்காவது நிபந்தனை

போர் முடிந்து, பொன்மான் வழுதியைச் செம்பியனின் பரிந்துரையின் பேரில் திரும்பவும் பொன்னமராவதிக்கு அனுப்பிய பின்பு, கடயப்பட்டியில் இளந்திரைக்கோவின் சேனைகளும், செம்பியனின் படைகளும் ஒன்று சேர்ந்திருந்தன. செங்கோடன், அகம்பன் மற்ற எல்லா சேனாதிபதிகளும் புடை சூழ்ந்திருந்த நேரத்தில், இளந்திரைக்கோ, செம்பியனை விளித்து,

"இளவரசன் செம்பியன் அவர்களே! உங்களுடைய உதவி இல்லாவிட்டால் இந்த வரலாற்று வெற்றி சாத்தியமாகி இருக்காது!" என்றுரைத்து மனமார நன்றி தெரிவித்துக்கொண்டார்.

"அடுத்து உங்களுக்கு முடிசூட்டு விழா எடுக்க வேண்டியதுதான். நான் இப்போதே தயாராக இருக்கிறேன். மனமகிழ்ச்சியோடு வெண்ணாகரம் வந்திருந்து பட்டாபிஷேகத்தை நடத்தி வைக்கச் சித்தமாய் இருக்கிறேன்" என்றவுடன்,

"மன்னிக்க வேண்டும் மகாராஜா! இந்த வெற்றி சாத்தியமானதற்கு செம்பியன் மட்டும்தான் காரணம் என்று நீங்கள் சொல்வதை ஏற்பதற்கில்லை. பாண்டிய நாட்டுத் தளபதி ஒருவன் தலையைப் போரில் நான் வெட்டி வீழ்த்திய பின்புதான் பாண்டிய நாட்டுப்படைகளே கலகலத்துப் போனது" என்று இடைமறித்து செங்கோடன் சொன்னவுடன்,

"வெற்றிக்குச் சொந்தம் கொண்டாடும் வீரத்தளபதி செங்கோடரே! நான்தான் முதற்காரணம் என்று மார்தட்டிக்கொள்ளும் உங்கள் உயிரையே போருக்கிடையில் காப்பாற்றியது எங்கள் நாட்டு இளவரசர்தான்" என்று வெண்ணாகரத் தளபதி அகம்பன் சினம் கலந்து ஏளனமாகச் சொன்னான்.

கேட்டுக்கொண்டிருந்த இளந்திரைக்கோ, தைரியத்தை வரவழைத்துக்கொண்டு, 'இன்று மனத்தில் உள்ளவற்றையெல்லாம் கொட்டித் தீர்ப்பது' என்ற முடிவோடு,

"தளபதியே! உங்களுக்கு இதுவரை அன்பு செலுத்தி மரியாதை காட்டிக்கொண்டு வருகிறேன். தங்களைப் பற்றிய பல உண்மைகளைத் தெரிந்தும் வெளிக்காட்டிக்கொள்ளாமல் இருக்கிறேன். காரணம் என் தங்கைக்குக் கணவராகப் போகிறீர்கள் என்ற ஒரே காரணம்தான். இப்போது அதற்கும் வாய்ப்பில்லாமல் போய்க்கொண்டிருக்கிறது. நற்றிணையும் உங்களை ஏற்றுக்கொள்ள மறுக்கிறாள். உங்கள் கீழ் உள்ள அனைத்துத் தளபதிகளும் உங்கள் செயற்பாடுகளில் திருப்தி இல்லாமல் இருக்கிறார்கள். யாருக்கும் விருப்பம் இல்லாத இந்தப் போர் உருவானதே தங்களால்தான்" என்றார் திருவெள்ளறை மன்னர்.

"மன்னரே என் வீரம், குணம் தெரியாமல் பேசிக் கொண்டிருக்கிறீர்கள். வீணாக என்னைப் பகைத்துக்கொள்ள வேண்டாம். நான் நினைத்தால் இந்த இடத்தில் ஒரு பிரளயத்தையே உருவாக்கி உங்கள் அத்தனை பேரையும் 'உண்டு இல்லை' என்று ஆக்கிவிட முடியும்" என்று கடுங்கோபத்துடன் பேசிய செங்கோடனை மறித்த செம்பியன்,

"நிறுத்தங்கள் தளபதியாரே!" என்று செங்கோடனிடம் சொல்லிவிட்டு, மன்னரைப் பார்த்து,

"நேரம் வந்துவிட்டது. எதிர்பார்த்து நெடுநாட்களாகக் காத்திருந்த பொன்னான நேரம் வந்துவிட்டது மன்னரே! உங்களிடம் என் நான்காவது நிபந்தனையைப் போர்க்களத்தில் செங்கோடனிடம் நேரில் தெரிவிக்கிறேன் என்று அறிவித்திருந்தேன் அல்லவா? அதைச் சொல்லவேண்டிய நேரம் வந்துவிட்டது அரசே!" என்றவன், செங்கோடனிடம் திரும்பி,

"இந்த வெற்றிக்கு முன்னுரிமை கேட்கும் என்னருமைத் தளபதியாரே! நீங்கள் இங்குள்ள அத்தனை பேரையும் 'உண்டு' என்று காப்பாற்றி வைத்துக்கொள்ளுங்கள். என் ஒருவனை மட்டும் 'இல்லாமல்' ஆக்குங்கள் பார்ப்போம்! உங்கள் அரசரைப் போல் மனச்சாட்சிக்கு எதிராகப் பொறுமைகாட்ட வேண்டிய அவசியம் எனக்கில்லை. உங்களை இனி உயிருடன் உலவவிடுதல்

நாட்டுக்குக் கேடு விளைவிப்பதாகும். உங்களின் முகத்திரையைத் தோலுரித்து, வெளிச்சம்போட்டுக் காட்டிவிட்டு, நேருக்கு நேர் நின்று வாட்போரிட்டு உங்களைக் கொன்று குவித்து, நான் ஒரு வீரமறவன் என்பதை நிரூபித்துக் காட்டிடவேண்டும் என்பதே என் ஆசை; என் லட்சியம்.

வெண்முத்துவை நான் காதலிக்கிறேன். வெண்முத்து என்னைக் காதலிக்கிறாள். வெண்முத்து நற்றிணையை நேசிக்கிறாள். நற்றிணையும், தன் இணைபிரியாத் தோழி வெண்முத்துவை எந்த அளவுக்கு நேசிக்கிறாள் என்பதற்கோர் எடுத்துக்காட்டு, 'தோழியின் கணவனைப் பங்குபோட்டுக்கொள்ள உடன்பாடு செய்துகொண்டுள்ளார்'. அதனாலேயே உங்களை இனி உயிருடன் விட்டு வைப்பது அறமாகாது. இதுவே என் நான்காவது நிபந்தனை. சிறுத்தை என்று சிலிர்த்துக்கொள்ளும் சிறுமதி தளபதியாரே! உங்கள் குகைக்குள் நெஞ்சுரத்துடன் உங்களைச் சந்திக்க வருகிறேன். நம் சமருக்குப் பின் நீங்கள் சீறும் சிறுத்தையா? அல்லது வஞ்சமும் சூழ்ச்சியும் கொண்ட வாலறுந்த நரியா? என்பதை நமக்குப்பின் உயிரோடிருப்போர் தீர்மானித்துக்கொள்ளட்டும்!

என்னுடைய பத்து வயது முதல் என் உள்ளத்தில் ஆறாத ரணமாக இருந்து கனன்றுகொண்டிருப்பது என் தந்தை வஞ்சகமாகக் கொல்லப்பட்டதுதான். அந்த வஞ்சகத்தைப் பழி தீர்க்கவே என் உயிர் உடலோடு ஒட்டிக்கொண்டிருப்பதாகவே பல நேரம் எண்ணியிருக்கிறேன். எனக்கே இப்படி இருக்கிறதென்றால் கணவனைத் தன் கண்முன் வெட்டிக் கொல்லப்பட்டதை எந்த மனைவியால் பொறுத்துக்கொள்ள முடியும்? பழிக்குப் பழி வாங்காமல் அவிழ்த்துவிட்ட கூந்தலை அள்ளி முடியாமலே இருக்கிறார் என் அன்புத் தாய்.

தளபதி செங்கோடனே! நன்கு கவனியுங்கள். எந்தப் பாவமும் செய்யாத என் தந்தையைப் போர் விதிகளை மீறி வஞ்சகமாகக் குறுக்கு வழியில் வந்து கொலை செய்துவிட்டு, மன்னர் நெடுமான் குரவனிடம்போய் என் தந்தை போரில் கொல்லப்பட்டுவிட்டதாகப் பொய் சொன்னீர்கள். என் தாய், நான் உள்பட குடும்பமே இறந்துவிட்டதாகவும் கதைகட்டிச் சொல்லியிருக்கிறீர்கள். உங்கள் நாட்டு மன்னருக்கு விரோதமாகவும், நியாயத்திற்குப் புறம்பாகவும் பாண்டியனை வம்புக்கு இழுத்து ஒரு பெரும் போர் மூள்வதற்கு

288 செம்பியன் திருமேனி

முழுமுதற் காரணமாக இருந்திருக்கிறீர்கள். அது எனக்குச் சம்பந்தம் இல்லை என்றும் விட்டுவிட முடியவில்லை. காரணம் நான் விரும்பி மணம் செய்துகொள்ளப்போகிற பெண் வாழுகின்ற நாடு திருவெள்ளறை. அந்நாட்டின் எதிர்காலம் சம்பந்தப்பட்டது. அந்த நாடு இருந்தால்தானே என் காதலி வாழமுடியும்? என் காதலும் வெற்றிபெற முடியும்?

செங்கோட்டாதவரே! உங்களைப் பழிக்குப் பழி வாங்குவதற்கு எனக்குப் பல சந்தர்ப்பங்கள் கிடைத்திருந்தாலும், நான் அவற்றைப் பயன்படுத்தி ராமன் வாலியைக் கொன்றதுபோல் மறைந்திருந்தோ; கொல்லைப்புறமாக அணுகியோ உங்களைக் கொன்றிட எனக்கு இஷ்டம் இல்லை. அல்லது நீங்கள் என்னையும், என் மாமாவையும் உங்கள் வீரர்களை அனுப்பிக் கொல்ல முயன்றீர்களே, அதுபோலவும் ஆள் வைத்து அடிக்கும் வஞ்சகக் கோழைத்தனத்தையையும் நான் அறியேன். ஏழாம் நாள் போரில் பாண்டிய நாட்டின் சேனாதிபதி ஒருவன் தங்களை வெட்ட வாளோடு எத்தனித்த அந்தக் கணத்தில் நான் பாராமுகமாய் இருந்திருந்தால், இவ்வுலகில் இந்நேரம் நீங்களில்லை!" என்று செம்பியன் சொல்லிக்கொண்டே வரும்போது செங்கோடன் மனத்தில் ஒரு குழப்பமும் பயமும் உதிக்கத் தொடங்கியது. செம்பியன் எதை இறுதியாகச் செய்யப்போகிறான்? என்று புரியாமல் தவித்தான். இருந்தாலும் தனக்கு எதிரான ஒரு திட்டத்தோடுதான் பேசுகிறான் என்பதை மட்டும் யூகித்துக்கொள்ள முடிந்தது.

செம்பியன் தொடர்ந்தான்...

"என்னால் நேருக்குநேர் போரிட்டு வெற்றிபெற முடியா விட்டால்தானே அந்த வகையான கையாலாகாதத்தனத்தைப் பின்பற்ற வேண்டும்? ஒரு நல்ல வீரனுக்கு அது அழகன்று. நான் கற்ற போர்ப் பயிற்சிகளுக்கும் இலக்கணம் அதுவல்ல. என் குருவுக்கும் நான் செலுத்தும் மரியாதையாகவும் அது இருக்காது. நமது பண்டைய நீதி நெறிக்குப் புறம்பான எந்தச் செயலையும் செய்திட நான் விழையவில்லை.

"மன்னரே! உங்கள் முன் இப்போது செங்கோடனை அழைக்கிறேன். யாரும் இதில் தலையிடவேண்டாம். யாருக்கும் யாரும் உதவிடவும் வேண்டாம். தளபதியாரே! நேருக்கு நேர் வாள் கேடயத்துடன் வாருங்கள். நீங்கள் பல யுத்தங்களைக்

கண்டவர். மிகவும் பலசாலி என்றும் ராஜதந்திரம் தெரிந்தவர் என்றும் பலராலும் நினைக்கப்படுபவர். என்னை உங்களுடன் ஒப்பிடுங்கால் சிறியவன் என நினைக்கலாம். அப்படியே நினைத்துக்கொண்டு வந்து என்னுடன் மோதுங்கள். முடிந்தால் என்னை இப்போது நேரில் வாட்போர் செய்து கொன்று புதையுங்கள். இல்லையென்றால் நான் உங்களைக் கொன்று என் தாயை, தன் கூந்தலை அள்ளி முடிய வைப்பேன். இது சத்தியம். களத்தில் இறங்குங்கள்.. ம்..!" என்றான் செம்பியன்.

கூடி இருந்தோருக்குப் பேரதிர்ச்சி. மன்னர் கொஞ்சமும் எதிர்பார்க்கவில்லை. இந்தச் சண்டையை வரவேற்பதா? வேண்டாம் என்று அறிவுறுத்தித் தடுப்பதா? தங்கைக்கும், தனக்கும் பிடித்தமில்லாச் செங்கோடன் கொல்லப்பட்டால் தேவலாம் என்று உள்ளுக்குள் நினைக்கிறான். அவன் கொல்லப்பட்டால் பல அனுகூலங்கள் காத்திருக்கின்றன; பல ஐயங்களுக்கு விடைகிடைத்துப் பல பிரச்சினைகள் தீரவிருக்கின்றன. பலர் நிம்மதிப் பெருமூச்சு விடப்போகிறார்கள். ஆனாலும் இந்த இடத்தில் எப்படிப் பிரதிபலிப்பது என்று புரியாமல் திகைத்து, நடுநிலை வகிப்பதுபோல் பாசாங்கு செய்து நின்ற மன்னர், 'செங்கோடனைச் சாகடித்துவிடவேண்டுமே' என்று உள்ளுக்குள் எண்ணிக்கொண்டே வஞ்சப் புகழ்ச்சியாக,

"என் தளபதி மைத்துனர் செங்கோடன் எதற்கும் அஞ்சாதவர். களத்தில் தயக்கமின்றி இறங்கிடுவார். சண்டையில் அவர், தான் அடையப் போகும் வெற்றியில் நம்பிக்கையாக இருப்பார் என்பதிலே எனக்குச் சந்தேகமே இல்லை. செம்பியரே! நீங்களும் இளைஞர். முதற்போரிலேயே வெற்றியை ருசித்தவர். உங்கள் பக்க நியாயங்களுக்காகப் போரிட விரும்புகிறீர்கள். என் வாழ்த்துக்களில் ஒன்றுதான் பலிதம் தரும் என்றாலும் இருவரையும் வாழ்த்துகிறேன்!" என்று அறிவித்தார் மன்னர்.

சுற்றி நின்ற திருவெள்ளறையின் மற்றத் தளபதிகளுக்கும், படை வீரர்களுக்கும் ஏகப்பட்ட மகிழ்ச்சிதான். இருந்தாலும் மனத்தின் ஓரத்தில் 'எங்கே செம்பியன் தோற்றுவிடக்கூடாதே' என்ற கவலை அவர்களில் பலருக்கு எழும்பியது.

வெண்ணாகரத்தின் படைத் தளபதி அகம்பன் மட்டும், 'இளவரசர் இப்படி ஓர் ஆபத்தான போட்டியில் இறங்கிட

வேண்டாமே... என் இளவரசன் செம்பியன் திருமேனிக்கு எவனும் ஈடு இணையில்லை என்பது உண்மையாக இருந்தாலும், என் தலைவன் ஜெயிப்பது உறுதி என்றாலும், செங்கோடனைக் கொல்வதற்கு ஓர் இளவரசன் ஏன் களமிறங்கவேண்டும்?' என்று நினைத்துச் செம்பியனைப் பார்த்து,

"இளவரசே! ஒரு தளபதியுடன் மோத ஒரு தளபதியே போதும். நீங்கள் சற்று விலகி நின்று வேடிக்கையை மட்டும் பாருங்கள். நான் பார்த்துக்கொள்கிறேன்!''

கேட்டுக்கொண்டிருந்த இளந்திரைக்கோ முகம் மலர்ந்து,

"ஆமாம் இளவரசரே! நீங்கள் ஒதுங்கிக்கொள்ளுங்கள். அகம்பன் முன்வருவதே சரியாகவும் எனக்குப்படுகிறது. அதுவே சரியான போட்டியாகவும் தெரிகிறது.''

செம்பியனுக்கு எந்தப் பாதிப்பும் வந்துவிடக்கூடாது என்ற உள் ஆசையை வைத்து மன்னர் சொன்னதை இளவரசன் நிராகரித்துவிட்டான்.

"இல்லை மகாராசா! அகம்பனே, உமது ராஜ விசுவாசத்திற்கு நன்றி! பாதிக்கப்பட்டவன் நான்; சம்பந்தப்பட்டவன் நான். என் கரத்தால் போரிட்டால்தான் எனக்கு மகிழ்ச்சியாகவும், ஆத்ம திருப்தியாகவும் இருக்கும். எல்லோரும் விலகி நில்லுங்கள்!'' என்று செம்பியன் சொல்லிவிட்டு, கண்கள் சிவக்கப் பரபரப்புடன் துள்ளிக்கொண்டே நின்றான்.

'செங்கோடன் தோற்றுவிட்டால் யாருக்கும் நஷ்டமில்லை; யாரும் ஒப்பாரி வைத்து இங்கு அழப்போவதில்லை. ஆனால் இளவரசர் தோற்றுவிட்டால் வெண்ணாகரத்தின் நிலைமை... பயமாக இருக்கிறதே! இளவரசர் ஒருவேளை தோற்பதுபோன்ற நிலையொன்று வந்துவிட்டால் என்னால் வெறுமனே கையைக் கட்டிக்கொண்டு இருக்க முடியாது. ஒரே வாள் வீச்சில் செங்கோடனைத் தீர்த்துக் கட்டி வெண்ணாகரத்தின் ராஜாவைக் காப்பாற்றி விடவேண்டியதுதான்' என்ற முடிவோடு அகம்பன் என்கிற அந்த ராஜவிசுவாசி ஒரு முடிவோடு, உடைவாளைக் கையிலேந்தி எதற்கும் தயாராய் அணுக்கமாக நின்றுகொண்டிருந்தான்.

செங்கோடனின் நிலையை நினைக்கப் பரிதாபமாக இருந்தது.

கலைமகள்-23

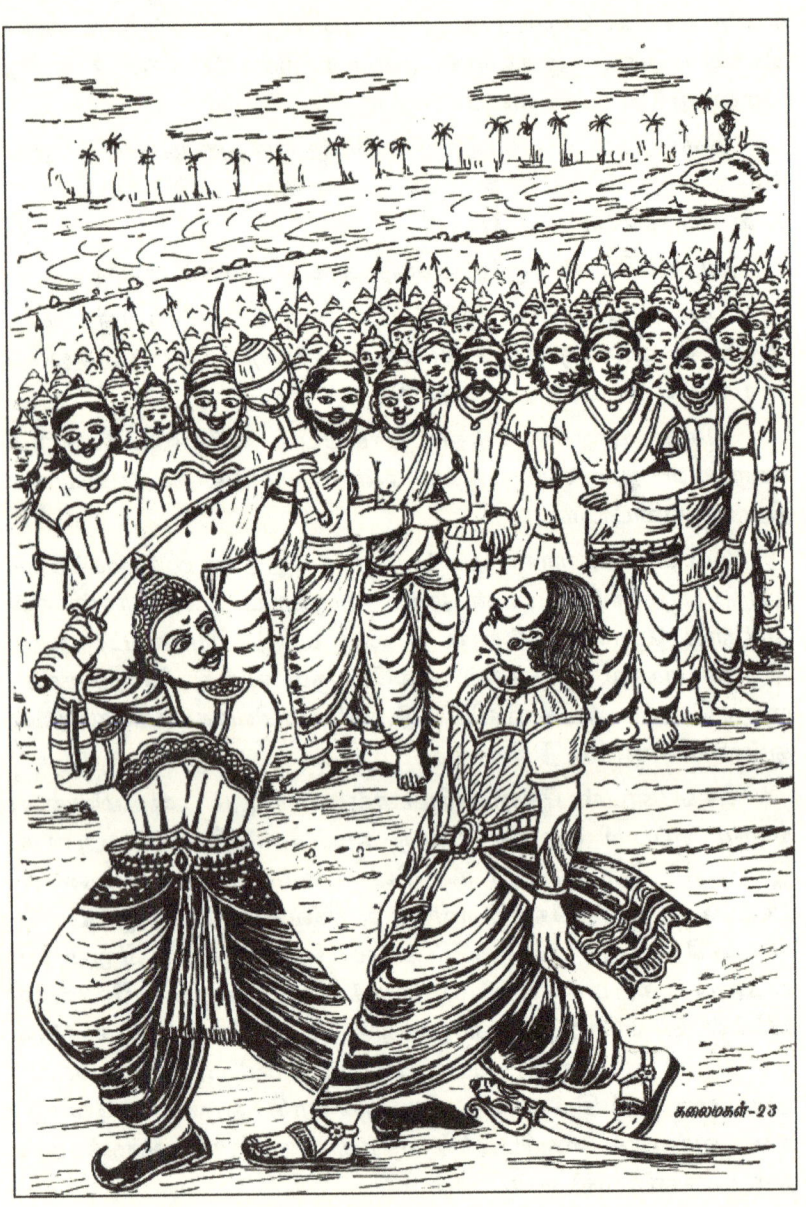

'என்னைக் கொல்ல வேண்டுமென்று செம்பியன் நினைத்திருந்தால் அவன் சொல்லியதுபோல் வெண்ணாகரத்திலேயே ரகசியமாகக் கொன்றிருக்கலாம். செம்பியனுக்கு இப்படியொரு எண்ணம் இருக்கிறது என்று தெரிந்திருந்தால் போர்க்களத்திலே நானே முந்தியிருப்பேன். அல்லது போர் ஓய்வு நேரத்தில் இரவில் அவன் தந்தையைக் கொன்றதுபோல் செய்திருப்பேனே? ஏமாந்துவிட்டேன். என்னை ஏமாற்றிவிட்டான். விடமாட்டேன். என் முழுப் பலத்தைக் காட்டி அவனைக் கொல்லாமல் விடமாட்டேன்' என்று எண்ணிக்கொண்டே பக்கத்தில் கூடவே வந்திருந்த தன் மெய்காப்பாளர்களிடம் கண்ணால் சைகை காட்டி 'செம்பியனைத் தீர்த்துக்கட்டு' என்றான். தளபதி சொன்னதைக் கவனித்தும் கவனிக்காததுபோல் தலையைத் திருப்பிக்கொண்டார்கள். 'இந்த நேரத்திலும் தன் குறுக்குப் புத்தியைக் காண்பிக்கிறானே' என்று அவனை அலட்சியப்படுத்திவிட்டார்கள். அதைப் பார்த்தவுடன் 'இது என்ன நமக்கு வந்த சோதனை?' என்று செங்கோடன் நினைத்துத் திகைத்தான்.

'நான் அன்றொரு நாள் செம்பியனைக் கொல்ல அனுப்பிய ஐந்து வீரர்களையும் எதிர்த்து அடித்துக் கொன்று நொறுக்கினானே அதேபோல் என்னையும் கொன்று விடுவானோ? உண்மையிலேயே அவன் ஒரு வீரன்தான். நேருக்கு நேராக அழைக்கிறான். சரி வேறு வழியில்லை. ஒரு கை பார்த்துவிடுவோம். இன்று அவனைக் கொல்லாமல் விடமாட்டேன்' என்று தனக்குள் கறுவிக்கொண்டு,

"வா! இளவரசன் செம்பியன் திருமேனியே வா! என்னை ஜெயிக்க இவ்வுலகில் இன்னொருவன் பிறந்து வரவேண்டும். என் வாள் உன் கழுத்தைப் பதம் பார்க்காமல் விடாது!" என்றுரைத்து விட்டுச் செங்கோடன் களத்தில் வாளேந்திக் குதித்தான்.

இடையில் போதுமான இடம்விட்டு, சுற்றிலும் வட்டமாக விலகி எல்லோரும் நின்றுகொண்டார்கள். ஏற்கெனவே தோளையும் புஜத்தையும் தட்டிக்கொண்டு செம்பியன் திருமேனி நெருப்புப் பிழம்பாய் அங்கே தயாராய் நின்றுகொண்டிருந்தான். புலிக் குகைக்குள் ஒரு சிறு நரி வரப் போகிறதென்று மகிழ்ந்துகொண்டு நின்றான். காரணம் தன்மீது அவ்வளவு நம்பிக்கை.

இருவருக்கும் உள்ள வித்தியாசம்: தன் தந்தையை வெட்டிக் கொன்றது; தாயின் அவிழ்ந்த கூந்தல்; வெள்ளறை மன்னனையும்,

நற்றிணையையும் காக்கவேண்டிய இக்கட்டான பொறுப்பு வேறு செம்பியனுக்குக் கூடிவிட்டது. அதனால் செம்பியன் முழு வேகத்துடன். செங்கோடனைப் பழிவாங்கியே ஆக வெண்டுமென்ற வெறியில் உறுதியாக இருக்கிறான். ஆனால் செங்கோடனுக்கோ தான் முன்பு அனுப்பிய ஐந்து வீரர்களையே அநாயாசமாகத் தோற்கடித்தவன் எங்கே தன்னையும் தோற்கடித்து விடுவானோ' என்ற தாழ்வு மனப்பான்மை இதயத்தின் ஓரத்தில் உதயமாகிவிட்டது.

மன்னர் இளந்திரைக்கோ அனைவருக்கும் முன்னால் நின்று உரக்கச் சொன்னான்.

"யாரும் இதில் தலையிடக் கூடாது. உடல் ரீதியிலோ, ஆயுத ரீதியிலோ யாருக்கும் யாரும் உதவிடக்கூடாது. உங்களுக்குள் வேற்றுமை காட்டாமல் அமைதிகாக்க வேண்டும். வேண்டுமானால் நீங்கள் யாருக்கு உற்சாகமூட்ட வேண்டுமென்று விரும்புகிறீர்களோ அவருக்குக் குரல் ரீதியில் ஆதரவு கொடுங்கள்! சரி உங்கள் சண்டையை ஆரம்பிக்கலாம்!" என்று சொன்னதுதான்... வாளை உருவிக்கொண்டு செம்பியன், செங்கோடனை நோக்கி ஆக்ரோஷத்துடன் ஓடினான்... பதிலுக்கு அவனும் வாளை உருவி எதிர்த்து நீட்டினான்.

செங்கோடன் ஓங்கி ஓங்கித் தன் வாளைச் செம்பியன் தலையை நோக்கி வீசினான். அதைச் செம்பியன் தன் கேடயத்தால் தடுத்துக்கொண்டே நின்றான். திருவெள்ளறை வீரர்கள் உட்படச் சுற்றி நின்றவர்கள் வெண்ணாகர இளவரசனுக்கு உற்சாகக் குரல் கொடுத்து ஊக்கமூட்டினார்கள். "செம்பியன் வெல்க!'' என்ற கோஷங்கள் வானைப் பிளந்தன. கைதட்டி ஆரவாரம் செய்தார்கள். ஆனால் ஒருவர்கூட செங்கோடனுக்கு ஆதரவாக ஒலி எழுப்பவில்லை. இதுவே செங்கோடனுக்கு இன்னும் எரிச்சலைக் கொடுத்துவிட்டது. ஆனால் அதேநேரத்தில் அதுவே அவனுக்குப் பலகீன மனத்தையும் உருவாக்கிவிட்டது.

இருந்தாலும் செம்பியன் பயப்படுகிறான் என்று எண்ணிக் கொண்டு செங்கோடன் ஏறி ஏறி வாள் பாய்ச்சினான். பொறுமை யாகவும் அமைதியாகவும் செங்கோடனின் போரிடும் நுட்பத் தையும், வாள்வீச்சில் உள்ள அழுத்தத்தையும் அளந்து கொண்டே வந்தான் செம்பியன். எதிரியின் போர்ப் பலகீனம்

எங்கிருக்கிறதென்பதைக் கணக்கிட்டுக்கொண்டே வந்தான். இடம்பார்த்து, குறிபார்த்து, நேரம்பார்த்து, ஒரு கட்டத்தில் எம்பிய செங்கோடனின் நெஞ்சில் எதிர்பாராதத் தருணத்தில் ஓரே வீச்சில் வாளைச் செருகினான். அவ்வளவுதான். செங்கோடன் நேராக நிற்க முடியாமல் தள்ளாடினான். ரத்தம் தோய்ந்த வாளை மறுபடியும் கழுத்தை நோக்கி வீசினான். தலை வெட்டுப்பட்டுச் சாய்ந்தது.

உடைவாளில் கையைத் தயாராய் வைத்துக்கொண்டிருந்த இளந்திரைக்கோ, 'செங்கோடன் வீழ்ந்தான் என்பதை உறுதி செய்துகொண்டபின்தான் வாளிலிருந்து கையை எடுத்தான்.

இத்தனை ஆண்டுகளாகப் பலருக்கும் முரண்பட்டு நின்றவன் தளபதி செங்கோடன் துரோகம், கயமை, ஆணவத்தின் மொத்த உருவமாய் விளங்கியன் பரிதாபமாக மண்ணில் நெடுஞ்சாணாய்ச் சாய்ந்தான்.

மன்னர் ஓடிவந்து செம்பியனைக் கட்டிப் பிடித்துப் போர்வாளில் படிந்திருந்த ரத்தத்தை வழித்து அவனுக்கே வெற்றித் திலகமிட்டு வாழ்த்தினான். "என்னையும், என் தங்கையையும், ஏன் எங்கள் நாட்டையே காப்பாற்றிய செம்பியன் திருமேனி வாழ்க! வாழ்க!'' என்று வாழ்த்தினான். கூடி இருந்தவர்களும் ''வாழ்க!'' ஒலியெழுப்பிக் குதூகலித்தனர்.

❖

இளந்திரைக்கோவிடம் விடைபெற்றுக்கொண்டு, செம்பியன், தன் படைகளுடன் வெண்ணாகரம் நோக்கிப் புறப்பட்டான். தன் தளபதி அகம்பனை அழைத்து, செங்கோடனின் உடலை உடன் எடுத்துக்கொண்டு வர உத்தரவிட்டான்.

அதேபோல் இளந்திரைக்கோவும் அகம் மலர்ந்து முகம் மலர்ந்து, செம்பியன் திருமேனியிடம் நன்றியுடன் விடைபெற்றுக்கொண்டு தன் படை, பரிவாரங்களுடன் திருவெள்ளறைக்குப் புறப்பட்டான்.

"செங்கோடனின் உடலைக் கடைசியாக வெள்ளறைக்கு அனுப்பி வையுங்கள். அவனுக்கு ஒரு சமாதி அமைத்து, ஒரு கல் நட்டு அதில் 'ராஜதுரோகம் இந்த மண்ணுக்குள்' என்று எழுதிவைக்கப் போகிறேன்!'' என்று புறப்படுவதற்கு முன் சொல்லிவிட்டுச் சென்றான்.

திரும்பிப் போகும்வழியில் தளபதிகள் மன்னனுடன் பேசிக்கொண்டே போனார்கள்.

"அரசே! செம்பியனின் துணிச்சலைப் பாராட்டியே ஆக வேண்டும். செம்பியனுக்கு ஏதாவது ஆகி இருந்தால் அந்நாடு என்னவாகி இருக்கும்? தங்களுடைய உத்தரவு இல்லாமலே நான் எதற்கும் தயாராய் இருந்தேன். நமக்கு உதவி செய்த செம்பியனுக்கு 'ஏதாவது ஒன்று' என்ற நிலைவந்தால்... அத்தருணத்தில் நொடியும் தாமதிக்காது செங்கோடனைத் தீர்த்துக் கட்டிவிடக் காத்திருந்தேன்" என்று தளபதி ஒருவன் சொல்லிக்கொண்டு வரும்போது மன்னரின் குதிரை நின்றது.

அந்தத் தளபதியைத் திரும்பிப் பார்த்து,

"அதெப்படி? நீங்களும் என்னைப் போலவே தயாராய் இருந்தீர்? செம்பியனுக்கு அப்படியொரு நிலை வரவிட்டிருப்பேனா?" என்றார் மன்னர்.

"தங்கள் கை தங்கள் உடைவாளின் பிடியிலேயே இருந்ததையும் கவனித்தேன் அரசே!"

"ஒருவரைக் கொல்வதைப் பொதுவாக நான் விரும்பாதவன். ஆனால், துஷ்டன் ஒருவன் இறப்பால் எத்தனைபேர் நிம்மதிப் பெருமூச்சு விடுகிறோம் பார்த்தீரா?"

"ஆமாம் அரசே! உண்மை! உண்மை" என்று தளபதி சொன்னவுடன் மீண்டும் பயணம் தொடங்கியது. குதிரை ஓட்டத்திலேயே மன்னர்,

"தளபதியாரே! 'செங்கோடனைத் தங்களுக்கு வழிகாட்ட வேண்டுமென்று' வெண்ணாகரத்துக்குச் செம்பியன் தனியே அழைத்தபோதே ஐயமுற்றேன். அங்கேயே செங்கோடனை, ரகசியமாகப் பழிக்குப் பழி வாங்கியிருப்பான் என்று. அங்கு நடைபெறவில்லை என்றவுடன் போர்முனையில் வைத்து யாருக்கும் தெரியாமல் இரண்டு மூன்றுபேர் சேர்ந்துகொண்டு கொன்றுவிட்டுப் போரில் பாண்டியனின் வாளுக்கு செங்கோடன் இரையாகிவிட்டான் என்று நாடகமாடுவார்களோ என்றும் எதிர்பார்த்தேன். சும்மா சொல்லக்கூடாது. செம்பியன் திருமேனி ஒரு மாபெரும் வீரன் என்பதை நிரூபித்துவிட்டான். நமக்கெல்லாம் அவனுடைய செயல் ஒரு பாடமாகிவிட்டது!"

"ஆமாம் அரசே! எதிர்காலம் இளவரசனுக்குப் பிரகாசமாக இருக்கும்.''

"சரியாகச் சொன்னீர். சேரர்களையும் பாண்டியர்களையும் வென்று ராஜாதி ராஜனாக உருவெடுத்தாலும் ஆச்சரியமில்லை. அதற்கான அனைத்து அம்சங்களையும் இயற்கையாகவே கொண்டிருக்கிறான்" என்றார் மன்னர்.

வெற்றி பெற்றுக் களிப்புடன் திரும்புகிறோம் என்று குதிரைகளுக்கும் தெரியும்போல் இருக்கிறது. ஓடும் குதிரைகளின் குளம்பொலிகளில் இனிமையும், சந்தமும் இணைந்து அவை ஒரு சங்கீதமாகக் கேட்டது.

47

வெள்ளறையில் வெற்றிவிழாக் கொண்டாட்டம்

திருவெள்ளறை: போர் முடிந்து வெள்ளறை நோக்கி மன்னரும் படையினரும் வருகிறார்கள் என்பதை அறிந்து, அந்நாட்டு மக்கள் மன்னருக்குப் பலமான வரவேற்பு கொடுக்கத் தயாரானார்கள்.

மன்னர் படைகள் திருவெள்ளறை ராஜபாட்டையை அடைந்தவுடன், ராஜரிஷி, மன்னரை எதிர்கொண்டு வரவேற்று வில்வ மாலை அணிவித்து வீரத் திலகமிட்டார். மற்றப் படைத் தளபதிகளின்மேல் பூச்சொரிந்து வரவேற்றார். போரில் இறந்த பலநிலை வீரர்களின் உடல்கள் கொண்டுவந்து ஒரே இடத்தில் எரியூட்டப்பட்டு அங்கு ஒரு நடுகல் நடப்பட்டது. சில குதிரைகள்கூட களத்தில் மாண்டுவிட்டன. ஒப்பு நோக்க, பாண்டியனுக்குத்தான் பெருத்த சேதங்கள்.

போரில் வெற்றி! திருவெள்ளறையில் இரண்டு கோணங்களில் மிகவும் விமரிசையாக வெற்றியைக் கொண்டாடினார்கள். பாண்டியன் தோல்வியை ஒப்புக்கொண்டு சரணடைந்தது என்பதைத்தான் முதன்மையாகக் கொண்டிருந்தார்கள். மற்றொன்று, செங்கோடன் போரில் கொல்லப்பட்டான் என்பது. அந்தச் செய்தியினால் உள்ளுக்குள் மகிழ்ச்சியடைந்து கொண்டார்கள். ஆனால் யாரும் வெளிப்படையாகக் காட்டிக்கொள்ளவில்லை. அரண்மனையில் இளவரசி மட்டும் சற்று சோகத்தில் இருந்தாள். வெண்முத்து அவளை நெருங்கி,

"என்ன அக்கா! அத்தை மகனின் மரணம் ரொம்பவும் பாதித்து விட்டதோ? சோகத்தைத் தூக்கி எறிந்துவிட்டு வெளியே வாருங்கள். மன்னர் வரப்போகிறார். ஆரத்தி எடுத்து அரண்மனைக்குள் வரவேற்க வேண்டும்.''

"வெண்முத்து! என்னதான் இருந்தாலும் என்னை மிகவும் விரும்பிய ஒரு ஜீவன் அல்லவா? எத்தனை கனவுகளைச் சுமந்து கொண்டு இருந்திருப்பார்; அப்படிப்பட்டவரின் இழப்பினால் வருத்தமும் துக்கமும் கொஞ்சமாவது இருக்காதா? நீ போய் எல்லா ஏற்பாடுகளையும் செய். சற்று நேரத்தில் நானும் வந்து கலந்துகொள்கிறேன்.''

"உங்களைப் பகடி செய்தேனே தவிர, எனக்கும் உண்மையிலேயே வருத்தமாகத்தான் இருக்கிறது. அந்த உயிர் எப்படித் துடிதுடித்துச் செத்துப்போயிருக்கும்? ஆனால் அதே நேரத்தில் திருமேனியின் தந்தையும் செங்கோடனால் கொல்லப்பட்ட போது, குற்றுயிரும் கொலை உயிருமாய் அவ்வுடலைவிட்டு அவர் உயிர் எப்படிப் பிரிந்து போயிருக்கும்? எல்லாவற்றையும் சேர்த்தேதான் யோசிக்கவேண்டும்.''

"அதிலே உனக்கென்னடி வருத்தம்?"

"எனக்கும் வருத்தமாகத்தான் இருக்கிறது அக்கா! ஒருக்கால் இருவருக்கிடையே நடந்த சண்டையில் நமது திருமேனிக்கு ஏதேனும் ஆகி இருந்தால்... நினைக்கவே பயமாக இருக்கிறது அக்கா!"

"அப்படி ஒன்றும் நடக்க மற்றவர்கள் விட்டிருக்கமாட்டார்கள் என்ற நம்பிக்கையுடன்தான் நான் இருந்தேன்.''

"போர் முனையில் இருவருக்கும் இடையில் நடந்த சண்டையை நேரில் பார்க்க முடியாமற்போய்விட்டதே என்கிற வருத்தம் எனக்கு உண்டு. அக்கா! உங்களுக்கும் வருத்தம் இருக்கும். நீங்கள் உங்கள் அத்தை மகனுக்காக அதிகம் வருந்த வேண்டாம். ஒருவேளை தளபதி பிழைத்து வந்திருந்தால்..? என்னவெல்லாம் நடக்கும் என்று யோசித்துப் பார்த்து அவருக்காக அழுவதை நிறுத்துங்கள் அக்கா!"

"அடிபோடி பைத்தியக்காரி! என்னதான் இருந்தாலும் ஓர் உயிர் அல்லவா? சாகும்போது என்னை நினைக்காமலா அந்த உயிர் நீங்கியிருக்கும்? கடைசிவரை என்னை மனைவி ஆக்கிவிடலாம் என்ற நம்பிக்கையோடு; கனவோடுதானே வாழ்ந்திருப்பார்?"

"சரி சரி! கொஞ்சமாக ஒப்பாரி வைத்துவிட்டுச் சீக்கிரம் வந்து சேருங்கள்" என்று வெண்முத்து சொல்லிவிட்டுப்

பெண்களையெல்லாம் அழைத்துக்கொண்டு அரண்மனை வாயிலுக்குச் சென்றாள். பொது மக்களும் கூடிவிட்டனர். வழிநெடுகிலும் மக்கள் ஆங்காங்கே கூடிநின்று மலர் சொரிந்து வாழ்த்தி வரவேற்றார்கள்.

செங்கோடனின் பிரேதம், வெண்ணாகரம் சென்றுவிட்டுத்தான் இங்கு வரும். அதனால் இன்னும் இங்கு வந்து சேரவில்லை. பெரியவர்கள் கூடி அரண்மனைத் தெருவைத் தாண்டித் தெற்குப் புறமாகச் சற்று மேடான இடத்தில் அவனுக்குச் சமாதி வைப்பதற்கு மண்ணைத் தோண்டிக்கொண்டிருந்தார்கள்.

அரசன் இளந்திரைக்கோ நேராக முதலில் செங்கோடன் சமாதி வைக்கும் இடத்தைப் பார்வையிட்டுவிட்டு, அரண்மனைக்கு வந்தான்.

இளவரசி உள்பட பலர் கூடி நின்று, மூன்று செப்புக்குடங்களில் கொண்டு வந்திருந்த புனிதநீரை வாங்கி, மன்னர் தலையில் ஊற்றித் தீட்டுக் கழித்தார்கள். பின்னர் ஆரத்தி எடுத்து, வீரத்திலகமிட்டு உள்ளே அழைத்துக்கொண்டார்கள். மன்னன் பெரிதாக மகிழ்ச்சியாகவும் இல்லை; சோகமாகவும் இல்லை. இருந்தாலும்

"வெண்ணாகரத்திற்கு நன்றியுள்ளவனாக இருக்கிறேன்" என்று மட்டும் சொன்னான்.

"எதற்காக அண்ணா?"

"வெண்ணாகரப்படை பிரிந்து நின்று போர் புரியாவிட்டால்? இந்நேரம் நான் இன்று இங்கு உயிருடன் வந்திருக்கமாட்டேன்" என்று சொல்லிவிட்டு, செங்கோடன்... என்று இன்னொன்றையும் சொல்ல வந்தான்... அதெல்லாம் இவர்களுக்கு ஏன் தெரியவேண்டும்? என்று சொல்ல வந்த நாவை அடக்கிக்கொண்டான்.

◆ 48

வடிவுடையாள் கூந்தலை அள்ளி முடிந்தாள்

வெண்ணாகரம்

வெற்றித் திருமகனின் வாகைச் செய்தியைக் கேள்விப்பட்டுத் திரும்பும் வழியில் தஞ்சையிலிருந்தே மக்கள் சேர்ந்துவிட்டார்கள். குதிரையில் வந்துகொண்டிருந்த செம்பியனை இறங்கச் செய்து, அன்பும் பாசமும் கொண்ட மக்கள் தங்கள் தங்கள் தோள்களில் தூக்கி வைத்துக்கொண்டு குதூகலித்தனர். கையில் கிடைத்த மாலைகளை அவனுக்குச் சூட்டி ஆனந்தத் தாண்டவமாடினர். மாடத்திலிருந்து பூக்களைச் சொரிந்து மகிழ்ந்தனர். மரங்களின் கிளைகளில் ஏறி உட்கார்ந்துகொண்டு, பூக்களையும் இலைக் கொழுந்துகளையும் உதிர்த்துவிட்டு உல்லாசமடைந்தனர். பெண்கள் தங்கள் முற்றங்களில் கோலமிட்டு சந்தோஷத்தை வெளிக்காட்டிக்கொண்டனர். இல்லங்களின் முகப்பில் சேய்களுடன் நின்றுகொண்டிருந்த தாய்மார்கள், "இவரைப்போல் மாபெரும் வீரனாக எதிர்காலத்தில் நீயும் விளங்கவேண்டும்" எனச் சொல்லி வீரத்தை இளம் பிராயத்திலேயே விதைத்தார்கள். அவன் காலடி பட்ட மண்ணை எடுத்து நெற்றியில் பூசிக்கொண்டார்கள்.

சில பெண்கள் கும்மியடித்துப் பாட்டுப்பாடி ஊர்வலத்தின் தொடக்கத்தில் வந்துகொண்டே இருந்தனர்.

பறையும் அது சார்ந்த கருவிகளின் இசையொலிகள் செவிப் பறையை அதிர வைத்தன. அரண்மனை மாடத்தில் தாய் வடிவுடையாள் தேவியும் மாமா அருந்தவராயரும், ஐங்குறு மாமுனிவரும் அகம் மலர முகம் மலர வரவேற்று உச்சிமோந்திடக் காத்துக்கொண்டு நின்றனர்.

கலைமகள்-23

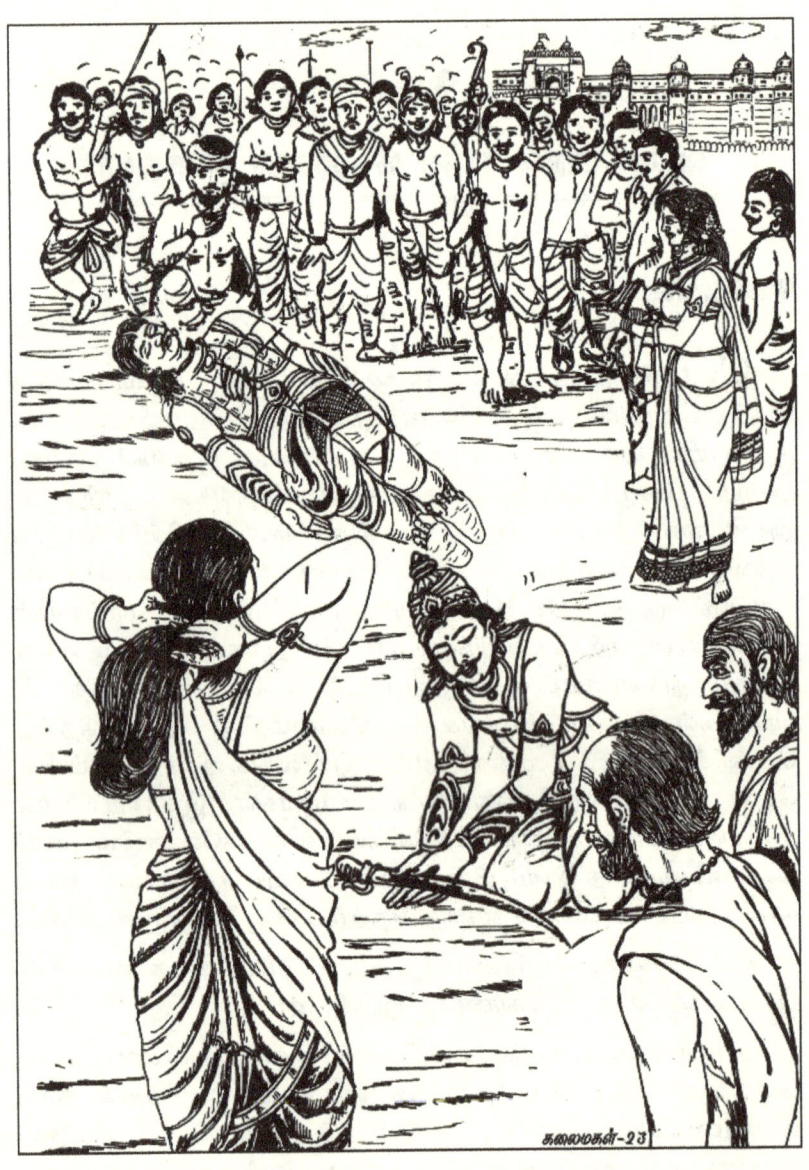

செம்பியன் அருகில் வருகிறான் என்றவுடன் உணர்ச்சி வசப்பட்ட தாய் விரிகோலத்துடன் இருந்த கூந்தலை அள்ளிச் செருக முற்பட்டபோது சந்தோஷத்தில் மயக்கமுற்றுச் சாய்ந்துவிட்டார். இதையறிந்த விருத்தம் ஓடிவந்து தூக்கி மடியில் வைத்துக்கொண்டு, நீர் தெளித்து முகத்தைத் துடைத்துவிட்டாள். விசிறியைக்கொண்டு விசிறினாள். விருத்தமும் அழுதுகொண்டே, 'அம்மா..அம்மா! இதோ உங்கள் பிள்ளை! வெற்றித் திருமகன் வந்துவிட்டார்! கண்விழித்துப் பாருங்கள்' என்று சொல்லித் தேவியின் கன்னத்தை மெல்லத் தட்டியசைத்தாள்.

விருத்தம்தான் தாயை மடியில் கிடத்தியிருக்கிறாள் என்பதைக்கூடச் செம்பியன் கவனிக்காமல் விரைந்து வந்து தாயை அவளிடமிருந்து வாங்கித் தன் மடியில் கிடத்தி அழ ஆரம்பித்துவிட்டான். தாயின் கூந்தலை அள்ளினான். முடிச்சுப் போட்டுச் செருக முற்பட்டான். மகனின் ஸ்பரிஸம் பட்டது. கூந்தல்களுக்கிடையில் மகனின் விரல்கள் துழாவியவுடன் தேவி உணர்வு வர, விழித்துக்கொண்டு மகனை ஆரத் தழுவி ஆனந்தக் கண்ணீரை அருவியாக்கினார். தன்னைத் தாங்கிப்பிடித்த கரங்களில் முத்தங்களைப் பொழிந்து தன்னை ஆசுவாசப்படுத்திக்கொண்டாள்.

முனிவரின் பாதங்களிலும் மாமாவின் தாள்களிலும் ரத்தக் கறைபடிந்த வாளைக் கிடத்தி வணங்கினான்.

"செம்பியா! உன் வீரத்தை இந்த உலகுக்கு எடுத்துக்காட்டி விட்டாய்! எடுத்த சபதத்தை நிறைவேற்றி வினைமுடிக்கும் வீரமகனென்று நிரூபித்துவிட்டாய்! வீராதி வீரனாய் வில் வேல் வாளேந்தும் திறமையில் வேங்கையின் மைந்தனாய், வீரம் விளைவிக்கும் மண்ணின் திண்ணனாய் வந்து நிற்கிறாய்! வாழ்த்துகிறேன்! வரவேற்றுப் பாராட்டுகிறேன்!" என்றார் முனிவர்.

"மருமகனே! உன்னைப் பாராட்ட, உன் பெருமையைச் சொல்லிப் புகழ, எந்தச் சொல்லைத் தேடுவேன்? எந்த வாக்கியத்தை இட்டு நிரப்புவேன்? தமிழில்கூட வார்த்தை இல்லை மருமகனே! உன் வெற்றிச் செய்தி என் செவியில் அமிழ்தமாய்ப் பாய்ந்தது. தந்தையைக் கொன்றவனை நேருக்கு நேர் நின்று போரிட்டுக் கொன்ற குலக்கொழுந்தே! பெற்றவளுக்குப் பெருமை சேர்த்த பாசப்பித்தனே! வளர்த்து ஆளாக்கியதில் பங்குடைய என்னையும் உன் வெற்றியின் மூலம் கௌரவப்படுத்திவிட்டாய்.

மூவுலகையும் வென்று முடிசூட வாழ்த்துகிறேன்!" என்று வாழ்த்திக் கட்டியணைத்தார் அருந்தவராயர்.

குதிரைவண்டியில் வந்திருந்த செங்கோடனின் பிரேதத்தைக் கொண்டுவர தளபதி அகம்பனுக்கு இளவரசன் உத்தரவிட்டான்.

நெஞ்சில் கத்தியால் குத்தப்பட்டும், கழுத்து அறுபட்டும் கிடந்த செங்கோடனின் உடலைத் தாயிடம் காட்டி,

"போதுமா தாயே? என் சபதம் நிறைவேறியது அன்னையே! என் தந்தையைக் கொன்றவனைக் கொன்று பழி தீர்த்துக்கொண்டேன். தாயே! எழுந்து நின்று உங்கள் கூந்தலை அள்ளிச் செருகுங்கள். அதை எல்லோரும் பார்க்கட்டும். அதன் பின் பிரேதத்தைத் திருவெள்ளறைக்குக் கொண்டுபோய்க் கொடுத்துவிட்டு வாருங்கள்" என்று சொல்லிவிட்டுத் தாயைப் பார்த்தான்.

விருத்தத்தின் உதவியுடன் மெல்ல எழுந்த வடிவுடையாள், கிடத்தி வைத்திருந்த செங்கோடனின் உயிரற்ற உடலைப் பார்த்தவாறே, விரிந்து படர்ந்து கிடந்த கரிய நீண்ட கூந்தலை எல்லோர் முன்னிலையிலும் மெதுவாக அள்ளிச் செருகிக் கொண்டை போட்டாள். தன் சபதம் தன் மகனால் நிறைவேற்றப்பட்டதைச் சொல்லிச் சொல்லிப் பூரிப்படைந்தாள்.

கூடியிருந்த அனைவரும்,

"பழிக்குப் பழி தீர்த்த திருமேனியே! வீர மறவனே! மூவேந்தர்களின் திலகமென முடிசூடவிருக்கும் முத்துரத்தினமே! உன் புகழ் திக்கெட்டும் பரவட்டும்! உன் பேரே வெண்ணாகரத்தின் முகவரியாய் மிளிரட்டும்!"

வீரர்கள் தங்கள் வாட்களை உயர்த்தி 'ஜெய... ஜெய' வென்று ஒரே குரலில் ஒலியெழுப்பிப் பாடிக் கூத்தாடினர்.

"தடைக்கற்கள் உடைந்து சுக்குநூறாகி விட்டன. கல்லும் முள்ளும் நீங்கிய பாதையில் தேரோட்டு தாயே! உன் கனவு நனவாகும் காலம் கனிந்துவிட்டது. சூட்டோடு சூடாக இந்தக் கிழமையே திருவெள்ளறைக்குச் சென்று வெண்முத்துவையும் ராஜகுமாரியையும் பெண் கேள் தாயே! ஒருகல்லில் இரு மாங்காய். இளவரசனுக்கு முடிசூடும் வைபவத்தையும் மாலைசூடும் வைபவத்தையும் இணைத்தே வைக்கிறோம் என அறிவித்துவிட்டுவா மறத்தமிழச்சியே! என்ன தவமிருந்து

பெற்றனையோ இம்மகனை? என் கண்ணே படப்போகிறது. திருஷ்டி சுத்திப்போடு" என்றார் ராஜரிஷி தேவர்.

கேட்டுக்கொண்டிருந்த செம்பியன் திருமேனி,

"நீங்கள் கேட்டுப் போகப்போவது ராஜகுமாரியை அல்ல. அவளுடைய தோழி வெண்முத்துவை! நினைவிருக்கட்டும்! முடிவை இளந்திரைக்கோவிடம் விட்டு விடுங்கள் அன்னையே!" என்று சொல்லி எல்லோர் கவனத்தையும் ஈர்த்தான் இளவரசன்.

அந்த நேரத்தில் திருஷ்டி கழிக்கும் தீச்சட்டியுடன் விருத்தம் வந்து எதிரே நின்றாள். அதை வாங்கி, அதில் மிளகாயையும், லவனத்தையும் போட்டவுடன் 'பட..பட'வென்று வெடித்தன. சட்டியைத் துணியால் பிடித்து, மூன்று முறை மகனைச் சுற்றி திருஷ்டி கழித்தார் அன்னை. உடனே தன் மடியில் இருந்த எலுமிச்சம் பழத்தை எடுத்துத் திருமேனியிடம் கொடுத்து,

"இதை விருத்தத்திடம் கொடுத்து அவள் விரதத்தை முடித்துவை" என்றார் தேவி.

"எனக்கு ஒன்றும் புரியவில்லை தாயே! என்ன விரதம்? எதற்காக விரதம் இருந்தாள்? அவள் எப்படி இங்கு வந்தாள்?"

"வெற்றி என்ற சொல் என் செவிப்பறையில் விழும்வரையில் ஒரு பொழுது உணவும், ஒருவேளை தோல்வி ஏற்பட்டுவிட்டால் முழுபட்டினி கிடந்தே செத்தொழிய வேண்டுமென்று சபதம் செய்துகொண்டாள். என்றைக்கு நீ போருக்குப் புறப்பட்டாயோ அன்றே சத்தியப்பிரமாணம் செய்து சபதம் மேற்கொண்டவள். அவள் மெலிந்துபோன உடலைப் பார்! அவள் சோர்ந்து போன கண்களைப் பார்!" என்று தாய் சொன்னவுடன் 'உண்மையா' என்று கேட்பதுபோல் முனிவரைப் பார்த்தான். அவரும் 'ஆம்' என்ற பதிலைக் கண்களால் சொன்னார்.

மேற்கொண்டு செம்பியன் கேட்டான்.

"என்ன தாயே இதையெல்லாம் நீங்கள் அனுமதித்திருக் கக்கூடாது. இப்படியெல்லாம் செய்து என் மனத்தை மாற்றிவிடலாம் என்று அக்கா தம்பியின் திட்டமா? மீண்டும் கேட்கிறேன்.. ஆமாம் விருத்தம் சந்தடி சாக்கில் எப்படி இங்கு வந்தாள்? நாங்கள் போருக்குப் போயிருந்த நேரத்தில் இங்கே என்ன நடந்தது?" என்று கோபத்துடன் இளவரசன் கேட்டான்.

"எனக்கு உடம்பு சரியில்லையென்று உதவிக்கு அழைத்து வந்தேன். புலியைப் பிடிக்கப் போகும் போர் மறவனுக்கு எலியைப் பற்றி ஏனப்பா கவலை? அவள் எங்கிருந்தால் உனக்கென்ன? என்னுடன்தான் இருக்கப் போகிறாள். எங்குச் சென்றாலும் என்னுடன்தான் வருவாள்.''

"ம்..ம்..பேசாமல்...அவளை இரண்டுபேரும் தலையில் தூக்கி வைத்துக் கொண்டு ஆடுங்கள்! திருவெள்ளறைக்குப் பெண்கேட்டுப் போகப்போகிறீர்களல்லவா? அங்கேயும் அவளைப் பரிசம்போட்டு அழைத்துப்போங்கள். ஒன்று செய்யுங்கள்... அந்த அரசனுக்கு இன்னும் மணமாகவில்லை.. அப்படியே...அவளை அவனுக்கு கட்டி வைத்துவிட்டு வந்துவிடுங்கள்.." என்றான். அவன் பேச்சில் கோபமும் எரிச்சலும், கிண்டலும் இருந்தன.

"அவளுக்கென்னவாம்? நான் என்னுடன் அழைத்துச் சென்றால் அவள் அசல் ராஜகுமாரியைப் போல்தான் இருப்பாள்.''

"அப்படி ஏதும் நடந்துவிட்டால் அந்த அரசன் கொடுத்து வைத்தவன்தான்" என்று அருந்தவராயர் இடையில் ஒரு வாக்கியத்தைச் செருகிவிட்டார்.

'பாவம்.. இந்த விருத்தம் தன்னை வருத்தி விரதம் இருந்திருக்கிறாள். என்மீது அவள் அந்த அளவு பிரியத்தை வைத்திருக்கிறாள். நான் என்ன கைம்மாறு அவளுக்குச் செய்ய முடியும்?' என்று இளவரசன் நினைத்துக்கொண்டே, கையிலிருந்த எலுமிச்சையைப் பந்தாடிக்கொண்டு, தன் அறைக்குச் சென்றான்..

49

திருவெள்ளறையில் பெண் கேட்கும் படலம்

வெண்ணாகரத்து மகாராணி வடிவுடை தேவியார், பெண்கேட்டு வரப்போகிறார் என்று அறிந்து, இளவரசிக்கும், வெண்முத்துவுக்கும் கையும் ஓடவில்லை; காலும் ஓடவில்லை. மோகம் தலைக்கேறப்போகும் நாளை நினைத்துத் தலைகால் புரியவில்லை. கனவுலகக் கற்பனையில் மயங்கிக்கிடந்தவர்கள்; அது நனவாகப் போகும் தருணத்தை எதிர்நோக்கி இருந்தவர்களுக்கு, நாணம் பிடுங்கித் தின்ன, கோணங்கித் தனமாக அங்குமிங்கும் பாசாங்கு செய்துகொண்டு தங்களையே தாங்கள் அலைக்கழித்துக்கொள்கிறார்கள்; பொருளற்ற போலித்தனமான நடமாட்டங்களால் பிறரிடம் நடிப்பதாக நினைத்துத் தங்களையே தாங்கள் ஏமாற்றிக்கொள்கிறார்கள். காய்ந்துபோன ஆலிலையாய்க் காற்றில் மிதக்கிறார்கள். தங்கள் வாழ்வில் எதிர்பார்த்த எதிர்காலம், அரங்கேறக்கூடிய நிகழ்காலம் நெருங்கி வருகிறது; சாகப்போகிறவனுக்கு எமன் வருகை தெரிவதைப்போல், வாழ்ந்துகாட்டப் போகிறவர்களுக்கு வாழவைக்கப்போகிற தெய்வமாக அள்ளி முடிந்த கொண்டை, ஆணவமில்லாப் பார்வை, நேர்கொண்ட கொள்கை, நிமிர்ந்து நின்று ஈர்த்திழுக்கும் வளையாத சோழநாட்டை ஆட்சி செய்துவரும் அங்கயர்செல்வி ஆண்டாள் பெருந்தேவி எங்களை ஆட்கொள்ள வரப்போகிறார்; காளையைப் பெற்றெடுத்த புலியாய் அந்தத் தாய் வரப்போகிறார்; கண்டவர் விண்டிலாத தண்நோக்குக்கொண்ட பெண்டிர் திலகமாய்ப் பெண்கேட்டு வரப்போகிறார்.

அந்தப்புரத்தில் இருவருக்கும் ஒப்பனை செய்திடும் ராஜ பணிப்பெண்கள் அலங்காரங்கள் செய்திட இருவரையும் உள்ளே அழைத்தார்கள்.

வெள்ளறை அரண்மனையின் உள்ளே விழாக்கோலம் தாண்டவமாடியது. தாதியர் அங்குமிங்கும் அலங்கார உடைகளுடன்

பவனி செய்து தம் பணிகளை ஆற்றிய வண்ணமிருந்தனர். ராஜ தளபதிகள் வடிவுடையாள் தேவியை வரவேற்று உள்ளே அழைத்துச் செல்லத் தயாராய் நின்றுகொண்டிருந்தனர்.

அதோ வந்துவிட்டார்கள்!

முன்கூட்டிச் செய்தி அனுப்பியபடி, வடிவுடை தேவி தன் தம்பி அருந்தவராயர், திருமழபாடி கொடுமுடி, அவர் மகள் விருத்தம் மற்றும் சில தாதியர்கள் புடைசூழப் பரிசப் பொருட்களுடன் வந்து இறங்கினர்.

வெண்முத்துவின் தாய், தந்தையும், தளபதிகளும், பெருந்தேவியரை எதிர்கொண்டு வரவேற்ற நேரத்தில், உடன் வந்த எல்லாத் தாதியரும் வட்ட வட்டத் தாம்பாளங்களில் வண்ண வண்ணப் பழங்கள், வித விதமான மலர்மாலைகள், நவ தானியங்கள், வெற்றிலை பாக்கு, தேங்காய், மலைத்தேன் குடுவை, வெண்ணைத்தாளி, மோர்க்குடம், அரிசிப்பானை, வாழைத்தார், காய்கள், மஞ்சள், சந்தனம், குங்குமம், மாவிலைச் சொம்பு, மறத்தாயின் முறம், காதணிகள், குழல்மாட்டல்கள், கழுத்துச் சங்கிலி, இடையொட்டியாணம், மார்ப்பதக்கம், கைவளையல், நெற்றிப்பொட்டு, காற்சிலம்பு போன்றவைகள் இரண்டிரண்டாய் ஜோடிபிரித்து வரிசை வரிசையாய் 'வரிசை' எடுத்து வந்து அரண்மனையின் மையப் பகுதியில் வானவில் வடிவத்தில் அழகாய் அடுக்கி வைத்தனர்.

தொடர்ந்து இராணியார் தன் பரிவாரங்களுடன் உள்ளே நுழைந்தார். மன்னர் இளந்திரைக்கோ எதிர்கொண்டு அன்புடன் அழைத்துவந்து அமரவைத்தார். ராணியார் தன் இளமைக்காலப் பழைய உடுப்புகளையும் ஆபரணங்களையும் விருத்தத்திற்குக் கொடுத்து எல்லாவற்றையும் அணிந்துவரச் செய்து அழைத்துக்கொண்டு வந்திருந்தார்.

மகாராஜா உள்பட அனைவருடைய பார்வையும் அவள்மீது பட்டது. "யாரவள்" "யாரவள்" என்ற கேள்வியை அரண்மனை வாசிகளிடம் அந்தக் கட்டிளம் கன்னி எழச் செய்துவிட்டாள். ஏற்கனவே இங்கே இரு விருட்சங்களில் காய்த்த ஒரே மாதிரிக் கனிகளாக இளவரசியும், தோழியும் காத்திருக்க, இது என்ன மூன்றாவது கனி? எவளோ ஒரு மணப்பெண்ணை அழைத்து வந்து 'இவளைத்தான் என் மகன் தாரமாக்கிக்கொள்ள இருக்கிறான்' எனக் காட்டிவிட்டுச் செல்ல உடன் அழைத்து வந்திருக்கிறாரா?

எல்லோருடைய ஐயங்களைத் தீர்த்து வைக்கும் முகத்தான்,

"இவள் பெயர் விருத்தம். எனக்குப் பணிவிடை செய்வதைக் கடமையாகக் கொண்டொழுகுகிறவள். நம்பிக்கைக்கும், அன்புக்கும் எடுத்துக் காட்டாய்த் திகழ்பவள். என் தம்பி 'வேண்டாம் வேண்டாம்' என்றாலும் அவருக்கே மணமுடித்து வைக்கலாம் என்று எண்ணியுள்ளேன்" என்று சொன்ன தாயை அடுத்து, மகாராஜா, சிரித்துக்கொண்டே,

"மாமா அவர்களின் மகள் என்று நான் நினைத்துவிட்டேன். மன்னிக்கவும்" என்றவுடன் அலறிப்புடைத்த அருந்தவராயர்,

"ஆமாம்.. இல்லை.. மன்னா! வயதுபோன எனக்கொன்றும் அப்படியான எண்ணம் ஏதுமில்லை" என்று சொல்லிவிட்டு, மன்னரிடம் ரகசியமான குரலில்,

"செம்பியன் சொன்ன வார்த்தை. யாரிடமும் சொல்லி விடாதீர்கள். 'வெண்முத்துவைச் சந்திப்பதற்கு முன்பு விருத்தத்தைப் பார்த்திருந்தால் இவளைத்தான் கலியாணம் செய்து கொண்டிருப்பேன்' என்றான் என்னிடம்.

"எனக்கும், தமக்கை ராணியாருக்கும் சேவை செய்ய எங்களுடன் ஏதாவது ஓர் உறவு பெயரைச் சொல்லிக்கொண்டு உடன் வைத்துக்கொள்ளலாம் என்றுதான் யோசித்துக்கொண்டிருக்கிறோம். அவ்வளவுதான்.." என்று உரக்கச் சொல்லிவிட்டுத் தன் தமக்கையை நோக்கி,

"சரி அக்கா! நாம் வந்த விஷயத்திற்கு வாருங்கள்!" என்றார்.

"எங்கள் வெண்ணாகர இளவரசன் செம்பியன் திருமேனிக்கு, அதாவது என் மகனுக்கு உங்கள் இளவரசியின் தோழி வெண்முத்துவை மணமுடிக்க விரும்புகிறோம். தாங்கள் பெருந்தன்மையுடன் எங்கள் கோரிக்கையை ஏற்றுச் 'சம்மதம்' என்று சொல்ல அன்போடு எதிர்பார்க்கிறோம்" என்று தேவியார் மலர்ந்த முகத்துடன் சொன்னவுடன், மகாராஜா சிறிதுநேர அமைதிக்குப் பின்,

"யாரங்கே? அழைத்து வாருங்கள் வெண்முத்துவை" என்று உத்தரவிட்டார்.

அழகான எடுப்பான ஆடை ஆபரணங்களை அணிந்து, கண்ணுக்கு மைதடவி, உதட்டுக்குச் சாயம் பூசி, தொங்கிய கூந்தலில் பூச்சரம் தொங்க, நெற்றியில் சாந்துப்பொட்டு மிளிர,

இளவரசியும், வெண்முத்துவும் அன்ன நடைபோட்டு மெதுவாக நடந்து வந்து அவையில் எல்லோருக்கும் நமஸ்காரம் செய்துவிட்டு அமர்ந்தார்கள்.

"நாங்கள் வெண்முத்துவைத்தான் கேட்டு வந்தோம். இவர்களில் யார் வெண்முத்து?" என்று இருவரையும் மாறி மாறிப் பார்த்தார் தேவி.

"அருந்தவராயரே சற்று அமைதிகாக்கவும். பெருந்தேவித் தாயே! நீங்களே யூகியுங்கள்" என்றார் அரசர்.

செம்பியன் வருணித்தவற்றை வைத்து எண்ணியெண்ணிப் பார்த்தும் பிரித்துக் காண முடியாமல் திணறினார். கை காட்டும் பெண் தவறாகப் போய்விட்டால்... அமைதி...

"அகண்ட அகிலத்தின் குலம் காக்கும் தாயே! எங்களாலும் பிரிக்க முடியவில்லை. உங்களால் முடிந்தால் வெண்முத்துவைப் பிரித்து இப்போதே அழைத்துக்கொண்டு புறப்படுங்கள். எனக்கும் அதிலே ஒரு சுயநலம் உள்ளடங்கியிருக்கிறது. அப்படி நீங்கள் பிரித்து அவளை மட்டும் அழைத்துக்கொண்டால் உங்களைவிட நானே மெத்த மகிழ்பவன். என்னைப் பொறுத்தவரை என் அன்புத் தங்கை, எங்கள் நாட்டு இளவரசியை மட்டும்தான், நான் விரும்பும் உங்கள் இளவரசனுக்கு மணமுடித்துக் கொடுத்து என் நன்றியைக் காட்டிக்கொள்ள விரும்புகிறேன்" என்றார் அரசர்.

"சரியாகச் சொன்னீர்கள் வேந்தே! நானும் அதையேதான் சொல்கிறேன். நான் சொல்வதை யார் கேட்கப்போகிறார்கள்? "என்று அருந்தவராயர் சொன்னதை, புதுப்பெண்ணைத் தேடும் அல்லது முதன்முதலில் பார்க்கும் ஆவலில் இருப்போர் யாரும் அவரின் கூற்றைக் கண்டு கொள்ளவே இல்லை.

எல்லோரும் ஒருவரையொருவர் உற்றுப் பார்த்துக் கொண்டார்கள். பார்த்த முகங்களில் கோடிட்டுக் காட்டிய புன்னகை அரும்பியது; பின்னர் உருமாறி ஒரே நேரத்தில் ஆழிப் பேரலையாய்ச் சிரிப்பொலிகள் அரண்மனையை ஆட்கொண்டு எதிரொலித்தன.

"நாங்கள் கொண்டுவந்திருக்கும் ஆடை ஆபரணங்களைக் கவனியுங்கள். எல்லாம் இரண்டிரண்டாய்த்தான் இருக்கும்" என்று தாய் சொன்னவுடன் எல்லோரும் வியந்து பார்த்து மகிழ்ந்தனர்.

◆ 50

அருந்தவராயருக்குத் திருமண ஏற்பாடு

வெண்ணாகரம்: திருமணத்தைச் சில மாதங்கள் தள்ளி வைத்துக்கொண்டான் செம்பியன். காரணம் புது அரண்மனை ஏறத் தாழ முடிவுறும் நிலையில் உள்ளது. முடிந்தவுடன் முடிசூட்டும் விழாவையும் சேர்த்து அந்தப் புது அரண்மனை வளாகத்திலேயே வைத்துக்கொள்ளலாம் என்று அறிவித்து, வேக வேகமாக முடிக்க வேண்டிய கட்டுமானப் பணிகளை முடுக்கிவிட்டான்.

போர் முடிந்து தலைநகருக்கு வந்த அன்று மயக்கமுற்ற தாயோடு இருந்த விருத்தத்தை, அப்போதைய சூழ்நிலையில் 'எப்படி வந்தாள்? 'ஏன் வந்தாள்?' என்பது பற்றிய ஆய்வுக்குள் செம்பியன் அன்று போகவில்லை. காரணம் அன்றையச் சூழல் அப்படி. தன் விருப்பத்திற்கு மாறாக அரண்மனையில் ஏதோ நடக்கிறது என்று மட்டும் யூகித்துக்கொண்டன்.

இன்று தன் தாயைப் பார்த்து,

"அன்னையே! நான் போருக்குப் போனவுடன் கொடுமுடியின் மகளை அழைத்து வந்தீர்களே, போரிலே மாண்டுவிடுவேன் என்று எல்லோரும் நினைத்தீர்களோ!" என்று கேட்டவுடன் மாமாவுக்கு அதிர்ச்சியாகவும் அச்சமாகவும் போய்விட்டது.

"அபச்சாரம்..அபச்சாரம்.. நாங்களா அப்படி நினைப்போம்? என்ன திருமேனி! அப்படியொரு கேள்வியைக் கேட்க உனக்கு எப்படி மனம் வந்தது?"

திருமேனியின் பேச்சிலிருந்தே தாய் தொடங்கினார்.

"ஆமாம்! நீ சமர்புரியச் சென்றவுடன் போரின் முடிவு என்னவாகுமோ என்று பயந்தது உண்மைதான். அந்த ஒரு

கிழமை காலத்திற்குள் நான் பட்டபாடு அந்த ஈஸ்வரனுக்குத்தான் தெரியும்.. நான் உன்னைப் பெற்ற தாயல்லவா? அந்தச் சில நாட்களில் மனநலம் பாதிக்கப்பட்டுவிட்டேன். போர் முனையிலிருந்து என்ன செய்தி வருமோ? ஏது செய்தி வருமோ? என்று பயந்து பயந்து செத்துக்கொண்டிருந்தேன். தூக்கத் தேவதை என்னுடன் சண்டையிட்டுக்கொண்டு என்னைவிட்டு விலகிப் போய்விட்டாள். எனக்கேதேனும் ஒன்று என்றால் ஒரு பெண் கூடவே இருந்தால்தானே கவனிக்க முடியும்? அதனால் எனது பாதுகாப்புக்காக அவளை அழைத்து வரச் சொன்னேன். அது தவறா?

"நீ எப்படியும் வாகைசூடி வருவாய் என்று எனக்குத் தெரியும். என்ன யோசிக்கிறாய் மகனே?"

"விருத்தத்தைத் திருமழபாடிக்கு எப்படி அனுப்பி வைப்பது என்றுதான் யோசிக்கிறேன்" என்றான் இளவரசன்.

"நீ பெரிதாக யோசிக்க வேண்டிய அவசியமில்லை. உன் மாமாவுக்கு அவளைக் கலியாணம் செய்து வைத்துவிடலாம் என்ற முடிவுக்கு வந்துள்ளேன். அப்போது என்ன செய்வாய்? என் தம்பி மனைவி என்னுடன் இருப்பதில் உனக்கு ஆட்சேபணை இல்லையே? அதில் உனக்கேதும் பிரச்சினை இல்லையே?"

"எனக்கு என்ன பிரச்சினை? முதலில் அதைச் செய்யுங்கள்! என்னை விட்டால் சரி" என்று சொல்லிவிட்டு மாமாவைத் திரும்பி ஒருமாதிரியாகப் பார்த்தான். அவருக்கு வெட்கம் பிடுங்கித் தின்றது. நாணி கோணிக் குழைந்தார்.

'எப்படியோ தமக்கை சமாளித்துக்கொண்டார் என்று மாமா நிம்மதிப் பெருமூச்சு விட்டார். தலையைக் குனிந்துகொண்டிருந்த மாமா யோசித்தார், 'இப்படி மௌனமாக இருப்பதும் ஆபத்தில் கொண்டுபோய் முடித்துவிடுமே, 'உண்மையிலேயே என் தலையில் கட்டி வைத்துவிட்டால்... பாவம் விருத்தம்! என்று பயந்துபோய்க் குனிந்த தலையை நிமிர்த்தி 'இல்லை நான் ஒத்துக்கொள்ளவில்லை' என்று சொல்ல வருவதற்குள் மருமகன் அவ்விடத்தைவிட்டு நகர்ந்து போய்விட்டான்.

51
இளந்திரை விருத்தத்தை மணக்க விரும்புதல்

திருவெள்ளறை அரண்மனை. செம்பியன் கேட்டுக்கொண்டபடி சில மாதங்கள் கழித்து, வெண்ணாகரம் சென்று தடபுடலாகக் கலியாணத்தை நடத்திட இப்போதிருந்தே அனைத்து முன்னேற் பாடுகளையும் எல்லா அதிகாரிகளும் சேர்ந்து அட்டவணை போட்டுக்கொண்டு கவனிக்கத் தொடங்கினர். அரண்மனை புதுப் பொலிவுடன் புதுவண்ணம் காணத் தயாராகியது.

மன்னன் மட்டும் சிம்மாசனத்தில் சோர்வாக அமர்ந்திருந்தான். அவனை நெருங்கிய நற்றிணை,

"அண்ணா! திருமேனியின் தாய் வந்துபோனதிலிருந்து முகம் சற்று வாடி இருப்பதன் உட்பொருள் என்ன என்று தெரிந்துகொள்ளலாமா? எனக்குத் தெரியும், தங்கையைப் பிரிய மனமின்றித் தவிக்கிறீர்கள்!"

"இல்லை நற்றிணை!"

"அப்படியென்றால் வெண்முத்துவை விரும்பினோம். அவள் கிடைக்காமல் போய்விட்டாளே என்ற ஏக்கத்தில் உளைந்துபோய் அமைதியாகிவிட்டீர்கள். என்ன செய்வது அண்ணா! நீங்கள் சரியாகத்தான் சிந்திக்கிறீர்கள். ஆனால் எப்போதும் தாமதமாய் முடிவெடுத்து வெளிப்படுத்துகிறீர்கள். இப்போதுகூட ஏதோ ஒன்றை நினைத்து முடிவு எடுக்க முடியாமல் கஷ்டப்படுகிறீர்கள். சரிதானே அண்ணா?"

"ஆமாம்"

"பின்னால் யோசித்து வருந்துவதை விட்டொழியுங்கள். நீங்கள் இந்த நாட்டுக்கு ராஜா. உங்களை மீறி என்ன நடந்துவிடும்? யாருக்கும் நீங்கள் பதில்சொல்ல வேண்டிய இடத்தில் இல்லை.

எந்த நேரத்தில் எதைச் செய்வானோ என்று பயப்படவேண்டிய செங்கோடனும் போய்விட்டார். இனியாவது யோசிப்பதை உடனே வெளியே சொல்லிவிடுங்கள். இப்போதாவது பிரச்சினை என்னவென்று சொல்லுங்கள். எங்களால் முடிந்தால் உங்களுக்கு உதவியாக இருக்கிறோம்.''

“உங்களுக்கென்ன, கட்டுத்தறியிலிருந்து அறுபட்ட கன்றுகளாய் மூட்டையைத் தூக்கிக்கொண்டு அந்த வெண்ணாகரத் தாய்ப் பசுவிடம் சென்றடைந்துவிடுவீர்கள். அதற்கப்புறம் என் நிலை என்ன என்று யோசித்தீர்களா? நீங்கள் போனபிறகு அரண்மனை வெறிச்சோடிக் கிடக்குமே? இந்த நாட்டுக்கு ஒரு ராணியார் வேண்டாமா?”

“நிச்சயம் வேண்டும். அது இன்னொருநாட்டு இளவரசியாகத்தான் இருக்க வேண்டும் என்பதில்லை. மனத்திற்கு நெருக்கமானப் பெண் வேறு யாராவது கண்ணில் பட்டால் சொல்லுங்கள் அண்ணா!”

“அண்மையில் உங்கள் கண்களில் யாரும் அப்படிப் படவில்லையா நற்றிணை?”

“அப்படி யாரும் தெரியவில்லையே?”

“சரி! இப்போதாவது நானே சொல்லிவிடுகிறேன். வாழ்க்கையில் யோசித்தவுடன் முதன் முதலாக வெளிப்படுத்தப் போகிறேன். அன்று வெண்ணாகரத் தாயுடன் வந்திருந்த பெண் எனக்குப் பொருத்தமாக இருப்பாளா?”

“அருமையான தேர்வு அண்ணா! அவளைப் பற்றி அவ்வளவு பெருமையாக ராணியார் அன்று புகழ்ந்து தள்ளிக்கொண்டிருந்தார்கள். ஆனால் அதில் ஒரு பிரச்சினை இருக்கிறது அண்ணா. இளவரசனின் மாமாவுக்கு அல்லவா அவளைத் திருமணம் செய்து கொண்டு தன்னுடன் வைத்துக்கொள்ளப் போவதாக ராணியார் சொன்னதனால் எனக்கு அது தோணவேயில்லை.''

“அது உண்மையன்று. அருந்தவராயர் என்னிடம் ரகசியமாக என்ன சொன்னார் தெரியுமா? ‘கலியாணம் செய்து கொள்ளும் ஆசை தனக்கு இல்லை என்று சொல்லிவிட்டு இன்னொன்றையும் சொன்னார். செம்பியன் மட்டும் வெண்முத்துவைப் பார்ப்பதற்கு முன் இவளைப் பார்த்திருந்தால், அவள் பெயர் என்ன?”

“விருத்தம்..”

"ம்.. விருத்தம்! அவளைத்தான் மணந்திருப்பானாம். செம்பியனே மாமாவிடம் சொன்ன வாக்குமூலம். நல்ல அழகிய பெண்ணாகவும், சிறந்த குணவதியாகவும் இருப்பதால் இவளையே மனைவியாக்கி இருப்பானாம். நல்ல குணவதியாக இருப்பதால்தானே அவளை இழக்க விரும்பாமல், தங்களுக்குச் சேவை செய்யும் பொருட்டு உடன் வைத்துக்கொள்ள தேவியாரும் ஆசைப்பட்டிருக்கிறார்கள். வெண்ணாகரத்திற்கு ராஜகுமாரியாகும் தகுதி அவளுக்கு இருந்தது என்றால் அந்தப் பொருத்தமும் தகுதியும் திருவெள்ளறைக்கும் ராஜகுமாரியாக வரப் பொருந்தாதா?"

"ஏகப் பொருத்தம் அண்ணா! மன்னிக்கவும் அண்ணா! இந்த மரமண்டைக்கு அது தோணவேவில்லை" என்று சொல்லித் தன் தலையில் தானே குட்டிக்கொண்டு கேட்டாள்.

"ஒருமுறைக்குப் பலமுறை யோசித்து முடிவு செய்துவிட்டீர்களல்லவா? பிறகு மாற மாட்டீர்களே?"

"மாறமாட்டேன் நற்றிணை! என் முடிவு இறுதி முடிவு என்பதற்கு இன்னொரு காரணமும் இருக்கிறது. விருத்தத்தின் தந்தை கொடுமுடி என்பவர் அன்று வந்திருந்தாரே பார்த்தாயா? அன்றுதான் நானும் முதல்முறையாகப் பார்க்கிறேன். ஆனால் அவரைப் பற்றி எனக்கு முன்பே தெரியும்.''

"அண்ணா! இது என்ன புதுக்கதையாக இருக்கு?"

"ஆமாம் நற்றிணை! சில ஆண்டுகளுக்கு முன்பு ஒருமுறை ஒற்றர் மூலம் கொடுமுடிக்குப் பொற்காசுகள் கொடுத்து வெண்ணாகரத்து அரசியல் ரகசியச் செய்திகளை அப்போதைக்கப்போது தாருங்கள். கொடுக்கிற செய்திக்கு ஏற்ப மேலும் பொற்காசுகள் தருகிறேன் என்று ஓர் உடன்படிக்கைக்கு தூதர் ஒருவர் மூலம் அழைத்தேன்.

"சபலம் கொண்ட கொடுமுடி தன் மகளிடம் அதைச் சொல்ல... அதற்கு மகள் கடுஞ்சினமுற்றுத் தந்தையை ஏசிவிட்டாளாம். 'குடியிருக்கும் நாட்டுக்கு விசுவாசியாக இரு. இல்லையென்றால் நானே உனக்கு எதிரியாகிவிடுவேன்' என்றாளாம். அதனால் அத்திட்டம் நடைபெறாமல் போய்விட்டது. இந்தச் செய்தி பெண்பார்க்கும் படலத்தன்று 'திருமழபாடிக் கொடுமுடி' என்றவுடன் நினைவுக்கு வந்தது. அன்று நான் எதையும் காட்டிக்கொள்ளவில்லை. ஆனால் அந்தக் கொடுமுடி மட்டும்

மச மசவென்று விழித்துக்கொண்டு நின்றார். அந்த மன்னன் உப்பைத் தின்று வாழும் குடிமகள். குடியிருக்கும் அந்த நாட்டுக்கு உண்மையாக இருக்க வேண்டுமென்று எண்ணும் ஒருத்தி, இங்கு வந்தாலும் நமது நாட்டுக்கும் அப்படித்தானே உண்மையாக இருப்பாள்?"

"அண்ணா! முற்றிலும் உண்மை! சந்தேகமே வேண்டாம். அவள்தான் இந்த நாட்டின் ராணி! நல்லவேளை திருமேனியின் மாமாவுக்கு விருத்தத்தை மணமுடித்தபின் தங்கள் விருப்பத்தைச் சொல்லாமல் இப்போதாவது சொன்னீர்களே! அண்ணா! நல்ல பொருத்தம். என் அண்ணி அழகியாகவும், குணவதியாகவும், ஒரு கொள்கைவாதியாகவும் இருப்பதால் அவளே உங்களுக்கு ஏற்றவள்.

"இந்தத் திருமணம் முடிந்து விட்டதாகவே நினைத்துக் கொள்ளுங்கள். மற்றதை வெண்ணாகரத்து ராணிகளான நாங்கள் பார்த்துக்கொள்கிறோம். இதோ வெண்முத்துவிடம் கலந்துகொண்டு உடனே வெண்ணாகரத்திற்குத் தூது அனுப்பிக் காரியத்தை முடிக்கிறேன். நீங்கள் போய் நிம்மதியாக உறங்குங்கள்" என்று நற்றிணை அண்ணனுக்கு ஆறுதலாகச் சொல்லிவிட்டு மகிழ்ச்சிபொங்கத் துள்ளிக் குதித்துக்கொண்டே வெண்முத்துவைத் தேடிச் சென்றாள்.

◆ 52
திருவெள்ளறையிலிருந்து வந்த நல்ல செய்தி

வெண்ணாகரம்

வெண்முத்துவிடமிருந்து ஒற்றர்மூலம் வந்த ஓலையை எடுத்துக்கொண்டு செம்பியன், தாயை நோக்கிச் சந்தோஷமாக வந்தான். அருகில் மாமா அமர்ந்திருக்க,

"தாயே! இது என்ன அதிசயக் கதையாக இருக்கிறது?"

"என்ன மகனே? என்ன கதை?"

"நான் அன்று கோபத்துடன் சொன்ன விளையாட்டுச் சொல் வினையில் முடிகிறது! திருவெள்ளறை மன்னர், கொடு முடியின் மகளை மணந்துகொள்ள விரும்புகிறாராம். எனக்கு ஆச்சரியமாகவும் சந்தோஷமாகவும் இருக்கிறது தாயே!"

"இளந்திரை கொடுத்து வைத்தவன்; அதிருஷ்டக்காரன்!" என்றார் மீண்டும் மாமா, வினயமாக.

"திருமழபாடியில் கொண்டுபோய் விட்டுவிட்டு உங்களை வெள்ளறைக்குப் போகச் சொன்னால் அவளையும் அங்கு அழைத்துப்போன சமாச்சாரம் இப்போது தெரியவந்துவிட்டது. குட்டு உடைந்து கலகம் ஆரம்பிக்க இருந்த நேரம். ஆனால் நாரதர் கலகம் நல்லதில் முடிந்துவிட்டது" என்று சொன்ன பின்பு, மாமாவைப் பார்த்து,

"மாமா! நீங்கள் விரும்பி ஏற்றுக்கொண்ட கொடுமுடியின் மகள் கிட்டவில்லையே என்று ஏங்கிவிடாதீர்கள். வருத்தமடையாதீர்கள்! அதற்காக ஒன்று கிடக்க வேறு எந்தத் தவறான முடிவையும் எடுத்துவிடாதீர்கள். நாங்கள் இருக்கிறோம். இது போனால் வேறு ஒன்று. உங்களுக்கென்று பெண்ணொருத்தி கிடைக்கமாட்டாளா

செம்பியன் திருமேனி

என்ன?" என்று சொன்னவுடன் தாய் உள்ளுக்குள் மகனின் நகைச்சுவையைக் கேட்டுச் சிரித்துக் கொண்டார்.

அருந்தவராயருக்கோ செம்பியன் சொன்ன கேலியை நினைத்து, எரிச்சலும் கோபமும் பற்றிக்கொண்டு வந்தது. எதையும் காட்டிக்கொள்ளாமல், எழுந்து செம்பியனிடம் ஓடி வந்து, அவனது கரம் பற்றி,

"மாப்பிள்ளை! உன் வாய் முகூர்த்தம்! நீ அன்று எரிச்சலாகச் சொன்னபடி நடக்கிறது. இது உன் கை இல்லை! கால் என்று நினைத்துக்கொள். கொடுமுடியைக்கூடக் கேட்க வேண்டாம்.''

கடைக்கண்களால் தமக்கையைப் பார்த்துக்கொண்டே, "இங்கு என்ன நடந்தது என்ற உள் விசாரணைக்குள் போகாமல், உடனே 'சம்மதம்' என்று இளந்திரைக்கோவுக்கு மடல் அனுப்பு, தாமதிக்காதே! அதற்குள் மன்னன் மனம் மாறிவிடப்போகிறது.

"அன்றே முனிவர் பெருமான் சொன்னார். அவள் முகத்தில் பூமாதேவியின் களை இருக்கிறதென்று. விருத்தமும் கொடுத்து வைத்தவள்தான். அவளுடைய தங்கமான குணத்திற்கு எங்கிருந்தாலும் மிகச் சிறப்பாக வாழ்வாள்!" என்று மாமா சொன்னார்.

மறுநாளே கொடுமுடி, விருத்தம் இருவரிடமும் சம்மதம் பெற்றுத் திருவெள்ளறைக்குத் திருமேனி சாதகமான தகவலை அனுப்பி வைத்தான்.

"புது அரண்மனை திறப்புவிழாவிலேயே முடிசூட்டிக்கொள்! அதே மேடையில் கலியாணத்தையும் செய்துவிடலாம்! ஒத்துவந்தால் இளந்திரைக்கோவின் மணவிழாவையும் இணைத்துக்கொள்!" என்று தாய் சொன்னார்.

அதைக் கேட்டவுடன் அருந்தவராயர்,

"இப்பூவுலகில் இருக்கும் பாண்டிய, சேர, பல்லவ மன்னர்கள் மற்றும் அங்க, வங்க, கலிங்கம் முதலான ஐம்பத்தாறு தேசத்து ராஜாக்களில் யாரையும் விடாதே! எல்லோருக்கும் ஓலை அனுப்பி வரவழை!

உலகமே வெண்ணாகரத்தைப் பார்த்துப் பாடம் கற்றுக் கொள்ளட்டும்!

இதற்கு முன்பும் பின்பும் இப்படியான விழா நடந்ததில்லை என்று மெச்சிப் புகழ்ந்து பாராட்டும் வண்ணம், ஜாம் ஜாம் என்று விழாக்களை நடத்திக் காட்டு!

அன்ன சத்திரம் ஆண்டு முழுதும் திறந்திருக்கட்டும்!

மக்கள் எல்லோரும் அந்த மகிழ்ச்சிப் பெருவெள்ளத்தில் நீந்தட்டும்!

கரையோரத்தில் மக்கள் அமர்ந்து கதை கதையாய்ப் பேசட்டும்!

புதிய வரலாறு கல்வெட்டுகளில் செதுக்கப்படட்டும்"

என்று சந்தோஷ மேலீட்டால், உணர்ச்சி வசப்பட்டு, உள்ளத்தில் உள்ளவற்றை அருந்தவராயர் கொட்டித் தீர்த்தார். அவர் கண்களில் தாரை தாரையாகக் கண்ணீர் வழிந்தது. இதைக் கேட்டுக்கொண்டிருந்த தாயும் ஆனந்தக் கண்ணீரால் தன் உடையை நனைத்துக்கொண்டிருந்தார். தேவி தன் கைகள் இரண்டையும் விண் நோக்கிக் குவித்தவாறு மனமுருகி வேண்டுதல்களை எல்லாம் நிறைவேற்றிடக் குலதெய்வத்தை வேண்டி நின்றார்.

53

வெண்ணாகரத்தில் நாற்பெரும் விழாக்கள்!

1. வெண்ணாகரத்தில் புதிய அகழிகளுடன் கூடிய அழகிய அரண்மனைத் திறப்புவிழா!
2. இளவரசன் செம்பியன் திருமேனி 'மன்னனாக' முடி சூட்டிக்கொள்ளும் தர்பார் விழா!
3. இளவரசன் செம்பியனின் கலியாணப் பெருமகிழ் விழா!
4. இளந்திரைக்கோவின் புரட்சித் திருமணவிழா!

புது அரண்மனை வித்தியாசமான முறையில் கட்டப்பட்டது. மூன்று பக்கமும் அகழி, வடபுறம் வெண்ணாறு. இதன்வழி அகழிக்கு நீர்வரத்து இருந்துகொண்டே இருக்கும். அரண்மனைக்கு வெளியே கண்காணிப்புக் கோபுரம். அதன் எதிரில் மணிக்கோபுரம். மணிக்கோபுரத்தின் உச்சியில் புலி முகம் பொறித்த கொடி பறக்கும் நெடுமரம்.

உள்ளே நுழைந்தவுடன் இடப்புறமும், வலப்புறமும் பாதுகாப்பு அறை. சுண்ணாம்பு, தன்றிக்காய், நெல்லிக்காய், வெல்லம், கடுக்காய், பனம்பழச்சாறு முதலியவற்றின் கலவையால் உறுதி மிக்க சுவர் எழுப்பிக் கட்டப்பட்ட 217 கற்றூண்களைக் கொண்ட பிரமாண்ட மாளிகை. ஒவ்வொரு தூணும் யானை, குதிரை போன்ற உருவங்களும், வில் அம்பு, வாள், கேடயம் போன்ற போர்க்கருவிகளும் பொறித்த சிற்ப வேலைப்பாடுடையது.

அதையடுத்து, மக்கள் குறை கேட்டு நீதி வழங்கும் அத்தாணி மண்டபம். அதன் பக்கத்திலேயே, அரண்மனைநிர்வாகப் பொறுப்பாளர் கார்வாரி அறைகளும், பெண்களுக்கான தலைமை நிர்வாகி தானாபதி அறைகளும் இருந்தன. ஒருபுறம் யாக சாலை, மறுபுறம் வசந்த மண்டபம். அதன் மேற்கூரை பலவகையான புஷ்பங்களின் சிற்பங்களால் வண்ணங்களுடன் அழகுற செதுக்கப்பட்டுள்ளன.

அதைத்தாண்டிச் சென்றால் ஐந்துவகை நிலங்களின் பெயரால் அமையப்பட்ட ஐந்து விருந்தினர் அறைகள். மற்றும் அவைகூடல் அரங்கம், ரகசியம் பேசும் சிறிய அறை.

உள்ளே சென்றால் ராஜாவின் படுக்கை அறைகள். ராணிகளுக்கான அறைகள். அதன் பக்க வாட்டில் பார்த்தால் ராஜ ஸ்திரீகள் மன்னருடன் உலாவர நறுமணம் கமழும் தேன்மலர்ப் பூந்தோட்டம். அதையொட்டி அனைத்துவகை மூலிகைகளும் நிறைந்த கண்கவர் நலந்தருந் தோட்டம்.

ராஜா, ராணி ஒப்பனை அறைகள். அதற்கடுத்தாற்போல் மேலே நிலாமாடத்திற்குச் செல்லும் தேக்குமரப் படிகள். இறுதியில் அந்தப்புரம். வடிவுடை தேவியின் வேண்டுதலின் பெயரில் வெண்ணாற்றில் குளித்துவிட்டுக் கரையேறியவுடன் வழிபடச் சிவனாலயம் கட்டப்பட்டுள்ளது.

வேண்டுதல் வேண்டாமை இல்லாமல் தென்னகத்தில் உள்ள எல்லா நாடுகளுக்கும் அழைப்போலை அனுப்பப்பட்டது. ஒற்றர் குழு அனைவருக்கும் அழைப்புக் கொடுத்ததோடு வர இசைந்தோர் பட்டியல் சேகரிக்கும் பொறுப்பையும் ஏற்றுக்கொண்டு அதன்படி வருகைபுரிந்தோரை வரவேற்று உபசரித்தது.

இளம்வீரன் செம்பியன் திருமேனியின் சம காலத்தில் எங்கு நோக்கினும் குறுநில மன்னர்கள்! சோழநாட்டில் மட்டுமல்ல, சேர, பாண்டிய நாடுகளிலும் எந்தப் பேரரசுகளும் ஆட்சி புரிந்ததாக வரலாற்றுச் சுவடுகளில் ஆவணக்குறிப்புகள் கிடைக்கவில்லை.

பாரதநாட்டின் தென் பகுதியே திரண்டு கூடிவிட்டது. நாடெங்கும் கொண்டாட்டம். தென்னகத்துப் பெரும்பான்மையான குறுநில மன்னர்களும் ஒருசில நாட்டின் பிரதிநிதிகளும் அவரவர் புடைசூழ வருகை புரிந்தனர். அத்தனை நாட்டுப் பேராளர்களுக்கும் உரிய பாதுகாப்பு, உண்ண, உறங்க ஏற்பாடுகளைத் தளபதி அகம்பன் தலைமையில் ஒரு தனிக்குழு கவனித்துக்கொண்டது .

அனைத்து நாட்டுப்புறக் கலைஞர்களையும் வரவழைத்து முன்னே ஏழு நாட்கள், பின்னே ஏழு நாட்கள் நாட்டின் பல பகுதிகளுக்கும் சென்று கலை நிகழ்ச்சிகளை நடத்தினர்.

சிவன்கோவிலின் அன்ன சத்திரம் புதுப்பிக்கப்பட்டு யார் வேண்டுமானாலும், எப்போது வேண்டுமானாலும் சாப்பிட

ஏதுவாகச் சமையற்கட்டில் அணையாத அடுப்புகள் காளவாய்ப் போல நாள் முழுதும் எரிந்துகொண்டிருந்தன.

இரவு முழுவதும் ஆங்காங்கேயுள்ள கல் தூண்களின்மேல் பெரிய அகல் விளக்குகள் எரிந்துகொண்டே இருந்தன.

நாட்டின் எல்லாப் பகுதிகளிலும், குறிப்பாகத் தலைநகரை ஒட்டிய பகுதிகளில் தோரணங்கள், கொடிகள், பதாகைகள், வளைவுகள் கட்டி அலங்காரங்களை அமைத்தது ஒரு குழு. சிறப்பாகச் செய்ததனால் வெண்ணாகரத்தையே களைகட்ட வைத்தது அந்தக் குழு.

அரண்மனையில் பணியாற்றும் சேவகர்கள், பணிப்பெண்கள், தாதியர்கள், காவலுக்கு நிற்கும் வீரர்கள் அனைவருக்கும் ஒரே வண்ண ஆடைகள் தயாரித்து அணிய வைத்தது கண்கொள்ளாக் காட்சியாக இருந்தது.

பகல் முழுவதும் அதிர்வேட்டுகள் முழங்கின. இரவெல்லாம் வாண வேடிக்கைகள்.

வெவ்வேறு பகுதிகளில் சிறந்துவிளங்கும் இன்னிசைக் கலைஞர்களை வரவழைத்துச் சன்மானம் அளித்து, அவர்களைப் பாடவைத்தார்கள்; நடனக் கலைஞர்களை ஆடவைத்தார்கள்; நாடக நடிகர்களைக் கொண்டுவந்து நடிக்க வைத்தார்கள்; ஒயில், மயில், கோல், காவடி, பொய்க்கால், ஆலி, கரகம், வில்லு, சிலம்பு, தேவர் ஆட்டம், கழைக்கூத்து, , தோல்பதுமை முதலிய ஆட்டங்களை நிகழ்த்துவோரையெல்லாம் அழைத்து ஒழுங்குபடுத்தி நிகழ்ச்சிகளை நடத்த வழிவகுத்துக் கொடுத்தார்கள்.

சிறப்பு விருந்தினர்களுக்கு அவரவர் அணியும் பாரம்பரிய ஆடைகளை வடிவமைத்துத் தயாரித்து வைத்துக்கொண்டு, இங்கு அவர்கள் வந்தவுடன் அன்போடு கொடுத்து அணிந்துவரச் செய்தது ஓர் உயர்மட்டக்குழு.

மணமக்களுக்கு விலையுயர்ந்த ஆடை ஆபரணங்கள் தயாரிக்கவும், முதல்நாளே இளந்திரைக்கோ, நற்றிணை, வெண்முத்து, விருத்தம் ஆகியோரை, ஐயாறு வசந்த மண்டபத்தில் அழைத்துவந்து தங்கவைத்து உபசரித்தார்கள்.

மணநாளன்று யானைகள் பூட்டிய தேரில் ஊரறியத் தாரை, உடுக்கை போன்ற வாத்திய ஒலிகள் எழுப்பி, மண்டைவிளக்கு

அணிவகுக்க, வெடி வேட்டுகள் அதிர அவர்களை ஊர்வலமாக வெண்ணாகர அரண்மனைக்கு அழைத்து வந்தது, மேலிடக்குழு ஒன்று.

வெண்ணாகரமே அதிகாலையிலிருந்து அல்லோல கல்லோலமாகிக் கொண்டிருந்தது. வீதிகளை அழகாகக் கூட்டிப் பெருக்கிச் சுத்தம் செய்து, முற்றங்களில் வண்ண வண்ணக் கோலங்கள் இட்டு, கொல்லைப்புறத்துச் செடிகொடிகளில் மலர்ந்து கிடந்த பூக்களைப் பறித்துக்கொண்டுவந்து நிறைத்து அதன் நடுவே விளக்கேற்றி வைத்தார்கள். வீட்டுக்கு வீடு தென்னங் குருத்துக்களினாலும், மாவிலைகளினாலும், முடைந்த தோரணங்கள் முகப்புகளில் தொங்கின. வீடுகளின் திண்ணைப்புறங்கள், சுவர்களிலெல்லாம், புதிய வண்ணக் கலவைகளைப் பூசி அழகுபடுத்தினார்கள். ஸ்திரீகள் அதிகாலையிலேயே எழுந்து ஸ்நானம் செய்துவிட்டுப் புத்தாடை உடுத்தி ஆபரணங்களை அணிந்து தங்களை அழகுபடுத்திக்கொண்டார்கள். வெள்ளறை மன்னர் ஊர்வலமாக அழைத்துவரும் அழகைப் பார்க்க அவ்வூர் மக்கள் தங்கள் வீட்டு வாயில்களிலும், திண்ணைகளிலும், மாடிகளின் சாளரங்களிலும் வந்து தயாராய் நின்றுகொண்டார்கள்.

பொன்னமராவதி பாண்டிய மன்னன் பொன்மான் இளவழுதிக்கும் ஒரு சிறப்புத் தூதுவர் மூலம் அழைப்பு அனுப்பி, அரசியாரோடும் வரவழைக்கப்பட்டார். அவரை மட்டும் மற்ற மன்னர்களைப் போலல்லாமல் தனியாகக் கவனித்தார்கள். ஒருமுறை செம்பியனே நேரில் வந்து பாண்டியனுக்கு முகமன் கூறி விருந்து உபசரித்தான்.

பல ஆயிரம் பேர் அமரப் பெரிய கூடாரமும் அதனுள் ஜோடிக்கப்பட்ட இருபெரும் மேடைகளும் அமைக்கப்பட்டன. ஒன்று, முடிசூட்டலுக்கும், கலியாண வைபவங்களுக்குமான ராஜ உபயோகத்திற்காக ஒதுக்கப்பட்டது. மற்றொன்றில் கலை நிகழ்ச்சிகள், இசைநிகச்சிகள் இடைவிடாது நடந்துகொண்டே இருந்தன. சபையில் மந்திரிகளும், படைத் தலைவர்களும், தனாதிகாரிகளும், பண்டிதர்களும், பல்வேறுபட்ட கலைஞர்களும், கவிராயர்களும், வர்த்தகர்களும், கிராம நாட்டாண்மைக்காரர்களும், வெளிநாட்டு ராஜ தந்திரிகளும், உள்நாட்டுப் பெரியவர்களும் நிரம்பி இருந்தனர்.

இரண்டாம் வரகுண பாண்டியனிடம் அனுமதிபெற்று அவனது அமைச்சரும் பெரும் புலவருமான திருக்கோவையார் என்றழைக்கப்படும் மாணிக்கவாசகப் பெருமானை அழைத்து வந்தார்கள்.

மணமக்கள் ஊர்வலம் வந்தவுடன் முதலில் அரண்மனைத் திறப்புவிழா நடந்தது. தேவாரமும் திருவாசகமும் புலவர்களால் பாடப்பட்டன. பெரிய உயரமான கதவு திறந்து வைக்கப்பட்டவுடன் முதலில் மாணிக்கவாசகப் பெருமான் அடியெடுத்து நுழைய, தொடர்ந்து அனைவரும் அந்த மாபெரும் அரண்மனைக்குள் பிரவேசித்தார்கள். அவரைத் தொடர்ந்து ஐங்குறு மாமுனிவர், தாய் வடிவுடையாள் தேவி, அருந்தவராயர், புதுவாழ்வைத் தொடங்க இருக்கும் மணமக்கள் உடன் சென்றனர்.

அவர்கள் அனைவரும் புதிய அரண்மனையைச் சுற்றிப் பார்த்தார்கள். வேலைப்பாடுகள் கொண்ட சிற்பங்களையும், வரைந்த வண்ணக் கலை ஓவியங்களையும் கண்டுகளித்தனர்.

அடுத்துச் செம்பியன் திருமேனி மேடையேற்றப்பட்டு, வெண்கொற்றக் குடையின் கீழ் உள்ள சிம்மாசனத்தில் அமரவைக்கப்பட்டான். ராஜாங்க சேடிமார்கள் வெண்சாமரம் ஏந்திப் பின்னால் நின்றபடி வீசிக்கொண்டே இருந்தார்கள். இசைகள் முழங்க, அருந்தவராயர் அரசனுக்குரிய உயர்ந்த வேலைப்பாடுகளுடன்கூடிய ஆடை அங்கியை அணிவித்தார். வடிவுடைதேவியார் தொட்டு வணங்க, புலவர் எடுத்துக் கொடுக்க, திருவெள்ளறை நாட்டு மன்னர் இளந்திரைக்கோ செம்பியனுக்கு முடி சூட்டி வெள்ளிச் செங்கோலைக் கொடுத்தார். மாமுனிவர் அருகில் சென்றார். பாத நமஸ்காரம் செய்ய மன்னன் எழுந்து வந்தபோது தடுத்து ஆசீர்வாதம் வழங்கினார். அந்த நேரத்தில் மக்கள் எழுப்பிய வாழ்த்தொலிகள் கூடாரத்தையே அதிரவைத்தன.

சபையிலே உண்டான கோலாகல ஆரவாரத்தை வருணிப் பதற்குப் புராண இதிகாசங்களில் சொன்னதுபோல் ஆயிரம் நாவுள்ள ஆதிசேஷன்தான் வந்தாக வேண்டும்.

ராஜாதிராஜ, ராஜ மார்த்தாண்ட, ராஜ கம்பீர, சோழமண்டலாதிபதி செம்பியன் திருமேனி பராக்கிரம ராஜா ஜயஜய ஜயவே! என்று குரல் எழுப்பினார்கள். குன்றா நலமும், குறையா வளமும், மங்காப்

புகழும், மாசிலாச் செல்வமும், அன்புடை சுற்றமும், அறமறிந்த நட்பும், வழுவா நீதியும் கொண்டு நீ வாழ்கவென சான்றோர் பலர் வாழ்த்தினர்.

இளங்காலை பிரம்ம முகூர்த்த நல்லோரையான ரோகிணி நட்சத்திர சுபயோக சுப தினத்தில் புள் நிமித்தம் பார்த்தபின் திருமண விழா தொடங்கியது.

மணமக்கள் அமர்ந்திருந்த இடம் செம்மண் பூசி, புதுமணல் பரப்பி மாலைகள் தொங்கவிடப்பட்டு அலங்கரிக்கப்பட்டிருந்தது. மணப்பந்தலில் நல்ல விளக்குகள் ஏற்றி வைக்கப்பட்டிருந்தன. இறைவழிபாடு நிகழ, திருவாசகம் ஒருபுறம் ஓதப்பட்டுக்கொண்டே இருந்தது.

மங்கலப் பெண்டிர் குடங்களில் நீரேந்தி வந்தனர். அந்நீர்க் குடங்களில் நெல்லும் மலரும் தூவி, மக்களீன்றவராகவும், பிராணநாதனோடு வாழ்க்கை நடத்தும் மகளிர் நால்வர் மணமகள்களை வாழ்த்தி மணநீராட்டினர். தலைவிகளுக்குச் சிலம்பு கழி நோன்பு நடைபெற்றது.

கலையம்சத்துடன் கூடிய ஐந்து சம்மண இருக்கைகள் கொண்டு வந்து வைக்கப்பட்டன. மீண்டும் புத்தாடை உடுத்திக்கொண்டு மணமகள்கள் வந்தனர்.

மணவிழா தொடங்கியதிலிருந்து முடியும் வரையிலும் சங்கொலி, பறையொலி முழங்கிக்கொண்டே இருந்தன.

ஒருபுறம் உள்ள இரு ஆசனங்களில் ஒன்றில் இளந்திரைக்கோ அமரவைக்கப்பட்டார். மற்றொன்றில் கொடுமுடி, தன் மகளை ஆனந்தக் கண்ணீர்மல்க அழைத்து வந்து அமரவைத்தார். பார்க்கச் சிவனும் பார்வதியும் போல் அணுக்கமாகவும் மங்கலகரமாகவும் அமர்ந்து காட்சியளித்தனர்.

அதேபோல் மற்ற மூன்று இருக்கைகளில் நடுவில் மன்னர் செம்பியன் திருமேனி அமர, இருபுறங்களிலும் நற்றிணையும், வெண்முத்துவும் முருகன், வள்ளி தெய்வானைபோல் அமர்ந்தனர். எல்லோருக்கும் காப்பிழைகள் கட்டப்பட்டன.

பெற்றவள் வடிவுடை தேவி, மாமா அருந்தவராயர், கொடுமுடி, மற்றும் உற்றார் உறவினர்கள் புடைசூழ, மணமகள்களை மணமகன்களுக்கு வாழ்த்தி அளிக்க, கவிவாணர்கள் இணைந்து

பாட ஒரே நேரத்தில் மணமகன்கள் மணமகள்களுக்கு மாலை அணிவித்தார்கள். அதேபோல் மணமகள்கள் மாப்பிள்ளைகளுக்குத் திரும்ப மாலை அணிவித்தார்கள். இறுதியாக மணமகன்கள் இருவரும் புலிப்பல் பொருத்திய மங்கல இழை நாண்களை, முழவும், முரசும் முழங்கிய சுபயோக சுபநேரத்தில் மூன்று மணமகள்கள் கழுத்துகளில் இரு மாப்பிள்ளைகள் கட்டினார்கள்.

வெண்முத்துவின் வேண்டுகோளின்படி, முதலில் நற்றிணையின் கழுத்தில்தான் செம்பியன் திருமேனி மங்கல இழை நாணைப் பூட்டினான்.

ஒரு புறத்தில் ஒரு குழு அமர்ந்து பிரபஞ்சத்தின் மூலாதாரமான பிரணவ மந்திரத்தை ஜெபித்துக்கொண்டே இருந்தார்கள். அந்த ஓம் மந்திர ஒலியோசையுடன் அகில், திரவிய வாசனைகள் இணைந்து அரங்கத்தையே கமழவைத்துவிட்டன.

அப்போது, நிகழ்ச்சிக்கென்றே வருகைபுரிந்திருந்த இளம் வயதுடைய மாணிக்கவாசகப் பெருமான் அவர்கள் கரும்புச் சாற்றில், தேன்கலந்து, பால்சேர்த்து, கனியின் சுவைகூட்டி இனித்து உவகைதரும் திருவாசகம்பாடி மணமக்களை வாழ்த்தினார். ஊண் உருக, உள்ளொளி பெருக விருந்தினர்கள் எழுந்துநின்று இருகரம் தூக்கித் தங்களின் வாழ்த்துக்களையும், அன்பையும், நல்லெண்ணங்களையும் ஒலிகள் மூலமும், சைகைகள் வாயிலாகவும் காட்டிக்கொண்டார்கள்.

இனிதே திருமணங்கள் நடைபெற்று முடிந்தன.

மணமக்கள் ஐவரும் எழுந்துபோய் மாணிக்க வாசகர், ராணியார் வடிவுடை தேவி, அருந்தவராயர், கொடுமுடி ஆகியோர் பாதங்களில் சாஷ்டாங்கமாக விழுந்து நமஸ்கரித்தனர். அவர்களும் அட்சதை தூவி ஆசீர்வாதம் செய்தனர்.

மணவரங்கில் ஏறி மணமக்களை நேரில் ஆசீர்வதிக்க, பரிசு, காணிக்கை பொருட்களுடன் நீண்ட வரிசையில் மக்கள் காத்து நின்றனர்.

மண்டபத்தில் அமர்ந்தோர் நாற்பெரும் விழாக்களைப் பற்றி மிகவும் சிலாகித்துப் பேசிக்கொண்டார்கள். விருந்துண்டு எல்லோரும் அவரவர் நாடுகளுக்குப் பயணமானார்கள்.

அகநானூறு பாடலொன்றில் 'தொன்றியல் மரபில் மன்றல் அயர' என்று புகழ்ந்து போற்றிய மரபின் வழி மாணிக்கவாசகர் முன்னின்று நடத்திய இத்தமிழ்த் திருமணங்கள் சீரோடும் சிறப்போடும் நடந்தேறின.

மூவேந்தர்களை உள்ளடக்கிய மாபெரும் சோழப் பேரரசுகளுக்கு இணையாகக் குறுநில மன்னர் செம்பியன் திருமேனி நாற்பெரும் விழாக்களைத் தனஞ்செயவூரை அடுத்த வெண்ணாற்றாங்கரையில் அமைந்துள்ள தலைநகர் வெண்ணாகரத்தில் மிகச் சிறப்பாகத் திட்டம் தீட்டி நடத்திக்காட்டி வரலாற்றில் இடம் பிடித்துவிட்டார் என்று எல்லோரும் உரையாடிக்கொண்டே சென்றனர்.

54

செம்பியனின் சாந்திமுகூர்த்தம்

இளந்திரைக்கோவும் விருத்தமும் எல்லோரிடமும் நன்றி கூறித் தங்கள் திருவெள்ளறை நாட்டுக்கு எல்லோருடைய வாழ்த்துக்களுடன் புறப்பட்டனர். அங்கே ஒரு பெரும் வரவேற்பு புதுமணத் தம்பதிகளுக்குக் காத்திருந்தது.

இங்கு, வெண்ணாகரத்தில் சாந்தி முகூர்த்தத்திற்குப் பூக்களால் அலங்கரிக்கப்பட்ட இரண்டு அறைகள் தயாராகின. தனி ஓர் அறைக்கு நற்றிணையை அரண்மனைக் கோதையர் அனுப்பி வைத்தனர்.

மற்ற ஓர் அறையில் வெண்முத்துவை அழைத்துக்கொண்டுபோய் விட்டனர். பின்னர் முதலில் நற்றிணையின் அறைக்குள் மகாராஜா செம்பியனைப் பிடித்துக் கொண்டுபோய்த் தள்ளி விட்டனர்.

மன்னரைப் பார்த்தவுடன் நற்றிணை ஓடிவந்து கட்டிப்பிடித்து முத்தம் கொடுத்து அழைத்து வந்து படுக்கையில் அமரவைத்தாள். கற்கண்டு போட்டு நன்கு காய்ச்சிய பசும்பாற் குவளையை எடுத்துத் தன் காந்தள் விரல்களால் மன்னனுடைய வாயை அன்போடு விலக்கி ஊற்றிக் குடிக்க வைத்து மகிழ்ந்தாள். இதழோரம் வழிந்த பாலை தன் நாவினால் ருசிபார்த்தாள். அவனுடைய கையை எடுத்துத் தன் நெஞ்சில் வைத்து,

“இந்தப் பிறவியிலேயே நான் உங்களைக் கணவனாக அடைந்த தற்கு என்ன பாக்கியம் செய்தேனோ? எல்லாம் கொற்றவை செய்த அருள்தான்”

“அரசியே! அப்படியா? வெண்முத்துவைத்தான் கொற்றவை என்று சொல்கிறாயோ?”

“அரசே! அப்படியும் சொல்லலாம். வெண்முத்துவின் இனம் புரியாத பாசமும், நட்பும்தான் என்னை இங்கே கொண்டுவந்து சேர்த்திருக்கிறது. ஓருயிர் ஈருடலாய் வாழும் அவளுக்குத்தான் நான் நன்றி சொல்ல வேண்டும். தன் உரிமையையும், பாசத்தையும் விட்டுக்கொடுத்துக் கணவனைப் பங்குபோட்டுக்கொள்ளும் பெண்ணை அவளைப்போல் உலகில் வேறெங்கும் பார்க்க முடியாது. வாருங்கள் முதலில் அவளுக்குப் போய் நன்றி சொல்லிவிட்டு வருவோம்” என்று கூறி, மன்னரின் கரம்பிடித்து அழைத்துக்கொண்டு வெண்முத்துவின் அறைக்குள் நுழைந்தாள்.

அதைப் பார்த்துக்கொண்டு அங்கு நின்ற தாதியர்கள், தங்களுக்கு வந்த சிரிப்பை அடக்கிக்கொண்டு, கையைக் காட்டி 'இது என்ன அநியாயம். இந்த நாட்டிலே எல்லாம் வித்தியாசமாக நடக்கிறது' என்று சொன்ன அவர்களுக்கே வெட்கம் பிடுங்கித் தின்றது.

உள்ளே சென்றவுடன் முல்லை மலர்களின் திவ்யபரிமளம் அறைமுழுவதும் வியாபித்திருப்பதில் மயங்கி அந்த வாசனையை மன்னன் நுகர்ந்து ரசித்தான். அவனுக்கு எழுந்த மயக்கம் அந்த வாசனையில் மட்டும்தானா? இல்லை. வெண்முத்துவை நினைத்தாலே போதும் காதல் மயக்கம் தானாக பிரவாகம் பெற்றுப் பொங்கியெழும். அவளை மனத்தில் வரித்து வரித்து நட்சத்திரங்களுக்கிடையில் ஊஞ்சல் கட்டி உல்லாசமாக ஆடிடும் கற்பனையைக் கோட்டை கட்டி வைத்திருந்தான். எதிரே முகத்தருகில் தெரிந்த அந்த முகம் மாதுளை முத்து வண்ணத் தைப்போன்ற செவ்விதழ்களில் புன்னகை தவழ, விரிந்த கருங் கண்களினால் தன்னைக் கனிந்து பார்க்கும் அந்த முகம் ஏற்கனவே பார்த்துப் பழகிய முகம்தான். இருந்தும் தன் இருதய தாகம் தணியவில்லை. அந்த இனிய முகத்தை அள்ளியணைத்துப் பருகிடக் கொள்ளை ஆசைதான். பக்கத்திலே இளவரசி நின்று கொண்டிருந்தாள்.

நற்றிணை இதையெல்லாம் தெரிந்தோ தெரியாமலோ அவனை அங்கேயே விட்டு விட்டுச் சற்று வேகமாகக் கதவைச் சாத்திவிட்டு வெளியே சிரித்துக்கொண்டே போய்விட்டாள். தன் அறைக்கு நற்றிணை மட்டும் தனியே திரும்பியதை வெளியே நின்றிருந்த அந்தப் பெண்கள் பார்க்க அப்போது அங்கில்லை.

இளவரசி அறையைவிட்டுச் சென்ற அடுத்த கணமே அழகிய தாமரை மலரின் அக இதழையும் புற இதழையும், சூல் தண்டையும், பிரித்துப் பிரித்து உண்டு சுவைத்தான். இன்ப வெள்ளத்தில் இருவரும் நீச்சலடிக்கத் தயாராயினர்.

செந்நாப்புலவன் புணர்ச்சி மகிழ்தலுக்கு இலக்கணம் வகுத்துச் செப்பியதுபோல், அமிழ்தத்தால் செய்யப்பட்ட வெண்முத்துவின் தோள் முதற்கொண்டு உடற்கூறுகள் முழுதும் கண்டும், கேட்டும், உண்டும், முகர்ந்தும், உற்றும் அறிகின்ற ஐம்புலன்களால் இன்பங்களைத் தரக்கூடிய அட்சய பொக்கிஷமாய்த் திகழ்ந்தாள். அதனால் பொருந்தும் போதெல்லாம் உயிர் தளிர்க்கும்படியாகத் தீண்டித் தீண்டித் திருமேனி இன்பமடைந்து மகிழ்ச்சியின் உச்சியைத் தொட்டுவிட்டான். இறுதியில் கசங்கி நைந்துபோன மலரனைய செயலிழந்து வெண்முத்து, செம்பியன் மார்பில் துவண்டுகிடந்தாள்.

பாதி சாமத்திற்குமேல் மன்னனை அணைத்துப் படுத்திருந்த வெண்முத்து அவன் பிடியிலிருந்து விடுவித்துக்கொண்டு, ‘அய்யகோ நற்றிணை அங்கே தனியாக இருப்பாளே’ என்று நினைத்துக் கலைந்து ஒழுங்கற்றுக் கிடந்த தன் ஆடையைச் சரி செய்தபின் செம்பியனை எழுப்பி நற்றிணையின் அறைக்குள் கொண்டுபோய் விட்டுக் கதவைச் சாத்திவிட்டு வந்தாள்.

அடுத்த கணமே செம்பியன் வெண்முத்துவின் அறைக்கே திரும்பி வந்துவிட்டான். காரணம் கேட்டதற்கு,

“நற்றிணை நன்கு உறங்குகிறாள். தூக்கத்தில் எழுப்புவது பாவம் இல்லையா? அதனால்தான் திரும்பிவிட்டேன். எனக்குத் தூக்கம் தூக்கமாய் வருகிறது. வா! வந்து படு" என்று சொல்லிவிட்டு வெண்முத்துவை வாரிப் படுக்கையில் தள்ளி, கொட்டாவி விட்டுக்கொண்டே அவளைக் கட்டியணைத்துக்கொண்டான்.

நற்றிணைக்கா தூக்கம் வரும்? ஆமணக்குக் கொட்டைபோல் கண்களை அகல விரித்துக்கொண்டுதான் படுத்திருந்தாள். தன் அறைக்குள் வெண்முத்து மன்னருடன் வந்ததைக் கால் கண்ணால் பார்த்தவுடன் இருளில் தன் கண்களை இறுக மூடிக்கொண்டாள். உறங்குவதுபோல் நடிப்பவர்களை எழுப்ப முடியுமா? மன்னன் வேறு வழியின்றித் திரும்பிவிட்டான்.

மறுநாள் வெண்முத்துவிடம் தான் மூன்று நாட்கள் தன் படுக்கையறைக்குச் செல்லக்கூடாதென்றும் பெருந்தேவியார் ராணியாரின் புற அறையில் நான் படுத்துக்கொள்ளப் போகிறேன் என்றும் சொல்லிவிட்டு நற்றிணை உள்ளுக்குள் சிரித்துக்கொண்டு நகர்ந்துவிட்டாள். வெண்முத்து வாந்தி எடுக்கும்வரை பொய் சொல்லித் தப்பிக்கப் புதுப்புது காரணங்களையா புதுராணி நற்றிணையால் கண்டுப்பிடிக்க முடியாது?

பகற்பொழுதுகளில் நற்றிணைதான் ராஜாவுக்குத் துணையாக எல்லா இடங்களுக்கும் உடன்சென்று வந்தாள். ராஜ நிர்வாகத்தில் ஆர்வமுடன் பங்கெடுத்துக்கொண்டாள். வரவு செலவு கணக்குகளைச் சரிபார்த்தாள். கணவன் இல்லாத நேரத்தில் சில ராஜ உத்தரவுகளையும் பிறப்பித்து வந்தாள். இதையெல்லாம் கண்ணுற்ற வடிவுடையாளுக்கு ஏகப்பட்ட சந்தோஷம்.

அடுத்தடுத்த மாதத்திலேயே தேவியாரின் சந்தோஷம் இரட்டிப் பானது. நற்றிணை விரும்பி எதிர்பார்த்ததுபோல் வெண்முத்து முதலில் வாந்தி எடுத்தாள். அதையறிந்த நற்றிணை 'இனி நான் வாந்தியெடுத்தால் பரவாயில்லை. எனக்கு வாழ்க்கையில் ராஜகணவரைப் பங்குபோட்டுக்கொடுத்த தோழியின் சந்ததியே இந்த நாட்டின் அடுத்த இளவரசனாக வேண்டும் என்ற என் சபதம் எதிர்காலத்தில் நிறைவேறப்போகிறது. இதில்தான் என் ஆத்ம திருப்தி அடங்கிக்கிடக்கிறது' என்று எண்ணி மகிழ்ந்தாள்.

55
வெண்முத்துவின்மீது நற்றிணையின் கரிசனம்

வெண்முத்து, தான் கருவுற்றதை எண்ணி மகிழ்ச்சி அடைந்தாலும் மறுபுறம் இன்னும் அக்கா கருவுறுவதற்கு முன்பே தனக்குத் தாய்மைப் பேறு கிடைத்ததை நினைத்து மகிழ்ச்சி அடைவதற்குப் பதில் வருத்தமடைந்தாள். ராஜ பரம்பரையைச் சார்ந்த நற்றிணையின் வாரிசுதான் இந்நாட்டை எதிர்காலத்தில் ஆளவேண்டும் என்ற தன் நியாயமான ஆசையை அல்லது வேண்டுதலை அல்லது எடுத்துக்கொண்ட உறுதியை நிலைநாட்ட வேண்டும் என முடிவெடுத்து வைத்திருந்தவளின் கனவுக்குச் சிதிலம் ஏற்பட்டுவிட்டதாக வருந்தினாள். கொஞ்சம் ஜாக்கிரதையாக இருந்திருக்கலாம் எனக் கவலையுமுற்றாள்.

இதற்கு ஒரு வழிதேட வேண்டும் என வெண்முத்து தீவிரமாக யோசிக்க ஆரம்பித்துவிட்டாள்.

ஒருநாள், அரசனும், நற்றிணையும் சேர்ந்து குடி ஆய்வுப் பயணம் மேற்கொள்ள ஆயத்தமானார்கள். வெண்முத்து சோர்வாகப் படுத்திருந்த இடத்திற்கு வந்த நற்றிணை மகிழ்ச்சி பொங்கத் தோழியின் வயிற்றைத் தடவிக் கொடுத்து முத்தம் இட்டபடி,

"வெண்முத்து! நீ இனி முன்புபோல் ஓடுதல், ஆடுதல், தாண்டுதல் எல்லாம் செய்யக்கூடாது. நீ சிறு பெண் இல்லை. இனி நீ ஒரு தாய்! மெதுவாக நடக்க வேண்டும். எங்கேயும் தடுக்கி விழுந்துவிடாமல் முன் ஜாக்கிரதை உணர்வோடு உனது நடமாட்டங்களை வைத்துக்கொள்ளவேண்டும். உனக்குப் பணிவிடை செய்யக் கூடுதலாக இரண்டு தாதியரை நியமித்துள்ளேன். முறைப்படி வேளாவேளைக்கு உனக்குப் போஷாக்கான உணவு தயாரித்துத் தருவதற்கும் ஏற்பாடு செய்துள்ளேன்" என்றாள்.

'தன்மீது இவ்வளவு அக்கறையோடு, பரிவோடு உள்ளத்தில் எந்தவிதக் கள்ளமும் இல்லாமல் வெளிப்படையாக மனம்விட்டு மகிழ்ந்து உறவாடுகிற நற்றிணையை வெண்முத்து கட்டியணைத்தாள். அவளுடைய கண்களிலிருந்து நீர் ததும்பியது. 'இப்படிப்பட்ட தோழி என் வாழ்நாளில் கிடைத்ததற்கு முன் பிறப்பில் என்ன பாக்கியம் செய்திருப்பேனோ' என்று நினைத்தாள். ததும்பிய நீர் கன்னத்தில் வழிந்தது. அதைக் கண்ணுற்ற நற்றிணை,

"வெண்முத்து! இதோ பார் கருவுற்றிருக்கும் இந்த நேரத்தில் நீ இப்படியெல்லாம் கண்ணீர் சிந்தக்கூடாது. மகிழ்ச்சியாகவே இருக்க வேண்டும்" என்றவளின் கரத்தை எடுத்து முத்தமிட்டு,

"அக்கா! இது மகிழ்ச்சியில் உதிர்க்கும் கண்ணீர்! உன் பெருந்தன்மையை உன் தியாகத்தை எண்ணி எண்ணி நான் உதிர்க்கும் ஆனந்தக் கண்ணீரை ஒரு தங்கக் குடம் நிறையச் சேமிக்கப்போகிறேன். அந்தப் புனித நீரால்தான் பிறக்கப்போகும் குழந்தையின் முதல் அபிஷேகம் இருக்க வேண்டும்" என்றாள் வெண்முத்து.

"போதும் போதும் உன் கற்பனை. வெண்முத்து! இன்னொன்று செய்தால் என்ன? இந்த நல்ல செய்தியை இன்றே உன் பெற்றோருக்குச் சொல்லியனுப்பிய கையோடு உன் தாயையும் தந்தையையும் உடன் அழைத்து வரச் செய்கிறேன். உனக்குப் பாதுகாப்பாகவும் இருக்கும்; அக்கறைகொண்ட அவர்களால்தான் உண்மையாக உன் நலனில் கவனம் செலுத்த முடியும். அப்புறம் நானும் மன்னரும் வெளியூர் செல்கிறோம். திரும்பி வர மூன்று நாட்களாகும். ஜாக்கிரதை!" என்று நற்றிணை சொல்லிவிட்டு வெண்முத்துவின் நெற்றியில் முத்தம் கொடுத்துவி' டுப் புறப்படத் திரும்பினாள்.

நடந்த அத்தனையையும் கேட்டுக்கொண்டு நின்றிருந்த மகாராணி மகிழ்ச்சியுடன் இருவரையும் அணுகினார். நற்றிணையை வெண்முத்தோடு அமர வைத்து இருவரையும் ஆரத் தழுவி,

"இப்படியே மனமொத்தவராய் இறுதிவரையில் நீங்களிருவரும் வாழவேண்டும்"

என்று வாழ்த்தினார். அவர் கண்களிலும் நீர் சுரந்ததைக் கவனித்த வெண்முத்து,

"ராணிஅத்தை! உங்கள் ஆனந்தக் கண்ணீரையும் என் தங்கக் குடத்தில் சேமியுங்கள்" என்ற வெண்முத்துவைப் பார்த்து, சிரித்துக்கொண்டே தாய் சொன்னார்,

"நற்றிணை! நீ வெண்முத்துவின் பெற்றோரை வரவழைப்பது நல்லது. என்னதான் சேடிமார்கள் கவனித்தாலும் தாய் கவனிப்பதுபோல் இருக்காதுதான்.

"வெண்முத்து! என் ரத்தினமே! உன் வயிற்றில் உருவான சிசு ஆண்பிள்ளையாக இருக்க எனையாளும் ஈசன் துணை நிற்பான். உன் தாய் வந்தவுடன் என்னை மறந்துவிடாதே! நானும் உனக்கு இன்னொரு தாய்தான்" என்றதை ஆமோதிக்கும் வண்ணம் வெண்முத்து எழுந்து மாமியாரின் பாதம் தொட்டு வணங்கினாள்.

அந்த நேரத்தில் நற்றிணையை அழைத்துச் செல்ல மன்னன் அங்கு வந்தான். நேராக வெண்முத்துவிடம் சென்று, கட்டி அணைத்து வாழ்த்துச் சொல்லிவிட்டுத் தாயைப் பார்த்து,

"தாயே! உங்களை நம்பித்தான் நாங்கள் புறப்படுகிறோம். நன்கு கவனித்துக்கொள்ளுங்கள்! நாங்கள் வருகிறோம்" என்று சொல்லிவிட்டு நற்றிணையின் கரம்பற்றி அவ்விடத்தை விட்டகன்றான்.

ராஜதர்பார் படைகள் சூழ ரதம், திருவெண்காடு நோக்கிச் சென்றுகொண்டிருந்தது. போகும் போதே நற்றிணை மன்னனை நெருங்கி உட்கார்ந்து, மெதுவாக மன்னனின் தலையை நிமிர்த்தி,

"மன்னா! ஒன்று சொல்கிறேன். செய்வீர்களா?"

"இப்படிச் சொன்னால் நான் எப்படிச் செய்திட முடியும்?"

"எனக்கு முன்னால் உங்களின் வாரிசு வெண்முத்துவின் வயிற்றில் உருவானதை எண்ணி நான் மிகவும் சந்தோஷமாக இருக்கிறேன். என் சபதம் நிறைவேறத் தாங்களும் காரணமாக இருந்திருக்கிறீர்கள். அதற்காகவும் தங்களுக்கு மிகுந்த நன்றி. அத்துடன் வெண்முத்துவின் கனவு ஒன்றையும் நீங்கள் தொடங்கிவிட்டால் அவளுடைய பேறுகாலம் இனிமையாக நிறைவுறும்."

"உன் தோழிக்காக இன்னும் என்னவெல்லாம் செய்ய உத்தேசித்திருக்கிறாய்? சொல்" என்றான் ராஜா.

“பிறக்கப்போகிற வெண்ணாகரக் குட்டி இளவரசனுக்கு என்ன பெயர் வைக்கப்போகிறீர்கள்"

“ஆண் பிள்ளையாகப் பிறந்தால், ‘செம்பியன் திருமுடி’ என்று பெயர் வைக்கப்போவதாக வெண்முத்துவிடமும் மகாராணியுடனும் கலந்தாலோசித்து வைத்துள்ளேன். வேறு என்ன கேட்கப்போகிறாய்?”

“ஒருநாள் நானும் வெண்முத்துவும் திருவெள்ளறையில் இருந்தபோது, கொற்றவையை வணங்கச் சென்றோம். அப்போது ஓரிடத்தில் வளைந்து நெளிந்து ஓடிய ஓடைபோன்ற ஆற்றைப் பார்த்துத் தன் எதிர்காலக் கனவாகச் சொன்னதை மற்றும் எங்களுக்குள் நடந்த அன்றைய சம்பாஷணையை அப்படியே சொல்கிறேன்” என்று சொல்ல ஆரம்பித்தாள் நற்றிணை.

“பல நாட்களாக எனக்கொரு பேராசை அக்கா! நாம் புகாருக்குச் சென்றபோது காவிரியைப் பார்த்தோம் அல்லவா? அந்த நேரத்தில் அந்த ஆசை வந்தது.

“சரி அதிகம் பீடிகை போடாதே. உன் பேராசை என்னவென்று சொல்.’’

“சிரிக்கக்கூடாது.. இது கற்பனைதான்.. தற்போது ஓடும் எல்லா ஆறுகளும் நெளிந்து வளைந்து செல்கின்றன. எங்கேயாவது ஓரிடத்தில் குறைந்தது ஐந்தாறு கல் தூரம் வளைவு நெளிவு இல்லாமல் நேராக இருந்து, இரு புறமும் படிக்கட்டுகளுடன் அதாவது கல்லணை போன்று கற்சுவர் எழுப்பி, இரு மருங்கிலும் பழமரங்களையும் பூச்செடிகளையும் உண்டாக்கிப் பொதுமக்கள் பயன்பாட்டுக்கு விட்டால் எப்படி இருக்கும்? கண்கொள்ளாக் காட்சியாக இருக்குமல்லவா?"

“வெண்முத்து! உன் காதலன் ஒரு நாட்டுக்கு மன்னனாகப் போகிறான். அவனிடம் சொல்! நிச்சயம் நிறைவேறும்..நாளை இந்த உன் கனவு நனவாகிடலாம் ”

“என்று அன்று நான் அவளுக்குப் பதில் சொன்னேன்”

“சங்ககாலத்தில் திரு ஆனைக்கா எனும் இடத்தில், காவிரிச் சந்திர தீர்த்தத்தின் அருகில் மரங்கள் நிறைந்த நீண்ட குளிர்ந்த சோலை இருந்தது என்பார்களே அது போலவா?”

"ஆம்! ஏறத்தாழ அதுபோலத்தான். ஆனால் ஆறு நேர்கோட்டில் இருக்கும்படியாகத் திருத்தி அமைக்க வேண்டும். அதை இன்று தங்களிடம் அவளுடைய விண்ணப்பமாக முன்வைக்கிறேன்" என்றாள் நற்றிணை மெல்லிய குரலில்.

செம்பியன் பயணத்தின் போதே பிறக்கப்போகும் தன் மகனின் முதலாமாண்டு பிறந்த தினத்திற்குள், எந்த இடத்தில்? எவ்வளவு விரைவாக? அன்பு மனைவி வெண்முத்துவின் கனவை நிறைவேற்றலாம் என்று திட்டமிடத் தொடங்கிவிட்டான்.

56

வெண்முத்து ஆரூடம் பார்த்தாள்

அரண்மனையில் ஐங்குறு மாமுனிவருக்கென ஒதுக்கப்பட்ட அறைக்கு வெண்முத்து, முன் அனுமதி பெற்றுத் தன் தாயுடன் சென்றாள்.

ராணி வெண்முத்துவை முனிவர் அன்போடு வரவேற்று உபசரித்து இருக்கையில் அமர வைத்தார்.

"மகரிஷிக்கு நமஸ்காரங்கள்! இவர் என் தாய். என் பிரசவம் முடியும் வரையில் எனக்கு உதவி செய்ய வரவழைக்கப்பட்டுள்ளார். சற்று நேரத்தில் அரசாங்க ஜோசியரை இங்கு வரச் சொல்லியுள்ளேன். பிறக்கப்போகும் குழந்தை ஆணா? பெண்ணா? எனக்குத் தெரியாது. வயிறு எதிர்பார்த்த அளவுக்குப் பெரிதாக இல்லை அதனால் இது ஆண் குழந்தைதான் எனத் தன் அனுபவத்தை வைத்துக்கொண்டு சொல்கிறார் என் அன்னை. ஜோசியர் என்ன சொல்லப்போகிறார் எனத் தெரியவில்லை. சுவாமி தங்கள் ஞானக் கண்ணுக்கு எப்படித் தெரிகிறது?"

சிறிது நேரம் அமைதியாகக் கண்மூடி இருந்துவிட்டுக் கண் திறந்த முனிவர்,

"வெண்முத்து!.. நீ ..என்னம்மா நினைக்கிறாய்?"

"எனக்குப் பெண் குழந்தைதான் பிறக்க வேண்டுமென்று வேண்டி நிற்கிறேன்.''

"நாட்டை ஆளுவதற்குத் தலைப்பிள்ளை ஒரு ஆண் பிள்ளைதான் வேண்டும் என்றுதானே எல்லா அரசிகளும் பிரியப்படுவர். உன் எதிர்பார்ப்பு வித்தியாசமாக இருக்கிறதே! ஆனால் நீ எதை எதிர்பார்க்கிறாயோ அதற்கு எதிர் மாறாக, நிச்சயம் ஆண் குழந்தைதான் உனக்குப் பிறக்கும் எனத் தோன்றுகிறது.''

“ஏன் அப்படிச் சொல்கிறீர்கள்? குருதேவே!”

“என் ஞானக் கண்ணில், நீ என்ன விரும்புகிறாயோ அதற்கு எதிராகத்தான் நடக்கும் எனக் காட்டுகிறது. அதனால்தான் உன் எதிர்பார்ப்பை முதலில் கேட்டேன்” என்றார்.

“அப்படியெனில் எதிர்காலத்தில் எல்லாமே அப்படித்தான் முடியுமா?”

“எதிர்காலத்தைப் பற்றித் தெரியாது. இன்றைய ஜாதகப்படி. நீ கேட்ட நேரத்தை வைத்துப் பார்க்கையில் அப்படித்தான் எனக்குக் காட்டுகிறது. நீ ஏனம்மா பெண் குழந்தையை விரும்புகிறாய்?”

“என் தோழி நற்றிணைக்குத்தான் முதலில் ஆண்குழந்தை பிறக்க வேண்டும். அவளுடைய மகன்தான் இந்த நாட்டை ஆளவேண்டும். அதுதான் எனது ஆசை. அதற்காக என்ன வேண்டுமானாலும் செய்யத் தயார்” என்று வெண்முத்து சொல்லிக்கொண்டிருக்கும் போது கணியன் வந்து நுழைந்தார்.

ஆரூடம் பார்ப்பவரிடம் அரசி வெண்முத்து கேட்டாள்.

“எனக்குச் சுகப் பிரசவம் நடக்குமா? பிறக்கப்போகும் குழந்தை ஆணா? பெண்ணா? என் ஜாதகத்தைக் கணித்துப் பார்த்துச் சொல்லுங்கள் ஜோசியரே!”

ஜோசியர் யோசிக்கச் சிறிது நேரம் எடுத்துக்கொண்டார். பின்னர் வெண்முத்துவைப் பார்த்து, மாதத்தீட்டு கடைசியாக வந்தநாள்; நின்ற நாள் போன்ற சில கேள்விகளைக் கேட்டார். மனத்துள்ளும், தரையில் மணல்பரப்பி அதனுள் எழுதிப் பார்த்தும் ஒரு முடிவுக்கு வந்தவராய்,

“அரசியாரே! தங்களுக்கு ஆண் மகவுதான் பிறக்க வாய்ப்பு அதிகம். அநேகமாக ‘சனி ஓரை’யில், கேட்டை நட்சத்திரம், விருச்சக ராசியில், விருச்சக லக்னத்தில்தான் பேறுகாலம் நடக்கும். அப்படி நடந்தால் கோச்சாரப்படி ஏழரைச் சனி இறுதிப்பாகமாகவும் அமையும். ஆக அனைத்தையும் இணைத்துப் பார்த்தால் பிறக்கும் குழந்தையின் தாய்வழி, தந்தைவழி நேரடியான அரச குடும்பத்தார் யாரும் பிரசவத் தீட்டுக் கழியும் அரை மண்டல காலம்வரை குழந்தையைப் பார்க்கக்கூடாது. யாரேனும் பார்த்தால், அந்தப் பார்த்த தோஷத்தால் பார்த்தவரின் உயிருக்கு ஆபத்து ஏற்படலாம் என்பது சாஸ்திரம்.

“இப்பிள்ளையின் இருபத்தோராவது வயதில் எதிர்ப்படும் முதல் கண்டத்திலிருந்து பித்துருவால் காப்பாற்றப்பட்டு வாழ்க்கையில் ஒரு பெரிய மாற்றம் ஏற்படும். பிற்காலத்தில் மன்னராகிய பதினான்காவது ஆண்டிலேயே கடல்கடந்து உலகப் புகழ்பெறப்போகும் ஒரு பேரரசனிடம் ஆட்சியைப் பறிகொடுப்பான். இருந்தாலும் தொண்ணூற்று மூன்றாவது அகவையில் தன் கண்டகச் சனியில் அண்டிவரும் இரண்டாவது கண்டத்திலிருந்து அவனால் தப்பிக்க முடியாது” என்றார்.

“ஜோசியரே! தங்கள் ஆரூடத்தை எந்த அளவுக்கு நம்பலாம்? “

“நீங்கள் இந்நாட்டின் அரசி. எதை வேண்டுமானாலும் உங்களால் செய்ய முடியும். இருந்தாலும் என்னை வாளால் வெட்டிக் கொன்றுவிடமாட்டீர்கள் என்ற நம்பிக்கையில்தான் உங்கள் முன் வந்து அமர்ந்திருக்கிறேன். எல்லாம் ஒரு நம்பிக்கைதான். ஜாதகம் என்பது உண்மைதான். கணிப்பவர்களின் அறிவு, திறமை, அனுபவ அடிப்படையில் அவர்களின் சொல் பலிதமாகும். ஆனால் பொன்னுக்கோ பொருளுக்கோ ஆசைப்பட்டுக் கூட்டிக் குறைத்துச் சிலர் சொல்லிவிடுகிறார்கள்.

இன்னொன்றையும் சொல்லவேண்டும். ஜாதகம் கேட்பவர்களை உற்சாகப்படுத்த வேண்டும் என்பதற்காக, எதிரான பலன்களைத்தான் ஜாதகம் காட்டுகிறது என்றாலும், அதை வெளிப்படையாகச் சொல்வதைத் தவிர்த்துவிடுவார்கள். அப்போது ஏதேனும் பரிகாரத்தைச் சொல்லித் தப்பித்துவிடுவார்கள் .''

“ஏன் மனத்தில் பட்டதைச் சொல்லிவிட வேண்டியதுதானே?”

“தாயே! மன்னருக்குப் பாதிப்பைத்தரும் பலன்களைச் சொன்னதனால் எத்தனை ஜோசியர்கள் கொல்லப்பட்டிருக்கிறார்கள் தெரியுமா? அந்தப் பாதிப்புச் செய்திகளை அரசர்களால் ஏற்றுக்கொள்ளும் தைரியம் அரசர்களுக்கு இல்லை என்பதே அதற்குக் காரணம்.''

“ஜோசியரே! சரி. பரிகாரம் செய்தால் அந்தப் பாதிப்பிலிருந்து தப்பிக்க முடியுமா?”

“ராணியாரே! பரிகாரத்தினால் பலன் கிடைக்கும் என்பதிலே பெரிதாக நம்பிக்கை இல்லாதவன். ஏனெனில் ஒன்று விதிக்கப்பட்டுவிட்டது என்பது உண்மையானால், அது, பிறகு எப்படிப் பரிகாரத்தால் மட்டும் மாறிவிடும்?”

"அப்படியானால் எழுநூறு ஆண்டுகளுக்கு முன்பு, சேர மன்னன் நெடுஞ்சேரலாதனின் மூத்த மகன் இருக்க, இளைய மகன்தான் ஆட்சிக்கு வருவான் என்று மரபு மீறிச் சொன்ன ஆரூடம் பொய்த்ததெப்படி ஜோசியரே?"

"அதனால்தான் முன்பே சொன்னேன் அரசியாரே! கணிப்பவர்களின் திறனைப் பொறுத்தது என்று. நமது முன்னோர், சங்க காலத்தில், சோழராணி கமலவதி வயிற்றில் சிசுவாய் மன்னன் கோச்செங்கட் சோழன் இருந்தபோது, அந்த மன்னர் ஒரு ஜோசியரை அழைத்து அபிப்பிராயம் கேட்டார். அந்த ஜோசியனும் என்னைப் போலவே சொன்னான்.

"கரு முதிர்ந்து மகவு பெறும்வேளை வந்துவிட்டது. இன்னும் ஒரு நாழிகை தாமதித்துப் பிறந்தால், அவன் பிற்காலத்தில் மூவுலகையும் கட்டி ஆளும் பாக்கியம் இருக்கிறது" என்றான்.

அந்தத் தாய் ஆரூடத்தை நம்பினார். என்ன சொன்னார் தெரியுமா? 'என் காலிரண்டையும் கயிற்றில் கட்டித் தலை கீழாகத் தொங்க விடுங்கள். நான் தலைகீழாக இருக்கும்வரை பேறு நடக்காது. ஒரு நாழிகை கழித்து இறக்கி விடுங்கள். என் உயிருக்கேதேனும் ஆனாலும் பரவாயில்லை; என் மகன் பிற்காலத்தில் மூவுலகையும் ஆளவேண்டும் என்று சொல்லி அப்படியே செய்தார். பிரசவத்திற்குப்பின் தாயின் உயிர் பிரிந்துவிட்டது. இருந்தாலும் அவளுடைய எதிர்பார்ப்பு நிறைவேறியது என்பது வரலாறு. அந்தத் தாயின் தியாகத்தைத்தான் பிற்காலத்தில் எல்லோரும் பெருமையாகச் சொல்லி வருகிறார்கள். இதுவும் நிறைவேறிய ஒரு ஜோசியரின் கணிப்புத்தான்" என்று சொல்லிவிட்டு விடைபெற்றார்.

ஜோசியர் சென்ற பின்னர், வெண்முத்துவும் முனிவரும் ரகசியமாக நீண்ட நேரம் பேசிக்கொண்டிருந்தார்கள். அவள் பேச்சில் விவாதம் இருந்தது; வேண்டுகோள் இருந்தது; கெஞ்சல் இருந்தது. முனிவர் இறுதியில் ஏதோ ஒரு சத்தியமும் செய்துகொடுத்தார்.

◆ 57

வெண்முத்துவுக்குக் குழந்தை பிறத்தல்

வெண்முத்து பிரசவ வலியால் துடித்தாள். எதிர்பார்த்த நாளுக்கு முன்பே இன்று பனிக்குடம் உடைந்துவிட்டது.

உடனே மருத்துவச்சியை அழைத்து வர ஏற்பாடு செய்யும்படி வடிவுடை தேவி தம்பி அருந்தவராயரிடம் பணித்தார்.

வேகமாகச் சென்ற தம்பி ஒரு வீரரிடம் சொல்லி அனுப்பு கிறார். சிறிது நேரத்தில் அந்த வீரர் மருத்துவச்சியுடன் வருகிறான். அங்கு எதிர்பார்த்துக் காத்துக்கொண்டு நின்ற அருந்தவராயர், சிப்பாயை அனுப்பிவிட்டு, கையில் பையுடன் வந்த மருத்துவச்சியை ஒதுக்குப் புறமாய் அழைத்துச் சென்று ரகசியமாக,

“பிறக்கப்போகும் குழந்தை ஆண்குழந்தையாக இருந்தால் கொன்றுவிடு” என்று சில பொற்காசுகளைக் கொடுக்கிறார். அவள் காசுகளை வாங்க மறுக்கிறாள்.

“இது மகாராணியின் ஆணை!” என்று சொல்லிப் பார்க்கிறார்.

“அந்தப் பாவத்தைச் செய்யமாட்டேன். நானும் பிள்ளை குட்டிகளுடன் வாழ்கிறேன். எதிர்கால அரச பரம்பரையையே அழிப்பதென்பது மிகப்பெரிய பாவச்செயல். எதிர்காலத்தில் அது பெரிய பிரச்சினையாக வெடித்துவிடும். என் மனசாட்சிக்கு எதிராக எந்த ராஜதுரோகத்தையும் செய்யமாட்டேன். வேண்டுமானால் மகாராணியிடம் நானே நியாயத்தை எடுத்துப் பேசுகிறேன்..” என்று முரண்டு பிடிக்கிறாள்.

“வேண்டாம்..வேண்டாம்.. மகாராணியிடம் நீ ஒன்றும் இதைப்பற்றிப் பேசவேண்டாம். அவருக்கு ஒன்றும் தெரியாது. நானாகத்தான் சொல்கிறேன். ராஜ குடும்பத்தில் பிறந்த

நற்றிணையின் குழந்தைதான் இந்த நாட்டை ஆளவேண்டும். அப்போதுதான் இளவரசன் ராஜகம்பீரமாக, ஆஜானுபாவனாக, அறிவு, ஆற்றல் மிக்கவனாக இருப்பான் என்பது ஐதீகம். அதற்காகத்தான் சொல்கிறேன். மீறினால் உன் வாரிசுகள் தாயில்லாப் பிள்ளைகளாகிவிடும்" என்று மீண்டும் அதிகாரத் தொனியில் கட்டளையிட்டு மிரட்டுகிறார்.

கைகள் நடுநடுங்கக் காசுகளை வாங்கிக் கையிலேயே வைத்துக்கொண்டு நகர ஆரம்பித்தவளைப் பார்த்து,

"பையில் என்ன இருக்கிறது?"

"ரத்தத்தைத் துடைப்பதற்கு வெள்ளைத் துணிகள்தான்" என்று பதற்றத்துடன் சொல்கிறாள்.

"சரி... சரி! காசுகளைப் பையில் போட்டுக்கொண்டு, வேகமாக என்னுடன் நடந்துவா" என்று அழைத்து வருகிறார்.

ஓரிரு முறை அதே மருத்துவச்சி வெண்முத்துவை வந்து ஏற்கனவே பார்த்துவிட்டுச் சுகப் பிரசவம் நடக்க ஏதுவான சில ஆலோசனைகளை எல்லாம் சொல்லிச் சென்றிருக்கிறாள்.

அப்போது ராயரைப் போலவே வெண்முத்துவும் பொற்காசு களைக் கைநிறையக் கொடுத்து ரகசியமாகச் செய்யச் சொன்ன ஒரு திட்டத்தை நிறைவேற்றிட இதே மருத்துவச்சி அன்றும் ராணியிடமே மறுத்துவிட்டாள். அவளிடம், தான் ஏன் இவ்வாறு கேட்கிறேன் என்பதற்கான காரணங்களை எடுத்துச் சொல்லி, அழுது கெஞ்சிக் கேட்டுக்கொண்டும் வெண்முத்துவின் அந்தத் திட்டத்திற்கு மருத்துவச்சி உடன்படவில்லை.

அவள்தான் இன்று அவசர அவசரமாக அரண்மனையில் உள்ள வெண்முத்துவின் அறைக்கு வந்து சேர்ந்தாள். மருத்துவச்சியின் மனத்தில் குழப்பம் எழுந்து அடங்கியது. அருந்தவராயர் அதிகாரத்தோரணையில் இட்ட மிரட்டல் உத்தரவுக்கும், ராணியார் வெண்முத்து ஏற்கனவே இறங்கிவந்து கேட்ட ஒரு வேண்டுகோளுக்கும் முடிச்சுப் போட்டுக்கொண்டபின் இருவரையும் சமாளிக்கத் தெளிவான முடிவு ஒன்றுக்கு வந்தாள்.

இந்த முறை, கடல் நகரமான திருமறைக்காடு, ஆயக்காரன்புலம், வாய்மைமேடு போன்ற பகுதிகளில் ஆய்வுப் பயணத்தில் இருந்த

அரசனுக்கும், நற்றிணைக்கும் செய்தி அனுப்பப்பட்டது. இருவரும் விரைந்து தலைநகர் திரும்பி வந்துகொண்டிருந்தார்கள்.

வெண்முத்துவின் அறைக்கு வெளியே முனிவரும், அருந்தவராயரும் காத்திருந்தனர். உள்ளே மருத்துவச்சியுடன், வெண்முத்துவின் தாய், இரண்டு தாதியர்கள், மகாராணி ஆகியோர் சுற்றி நின்றனர்.

வெண்முத்து முடியாமல் உருண்டு புரண்டு கத்தியவுடன், சுற்றி நின்ற மகாராணியார், வெண்முத்துவின் தாயார் உள்பட அனைவரையும் மருத்துவச்சி வெளியே போய் நிற்குமாறு வேண்டிக்கொண்டாள்.

வெளியே எல்லோரும் அமர்ந்திருந்த போது ஜோசியர் ஏற்கனவே சொல்லிச் சென்ற விவரத்தை மகாராணிக்கும், அருந்தவராயருக்கும் முனிவர் மீண்டும் நினைவூட்டினார். கணியன் சொன்ன 'சனி ஹோரை'யும் வந்துவிட்டதென்றார். பிறந்த சிசுவைக் குடும்பத்தார் பார்த்திடக்கூடாது என்பதற்காகத்தான் உங்களையெல்லாம் வெண்முத்து வெளியே வரச் சொல்லிவிட்டார் என்றும், அது சரிதான் என்றும் முனிவர் விளக்கினார்.

இந்த நேரத்தில் திருமேனியும், நற்றிணையும் இங்கு இல்லையே என்று மகாராணி வருத்தப்பட்டுக்கொண்டிருந்தார். என்ன அவர்கள் இருவரும் இங்கிருந்தாலும் பிள்ளையைப் பார்க்கத்தான் கூடாதே! அதனால் எல்லாம் ஒன்றுதான் என்று தன்னைச் சமாதானப்படுத்தியும் கொண்டார்.

சிறிது நேரத்தில்,

வெண்முத்துவுக்கு ஓர் அழகிய ஆண்குழந்தை பிறந்துவிட்டது என்ற செய்திகேட்டு எல்லோரும் மகிழ்ச்சியில் திளைத்து ஆனந்தக் கூத்தாடினார்கள்.. அடுத்த கணமே ஒரு துயரச் செய்தியும் கூடவே வந்தது. பிறந்த குழந்தை பிறந்து இறந்துவிட்டது என்று.

செய்தியைக் கேட்டவுடன் குழந்தையைப் பார்க்க வேண்டு மென்று மகாராணி துடியாய்த் துடித்தாள். முனிவரும், அருந்தவராயரும் வலுக்கட்டாயமாகத் தடுத்துவிட்டனர்.

தான் சொன்னவாறு மருத்துவச்சி செய்துமுடித்துவிட்டாள் என்று எண்ணி அருந்தவராயர் ஏகப்பட்ட சந்தோஷம் அடைந்தார். முனிவருக்கு மட்டும் ஐயம் ஒன்று ஏற்பட்டது. 'வெண்முத்துவின்

மகன்தான் அரசாளுவான் என்று ஆரூடம் சொன்னானே? அப்படியானால் குழந்தை எப்படி இறந்துபோய்விடும்? ஜோசியம் பொய்யாகி விட்டதோ? பொறுத்திருந்து பார்ப்போம்' என்று எண்ணிக்கொண்டிருந்தார்.

"குழந்தையே இறந்து பிறந்துவிட்டது. இனி பார்த்து என்ன பிரயோஜனம்? ஜோசியர் சொன்னதெல்லாம் சரியாகத்தான் நடந்து வருகிறது. சிசுவைப் பார்த்தால் பார்த்தவர்களுக்குக் கேடு நேரிடும் என்று சொல்லிவிட்டதனால், யாரும் போய்ப் பார்க்க வேண்டாம்" என்று முடிவெடுத்துக்கொண்டனர்.

சிறிது நேரத்தில் ரத்தக் கறைபடிந்த வெள்ளைத் துணியினால் முழுதும் சுற்றப்பட்ட குழந்தையைக் கொண்டுவந்து மருத்துவச்சி காட்டினாள். ராஜாவும் ராணியும் வரும்வரை காத்திருந்தாலும் குழந்தையைப் பார்க்க முடியாது என்பதனால் அரண்மனைக்கு முன்புறம் அருந்தவராயர் காட்டிய இடத்தில் கொண்டுபோய்ப் புதைத்துப் பால் தெளித்தனர். அவ்விடத்தில் ஓர் இளம் அரசங்கன்றையும் நட்டனர்.

அவர்களெல்லோரும் அந்தப் பக்கம் போனவுடன் வெண்முத்து வின் தாயும், தந்தையும் பின்பக்கமாகப் புறப்பட்டுத் தங்கள் ஊருக்குப் போய்விட்டார்கள்.

எதிர்கால இளவரசன் இறந்துபோய்விட்டானே என்று மகாராணி தலையில் அடித்துக்கொண்டு அழ ஆரம்பித்துவிட்டார். 'மகன் வேறு இந்த நேரத்தில் இல்லையே' என்று சொல்லிச் சொல்லிக் கதறினார். நல்லவேளை ஈன்றெடுத்த வெண்முத்து நலமுடன் இருக்கிறாள் என்பதே எல்லோருக்கும் ஆறுதலாக இருந்தது. அவளால் பிறகு எத்தனை இளவரசர்களையும் பெற்றுக் கொடுக்க முடியும் என்று சொல்லித் தங்களையே சமாதானப்படுத்திக்கொண்டார்கள்.

மறுநாள் நற்றிணையும் செம்பியனும் வந்து சேர்ந்த கையோடு சற்றும் எதிர்பாராத விதமாகப் பிரசவநேரத்தில் குழந்தை இறந்துபோன துயரச் செய்தி அவர்களை ஆட்கொண்டு சோர்வடையச் செய்துவிட்டது. முகத்தைப் பார்க்க முடியாமல் வெண்முத்துவின் குழந்தை மரித்துப்போய்விட்டது என்ற செய்தி வெண்ணாகரத்தையே அதிர்ச்சியில் உலுக்கிவிட்டது.

இதனால் நற்றிணையே பெரிதும் பாதிக்கப்பட்டுவிட்டாள். உயிர்த்தோழியின் மகவு இறந்துவிட்டது என்ற துயரம் தன் உடலில் ஒரு பகுதியை யாரோ ரம்பம் வைத்து அறுத்த ரணம் போல் மனத்தளவில் பெருங்காயப்பட்டுவிட்டாள்.

தோழியின் மகன்தான் இந்த நாட்டை ஆளவேண்டுமென ஆசை ஆசையாய் நற்றிணை கட்டிவைத்த மனக்கோட்டை இடிந்து சாய்ந்துவிட்டது. சுண்ணாம்புக் காளவாயில் தூக்கி எறியப்பட்ட சுண்டெலிபோல் மனத்தளவில் வெந்து சுருண்டுவிட்டாள்.

மன்னன் செம்பியன் சுடுமணலில் போட்ட புழுவாய்த் துடித்துப் போய்விட்டான். தோழி வெண்முத்துவின் மகனுடன் எத்தனை கண்ணாமூச்சு விளையாட்டுக்களை ஆடச் செம்பியன் கோட்டைகட்டி வைத்திருப்பான்? தோழிகள் இருவரும் இணைந்து எதிர்காலக் குட்டி இளவரசனுடன் சிறுதேர் இழுத்து, பல்லாங்குழி ஆடி, நிலாச்சோறு ஊட்டிப் பாட்டுப்பாடும் எத்தனை திட்டங்களை மனத்தில் தேக்கி வைத்திருப்பார்கள்?

ஓராண்டு முடிவதற்குள், அற்ப ஆயுள், குழந்தையின் மரணத்தால் நற்றிணை கட்டிவைத்த கோட்டையெல்லாம் பூகம்பத்தில் சிக்கிச் சின்னாபின்னமாகி மண்ணில் புதைந்து போய்விட்டனவே?

சொல்லொணாத் துயரத்திலும், ஓர் ஆறுதலான செய்தி, வெண்ணாகரத்திற்கு ஒரு ராணிக்குப் பதில் இரு ராணிகள் 'இருக்கிறார்கள்' என்பதுதான். நற்றிணை விரும்பியது போல், வெண்முத்துவால், தனக்கு முன் ஒரு வாரிசைப் பெற்றுக் கொடுத்திட முடியவில்லை. இருந்தாலும் வெண்முத்து நலமுடன் இருக்கிறாள் என்பதே பெரிய நல்ல செய்தியாகும். அந்தச் சிறு ஆறுதலானது நற்றிணை வாழ்வில் சாந்தியையும் அமைதியையும் கொடுக்கும் என்பதிலே ஐயமில்லை.

ராஜாவுக்கு ஏற்பட்ட துயரத்திற்கு அளவேதும் இல்லை. ராணி வடிவுடை தேவி வெண்முத்துவை மடியில் கிடத்தி வைத்துக்கொண்டு "ஓ..." வென்று கத்தி ஒப்பாரி வைக்க ஆரம்பித்தாள். செய்தி கேள்விப்பட்டு மைத்துனன் இளந்திரைக்கோவும், விருத்தமும் விரைந்து வந்தார்கள். மன்னன் இளந்திரைக்கோவும் விருத்தமும் இறந்துவிட்ட சிசுவை எண்ணி

வருந்திக் கண்ணீர் விட்டழுதார்கள். சிசு புதைக்கப்பட்ட இடத்தில் மன்னன் செம்பியன் விழுந்து கிடந்தான். மண்ணில் புரண்டு எழுந்து தலையில் அடித்து மோதிக்கொண்டான். வெண்முத்துவைக் கட்டிப்பிடித்துக்கொண்டு எவ்வளவு அழமுடியுமோ அவ்வளவு அழுது முடித்தான். வெண்முத்து மட்டும் தைரியமாக பிரமை பிடித்தவள் போல் அமர்ந்திருந்தாள். என்ன அழுது புரண்டாலும் மாண்ட குழந்தை மீளப்போவதில்லை.

மறுநாள் கண்ணீரை உதிர்த்து உதிர்த்து வீங்கிப்போன முகத்துடன் இருந்த மன்னன் செம்பியன் திருமேனியிடம் சோகத்தின் உச்சியில் இருந்த நற்றிணை மெதுவாக ஏற்கனவே சொன்ன வெண்முத்துவின் நீண்டநாள் ஆசையை விரைந்து செயல் படுத்துங்கள் என்றாள். உடனே அதை நிறைவேற்றினால், அதைப் பார்த்தாவது என் சகோதரி தோழி வெண்முத்துவின் மனம் ஓரளவு சாந்தியடையும் என்றாள்.

மன்னன் திருமேனி நற்றிணையை நிமிர்ந்து பார்த்து "அத்திட்டத்தை ஏற்கனவே தொடங்கிவிட்டேனே" என்று சொல்லிவிட்டு, வெண்முத்துவையே கண்கொட்டாமல் பார்த்துக்கொண்டிருந்தான். பிரியத்திற்குரிய காதலிக்கு ஏற்பட்டுவிட்ட சோகத்தை நினைத்து.. நினைத்து, அவள் மடியில் முகம் புதைத்து, மீண்டும் அழத் தொடங்கிவிட்டான். பதிலுக்கு வெண்முத்துவும் 'நற்றிணையின் மகன்தான் இந்த நாட்டை உங்களுக்குப் பிற்காலத்தில் ஆளவேண்டும்' என்ற விதி இருக்கிறது போலும் என்று சொன்னாள்.

அவனுடைய துயர அணைக்கு, அதன் கனம் குறைக்க வடிகாலாக அவன் கண்ணீர் சிந்தட்டும். என்று அவனை அணைத்து முதுகை வருடிக்கொடுத்துக்கொண்டே இருந்தாள். சிறிது நேரத்தில் போட்டி போட்டுக்கொண்டு தன்னை அறியாமல் மீண்டும் வெண்முத்துவும் அழ ஆரம்பித்துவிட்டாள்.

இளந்திரைக்கோ மைத்துனரின் கேசத்தை நீவிக்கொண்டே ஆறுதலாய் உடன் அமர்ந்துகொண்டான். விருத்தம்பாளும் கண்ணீர் சிந்தியவாறு தாய் வடிவுடை தேவிக்கு அரணாய்த் துணையாக இருந்தாள். விருத்தம் இப்போது ஒரு ராணியாக மாறி இருந்தாலும், எல்லோருக்கும் தொண்டை வறண்டுபோகாமலிருக்க அடிக்கடி பானங்களைக் கொண்டு வந்து கொடுத்துக்கொண்டிருந்தாள்.

சிறிது நேர அமைதிக்குப்பின் வெண்முத்துவைப் பார்த்து,

"எங்கே உன் பெற்றோர்?" என்று நற்றிணை கேட்டாள். அதற்கு,

"பெயரன் இறந்த செய்தியை அவர்களால் தாங்கிக்கொள்ள முடியவில்லை" இங்கிருந்தால் துக்கத்தைப் பொறுத்துக்கொள்ள முடியாது என்றும் நற்றிணை கருவுற்றால் சொல்லி அனுப்பு. வந்திருந்து உதவி செய்கிறோம் என்று சொல்லிவிட்டு ஊருக்கே போய்விட்டனர்" என்றாள்.

58

வெண்முத்தாறு திறப்பு விழா!

'பச்சை உடம்புக்காரி' வெண்முத்துவைக் கண்ணும் கருத்துமாக ராணி நற்றிணை பார்த்துக்கொண்டாள். அவளுக்குப் போஷாக்கு உணவு வகைகளைத் தயாரித்துக் கொடுக்கச் சொல்லியும், உடலுக்கு எந்தவித உபாதைகள் வராமலும், அப்போதைக்கப்போது ஆறுதல் சொல்லியும் வந்தாள். வெண்முத்துவுக்குப் பெருந்தேவி எல்லா வகையிலும் பெரும் ஆதரவாக இருந்தார். மொத்தத்தில் பிள்ளையை இழந்து வாடும் வெண்முத்துவுக்கு எல்லோரும் இரக்கம் காட்டி வந்தார்கள்.

'சிலகாலம் தன்னுடன் வெளியே உடன் வரவேண்டாம் என்றும், வெண்முத்துவுடன் உடனிருந்து கவனமாகக் கண்காணித்துக்கொள்ளுமாறும் செம்பியன் நற்றிணைக்கு உத்தரவு பிறப்பித்தான்.

நாட்கள் உருண்டோடின.

இந்த நேரத்தில் வெண்முத்துவின் கனவை நிறைவேற்றி வைத்தால் ஒருவகையில் அவளுக்கு ஆறுதலாக இருக்கும் என்ற நற்றிணையின் ஆலோசனையை மனதிலிறுத்தி, வெண்முத்தாற்றை உருவாக்குவதில் செம்பியன் இன்னும் மும்முரம் காட்டலானான்.

காவிரியின் கிளை நதிகளுள் ஒன்று வெண்ணாறு. அதன் கரையில்தான் வெண்ணாகரமும் அரண்மனையும் உள்ளன. வெண்ணாற்றிலிருந்து சுமார் நான்கு கல் தொலைவில் உள்ளது புன்னையூர் ஏரி.

தளபதி, அகம்பனின் உதவியோடு முதலில் அங்கு இருந்த ஏரியைக் குட்டிக்கடல்போல் அகலப்படுத்திச் செம்பியன் ஆழப்படுத்தினான். சுற்றி அணைச்சுவர் எழுப்பினான்.

அதில் படிக்கட்டுகளைக் கட்டினான். கரையோரத்தில் மக்கள் சிறுவர்களுடன் விளையாட, பொழுபோக்காக உலாவர, கண்டுகளித்துப் பயனடைவதற்கு ஏதுவாகப் பழமரங்களையும், பூச்செடி, கொடிகளையும், நிழல்தரும் மரங்களையும், மூலிகைத் தாவரங்களையும் உருவாக்கினான்.

ஏரியின் நடுவில் ஒரு வட்ட மேடையமைத்தான். அதில் இறந்துவிட்ட தன் மகன் நினைவாகச் "செம்பியன் திருமுடி' என்ற பெயரில் நடுகல் அடங்கிய நாலுகால் மண்டபம்" ஒன்றை அழகுறக் கட்டினான். சுற்றியும் படித்துறைகளை நீர் மட்டம் வரையில் அமைத்தான். நீச்சலடிப்பவர்களும், படகுச் சவாரி செய்பவர்களும் அங்கு ஓய்வெடுக்க வசதி செய்துகொடுத்தான்.

அந்த ஏரியையும் வெண்ணாகரத்தை ஒட்டியுள்ள வெண்ணாற்றையும் ஒரு நேர்கோட்டு வரைபடத்தில் அகம்பன் இணைத்துக் கொடுத்தான். அதற்கு இடையூறாக இருக்கும் வீடுகளை அவர்கள் இசைவோடு இடம் பெயர வைத்தான். குறுக்கே இருந்த மரங்களை அகற்றினான். வயல் வரப்புகளை, இடைஞ்சலாக இருந்த போக்குவரத்துச் சாலைகளை ஒழுங்குபடுத்தினான்.

முன்னேற்பாடுகள் அனைத்தும் முடிந்தவுடன் பல ஆயிரக் கணக்கான வேலையாட்கள், படைச் வீரர்களைக்கொண்டு, ஆறே மாதத்தில் முழுமூச்சாகப் புதிய ஆறு ஒன்றை வெட்டி உருவாக்கினான். அந்தப் புதிய ஆறு ஏற்கனவே இருந்த சிறிய வாய்க்காலை மூல ஆதாரமாகக் கொண்டதுதான். இருந்தாலும் கோணல்மாணல் இல்லாது நேராக இருக்க வேண்டும் என்பதிலே அரசன் குறியாக இருந்தான். புதிதாக வெட்டும் ஆற்றின் அகலம் இருபது கோல் அளவு வைத்து உருவாக்கினான், எந்த இடத்திலும் கூடுதலாகவோ, குறைவாகவோ இருக்கக்கூடாதென்று உத்தரவு போட்டிருந்தான்.

அதேபோல் ஆற்றின் ஆழமும் நான்கு கோல் அளவு இருக்குமாறு பார்த்துக்கொள்ளச் செய்தான். இடையிடையே இரு பக்கங்களிலும் ஏதுவான மதகுகளைத் தேவைக்குத் தகுந்தாற்போல் அமைக்க ஆணையிட்டான். அவை வேளாண்மைக்கும் பயன்படுவதுபோல் இருக்கட்டும் என்று கருதினான். வெண்ணாகரத்திலிருந்து தென்கிழக்கே பார்த்தால், நான்கு கல் தொலைவும், இடையில் எந்த இடத்தில் நின்று பார்த்தாலும்

புதுமைத்தேனி மா. அன்பழகன் 351

கண்ணுக்கு எட்டிய தூரம் ஒரே நேர் பார்வையில் அமைத்தான். இருமருங்கும் புன்னையூர் ஏரியைப்போல் படித்துறைகள், கரைக்கு மேலே பன்னிரண்டு கோல் அகலத்தில் மரஞ்செடிகொடிகள் நட்டு, உட்கார இருக்கைகளையும், நாற்காலிகளையும் ஆங்காங்கே நிர்மாணித்தான்.

வேண்டும்போதும், வேண்டாதபோதும் வெண்ணாற்று நீர் விநியோகத்தை, புதிதாக வெட்டப்பட்ட வெண்முத்தாற்றில் கல்லணைபோல் திறந்து விடுவதற்குக் கட்டுப்பாடுகள் வைத்து ஏற்றி இறக்கும் பெரும் மதகுகளைப் பொருத்திக்கொண்டான்.

ஆங்காங்கே படகு, பரிசல்களுக்குத் துறை கட்டப்பட்டு நீச்சல் தெரிந்த வீரர்கள் பாதுகாப்புக்குத் தோணிகளுடன் காத்திருக்கும்படிச் செய்தான்.

எல்லாப் பணிகளும் முடிந்தபின் செம்பியன் திருமேனி பேரரசின் எதிர்கால மகாராஜாவாக முடிதரிக்கவிருந்த, குட்டி இளவரசன் 'செம்பியன் திருமுடி' உயிரோடு இல்லாததால் முதலாம் ஆண்டு நினைவுநாள் கொண்டாட்டத்தைத் துவக்கினான். அவன் பிறந்த நாளில் வெண்முத்து, நற்றிணை, பெருந்தேவி, அருந்தவராயர், அகம்பன், ஏனைய பெரியோர், பொதுமக்கள் முன்னிலையில் செம்பியன் வெண்ணாற்றின் நீரை வெண்முத்தாற்றில் முதன்முதலாகத் திறந்துவிட்டான்.

வெண்முத்துவுக்கு ஏகப்பட்ட சந்தோஷம். தன் பெயரையே சூட்டிப் பெருமைப்படுத்தியுள்ளான். தன்மீது செம்பியன் கொண்டிருக்கும் காதலின் பிரதிபலிப்புத்தான் இந்த வெண்முத்தாறு திட்டம்.

இத்திட்டம் நிறைவேற நினைவூட்டி, ஆலோசனை வழங்கியதோடு, கூடவே இருந்து தூண்டுதலாக இருந்த அக்கா நற்றிணைக்கு நன்றியை எவ்வாறு தெரிவிப்பது என்று தெரியவில்லை. அதற்குப் பதிலாக ஆயுள் முழுவதும் அவள் காலடியிலேயே அடிமைபோல் கிடந்திட வேண்டுமென வைராக்கியம் எடுத்துக்கொண்டாள்.

சில நாட்களுக்கு முன்பே கல்வராயன் மலைக்குப் போய்விட்ட ஐங்குறு மாமுனிவருக்கு அழைப்பு கொடுத்திருந்தான். ஆனால் அவரால் இந்த வைபவத்திற்கு வரமுடியவில்லை, ஆனால் என்

ஆசீர்வாதம் என்றும் உனக்கு உண்டு என்று பதில் அனுப்பிவிட்டார்.

கரையோர மரஞ்செடிகொடிகள் பெரிதாக இன்னும் வளரவில்லை இருந்தாலும் பொதுமக்கள் பயன்பாட்டுக்குத் திறந்துவிடப்பட்டது.

வெண்ணாகரமே விழாக்கோலம் பூண்டு நின்றது. ராணி வெண்முத்துவின் கனவு இன்றைய தைப்பூச நன்னாளில் நிறைவேறியது.

திறந்துவிட்ட ஆற்று நீர் கடல்மடை திறந்தாற்போன்று மள மளவென்று பாய்ந்து புதிதாக வெட்டி உருவாக்கப்பட்ட ஆற்றை நிரப்பியது.

புதிய ஆற்றுக்கு "வெண்முத்தாறு நேரசைத்துறை" என்று பெயரிட்டு முனையத்தில் கல்வெட்டு பதிக்கப்பட்டது. அதைத் திறந்து வைத்தபின்பு, செம்பியன் திருமேனி, படகில் ஏறிச் சவாரியைத் தொடங்கி வைத்தான்.

அரசனும் நற்றிணையும் தன்மீது எந்த அளவு பாசத்தையும், அன்பையும் கொட்டிக் காண்பிக்கிறார்கள்? அப்படியென்றால் தான் செய்தது சரிதான் என்று இந்த நேரத்தில் வெண்முத்து எண்ணிப்பார்க்கத் தொடங்கினாள்.

❖

அன்றொருநாள்...

கணியன் அரண்மனைக்கு வந்து முனிவர் சாட்சியாக 'சனி ஹோரையில் குழந்தை பிறக்கும். அப்படிப் பிறந்த குழந்தையின் முகத்தை ராஜ குடும்பத்தார் பார்க்கக்கூடாது. அப்படிப் பார்த்தால் பார்த்தவர்களுக்குக் கேடு உண்டாகும்' என்று சொல்லிவிட்டுப் போனதைத் தனக்குச் சாதகமாக வெண்முத்து பயன்படுத்திக்கொண்டாள். இறந்த குழந்தையையும் ராஜ குடும்பத்தார் பார்க்கக்கூடாதென்று திருத்தி முனிவர் உள்பட எல்லோரையும் சொல்ல வைத்துவிட்டாள்.

மருத்துவச்சியிடம், தனக்கு ஆண் குழந்தை பிறந்துவிட்டால், அக்குழந்தை, பிரசவத்தில் இறந்துவிட்டதாக அறிவித்துவிடு; நான் குழந்தையை யாருக்கும் தெரியாமல் காப்பாற்றிக்கொள்கிறேன். இந்த ரகசியத்தைக் காப்பாற்றுவதற்காக உனக்கு எவ்வளவு பொற்காசுகள் வேண்டுமானாலும் தருகிறேன். நீ கண்டிப்பாக

யாரிடமும் சொல்லக்கூடாது என்று வெண்முத்து சத்தியம் செய்திடக் கேட்டாள். எதற்காக என்பதையும் நீ தெரிந்துகொள். நற்றிணையின் மகன் தான் ஆட்சிக் கட்டிலில் அமரவேண்டுமென நற்றிணைக்குத் தெரிந்தே எனக்குள் சத்தியப் பிரமாணம் செய்துகொண்டேன். அப்போது வெண்முத்துவின் கோரிக்கையை மருத்துவச்சி நிராகரித்துவிட்டாள்.

பிரசவத்தன்று...

அருந்தவராயரை வெளியே நிற்க வைத்துவிட்டு அன்று கையில் பையுடன் வேகமாக உள்ளே வந்தாள் மருத்துவச்சி. பிரசவ வலியால் துடித்துக்கொண்டிருந்த வெண்முத்துவைப் பார்த்தவுடன் பழைய நினைவு அவளுக்கு வர எதையோ தீவிரமாக யோசித்தாள். மனத்துள் ஏதோ கணக்குப் போட்டது மட்டும் வெண்முத்துவுக்கு அந்த நேரத்திலும் தெரிந்தது. குழப்பத்தில் இருந்த மருத்துவச்சி தீவிர யோசனைக்குப் பின் ஒரு முடிவுக்கு வந்தவளாய், அங்கு நின்ற அனைவரையும் வெளியே செல்ல வைத்துவிட்டு, வெண்முத்துவிடம்,

"ஒரு பட்டத்து ராணியாய் இருந்துகொண்டு அன்று எவ்வளவுவோ மன்றாடுனீர்கள்; கெஞ்சுனீர்கள் என்பதனால், இப்போது சொல்கிறேன், ஒரு காசுகூட வேண்டாம். ஆனால் ஒரு நிபந்தனை! பிள்ளையைக் கொன்றுவிடாதீர்கள்" என்று மருத்துவச்சி கண்ணீர் மல்கச் சொல்லிவிட்டு வெண்முத்துவுக்கு 'உங்கள் ரகசியத்தையும் காப்பாற்றுகிறேன். உங்கள் இஷ்டப்படி செய்து கொள்ளுங்கள்' எனச் சத்தியம் செய்து கொடுத்தாள்.

மருத்துவச்சி பிரசவம் பார்த்தாள். வெண்முத்துவுக்கு ஆண் குழந்தை சனி ஹோரையில் சுகப்பிரசவமானது. அங்குத் தூரத்தில் உட்கார்ந்துகொண்டிருந்த ஒரு பூனைக் குட்டியைப் பிடித்துக் கழுத்தை நெறித்தாள். வெள்ளைத் துணியில் தொப்புள்கொடிபோன்ற அழுக்குகளையும் இறந்த பூனைக்குட்டியையும் சேகரித்து முழுவதையும் வெள்ளைத் துணியால் மறைத்துச் சுற்றினாள்.

வெளியே வந்து எல்லோருக்கும் 'இறந்துபோன குழந்தை' எனத் துணிசுற்றிய பூனைக்குடியைக் காட்டினாள். அனைவரும் உள்ளே சென்று வெண்முத்துவைக்கூடப் பார்க்காமல், 'பூனைக்குட்டியைப்' பார்த்துக் கதறி அழுதார்கள். பூனைக்குட்டியைத் தொட்டுத்

தொட்டுக் கண்களில் ஒற்றிக்கொண்டு ஒப்பாரி வைத்தார்கள். பின்னர்ப் புதைக்க ஏற்பாடு செய்யப்பட்டது.

வெண்முத்துவின் தாயாரைப் பிறகு உள்ளே வரச் சொன்னாள். கொழுகொழுவென்று அழகாகப் பிறந்த குழந்தையைத் துணியினால் போர்த்தி அவரிடம் கொடுத்தாள். எல்லோரும் முன்பக்கம் சென்றிருந்தபோது, கண்ணீர் மல்க, வெண்முத்து தன் குழந்தையுடன் பெற்றோரைப் பின் பக்கமாக அனுப்பி வைத்தாள். அந்த இக்கட்டான நேரத்திலும் படுக்கையில் படுத்துக்கொண்டே மன உறுதியுடன், பல்லைக் கடித்துக்கொண்டு, தந்திரமாகச் செயற்பட்டாள். எல்லாவற்றையும் செய்து முடித்த பின்புதான் பெருமூச்சு விட்டபடி வெண்முத்து கண்ணயர்ந்துவிட்டாள்.

சற்று முன்பு, பிள்ளையைத் தன் தாயிடம் கொடுத்தவள், 'உன் பெயரனை 'திருமுடி' என்று பெயரிட்டு, நல்ல ஒழுக்கத்தோடு பத்திரமாக வளர்க்க வேண்டும். நீங்கள் நமது சொந்த ஊரில் குடியிருக்க வேண்டாம். கல்வராயன் மலைக்குப் பக்கத்துக் கிராமமான 'கச்சிராயப் பாளையத்தில் உங்களுக்கென்று ஒரு வீடு தயாராய் இருக்கும். அங்குக் குடியேறிப் பிள்ளையை ஐந்து வயதுவரை ஒழுங்காக ஆரோக்கியமாக வளர்த்து வாருங்கள். ஐந்து வயதடைந்தவுடன் கல்வராயன் மலை முனிவரிடம், தினமும் காலையில் கொண்டுபோய் விட்டுவிட்டு மாலையில் வீட்டுக்கு அழைத்து வந்துவிடுங்கள். பின்னர்த் திருமுடிக்குப் பத்து வயதாகும்போது முழுமையாக முனிவரிடம் சேர்ப்பித்துவிட்டுச் சொந்த ஊருக்கே சென்று விடுங்கள். அதன்பின் தேவையானபோது சென்று பிள்ளையின் நலனை விசாரித்து வாருங்கள். நற்றிணைக்குக் குழந்தை பிறந்து அரசு கட்டிலில் ஏறும்வரை உங்களுக்குத் தேவையானதையெல்லாம் நான் கொடுப்பேன். ஆனால் அவன் எப்படி இருக்கிறான் என்று நானும் கேட்கமாட்டேன்; நீங்களும் எனக்கு அவனைப் பற்றி ஏதும் சொல்லக்கூடாது. அதுவரையில் எல்லாம் ரகசியமாகவே இருக்கட்டும்' என்று வெண்முத்து தன் தாயிடம் சொல்லி அனுப்பியிருந்தாள்.

இப்படியாக நடந்தவற்றை நினைத்துப் பார்த்தாள் வெண்முத்து. தாய்க்கு இதில் கொஞ்சம்கூட இஷ்டம் இல்லை என்பதையும் அறிவாள். காரணம் தங்கள் பெயரன் பிற்காலத்தில் ராஜாவாக வேண்டுமென்று யார்தான் ஆசைப்படமாட்டார்கள்?

பிரசவ நேரத்தின்போது, அருந்தவராயர் குழந்தையைக் கொல்லச் சொன்னது மருத்துவச்சியின் நினைவுக்கு வந்தவுடன், வெண்முத்து சொன்னதைக் கேட்டு அதன்படி நடந்தால் ஒரு கல்லில் இரண்டு மாங்காய். அருந்தவராயரிடமும் குழந்தையைக் கொன்றுவிட்டதாகவும் நடித்து, அவரையும் திருப்தி செய்துவிடலாம். தன் கையால் ஒரு ராஜாவீட்டுக் குலக்கொழுந்தைக் கொல்லும் பாவத்திலிருந்தும் தப்பிக்கலாம் என்று முடிவுக்கு வந்த மருத்துவச்சியின் நிலை வெண்முத்துவுக்கு அப்போது தெரியாது; எப்போதும் தெரியாது.

பெற்ற மனம் அந்த நேரத்தில் என்ன பாடுபட்டிருக்கும்? அக்காவும் தோழியுமான நற்றிணையுடன் கொண்ட பாசமும் அன்பும், ஒருவருக்கொருவர் விட்டுக்கொடுக்கும் பண்புகள்தான் காரணங்கள். இதில் தியாகத்தின் உச்சிக்கே வெண்முத்து சென்றதனால் நட்பின் வரலாற்றில் பிசிராந்தையாரை விஞ்சி நின்று விட்டாள்.

முதன் முதலாக ஏற்பாடு செய்யப்பட்ட ஒரு பெரிய படகில் மகாராணியார் வடிவுடைதேவி, அருந்தவராயர், நற்றிணை, வெண்முத்து ஆகியோருடன் செம்பியன் திருமேனி ஏறிக்கொண்டு பயணமாகி ஏரிவரை சென்று திரும்பத் திட்டமிட்டுக்கொண்டான்.

இன்னொரு படகில் திருவெள்ளறை மன்னர் இளந்திரைக்கோ, நிறைமாத கர்ப்பிணி விருத்தம், தளபதி அகம்பன் ஆகியோர் ஏறிக்கொண்டு பின்னால் வந்தார்கள்.

பறை, முழவு, முரசு, கொம்பு, போன்ற இசைக் கருவிகள் முழங்க, படகு புறப்பட்டு வெள்ளோட்டம் கண்டது.

இருமருங்கும் ஆயிரக்கணக்கில் நின்றுகொண்டிருந்த நாட்டு மக்களைப் பார்த்துக் கையசைத்தவாறு, திருமேனி தன் மரித்துப்போன மகன் நினைவுச் சோகத்தை உள்ளடக்கிக்கொண்டு மலர்ந்த முகத்தை வெளிக்காட்டியவாறே பயணம் செய்தான்.

கரையோரத்தில் கூடியிருந்த மக்கள் அங்கிருந்தவாறு வாய்விட்டுக் கூக்குரலெழுப்பி வாழ்த்துக் கூறினார்கள்; கையசைத்தார்கள்.

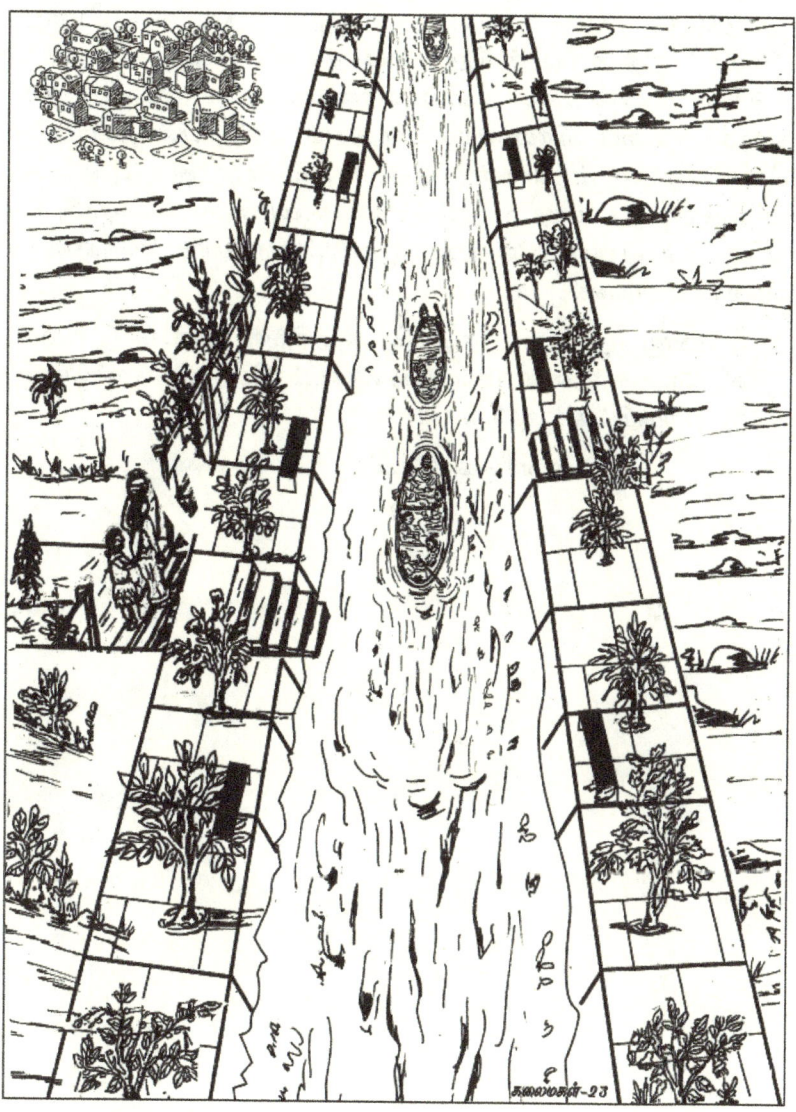

வெண்முத்தாற்று நேரசைத்துறைக்குச் சென்று திரும்பிப் படகிலிருந்து கரையேறும்போது நற்றிணை, அருகில் அமர்ந்திருந்த வெண்முத்துவின் ஆடைமீது வாந்தியெடுத்துவிட்டாள். பெருந்தேவி தட்டுத் தடுமாறி எழுந்து நெருங்கிச் சென்று, மருமகள் நற்றிணையின் நெற்றியைத் தாங்கிப் பிடித்துக்கொண்டு, தன் முந்தானையால் அவள் வாயைத் துடைத்துவிட்டாள். நாடித்துடிப்பை விரல்களால் பிடித்துப் பார்த்தபின் தன் மகன் செம்பியனையும் வெண்முத்துவையும் பார்த்துப் புன்னகை புரிந்தாள்! தை மாதம் இளம்பனிக்காலமாகிய கடகராசி பூச நட்சத்திரம் கூடிய சுபயோக சுப நேரத்தில் வாந்தி எடுத்திருக்கிறாள் என்றார் மகாராணி.

வெண்முத்து அடைந்த சந்தோஷத்திற்கு அளவே இல்லை. "இனி நான் எத்தனை பிள்ளைகளையும் பெற்றுக்கொள்வேன்" என்று வாய்விட்டுக் கத்தினாள்!

கற்பனைக்குக் கட்டப்பட்டது அணை!

●

இதுவரை நீங்கள் படித்த கதையின் சுருக்கம்
செம்பியன் திருமேனி

சோழக் குறுநிலமன்னன் செம்பியன் திருவேல் வெண்ணாற்றங் கரையில் உள்ள வெண்ணாகரத்தைத் தலைநகராகக்கொண்டு ஆட்சி செய்து வந்தான்.

அவனுக்கும் திருவெள்ளறையைத் தலைநகராகக்கொண்டு ஆட்சி செய்துவந்த நெடுமான் குரவன் எனும் இன்னொரு சோழக் குறுநில மன்னனுக்கும் இடையே எழுந்த போரில், திருவெள்ளறையின் படைத்தளபதி வில்லன் செங்கோடன், போர்நெறி தவறி திருவேலை வஞ்சகமாகக் கொன்றுவிடுகிறான்.

கொலையுண்ட செம்பியன் திருவேலின் மகனான 10வயது இளவரசன் செம்பியன் திருமேனி, தன் தாய், மாமா அருந்தவராயருடன் தப்பித்துப் பல்லவநாட்டுக் கல்வராயன் மலைக்குகைக்குச் சென்று விடுகிறான்.

அங்குள்ள ஐங்குறு மாமுனிவரிடம் கல்வி கேள்விகளிலும், போர்ப் பயிற்சிகளிலும் வைத்தியத்திலும் தேர்ந்து வளர்ந்து வந்தான். 20 வயது ஆகிவிட்ட பிறகு இளவரசன் செம்பியன் திருமேனி, தன் தந்தையைக் கொன்றவனைப் பழிவாங்குவதற்காகத் திருவெள்ளறை அரண்மனைக்கு வைத்தியரின் உதவியாளர் என்ற பெயரில் ரகசியமாகச் செல்கிறான்.

இறந்துபோய்விட்ட நெடுமான் குரவனின் மகன் இளந்திரைக் கோவுக்கு நடைபெற்ற முடிசூட்டும் விழாவில், இளவரசி நற்றிணையுடன் சேர்ந்து நடனமாடிய அவளுடைய இணைபிரியா தோழி வெண்முத்து மீது செம்பியன் திருமேனி மையல் கொள்கிறான். விழாவில் பங்குகொள்ள மாமா அருந்தவராயரும் திருவெள்ளறைக்கு வந்து சேர்கிறார்.

அந்நாட்டுத் தளபதி வில்லன் செங்கோடன், நற்றிணைக்கு முறை மாப்பிள்ளை.

அவளைத் திருமணம் செய்து மன்னனாகவேண்டுமென்ற ஆசையில் இருக்கிறான். ஆனால் நற்றிணைக்கு அத்திருமணத்தில் விருப்பமில்லை.

செம்பியன் திருமேனி வெண்முத்துவை அணுகும்போது, 'எனக்கும் இளவரசிக்குமான உடன்படிக்கையின்படி என்னை நீங்கள் மணமுடிக்க விரும்பினால் என் தோழி நற்றிணையையும் சேர்த்துத் திருமணம் செய்துகொள்ளவேண்டும்' என்ற நிபந்தனையை விதிக்கிறாள்.

தாயின் சம்மதத்தைப் பெற்றுவிட்டபின் 'நேரம் கூடிவரும்போது ஏற்றுக்கொள்கிறேன்' என்கிறான் செம்பியனும்.

செம்பியனும் மாமாவும் வெண்ணாகரத்திற்குத் திரும்பும் வழியில் ஐயமுற்ற செங்கோடன், வீரர்களை அனுப்பிக் கொல்லத் திட்டமிடுகிறான். அச்சண்டையில் செம்பியன் தப்பித்தாலும் மாமாவின் ஒரு கை வெட்டுப்பட்டு, ஒரு கரத்தை இழக்க நேரிடுகிறது. தன் தாய்க்கு அஞ்சி வெண்ணாகரம் செல்லாமல் நேராக மாமாவின் புண்ணுக்கு வைத்தியம் பார்ப்பதற்காகவும் ஆலோசனை பெறுவதற்காகவும் கல்வராயன் மலைக்கு முனிவரைப் பார்க்கச் செல்கிறான். அப்படிச் செல்லும்போது தன் தண்டல் தலைவனுடைய மகள் அழகியான விருத்தத்தையும் மாமாவுக்கு உதவி செய்வதற்காக உடன் அழைத்துச் செல்ல நேரிடுகிறது.

அவள் அழகில் மயங்கி எங்கேயும் தன்னை அவளிடம் இழந்துவிடக்கூடாது என்பதில் விழிப்பாகவே இருந்து வருகிறான். அது அவனுக்கு ஒரு போராட்டமாகவே அமைந்துவிடுகிறது.

எதிரிநாட்டைச் சேர்ந்த வெண்முத்து செம்பியன் காதலை விரும்பாத மாமா, எப்படியாவது விருத்தத்தைச் செம்பியனுக்குத் திருமணம் செய்து வைத்துவிடவேண்டுமென்று தாயையும் சேர்த்துக்கொண்டு திட்டமிட்டுப் பார்க்கிறார்.

வில்லன் செங்கோடனின் நடவடிக்கைகளில் திருப்தி இல்லாததோடு தன்னை வஞ்சகமாகக் கவிழ்த்துவிடுவானோ என்ற சந்தேகத்தில் இருக்கிறான், எதையும் தாமதமாகவே முடிவெடுக்கும் திருவெள்ளறை மன்னன் இளந்திரைக்கோ.

செங்கோடனின் அடாவடித்தனத்தால் பாதிக்கப்பட்ட பொன்னமராவதியின் நேர்மையான பாண்டிய மன்னன் சீற்றம்கொண்டு திருவெள்ளறைமீது படையெடுக்க முனைகிறான்.

செங்கோடனைப் பழிவாங்கத் துடித்துக்கொண்டிருந்த செம்பியன் திட்டமிட்டுத் திருவெள்ளறையுடன் நட்புகொள்கிறான்.

படைபலம் மிகுந்த பாண்டியனை எதிர்த்து நடக்கப்போகும் போரில் வெல்ல முடியாதோ என்ற பயத்தில் இருந்த இளந்திரைக்கோவும் நட்புக்கரம் நீட்டுகிறான்.

பாண்டியனின் படைப்பலத்தை இரண்டாக்கிப் பலவீனமாக்க ஒரே நேரத்தில் இரண்டு இடங்களில் போர் நிகழ்த்தலாம் என்ற திட்டத்தை வகுத்துக்கொடுக்கிறான் செம்பியன்.

செங்கோடனைப் பழிவாங்கியே தீரவேண்டுமென்ற ஒரே நோக்கத்தில் இருந்த செம்பியன், போர் அனுபவம் இல்லையென்று கூறி, உதவிசெய்ய செங்கோடனைத் தந்திரமாக வெண்ணாகரத்திற்கு வரவழைக்கிறான்.

பாண்டிய சோழ நாடுகளின் எல்லை ஆறான வெள்ளாற்றின் கிழக்கு மற்றும் வடக்குக் கரைகளில் இரு வெவ்வேறு பகுதிகளில் போர் மூள்கிறது. இடையில் செங்கோடனைப் போர் முனையில் ஒருமுறை காப்பாற்றியதானால் செங்கோடன் செம்பியனை நம்புகிறான். பிரிந்து சண்டையிட்டதால் தாக்குப் பிடிக்க முடியாமல் பாண்டியன் சரணடைகிறான்.

தந்திரமாகச் செங்கோடனைக் கொன்றுவிடவேண்டுமென்று எண்ணினாலும், நேருக்கு நேர்நின்று போரிட்டுக் கொல்வதையே வீரமறவன் செம்பியன் விரும்புகிறான்.

இளந்திரைக்கோவின் முன்னிலையில் சுற்றிலும் போர் வீரர்கள் சூழ்ந்து நிற்க, செம்பியனின் அழைப்பைச் செங்கோடன் ஏற்றுக்கொண்டான். தனித்து ஒருவருக்கொருவருடன் நடந்த சண்டையில் செங்கோடன் கொல்லப்படுகிறான். மாண்ட செங்கோடனின் உடலை, தன் தாயின் முன் கிடத்தி, தன் சபதத்தை நிறைவேற்றுகிறான் செம்பியன்.

செம்பியனின் தாய் முறைப்படியாகப் பெண்கேட்கத் திருவெள்ளறைக்குப் போகிறார். சென்ற இடத்தில் இளந்திரைக்கோ, விருத்தத்தைப் பார்த்தவன் அவளைத் திருமணம் செய்துகொள்ள ஆசைப்படுகிறான்.

இளவரசி நற்றிணையையும், தோழி வெண்முத்துவையும் ஒரே நேரத்தில் வெண்ணாகர அரண்மனையில் செம்பியன் திருமணம் செய்துகொள்கிறான். அங்கேயே இளந்திரைக்கோவுக்கும் விருத்தத்திற்குமான திருமணமும் நிறைவுறுகிறது.

நட்பின் எல்லையைத் தாண்டி இணைபிரியாத் தோழிகளான நற்றிணை, வெண்முத்து இருவரும் ஒருவர்மீது மற்றொருவர் கொண்டிருந்த பாசத்தால், தான் முதலில் கருவுற்று இந்நாட்டுக்கு ஒரு குட்டி இளவரசனைக் கொடுக்க வேண்டுமென்று விரும்பாமல் மற்றவள்தான் முதலில் கருவுற வேண்டுமென்று இருவரும் தனித்தனியாகத் திட்டமிடுகிறார்கள்.

அரசி நற்றிணை வெற்றிபெறுகிறாள். அதாவது வெண்முத்து நிறைமாதக் கர்ப்பிணியாகிவிட்டாளே என்று எண்ணிய பின்னர் நற்றிணையும் கருவுற்றுவிடுகிறாள்.

வெண்முத்துவுக்கு ஆண் குழந்தை முதலில் பிறக்கிறது. ஆனால்...

வெண்முத்து, தன் குழந்தை இறந்துவிட்டதாகப் பொய்சொல்லி ரகசியமாகக் கல்வராயன் மலையில் இருக்கும் முனிவரிடம் வளரட்டும் என அனுப்பிவைத்துவிடுகிறாள்.

இறுதியில் அந்தப் புனிதமான தோழமையின் தியாகப் போட்டியில் யார் வென்றது? பொறுத்திருந்து இரண்டாம் பாகத்தில் பார்க்கலாம் என்றால்... அதற்குள் சுந்தர சோழன், உத்தம சோழன், இராஜராஜ சோழன் என மாபெரும் சோழ சாம்ராஜ்யம் உருவாகிவிட்டதே!?

நூலாசிரியரின் வரலாறு

கவிஞர், எழுத்தாளர், கதாசிரியர், கட்டுரையாளர், பேச்சாளர், இதழாசிரியர், திரைப்படத் தயாரிப்பாளர், அரசியல்வாதி, சமூக, இலக்கியச் சிந்தனையாளர், வணிகர், பொதுத்தொண்டர் இப்படியான பன்முகம் கொண்டவர்.

தமிழகத்தின் இப்போதைய நாகை மாவட்டம், வேதாரண்யம் வட்டம், ஆயக்காரன்புலம் 2 எனும் கிராமத்தில் மாசிலாமணி – செல்லம்மாள் இணையருக்கு ஏழாவது மகனாக 21.01.1943இல் பிறந்தவர். பிறந்த ஊரில் பள்ளிப் படிப்பை முடித்து அதிராம்பட்டினத்தில் புகுமுக வகுப்பையும், தனியார்ப் பல்கலையில் பி.பி.ஏ., இளங்கலைப் பட்டத்தையும் பெற்றவர்.

திரைப்படத்துறையில் இயக்குநர் சிகரம் கே.பாலசந்தரிடம் உதவியாளராய் 15 படங்களுக்குப் பணியாற்றிய பின்னர் இரண்டு படங்களைச் சொந்தமாகத் தயாரித்தார். இவரது குறும்புக்காரி எனும் படத்தின் கதாநாயகி ஜெயலலிதாவின் (பின்னாளில் தமிழக முதல்வர்) ஒத்துழைப்பு இன்மையால் அத்தொழிலில் தொடர்ந்து இருக்கமுடியாமல் திணறினார். இருந்தாலும் அதே படத்தை பாதபூஜை என்ற பெயரில் ஏ.பீம்சிங் இயக்கத்தில் நடிகர்களை மாற்றி நடிக்க வைத்து 1974இல் வெளியிட்டார்.

அன்பழகனின் நண்பர் முன்னாள் அமைச்சர் திரு க.இராஜாராம் அவர்களின் ஆலோசனையின் பேரில் மீண்டும், எழுத்தாளர் திரு ஜெயகாந்தன் கதை வசனம் எழுதிய 'புதுச் செருப்பு கடிக்கும்' என்ற திரைப்படத்தைத் தயாரித்ததோடு இணைந்தும் இயக்கினார்.

சென்னையில் செல்லாஸ் என்னும் உணவகத்தை நடத்தினார். தனிப்பட்ட வாழ்வில் ஒழுக்கம் கொண்ட இவர், நேர்மையான அரசியலில் ஈடுபட்டார். மாநிலம் தழுவிய அளவில் தி.மு.கழக இலக்கிய அணியின் பொருளாளரானார். மைலாப்பூர்த் தொகுதி சட்ட மன்ற இடைத் தேர்தலில் போட்டியிட ம.தி.மு.கழகத் தலைவர் திரு வைகோ அவர்களால் அழைப்பு விடுக்கும் நிலைக்கு வளர்ந்தார். தன்னலம் பாராது பிறர் நலம் பேணுபவர். பொதுச் சேவையில் தம்மை இணைத்துக்கொண்டு சமுதாயத் தொண்டு செய்தார்.

திரு. இராசாராம் அவர்களுடன் கொண்டிருந்த இணைபிரியா நட்பினாலும், அண்ணன் மா.மீனாட்சிசுந்தரம் சட்டமன்ற உறுப்பினர் என்பதாலும், ஓர் இதழாசிரியர் என்பதாலும் அமைச்சர்களிடமும், அதிகார மேல்நிலையினரிடம் கொண்டிருந்த செல்வாக்கைப் பயன்படுத்தி, பலருக்குக் கல்லூரியில் இடம், வேலைவாய்ப்பு, இடம் மாறுதல் போன்ற சேவைகளைக் கைம்மாறு கருதாது செய்துகொடுத்தார்.

சுமார் 100 திருமண இணைப்புகளை முன்னின்று ஏற்பாடு செய்துகொடுத்தவர். ஒரு சமூக அமைப்புக்கு ‘உறவு மலர்’ எனும் திங்களிதழை உருவாக்கிச் சிங்கைக்குப் புலம் பெயரும்வரையில் அதன் ஆசிரியராய் இருந்து செயற்பட்டவர்.

இவர் முன்னின்று நடத்திய நிகழ்வுகளில், தந்தை பெரியார், கலைஞர், எம்ஜியார், கி.வீரமணி, வைகோ, ஆர்.எம்.வீரப்பன், ஆற்காடு வீராசாமி, டி.ஆர். பாலு, துரைமுருகன், முனைவர் பொன்முடி, சுப. வீரபாண்டியன், சுகி சிவம், தென்கச்சி, தமிழருவி

மணியன், டி.கே.எஸ் சகோதரர்கள், எஸ்.எஸ். இராசேந்திரன், நாகேஷ், புலமைப்பித்தன், சாரதா நம்பி ஆரூரன், இல.கணேசன், இயக்குநர்கள் கே.பாலசந்தர், லிங்குசாமி, தங்கர்பச்சன், த.ஜெயகாந்தன், ஔவை நடராசன், திருக்குறள் முனுசாமி, பழ கருப்பையா, நடிகர் சத்தியராஜ், சிங்கப்பூர் அமைச்சர்கள் கா.சண்முகம், இந்திராணி ராஜா, தமிழறிஞர் சுப திண்ணப்பன், இரா.தினகரன், மலேசியா டத்தோ சாமிவேலு, டத்தோ சரவணன், பினாங்கு துணைமுதல்வர் இராமசாமி, பாண்டித்துரை போன்ற பலர் பங்கெடுத்துச் சிறப்பித்திருக்கிறார்கள். தமிழகத்தின் ஐந்து முதல்வர்களுடன் பார்த்துப் பழகியவர்.

பேரறிஞர் அண்ணாவுடன் நெருங்கிப் பழகமுற்படும் தருணத்தில் இறந்துவிட்ட சோகத்தை இன்றும் சொல்லிச் சொல்லிவருந்துகிறார். இன்றைய முதல்வர் மு.க.ஸ்டாலின் அவர்களுடன் நல்ல அறிமுகம் கொண்டவர். திரைப்படத்துறையில் பணியாற்றியபோது சிவாஜி கணேசன், ஜெமினி கணேசன், முத்துராமன், சிவக்குமார், ஜெய்சங்கர், ரவிச்சந்திரன், கவியரசு கண்ணதாசன், கவிஞர் வாலி, மெல்லிசை மன்னர் விஸ்வநாதன், பி.சுசிலா, வாணி ஜெயராம், எஸ். ஜானகி, சீர்காழி கோவிந்தராஜன், கே.ஆர்.விஜயா, வாணிஸ்ரீ, சௌகார் ஜானகி, ஜெயந்தி, ஊர்வசி சாரதா, மனோரமா ஆகியோருடன் பழகும் வாய்ப்பைப் பெற்றவர்.

சிங்கப்பூரைச் சேர்ந்த திலகவதியை 02.09.1971இல் முத்தமிழறிஞர் கலைஞர் தலைமையில், மக்கள் திலகம் எம்ஜியார் முன்னிலையில் சென்னையில் மணம்புரிந்து அங்கேயே வாழத் தலைப்பட்டார். 25 ஆண்டுகள் கழித்து 1994 அக்டோபரில் புலம்பெயர்ந்து சிங்கப்பூருக்கு வந்தவர்.

சகோதரருடைய மளிகைக்கடையில் உதவியாளராய் வேலையைத் தொடங்கினார். அடுத்த சில ஆண்டுகளிலேயே, செல்வி ஸ்டோர் டிரேடிங் என்னும் தனி வணிக நிறுவனத்துக்கு உரிமையாளராகியதோடு 'செல்லாஸ்' என்னுமோர் உணவகத்துக்கும் அதிபரானார்.

வேண்டிய அளவுக்குச் செல்வம் சேர்ந்தது. ஆனால் பிள்ளைகள் தொழில்களைத் தொடர்ந்து நடத்திட விரும்பாததால், கடைகளை விற்றுவிட்டார்.

கவிமாலை எனும் அமைப்புக்கு எட்டு ஆண்டுகள் காப்பாளராக விளங்கி, அதைச் சிங்கையில் உள்ள சிறந்த தமிழ் அமைப்புகளில் ஒன்றாக்கினார். அவ்வமைப்பின் சார்பில் 150க்கும் மேற்பட்ட நூல்களைப் பல கவிஞர்களுக்கு வெளியிட்டுக் கொடுத்துச் சிங்கையில் ஒரு சாதனை படைத்தவர் இந்தக் 'கவிமாமணி'.

கவிதை, கட்டுரை, சிறுகதை, புதினம், மாணவர் கடித இலக்கியம், வரலாற்றுப் பதிவுகள், திரைக்கதை, தன்முனைப்பு, சரித்திர நாவல் என 37 பல்வகைப் படைப்புகளை இதுவரை எழுதி வெளியிட்டுள்ளார். இவருடைய கவிதைகளுக்காகவும், நூல்களுக்காகவும் பல பரிசுகளையும், விருதுகளையும் பெற்றிருக்கிறார்.

2003 சனவரியில் மணிவிழாவைக் கொண்டாடியவர், அண்மையில் (2018 சனவரி) பவளவிழாவைச் (75) சிறப்பாகக் கொண்டாடி மகிழ்ந்து எண்பதாம் அகவையைத் தொட்ட இளையரிவர். எந்த நூலையும், நிகழ்வையும் மற்றவர்களிடமிருந்து வித்தியாசப்பட்டுப் புதுமையாகப் படைப்பதால் இவர் 'புதுமைத்தேனீ' என்று எல்லோராலும் அன்போடு அழைக்கப்படுகிறார்.

நாவலாசிரியர் புதினம் எழுதுவதற்குமுன் நேரில் சென்று ஆய்வு செய்த இடங்கள்: கல்வராயன் மலைக்கு அரித்துவாரமங்கலம் திரு கே.தனபாலன் அவர்களுடனும்...

திருவெள்ளறை கோவில், அரண்மனை இருந்த இடம், நாற்பிடுகு பெருங்கிணறு மற்றும் வெண்ணாற்றங்கரை, தஞ்சை ஆகிய இடங்களுக்கு திரு அ.எழிலன்பன் அவர்களுடனும்...

கல்வராயன் மலை

வெண்ணாகரம்

புதுமைத்தேனீ மா. அன்பழகன்

செம்பியன் திருமேனி

திருவெள்ளறை

தமிழ்நாடு அரசு
தொல்லியல் துறை

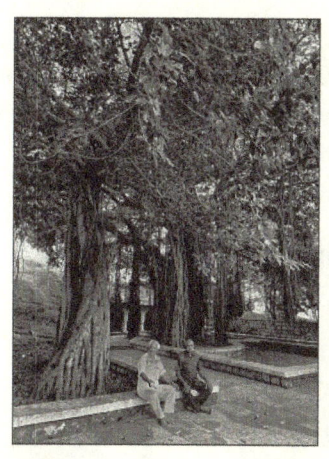

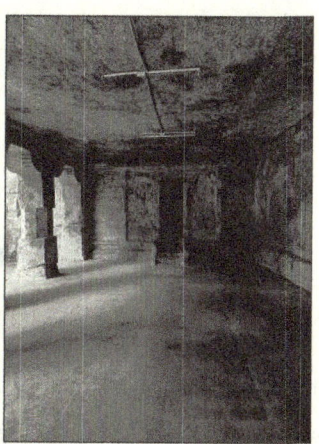

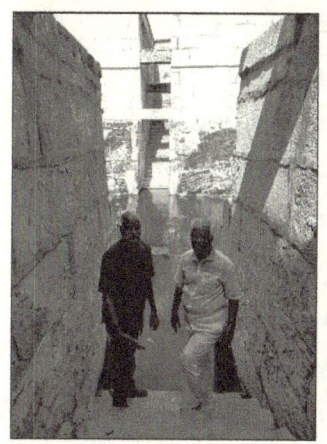

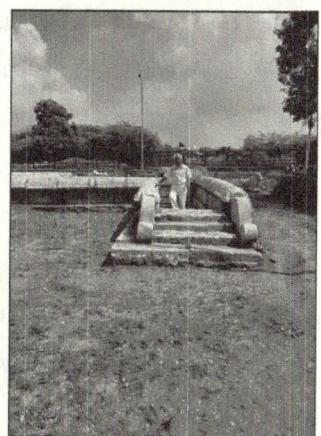

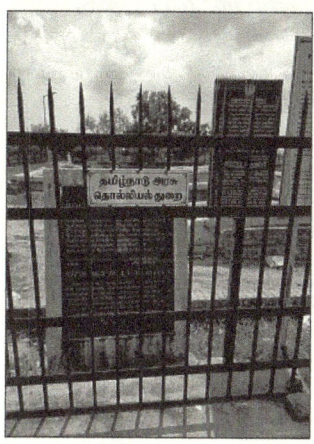

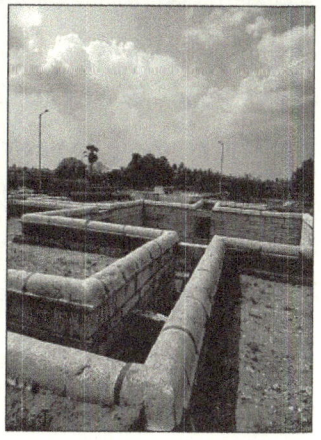

இதுவரை இவன் ஈன்றவை...

1. சமுதாயச் சந்தையிலே - கட்டுரை
2. அலைதரும் காற்று - கவிதை
3. ஜூனியர் பொன்னி - புதினம்
4. மடிமீது விளையாடி - புதினம்
5. இதில் என்ன தப்பு? - திரைக்கதை வடிவம்
6. பழமும் பிஞ்சும் - சிறுவர் கடித இலக்கியம்
7. அந்தப் பார்வையில் - புதினம்
8. ஒன்றில் ஒன்று உரைவீச்சு – with Translations
9. இப்படிக்கு நான் - படச்சுவடி
10. விடியல் விளக்குகள் - சிறுகதைகள்
11. உடன்படு சொல் - மேடைப் பேச்சுகள்
12. இன்னும் கேட்கிற சத்தம் - பண்பாட்டுப் பதிவு
13. ஆயபுலம் - புதினம்
14. என்பா நூறு - வெண்பாச் செய்யுள்கள்
15. Bubbles of Feelings — Short Stories Translations
16. திரையலையில் ஓர் இலை - திரைத்துறை அனுபவம்
17. என் வானம் நான் மேகம் - திரைப் பெரும் கதைகள்
18. Beyond The Realm - Stories Translations

19. கவித்தொகை - 'பிசி' கவிதைகள்
20. எர்கு - திரைப்படத்திற்கான கதை
21. ERHU – Story Translation
22. பாதிப்பில் பிறந்த பாடல்கள்
23. புதுமைத்தேனீ - சிறுகதைகள்
24. வாய்க்கால் வழியோடி - மேடைப் பேச்சுகள்
25. ஆயிழையில் தாலாட்டு - அளித்த அணிந்துரைகள்
26. கூவி அழைக்குது காகம் 1 - மாணவர் கடித இலக்கியம்
27. கூவி அழைக்குது காகம் 2 - மாணவர் கடித இலக்கியம்
28. கூவி அழைக்குது காகம் 3 - மாணவர் கடித இலக்கியம்
29. காதல் இசைபட வாழ்தல் - புதினம்
30. அடுத்த வீட்டு ஆலங்கன்று - கவிதை
31. அன்புக்கு அழகு75 - பவளவிழா மலர்
32. சிங்கப்பூர் சொல்வெட்டு 555 வரலாற்று விருத்தப்பா
33. டுரியானுள் பலாச்சுளை - சிறுகதைகள்
34. கூவி அழைக்குது காகம் 4 - மாணவர் கடித இலக்கியம்
35. மேகம் மேயும் வீதிகள் - கவிதைகள்
36. ஐம்பதிலும் வாழ்க்கை வரும் - தன்முனைப்புக் கட்டுரைகள்
37. செம்பியன் திருமேனி - சரித்திரப் புனைவுப் புதினம்